D1763799

தமிழக அரசியல் வரலாறு

பாகம் - 1

ஆர். முத்துக்குமார்

மயிலாடுதுறையில் பிறந்தவர். ஏ.வி.சி. கல்லூரியில் இளங்கலை (இயற்பியல்), முதுகலை (கணிப்பொறிப் பயன்பாட்டியல்) பயின்றவர். தற்போது சென்னையில் வசித்துவருகிறார். கடந்த எட்டு வருடங்களாக பத்திரிகை மற்றும் பதிப்புத்துறையில் இயங்கிவருகிறார். இந்திய மற்றும் தமிழக அரசியல் குறித்து விரிவான வாசிப்பையும் ஆய்வையும் மேற்கொண்டு வருபவர். தமிழின் முன்னணி இதழ்களில் அரசியல் கட்டுரைகளும் தொடர்களும் எழுதி வருகிறார். திராவிட இயக்கத்தின் நூறாண்டு கால அரசியல் வரலாற்றை விவரிக்கும் இவருடைய புத்தகமான 'திராவிட இயக்க வரலாறு' இரண்டு பாகங்களாக வெளியாகியுள்ளது. பெரியார், அம்பேத்கர், இந்திரா காந்தி, சஞ்சய் காந்தி, எம்.ஜி.ஆர் ஆகியோரின் அரசியல் பங்களிப்பை விவரிக்கும் இவருடைய புத்தகங்கள் வாசகர்களின் கவனம் கவர்ந்தவை.

ஆர். முத்துக்குமாரின் பிற நூல்கள்

தமிழக பொதுத் தேர்தல்கள் வரலாறு

திராவிட இயக்க வரலாறு (பாகம் 1, 2)

பெரியார்

அம்பேத்கர்

வாத்யார்: எம்.ஜி.ஆரின் வாழ்க்கை

இந்திரா

சஞ்சய் காந்தி

மகா அலெக்ஸாண்டர்

தமிழக அரசியல் வரலாறு

பாகம் - 1

ஆர். முத்துக்குமார்

கிழக்கு

தமிழக அரசியல் வரலாறு - பாகம் - 1
Tamilaga Arasiyal Varalaru - Part - 1
by R. Muthukumar ©

First Edition: December 2012
416 Pages
Printed in India.

ISBN: 978-81-8493-786-2
Title No. Kizhakku 729

Kizhakku Pathippagam
177/103, First Floor,
Ambal's Building, Lloyds Road,
Royapettah, Chennai 600 014.
Ph: +91-44-4200-9601

Email : support@nhm.in
Website : www.nhm.in

Author's Email: writermuthukumar@gmail.com

Kizhakku Pathippagam is an imprint of New Horizon Media Private Limited

This book is sold subject to the condition that it shall not, by way of trade or otherwise, be lent, resold, hired out, or otherwise circulated without the publisher's prior written consent in any form of binding or cover other than that in which it is published and without a similar condition including this the rights under copyright reserved above, no part of this publication may be reproduced, stored in or introduced into a retrieval system, or transmitted in any form or by any means (electronic, mechanical, photocopying, recording or otherwise), without the prior written permission of both the copyright owner and the above-mentioned publisher of this book.

அன்புடன்

என்னுடைய மனச்சோர்வு கணங்களை எல்லாம்
மகிழ்ச்சி பொங்கும் தருணங்களாக உருமாற்றிவரும்
பவி, தமிழ் இருவருக்கும்!

பொருளடக்கம்

	நன்றியும், அன்பும்	—	10
	முன்னுரையாக சில வார்த்தைகள்	—	13
1.	வேண்டும் விடுதலை!	—	19
2.	ஆனந்த சுதந்தரம்?	—	25
3.	ம.பொ.சி.யின் அறிக்கை	—	29
4.	ஓமந்தூராக்கு எதிராக	—	34
5.	தலைவர் பதவி காலி	—	39
6.	ஆறு அவுன்ஸ் தோல்வி	—	44
7.	அய்யோ பாவம் ஆந்திரா	—	49
8.	மதராஸ் மனதே	—	54
9.	மகான் வந்தார்; மழை பொழிந்தது!	—	59
10.	அரைநாள் ஆபத்து	—	64
11.	மும்முனைப் போராட்டம்	—	69
12.	திரைமறைவில் சில தொல்லைகள்	—	74
13.	குலக்கொழுந்தே, குணாளா!	—	79

14.	மதிய உணவுத் திட்டம்	84
15.	தட்சண பிரதேசம்	89
16.	காமராஜர் Vs சங்கரலிங்கனார்	94
17.	கோழி சின்னம், கூத்தாடிக் கட்சி	99
18.	தேவர் Vs இம்மானுவேல் சேகரன்	104
19.	பரமக்குடி படுகொலை	110
20.	சென்னை என்றொரு திருப்புமுனை	116
21.	அழகிரிசாமியால் வந்த ஆபத்து	121
22.	இந்தி.. துப்பாக்கி.. தோட்டா	127
23.	திமுகவை உடைத்த ஈ.வி.கே.எஸ்	132
24.	மூவண்ணக் கொடி.. நடுவில் விஷம்	138
25.	காமராஜ், களிமண், காங்கிரஸ்	144
26.	ஓட்டை விழுந்த காங்கிரஸ் கோட்டை	150
27.	காமராஜர் திட்டம்	156
28.	நேருவின் இடத்தில் சாஸ்திரி	162
29.	கம்பிக்குள் வளர்ந்த கம்யூனிஸ்டுகள்	167
30.	சின்னச்சாமி கொளுத்திய நெருப்பு	173
31.	வீறுகொண்ட மாணவர்கள்	179
32.	திமுகவைத் தடை செய்யுங்கள்	185
33.	ஐம்பது தினங்கள், ஐநூறு பிணங்கள்	191

34.	அடித்தது வாடை, தொலைந்தது தூக்கம்	— 197
35.	படுத்துக்கொண்டே ஜெயிப்பேன்	— 203
36.	காமராஜருக்காக ஒரு கொலைமுயற்சி	— 209
37.	உதயசூரியனும் உச்சிக்குடுமியும்	— 215
38.	ஆட்சியைப் பிடித்தது திமுக	— 221
39.	ஆறு மாத அவகாசம்	— 226
40.	வந்தது ஜெயபேரிகை	— 232
41.	மத்திய அரசை மிரட்டிய திமுக	— 238
42.	கலங்க வைத்த கீழவெண்மணி	— 244
43.	அண்ணா மறைந்தார்	— 249
44.	வாரியாருக்கு வந்த ஆபத்து	— 254
45.	இந்திரா செய்த துரோகம்	— 261
46.	கட்சி, ஆட்சி, கருணாநிதி	— 267
47.	காமராஜரா, கருணாநிதியா?	— 273
48.	புயலைக் கிளப்பிய மதுவிலக்கு	— 279
49.	திமுகவை உடைக்க மூன்று பேர்	— 285
50.	எம்.ஜி.ஆர் என்றால் திமுக	— 291
51.	உருவானது அதிமுக	— 297

52. ஒரே குட்டையில் ஊறிய மட்டைகள்	—	303
53. எம்.ஜி.ஆருக்கு முதல் வெற்றி	—	309
54. அண்ணாயிசம் வீசிய அணுகுண்டு	—	315
55. பெரியாருக்கு இறுதி மரியாதை	—	321
56. கச்சத்தீவும் செல்லாத ஒப்பந்தமும்	—	327
57. கச்சத்தீவைக் கிடப்பில் போடு	—	333
58. கச்சத்தீவு தாரை வார்க்கப்பட்டது	—	338
59. டெல்லிக்குக் காவடி தூக்கு	—	345
60. தாக்கப்பட்ட மலையாளிகள்	—	351
61. அதிருப்தி அடைந்த எம்.ஜி.ஆர்	—	357
62. மிசா என்றொரு ஆயுதம்	—	363
63. திமுகவைத் தடை செய்வோம்	—	369
64. வந்தது சர்க்காரியா கமிஷன்	—	375
65. கருணாநிதி: சில குற்றச்சாட்டுகள்	—	382
66. கருணாநிதி பதவி விலகவேண்டும்	—	389
67. அதிமுகவில் வெடித்த அணுகுண்டு	—	395
68. நெருக்கடி தளர்ந்தது!	—	401
பின்னிணைப்பு	—	409

நன்றியும் அன்பும்

தமிழக அரசியல் (வாரமிருமுறை) பத்திரிகையில் நூற்றைம்பது இதழ்களுக்குத் தொடர்ச்சியாக வெளிவந்த 'ஆடு... புலி... அரசியல்' தொடரின் நூல்வடிவம் இது. கதை, நாவல் போன்ற புனைவுகளை மட்டுமே வாசகர்கள் தொடர்ச்சியாக ரசிப்பார்கள், படிப்பார்கள் என்ற என்னுடைய கணிப்பை உடைத்து, அரசியல், வரலாறு போன்ற புனைவு அல்லாதவற்றையும் வாசகர்கள் ரசிப் பார்கள் என்று எனக்குப் புரியவைத்த தொடர் இது.

தொடர் வெளியான நாள் தொடங்கி ஒவ்வொரு அத்தியாயத்தையும் ஆர்வத்துடனும் அக்கறையுட னும் வாசித்து, அவ்வப்போது தங்கள் கருத்துகளை யும் எதிர்வினைகளையும் பதிவுசெய்த 'தமிழக அரசியல்' வாசகர்களுக்குத்தான் முதலில் நன்றி சொல்லவேண்டும். தொடரை வாசிப்பதோடு, தமக்குத் தெரிந்த அரசியல் நிகழ்வுகள், சம்பவங் கள், வரலாற்றுக் குறிப்புகள் பலவற்றை என்னுடன் பகிர்ந்துகொண்டனர். குறிப்பாக, சட்டம் மற்றும் அரசியல் வரலாறு படிக்கும் மாணவர்கள் பலரும் அரசியல் ரீதியாக முக்கியத்துவம் வாய்ந்த பல சம்பவங்களைச் சொல்லி, அவற்றைப் பற்றிய மேலதிக விவரங்களை எழுதுமாறு கோரினர். அதன் மூலம் தொடர் மேலும் செழுமை அடைந்தது. அவர்களுக்கு என்னுடைய நன்றிகள்.

இந்தியா சுதந்தரம் அடைந்ததற்குப் பிறகான ஐம்பது ஆண்டுகால தமிழக அரசியல் வரலாற்றை விரிவாக அலசி ஆராயும் தொடரை எழுதுவதற்கு ஏற்ற தளம் வெகுஜன ஊடகம் ஒன்றில் கிடைப்பது என்பது அத்தனை சுலபமான விஷயம் அல்ல. நடப்பு அரசியலுக்கும் புலனாய்வுச் செய்திகளுக்கும் அதிக முக்கியத்துவம் தரும் இன்றைய அவசரம் நிறைந்த பத்திரிகை உலகம் வரலாற்றுப் பதிவுகளுக்கு இடம் கொடுக்குமா என்ற சந்தேகம் எனக்கு இருந்தது. 'தமிழக அரசியல்' பத்திரிகையின் ஆசிரியர் நண்பர் எஸ்.பி. லட்சுமணனிடம் இந்தத் தொடர் குறித்துப் பூர்வாங்கமாகப் பேசியபோதே அந்தச் சந்தேகம் அகன்று விட்டது.

பக்க எண்ணிக்கை, அத்தியாய எண்ணிக்கை என்று எவ்வித நெருக்கடியையும் மனத்தில் வைத்துக் கொள்ளாமல், அவசியம் பதிவாக வேண்டிய அத்தனை விஷயங்களையும் பதிவுசெய்வதற்கு எந்தத் தடையும் இல்லை என்று என்னை ஊக்கப்படுத்திய நண்பர் எஸ்.பி. லட்சுமணனுக்கு எனது சொல்லித்தீராத நன்றிகள். தொடருக்கான அத்தியாய வரிசைப்பட்டியலைப் பார்த்துவிட்டு, 'பதிவுசெய்ய வேண்டிய வரலாறு… தொடர்ந்து எழுதுங்கள்' என்று என்னை உற்சாகப்படுத்திய 'தமிழக அரசியல்' பதிப்பாளர் திரு. சுந்தரராமன் அவர்களுக்கு என்னுடைய நன்றிகள்.

தொடர் எழுத ஆரம்பித்தது தொடங்கி அத்தியாயத்துக்கான கெடு தேதியை ஒவ்வொரு வாரமும் சரியாக நினைவூட்டி, நேர்த்தியாக லே அவுட் செய்து, நான் சொல்லும் பிழைத்திருத்தங்களை எல்லாம் கவனமாகச் சரிசெய்து, ஒவ்வொரு அத்தியாயமும் சிறப்பாக வெளிவருவதற்குக் காரணமாக இருந்த நண்பர்கள் சரவணன், தமிழரசு இருவருக்கும் என்னுடைய நன்றிகள். முக்கியமாக, தொடர் வெளியான சமயத்தில் தொடர்ச்சியாக தனது கருத்துகளைச் சொல்லி என்னை உற்சாகப்படுத்திய நண்பர் முகிலுக்கு நன்றிகள். இந்தத் தொடரை நேர்த்தியான புத்தகமாகக் கொண்டுவருவதற்கு நண்பர் மருதனின் பங்களிப்பு முக்கியமானது. அவருக்கு என்னுடைய நன்றிகள்.

எழுதத் தொடங்குவதற்கு முன்னரே வாழ்க்கை வரலாறுகள், சுயசரிதங்கள், அரசியல் மற்றும் வரலாற்றுப் புத்தகங்கள், அரசியல் இயக்க வரலாறுகள், போராட்ட வரலாறுகள், நினைவுக்குறிப்புகள் என்று ஏராளமான புத்தகங்களைப் படித்திருந்தேன். என்றாலும், ஐம்பது ஆண்டுகால அரசியல் வரலாற்றைப் பதிவுசெய்யவும்

ஆய்வு செய்யவும் இன்னும் இன்னும் எத்தனையோ புத்தகங்கள் தேவைப்படும் என்பதை நன்றாகவே உணர்ந்திருந்தேன். அதற்கான தேடலில் தொடர்ச்சியாக ஈடுபட்டிருந்தேன். எனக்குத் தேவையான நூல்களில் பெரும்பாலானவை அச்சில் இல்லாதவை. நீண்ட தேடலுக்கும் காத்திருப்புக்கும் பிறகுதான் அவை என்வசம் வந்துசேர்ந்தன. புத்தகத் தேடலில் எனக்கு உதவி செய்த அத்தனை நண்பர்களுக்கும் இதழ் சேகரிப்பாளர்களுக்கும் பத்திரிகையாளர்களுக்கும் என்னுடைய நன்றிகள்.

புத்தகங்கள்தான் ஆகப்பெரிய ஆவணங்கள் என்றபோதும் அரசியல் அறிக்கைகள், பேட்டிகள், ஆய்வுக்கட்டுரைகள் உள்ளிட்டவை துல்லியமாகக் கிடைப்பது நாளிதழ் மற்றும் வார, மாத இதழ்களில் இருந்துதான். ஐம்பது, அறுபதுகளில் வெளியான பத்திரிகைகளைத் தேடிப்பிடிப்பதைக் காட்டிலும் அவற்றைப் புரட்டிப் படிப்பது கடுமையான சவால். புழுதிகளுக்கும் பூச்சிகளுக்கும் மத்தியில் கிடக்கும் செய்திகளைத் தேடிப்பிடித்து, நகல் எடுப்பது சிரமமான பணி. அந்தப் பணியை எனக்காகச் செய்துகொடுத்த தமிழ்நாடு அரசு ஆவணக் காப்பகம், சென்னை கன்னிமரா நூலகம், சென்னை பெரியார் ஆய்வு நூலகம், சென்னை பேராசிரியர் ஆராய்ச்சி நூலகம், சென்னை தரமணி ரோஜா முத்தையா ஆய்வு நூலகம், சென்னை திருவல்லிக்கேணி கஸ்தூரி சீனிவாசன் நினைவு நூலகம் உள்ளிட்ட நூலகங்களில் பணியாற்றும் நூலகர்கள், நூலகப் பணியாளர்கள் உள்ளிட்ட அத்தனைபேருக்கும் என்னுடைய நெஞ்சார்ந்த நன்றிகள்.

இந்தப் புத்தகம் பற்றி, அரசியல் நிகழ்வுகள் பற்றி, வரலாற்றுச் செய்திகள் பற்றி நான் சொல்லும் அத்தனைச் செய்திகளையும் சலித்துக்கொள்ளாமலும் ஆர்வம் குறையாமலும் கேட்டு, என்னை வேறுவழியின்றி சகித்துக்கொண்ட என்னுடைய அம்மாவுக்கும் அப்பாவுக்கும் என்னுடைய நன்றியும் அன்பும்!

முன்னுரையாக சில வார்த்தைகள்

சுதந்தரத்துக்குப் பிறகான தமிழக அரசியல் களம் ஒன்றும் அத்தனை அமைதியானதாக இருக்கவில்லை. முன்னர் எப்படி போராட்டமும் போர்க் குரலும் எதிர்நீச்சலுமாக இருந்ததோ அப்படித்தான் சுதந்தரத்துக்குப் பிறகும் இருந்தது. ஓமந்தூர் ராமசாமி ரெட்டியார், பி.எஸ். குமாரசாமி ராஜாவைத் தொடர்ந்து ராஜாஜி அதிகாரத்துக்கு வந்தபிறகு தமிழ்நாட்டு அரசியல் களத்தின் தட்பவெப்பம் வேகமான மாற்றத்தைக் கண்டது. திமுக வளரத் தொடங்கியதும் இந்தச் சமயத்தில்தான்.

மொழிவாரி மாகாணப் பிரிவினை என்பது இந்தியாவுக்கு மட்டுமல்ல, தமிழக அரசியலுக்கும் ஒரு திருப்புமுனை. அதுதான் தமிழ்நாட்டு அரசியல் களத்தைத் தெளிவுபடுத்தியது. யாரை எதிர்த்து, யார் போராட வேண்டும் என்பது குறித்த புரிதலை ஏற்படுத்தியது. ஆந்திரப் பிரிவினையில் ராஜாஜி காட்டிய பிடிவாதம் அவருக்குப் புகழைக் கொடுத்தது என்றால் குலக்கல்வித் திட்டத்தில் அவர் காட்டிய பிடிவாதம் அவருடைய புகழைக் கெடுத்தது. அதுதான் காமராஜர் என்ற புதிய ஆட்சியாளரைக் களத்துக்கு அழைத்து வந்தது.

காமராஜரின் ஆட்சிக்காலம் என்பது பங்களிப்புகளின் பொற்காலம். அணைகள் கட்டியது

தொடங்கி ஏழைக்குழந்தைகளுக்கு அன்னமிட்டது வரையிலான பட்டியல் வெகுநீளமானது. தமிழ்நாட்டு அரசியல் வரலாறு என்பது விசித்திரங்களின் விளைநிலம். எப்போது, எது நடக்கும் என்று அத்தனைத் துல்லியமாகச் சொல்லிவிடமுடியாது. காமராஜர் கொண்டுவந்த K Plan அந்த வகையைச் சேர்ந்தது தான். தமிழகத்தில் காங்கிரஸின் பிடி தளர்கிறது என்பதை உணர்ந்த காமராஜர், அதைச் சரிசெய்ய விரும்பினார். தன் னுடைய இடத்துக்கு பக்தவத்சலத்தைக் கொண்டுவந்தார். அந்த நொடியில்தான் திமுகவின் வெற்றிக்கும் காங்கிரஸின் வீழ்ச்சிக் கும் ஒருங்கே முகவுரை எழுதப்பட்டது.

சமூக, அரசியல் தளங்களில் காங்கிரஸ் கட்சிக்கு சவாலாக விளங்கிய திமுகவை அறுபதுகளின் மத்தியில் தொடங்கிய இந்தி எதிர்ப்புப் போராட்டம் அடுத்த கட்டத்துக்கு அழைத்துச் சென்றது. 1967 தேர்தல் திமுகவை ஆட்சியில் அமர்த்தியது. அன்று தொடங்கி அடுத்த பத்தாண்டுகளுக்கு தமிழ்நாட்டு அரசியல் சக்கரம் திமுகவையும் காங்கிரஸையும் மட்டுமே சுற்றிக்கொண்டிருந்தது. இடதுசாரிகளும் இன்னபிறரும் வெறும் பார்வையாளர்கள் மட்டுமே.

அண்ணாதுரையின் அகாலமரணம் தமிழக அரசியலின் பாதையை திசைதிருப்பிவிட்டது. கட்சியின் கொள்கைகளையும் லட்சியங்களையும் திட்டங்களையும் முன்வைத்து செய்யப்பட்ட அரசியல் தனிப்பட்ட மனிதர்களின் தர்க்கமேடையாக மாறியது அதன்பிறகுதான். காமராஜர் Vs கலைஞர், எம்.ஜி.ஆர் Vs கலைஞர், கலைஞர் Vs ஜெயலலிதா என்ற இருதுருவ அரசியல் உருவானது தொடங்கி தமிழ்நாட்டின் தலையாய பிரச்னைகளாக இன்று உருவெடுத்து நிற்கும் பல பிரச்னைகள் முளைவிடத் தொடங்கியது வரை எல்லாமே எழுபதுகளுக்குப் பிறகுதான். இந்தி எதிர்ப்பு, இட ஒதுக்கீடு, கச்சத்தீவு, சாதிக்கலவரங்கள் என்று பல பிரச்னைகள் இருந்தபோதும் ஈழத்தமிழர் பிரச்னையும் காவிரி பிரச்னையும் இங்கு பிரதான இடத்தைப் பிடித்திருக் கின்றன.

ஈழத்தமிழர் பிரச்னை என்பது அடிப்படையில் அயல்நாட்டுப் பிரச்னை. ஆனால் நடைமுறையில் தமிழக மக்களின் உணர்வுப் பிரச்னை. மனித உரிமை தொடங்கி மண்ணுரிமை வரை ஈழத்தமிழர்கள் கோரிக்கை வைத்தது இலங்கை ஆட்சியாளர் களிடம்தான். ஆனால் அவர்கள் அதை மறுத்து, தமிழர்களை

அகதிகளாக அடித்துவிரட்டியபோது அது தமிழக மக்களின் பிரச்னையாகவும் மாறியது. எழுபதுகளில் தீவிரம் அடைந்து இன்றுவரை இந்திய, இலங்கை மற்றும் தமிழக அரசியலில் தவிர்க்கமுடியாத ஒன்றாக இருக்கிறது. ஈழ ஆதரவு இங்கிருக்கும் பல கட்சிகளுக்கு முத்திரை; சில கட்சிகளுக்கு அதுவே முகவரி யும்கூட. ஈழத்தமிழர் பிரச்னையில் இருக்கும் சிக்கல்களையும் சிடுக்குகளையும் தாண்டி உண்மைநிலையைப் புரிந்துகொள்வது அத்தனை சுலபமானதல்ல. என்றாலும், அதற்கான முயற்சிகள் இந்தப் புத்தகத்தில் மேற்கொள்ளப்பட்டுள்ளன.

அதேபோல, தமிழ்நாட்டின் தீராத தலைவலியாக இருக்கும் காவிரி பிரச்னை என்பது சற்றேறக்குறைய நூற்றியிருபது ஆண்டுகால பிரச்னை. முதலமைச்சர்கள் பேசுகிறார்கள், அமைச்சர்கள் பேசுகிறார்கள். அதிகாரிகள் பேசுகிறார்கள். சட்டம், வழக்கு, நீதிமன்றம், நடுவர்மன்றம் என்று எந்தவொரு முயற்சிக்கும் பலன் கிடைக்கவில்லை. விளைவு, இந்தியத் துணைக்கண்டத்தில் உள்ள இரண்டு மாநிலங்கள் பரம வைரிகளாக மாறியிருக்கின்றன. உன்னிப்பாகக் கவனித்தால் சுதந்தர இந்திய அரசின் கூட்டாட்சித் தத்துவத்துக்கே காவிரி பிரச்னை சவால் விடுகிறது என்பது புரியும்.

காவிரி பிரச்னைக்குக் கொஞ்சமும் சளைக்காதது கச்சத்தீவு தாரைவார்க்கப்பட்ட விவகாரம். நமக்குச் சொந்தமான நிலப் பகுதியை அந்நிய நாடு ஒன்றுக்கு இலவசமாகக் கொடுத்திருப்ப தாக மட்டும் இந்தச் செயலைப் பார்க்கமுடியாது. தமிழக மீனவர்களின் அடிப்படை வாழ்வாதாரத்தையே தாரைவார்த்துக் கொடுத்திருப்பதாகத்தான் பார்க்கவேண்டும். மாநில அரசின் உரிமைகளை எந்த அளவுக்கு மத்திய அரசு மதிக்கிறது என்பதற் கான அளவுகோலாகத்தான் கச்சத்தீவு கைமாறிய கதையைப் பார்க்கவேண்டும்.

கச்சத்தீவு தாரைவார்க்கப்பட்டபோது இந்திய அரசு நடந்து கொண்ட முறை, எடுத்த முடிவுகள், இந்திய நாடாளுமன்றத்தில் பிரதமர் உள்ளிட்ட அமைச்சர்கள் கொடுத்த விளக்கங்கள் ஆகியவற்றை ஆராய்ந்து பார்த்தால் மாநில அரசுகள் எத்தனை அதிகாரமற்ற அமைப்புகளாக இயங்கிவருகின்றன என்பதைப் புரிந்துகொள்ளமுடியும்.

•

தமிழ்நாட்டின் அரசியல் வரலாறு என்பது வெறும் பிரச்னைகளின் வரலாறு மட்டுமல்ல. அரசியல் கட்சிகள் அடைந்த வெற்றி, தோல்விகளின் வரலாறு. தேர்தல் அரசியலின் வரலாறு. வாக்காளர்களின் வரலாறு. மொத்தத்தில் சுதந்தரத்துக்குப் பிறகான அரை நூற்றாண்டுகால தமிழக மக்களின் அரசியல் போராட்ட வரலாறு. அந்த வகையில் தமிழக அரசியல் களத்தில் உருவான கட்சிகள், தலைவர்கள், ஆட்சியாளர்கள், அரசியல் கட்சிகளின் சாதனைகள் - சோதனைகள், சாதி-மொழி-வாக்கு அரசியல் உள்ளிட்ட அம்சங்கள் இந்தப் புத்தகத்தில் விவரிக்கப் பட்டுள்ளன.

மக்கள் மத்தியிலும் பொதுமேடைகளிலும் சில விஷயங்கள் பூடகமாகவும் மேலெழுந்தவாரியாகவும் காலங்காலமாகப் பேசப்பட்டுவருகின்றன. உதாரணமாக, குலக்கல்வி, கே ப்ளான், மாநில சுயாட்சி, 356வது பிரிவு, சர்க்காரியா கமிஷன், மிசா, மண்டல் கமிஷன், பல்கேரியா பால்டிகா, எரிசாராயம், டெசோ, ஐபிகேஎஃப், ஜெயின் கமிஷன், டான்ஸி, தடா, பொடா என்பன போன்ற பதங்கள் வெறும் வார்த்தைகளாக மட்டும் வலம்வந்து கொண்டிருக்கின்றன. உண்மையில் அவை எதற்காகப் பயன் படுத்தப்படுகின்றன, அவற்றின் முன்னணி - பின்னணி விவரங்கள் என்ன என்பது பற்றி இங்கே அதிகம் பேசப்படுவதில்லை. இந்தப் புத்தகம் அவற்றைப் பற்றிப் பேசியிருக்கிறது.

வரலாற்றுப் புலனாய்வுகளுக்கும் இந்தப் புத்தகத்தில் இடமிருக்கிறது. உதாரணமாக, சுதந்தரத்துக்குப் பிறகான முதல் தேர்தலில் பிரதான எதிர்க்கட்சியாக இருந்த கம்யூனிஸ்ட் கட்சி காங்கிரஸ் கட்சிக்கான மாற்றுசக்தியாக ஏன் மாறவில்லை? காமராஜர் உள்ளிட்ட பல தலைவர்கள் அரசியலில் தீவிரமாக இயங்கிய சமயத்தில் அரசியல் துறவறம் பூண்டிருந்த ராஜாஜியை அவசரம் அவசரமாக அழைத்து முதல்வர் பொறுப்பை ஏற்கச்சொன்னது ஏன்? அண்ணா தனிக்கட்சி தொடங்குவதற்கு பெரியார் - மணியம்மை திருமணம் மட்டுமே காரணமாக இருக்குமா?

காங்கிரஸைக் காப்பாற்றும் நோக்கத்துடன் கொண்டுவரப்பட்ட காமராஜர் திட்டம் என்கிற கே ப்ளான் தோல்வியில் முடிந்தது எப்படி? இந்தி எதிர்ப்புப் போராட்டத்தைத் தூண்டிவிட்டது இந்திய அரசா அல்லது சிஐஏவா? எம்.ஜி.ஆரின் வெளியேற்றத் துக்குக் காரணம் கட்சிக் கணக்கா அல்லது வேறு கணக்குகளா?

நெருக்கடி அத்துமீறல்களுக்குப் பிறகும் இந்திரா காங்கிரஸ் தமிழகத்தில் வெற்றிபெற்றது எப்படி? பழ. நெடுமாறனின் ரகசிய இலங்கைப் பயணத்தைச் சிலாகித்து வரவேற்ற கலைஞர், வைகோவின் ஈழப் பயணத்தைக் கண்டித்தது ஏன்? என்பன போன்ற வரலாற்று முடிச்சுகள் பலவும் இந்தப் புத்தகத்தில் விவாதிக்கப்பட்டுள்ளன.

•

புத்தகத்தின் முதல் பாகம் ராஜாஜியின் ஆட்சிக்காலம், எல்லைப் போராட்டம், ஆந்திரப் பிரிவினை, குலக்கல்வித் திட்டம், காமராஜர் ஆட்சி, முதுகுளத்தூர் கலவரம், பக்தவத்சலத்தின் வருகை, இந்தி எதிர்ப்புப் போராட்டம், சுதந்தரா கட்சியின் தோற்றம், கம்யூனிஸ்ட் கட்சியில் பிளவு, திமுக ஆட்சியைப் பிடித்தது, கீழவெண்மணி படுகொலைகள், அண்ணாவின் மரணம், அதிமுகவின் உருவாக்கம், காங்கிரஸில் பிளவு, எமர் ஜென்ஸி, கச்சத்தீவு, மிசா, சர்க்காரியா கமிஷன் என்று சுதந்தரத் துக்குப் பிறகான முதல் முப்பது ஆண்டுகால தமிழக அரசியல் வரலாற்றைப் பேசுகிறது.

புத்தகத்தின் இரண்டாம் பாகம் எம்ஜிஆர் ஆட்சிக்காலம், ஈழத்தமிழர் விவகாரம், ஜெயலலிதாவின் அரசியல் பிரவேசம், சத்துணவுத்திட்டம், ராஜீவ் - ஜெயவர்த்தனே ஒப்பந்தம், இட ஒதுக்கீட்டுப் போராட்டம், பாட்டாளி மக்கள் கட்சியின் தோற்றம், மண்டல் கமிஷன், ராஜீவ் காந்தி படுகொலை, தடா சட்டம், திமுகவில் வைகோ ஏற்படுத்திய பிளவு, மூப்பனாரின் தமிழ் மாநில காங்கிரஸ், ஜெயின் கமிஷன் அறிக்கை, புதிய தமிழகம் - விடுதலைச்சிறுத்தைகள் ஆகிய கட்சிகளின் அரசியல் நுழைவு, திமுக - அதிமுகவின் டெல்லி அரசியல் என்று எமர் ஜென்ஸிக்குப் பிறகான இருபதாண்டுகால தமிழக அரசியல் வர லாற்றைப் பேசுகிறது.

•

வரலாற்றைக் கற்றுக்கொள்ளாதவர்கள் அதில் நடந்தேறி யிருக்கும் தவறுகளை மீண்டும் ஒருமுறை செய்யவேண்டி யிருக்கும் என்பது வின்ஸ்டன் சர்ச்சிலின் வாக்கு. அந்த வகை யில் வாசகர்களும் மாணவர்களும் இளைய தலைமுறை யினரும் தமிழ்நாட்டின் சமகால வரலாற்றைத் தெரிந்துகொள்ள

என்னுடைய இந்தப் புத்தகம் நிச்சயம் உதவும் என்று நம்பு கிறேன். முக்கியமாக, வருங்கால அரசியல் ஆய்வாளர்களுக்கு என்னுடைய இந்தப் புத்தகம் அடிப்படைத் தரவாக அமைந்தால் அதுதான் எனக்கான பரிசு. வாசகர்களின் எதிர்வினைகளுக்காகக் காத்திருக்கிறேன்.

4 டிசம்பர், 2012 அன்புடன்
ஆர். முத்துக்குமார்

1

வேண்டும் விடுதலை!

வானொலியில் அந்தக் குரல் ஒலிக்கத் தொடங்குவதற்கு முன்னால் எங்கு பார்த்தாலும் அமைதி. இத்தனைக்கும் வானொலியைச் சுற்றிலும் மக்கள். ஆண்கள். பெண்கள். குழந்தைகள். ஆனாலும் அமைதி. காரணம், அந்தக் குரலுக்குச் சொந்தக்காரர் வேவல் பிரபு. இந்தியாவின் வைஸ்ராய். ஆட்சி அதிகாரத்தின் உச்சத்தில் இருப்பவர்கள் அத்தனை சுலபத்தில் மக்களிடம் பேசுவதில்லை. இப்போது பேசுகிறார்கள் என்றால் முக்கியச் செய்தியாகத்தான் இருக்கும். அதிலும், வைஸ்ராயே லண்டன் சென்று பிரதமர் அட்லியைச் சந்தித்துப் பேசிவிட்டு வந்திருக்கிறார். அதுதான் அத்தனை பேரையும் வானொலிப் பெட்டியின் முன் குவித்திருந்தது.

பேசத் தொடங்கினார் வைஸ்ராய். வார்த்தைகள் கசியக் கசிய பொதுமக்கள் மத்தியில் சலசலப்பு.சில நிமிடங்களில் பேச்சு முடிந்துவிட்டது. மொத்தம் நான்கே செய்திகள். இந்தியாவுக்குக் கூடிய விரைவில் சுதந்தரம் தரப்படும்; தேர்தல் நடத்தப்படும்; புதிய அமைச்சரவை அமைக்கப்படும்; அரசியல் நிர்ணய சபை உருவாக்கப்படும். 19 செப்டெம்பர் 1945 அன்று வெளியான அத்தனை அறிவிப்புகளுமே முக்கியம்தான். ஆனால் எதை நம்புவது? எதை விடுவது? குழப்பமாக இருந்தது மக்களுக்கு. எனினும், மற்ற மூன்று விஷயங்களையும் விட்டுவிட்டுத் தேர்தல் வேலைகளைத் தொடங்குங்கள் என்ற உத்தரவு வெளியான போதுதான் வேவல் பிரபு வெள்ளோட்டம் பார்க்கிறார் என்பது எல்லோருக்கும் புரிந்தது.

இனியும் இந்தியாவைக் கட்டியாளுவது சாத்தியமில்லை என்பது பிரிட்டிஷாருக்குப் புரிந்துவிட்டது. எத்தனை எதிர்ப்புகள். எத்தனைப் போராட்டங்கள். போதும் என்று முடிவெடுத்தபோது மனத்துக்குள் ஒரு உறுத்தல். முறையான நிர்வாக அமைப்பு என்பது இந்தியா முழுக்க இல்லை; தேர்தல்கள் நடந்தும் பல ஆண்டுகள் ஆகிவிட்டன; சுதந்தரம் கிடைக்கும் நேரத்தில் இந்தியாவின் அனைத்து மாகாணங்களிலும் மக்களால் தேர்வு செய்யப்பட்ட அரசுகள் இருந்தால் சுதந்தரத்துக்கான அடுத்த படியைச் சுலபமாக எடுத்துவைக்கலாம். வேவலின் வெள் ளோட்டப் பின்னணி இதுதான்.

அரசியல் கட்சிகளை வேகப்படுத்திவிட்டது தேர்தல் அறிவிப்பு. சிறையில் அடைக்கப்பட்டிருந்த தலைவர்கள் பலரும் விடுதலை செய்யப்பட்டதால் மின்னல் வேகத்தில் தேர்தல் வேலைகள் தொடங்கின. தேசிய அளவில் மூன்று கட்சிகளுக்குத்தான் அப் போது அதிக செல்வாக்கு. எல்லா இடங்களிலும் செல்வாக்கு நிரம்பிய இந்திய தேசிய காங்கிரஸ்; எங்கெல்லாம் முஸ்லிம்கள் பெரும்பான்மையாக இருக்கிறார்களோ அங்கெல்லாம் பலம் பொருந்திய முஸ்லிம் லீக். அடுத்தது, கம்யூனிஸ்டு கட்சி. சென்னை மாகாணத்திலும் இதுதான் நிலைமை.

உண்மையில் காங்கிரஸ் கட்சிக்கு இங்கே சிம்ம சொப்பனமாக இருந்தது நீதிக்கட்சிதான். அடுத்தடுத்து ஏற்பட்ட தேர்தல் தோல்விகள் மற்றும் உள்கட்சிப் பிரச்னைகள் காரணமாக மெல்ல மெல்லச் சிதைந்து, இறுதியில் பெரியாரிடம் அடைக் கலம் புகுந்திருந்தது. சுயமரியாதை இயக்கத்தை நடத்திக்கொண் டிருந்த பெரியார், தன் பொறுப்பில் வந்த நீதிக்கட்சியைப் புனரமைத்தார். முதல் கட்டமாக அதன் பெயரை திராவிடர் கழகம் என்று மாற்றினார். கட்சி தொடங்கிய உடனேயே தேர்தல் அரசியலுக்கு வந்து ஆட்சியைப் பிடித்த கட்சி நீதிக்கட்சி. அதை அடியோடு மாற்றினார் பெரியார். திராவிடர் கழகம் தேர்தல் அரசியலில் ஈடுபடாது; சமூகச் சீர்த்திருத்தம் மட்டுமே கழகத்தின் கடமை.

காங்கிரஸ் கட்சியில் ராஜாஜி, காமராஜர், டி. பிரகாசம் உள்ளிட்ட தலைவர்கள் இருந்தனர். எந்த இடத்தில் யாரை நிறுத்தினாலும் ஜெயிப்பார் என்ற சூழல் இருந்தது காங்கிரஸ் கட்சிக்கு. சுதந்தரத்துக்காகப் போராடும் இயக்கம் என்பதைத் தவிர வேறு எதுவும் தேவைப்படவில்லை காங்கிரஸுக்கு. முஸ்லிம்கள்

செல்வாக்கு மிக்க தொகுதிகளில் முஸ்லிம் லீகின் வெற்றி பிரகாசமாக இருந்தது. ஆனால் ஜீவா, பி. ராமமூர்த்தி போன்ற தலைவர்களைக் கொண்ட இந்திய கம்யூனிஸ்ட் கட்சிக்கு சொற்ப இடங்களில்தான் செல்வாக்கு.

மும்முனைப் போட்டி என்பதால் பிரசாரத்திலும் அனல் பறந்தது. 1946 ஜனவரியில் தொடங்கிய மாகாணத் தேர்தல்கள் ஏப்ரல் வரை நடந்தன. வாக்குகள் எண்ணி முடிக்கப்பட்டபோது எதிர்பார்த்த படியே காங்கிரஸ் கட்சிக்குப் பெரும்பான்மை கிடைத்தது. மொத்தம் 205 இடங்களுக்கு நடந்த தேர்தல் அது. அதில் 165 இடங்களைக் காங்கிரஸ் கட்சி கைப்பற்றியிருந்தது. முஸ்லிம் லீக் கட்சிக்கு இருபத்தியெட்டு இடங்கள். கம்யூனிஸ்ட் கட்சிக்கு இரண்டே இடங்கள். எஞ்சிய இடங்களை சுயேட்சைகளும் மற்றவர்களும் பகிர்ந்துகொண்டனர்.

புதிய அமைச்சரவை அமைக்கவேண்டும். பிரிமியர் (மாகாண முதல்வர்) யார் என்பதுதான் முக்கியமான கேள்வி. காங்கிரஸ் வென்ற மாகாணங்களில் எளிய நடைமுறை பின்பற்றப்பட்டது. 1937 தேர்தலுக்குப் பிறகு காங்கிரஸ் சார்பாக யார் யாரெல்லாம் பிரிமியர் ஆனார்களோ அவர்களுக்கே இப்போதும் பதவி. ஆனால் சென்னை மாகாணம் மட்டும் முரண்டு பிடித்தது. மற்ற மாகாணங்களைக் காட்டிலும் இங்கே போட்டி அதிகம். கோஷ்டிகள் அதிகம்.

போதாக்குறைக்கு, தேர்தல் நடைபெறுவதற்கு முன்பே சென்னை வந்த காந்தி, சென்னை மாகாண முதலமைச்சராக வருவதற்கு வேறு எவரையும் விட அதிகமான தகுதி படைத்தவர் ராஜாஜி; முதலமைச்சர் யார் என்பதை முடிவு செய்யும் அதிகாரம் எனக்கு இருந்தால் அந்தப் பதவியை நான் ராஜாஜிக்குத்தான் கொடுப்பேன் என்று சொல்லி கட்சிக்குள் பதற்றத்தைப் பற்றவைத்துவிட்டுச் சென்றிருந்தார்.

காமராஜர் மீது காந்திக்கு அத்தனை நல்ல அபிப்ராயம் இல்லை. வழக்கமாக சுற்றுப்பயணம் செய்யும் காந்தி, ஒருமுறை சென்னைக்கும் வந்தார். அப்போது சென்னை மாகாண காங்கிரஸ் கமிட்டிக்குத் தலைவர் காமராஜர். வந்தவர், சென்னை மாகாண காங்கிரஸ் பற்றிப் பேசினார். விவாதித்தார். யாரிடம்? கமிட்டித் தலைவர் காமராஜரிடம் அல்ல; ராஜாஜியிடம். சுற்றுப்பயணங்களை எல்லாம் முடித்துக்கொண்டு புறப்பட்ட

காந்தி, தன்னுடைய ஹரிஜன் பத்திரிகையில் சென்னை பயணம் பற்றி எழுதினார். அதன் சாரம் இதுதான்:

'சென்னை மாகாண காங்கிரஸில் ஒரு சிறிய கும்பல் (Clique) பலமாக உள்ளது. எனினும், மக்களுக்கு ராஜாஜி மீதுதான் பக்தி. தங்களுக்கு எது சரியானது என்று தென்னக காங்கிரஸ் தலைவர்கள் நினைக்கிறார்களோ அதையே செய்யட்டும். ஆனால், இன்றுள்ள சூழலில் சில பொறுப்புகளை ராஜாஜியால் மட்டுமே தாங்கமுடியும். அவரது மதிப்புமிக்க தலைமையை இழப்பது மிகப்பெரிய அபாயம்.'

படித்துப் பார்த்ததும் காமராஜருக்கு ஆத்திரம். அதிலும், கும்பல் அல்லது கோஷ்டி என்ற அர்த்தம் தொனித்த Clique என்ற பதம் அவரையும் அவருடைய ஆதரவாளர்களையும் குறிவைப்பதாக நினைத்தார். காந்தியின் கருத்துக்கு எதிராக அறிக்கை வெளியிட்டார். அத்துடன் கட்சியின் நாடாளுமன்றக் குழுவில் இருந்தும் விலகினார். அதன்பிறகு காந்தி எவ்வளவோ வற்புறுத்தியும் காமராஜர் சமாதானம் ஆகவில்லை. அதில் காந்திக்கு வருத்தம்.

இந்தப் பின்னணியில் பிரிமியர் தேர்தல் வந்தது. ஒருமித்த கருத்து ஏற்படாததால் கட்சி மேலிடம் களத்தில் இறங்கியது. மூன்று பேர் கொண்ட பட்டியலை அனுப்புங்கள். அதிலிருந்து ஒருவரை அறிவிக்கிறோம் என்றார் அகில இந்திய காங்கிரஸ் தலைவர் அபுல் கலாம் ஆசாத். பட்டியல் வரும் என்று காத்திருந்தார் ஆசாத். ஆனால் அப்படி ஒன்று வருவதற்கான சுவடே தெரியவில்லை. தலைமை போட்ட பாதையில்தான் நடக்கவேண்டும் என்ற கட்டாயம் இங்கே யாருக்கும் இல்லை, அப்போது.

காங்கிரஸ் கட்சியின் சட்டமன்ற உறுப்பினர்கள் கூட்டம் கூடியது. தலைவர் பதவிக்கு முதலில் டி. பிரகாசத்தின் பெயர் முன்மொழியப்பட்டது. தெலுங்கு பேசும் சட்டமன்ற உறுப்பினர்கள் அதிகம் என்பதால் அவருடைய வெற்றி சுலபம் என்று கருதிய நிலையில் சி.என். முத்துரங்க முதலியாரின் பெயரை முன்மொழிந்தார் காமராஜர். வாக்குப்பதிவு தொடங்கியது. திடீர் திருப்பமாக ராஜாஜி ஆதரவாளர்கள் நடுநிலை வகித்தனர். காரணம், முத்துரங்க முதலியாரை முன்மொழிந்தவர் காமராஜர். டி. பிரகாசத்துக்கு பிரம்மாண்ட வெற்றி. 1946 ஆம் ஆண்டு மே தினத்தன்று பிரிமியர் பதவி பக்குவமாக வந்துசேர்ந்தது பிரகாசத்

துக்கு. இத்தனைக்கும் ராஜாஜியே பிரிமியர் ஆவார்; அவருடைய அமைச்சரவையில் இடம் கிடைத்தாலே போதும் என்றுதான் பிரகாசம் நினைத்திருந்தார்.

பத்தே அமைச்சர்கள் கொண்ட அமைச்சரவை. நிதி மற்றும் உள்துறையைத் தம் வசம் வைத்துக் கொண்டார் பிரிமியர் பிரகாசம். வி.வி. கிரிக்கு தொழில்துறை. பக்தவத்சலத்துக்கு பொதுப்பணித்துறை. அவினாசி லிங்கம் செட்டியாருக்கு கல்வித் துறை. கே. பாஷ்யத்துக்கு சட்டத்துறை. குமாரசாமி ராஜாவுக்கு விவசாயத்துறை. டேனியல் தாமஸுக்கு உள்ளாட்சித்துறை. ருக்மணி லட்சுமிபதிக்கு சுகாதாரத்துறை. கே.ஆர். கரந்துக்கு நில வருவாய்த்துறை. கோட்டி ரெட்டிக்கு இந்து சமய அறநிலையத் துறை. வேமுலா கூர்மையாவுக்கு பொதுத்தகவல் துறை.

பிரகாசம் ஆட்சிக்குத் தலைவர்; காமராஜர் கட்சிக்குத் தலைவர். ஆனால் இருவருக்கும் இடையே உறவு அத்தனை சுமுகமாக இருக்கவில்லை. அமைச்சர்கள் பெயரை முடிவுசெய்தபோது காமராஜர் செய்த சிபாரிகளை பிரகாசம் ஏற்காதபோதே உரசல் தொடங்கிவிட்டது. தவிரவும், முக்கிய இலாகாக்களை ஆந்திரர்களுக்கே ஒதுக்கியுள்ளார்; ஆந்திரப் பகுதிகளுக்கே முக்கியத்துவம் தருகிறார்; ஆந்திரர்களுக்குச் சாதகமாகவே செயல்படுகிறார் என்பன போன்ற கருத்துகள் காமராஜரின் காதுகளுக்கு வந்தவண்ணம் இருந்தன. முக்கியமாக, காமராஜர் ஆதரவாளர்களாகக் கருதப்பட்ட பக்தவத்சலம் உள்ளிட்டோரின் பணிகளில் பிரகாசம் தலையீடு அதிகரிப்பதாகவும் சில குற்றச்சாட்டுகள்.

இனி பொறுப்பதில்லை என்ற சூழலில் காமராஜர் அதிரடி முடிவுக்குத் தயாரானார். பிரகாசத்துக்குப் பதிலாக வேறு முதல்வரைக் கொண்டுவரலாம். இதற்கு ராஜாஜியின் ஆதரவும் கிட்டியது. முதலில் பக்தவத்சலத்தின் பெயர் பரிசீலிக்கப் பட்டது. அவர் விரும்பவில்லை என்றதும் ஓமந்தூர் ராமசாமி ரெட்டியார் பெயர் முன்வைக்கப்பட்டது. அதற்கு வலுவான காரணம் இருந்தது. ரெட்டியார் தெலுங்கு பேசும் தமிழர். பிரகாசம் தெலுங்கர். சஞ்சீவ ரெட்டி, காளா வெங்கட் ராவ் போன்ற தலைவர்கள் காமராஜர் பக்கம். ஆகவே, வெற்றிவாய்ப்பு அதிகம் என்பது காமராஜரின் எண்ணம்.

பெரும்பான்மை கிடைக்குமா என்ற சந்தேகம் ராமசாமி ரெட்டியாருக்கு எழுந்தது. என்ன செய்யலாம் என்று யோசனை

கேட்கப் போனார் ரெட்டியார். யாரிடம்? காமராஜரிடமோ அல்லது ராஜாஜியிடமோ அல்ல. ரமண மகரிஷியிடம். ஆலோசனை கிடைத்ததா? சம்மதம் கிடைத்ததா? என்று தெரியாது. தேர்தலுக்குத் தயார் என்று சொல்லிவிட்டார் ரெட்டியார்.

இனியும் பதவியில் நீடிக்கமுடியாது என்பது பிரிமியர் பிரகாசத்துக்கு நன்றாகவே தெரியும். ஆனாலும் போட்டியில் இறங்கினார். 28 பிப்ரவரி 1947 அன்று நடந்த வாக்கெடுப்பில் ஓமந்தூர் ராமசாமி ரெட்டியாருக்கே வெற்றி. புதிய அமைச்சரவை அமைந்தது. மூன்று அமைச்சர்கள் கூடுதலாகச் சேர்த்துக் கொள்ளப்பட்டனர்.

2

ஆனந்த சுதந்தரம்?

நேர்மையான மனிதர். பக்திமயமானவர். ஆடம்பரங்களை விரும்பாதவர் என்று ஓமந்தூராருக்கு நிறைய நல்ல அம்சங்கள். அதேசமயம், ஆங்கிலம் தெரியாது; நிர்வாக அனுபவம் குறைவு; கட்சிக்காரர்களை அனுசரித்துச் செல்லத் தெரியாதவர் என்று சில எதிர்மறை அம்சங்களும் இருந்தன. ஆட்சி அமைப்பது தொடர் பாக ஆளுநர் ஆர்ச்சிபால்டு நை அவர்களுடன் ஆலோசனை நடத்தச் சென்றபோது ஓமந்தூராருக்கு மொழிபெயர்ப்பாளர் உதவி தேவைப்படும் அளவுக்கு நிலைமை இருந்தது. அந்தப் பணியைச் செய்தவர் சி. சுப்பிரமணியம். இருப்பினும், ஓமந் தூராரின் அமைச்சரவை செல்வாக்கு மிக்க தலைவர்கள் மற்றும் தேர்ந்த நிர்வாகிகளால் நிரம்பியிருந்தது.

உதாரணமாக, பொதுப்பணித்துறை பக்தவத்சலத்திடமும் உள் துறை பி. சுப்பராயனிடமும் தரப்பட்டிருந்தன. கல்வி அமைச்ச ராக அவினாசிலிங்கம் செட்டியார் இருந்தார். இவர்கள் தவிர, மாதவ மேனன், காளா வெங்கட்ராவ், ஏ.பி. ஷெட்டி, வி. கூர்மையா, டாக்டர் குருபாதம் ஆகியோரும் அமைச்சரவையில் இடம்பெற்றிருந்தனர். கிங்மேக்கர் காமராஜரின் ஆதரவும் கைவசம் இருந்தது. நிறைய நல்ல காரியங்களைச் செய்வதற்கு வாய்ப்புகள் இருந்தன.

அதற்கு முன்னால் மிகப்பெரிய கொண்டாட்டத்துக்குச் சென்னை மாகாணம் தயாராகிக் கொண்டிருந்தது. 15 ஆகஸ்டு 1947 அன்று இந்தியாவுக்குச் சுதந்தரம் வழங்கப்படும் என்று அறிவித்திருந் தது பிரிட்டிஷ் அரசு. பட்ட காயங்களுக்கும் உருவான ரணங் களுக்கும் நியாயம் சொல்லும் வகையில் கிடைத்த வெற்றியை

நாடு தழுவிய அளவில் கொண்டாட அழைப்பு விடுத்திருந்தது இந்திய தேசிய காங்கிரஸ். எங்கு பார்த்தாலும் உற்சாக வெள்ளம். வண்ண விளக்குகள். கொடியேற்று விழாக்கள்.

சென்னை மாகாண காங்கிரஸ் சார்பில் சென்னை திலகர் கட்டடத்தில் வெற்றிவிழாப் பொதுக் கூட்டம் நடந்தது. சுதந்தரப் போராட்டத்தில் ஈடுபட்ட தியாகிகள், காங்கிரஸ் தலைவர்கள், நிர்வாகிகள், தொண்டர்கள், பொதுமக்கள் கலந்து கொண்ட பிரம்மாண்டக் கூட்டத்தில் முதலமைச்சர் ஓமந்தூரார் ரெட்டியார் பேசினார்.

சென்னை மாகாணத்தின் ஆளுங்கட்சியான காங்கிரஸ் வெற்றிக் கொண்டாட்டத்தில் ஈடுபட்டபோது அதன் முக்கிய எதிர்க்கட்சி களுள் ஒன்றான கம்யூனிஸ்ட் கட்சி, சுதந்தரம் கிடைத்ததை அடக்கத்துடன் அணுகியது. இந்தியாவை இனி நேரடியாக ஆள முடியும் என்ற பிரிட்டிஷாருக்கு இருந்த நம்பிக்கை தகர்ந்து போனதுதான் முதல் வெற்றி என்று வர்ணித்தது கம்யூனிஸ்ட் கட்சி. சுதந்தரத்தின்மூலம் தேசிய முன்னேற்றத்துக்கான புதிய வாய்ப்புகள் உருவாகி இருக்கிறது என்றும் கணித்தது.

இரண்டு முக்கியக் கட்சிகள் சுதந்தரத்துக்கு ஆதரவாகக் கருத்து தெரிவித்துவிட்ட நிலையில் சுதந்தர நாளான ஆகஸ்டு பதினைந் தில் கொண்டாடுவதற்கு எதுவும் இல்லை; உண்மையில் அந்த நாளை துக்கநாளாக அனுசரிக்க வேண்டும்; நாம் சுதந்தரம் கேட்பது பிரிட்டனிடம் இருந்து அல்ல, பிராமணர்களிடம் இருந்தே. அது திராவிட நாடு பிரிவினை மூலமே சாத்தியம் என்று அறிவித்தார் திராவிடர் கழகத் தலைவர் பெரியார். அந்த அறி விப்பின் பின்னணியைப் புரிந்துகொள்ள திராவிடர் கழகத்தின் தோற்றுவாய் புரியவேண்டும். அதைச் சுருக்கமாகப் பார்த்து விடலாம்.

சென்னை மாகாணத்தில் கல்வி, வேலைவாய்ப்புகள், சமூக அந்தஸ்து, அதிகாரம் உள்ளிட்டவற்றில் பிராமணர்களுக்கு மட்டுமே முக்கியத்துவம் கிடைக்கிறது; மக்கள்தொகை அடிப் படையில் பெரும்பான்மையாக இருந்தும் நம்மை ஒதுக்குகிறார் கள்; ஓரங்கட்டுகிறார்கள் என்ற எண்ணம் பிராமணர் அல்லாத மக்களுக்கு இருந்தது. அதற்கான ஆதாரங்களும் இருந்தன. ஆனால் அவற்றை அம்பலத்தில் ஏற்றுவதற்கு ஆள் இல்லை என்று ஏங்கினர். ஏக்கம் தணிக்கும் வகையில் 1916 ஆம் ஆண்டு

உருவானது தென்னிந்திய நலவுரிமைச் சங்கம். பின்னணியில் இருந்து உருவாக்கி, முன்னணியில் இருந்து இயக்கியவர்களில் மூன்று பேர் முக்கியமானவர்கள். பிட்டி. தியாகராய செட்டியார், தரவாத் மாதவன் நாயர் என்கிற டி.எம். நாயர் மற்றும் சி. நடேச முதலியார்.

அந்தச் சங்கம் நடத்திய ஆங்கிலப் பத்திரிகையின் பெயர் ஜஸ்டிஸ். பிறகு அந்தச் சங்கமே ஜஸ்டிஸ்(நீதி) கட்சி என்று அழைக்கப்பட்டது. பிராமணர் அல்லாதார் நலன்; வகுப்புவாரி இட ஒதுக்கீடு என்ற இரண்டும் நீதிக்கட்சியின் உயிர்நாடிக் கொள்கைகள். அதைத்தான் தன்னுடைய பிரசாரத்திலும் முன் வைத்தது. காங்கிரஸ் கட்சிக்கு எதிராக இயங்கியதால் நீதிக் கட்சியை பிரிட்டிஷாருக்கு ஆதரவான இயக்கம் என்று விமரிசித்தது காங்கிரஸ் கட்சி. எனினும், 1920 ஆம் ஆண்டு நடந்த தேர்தலில் சென்னை மாகாண ஆட்சியைக் கைப்பற்றியது நீதிக்கட்சி.

அடுத்தடுத்த தேர்தல்களிலும் நீதிக்கட்சியே ஆட்சியைப் பிடித்தது. அப்போதெல்லாம் காங்கிரஸ் கட்சி நேரடியாகத் தேர்தலில் இறங்கவில்லை. காரணம், ஒத்துழையாமை இயக்கம். ஆகவே, காங்கிரஸில் இருந்து பிரிந்துவந்த சுயராஜ்ஜியக் கட்சியினர் தேர்தலில் போட்டியிட்டனர். வெற்றிபெற்றனர். சட்டமன்றத்தில் நீதிக்கட்சிக்குச் சிம்ம சொப்பனமாக இருந்த சுயராஜ்ஜியக் கட்சியினரின் தளபதி தீரர் சத்தியமூர்த்தி.

1937 ஆம் ஆண்டில் தேர்தல் நடந்தபோது காங்கிரஸ் கட்சி நேரடியாகக் களத்தில் இறங்கியது. அந்தத் தேர்தலில் நீதிக்கட்சிக்கு பலத்த தோல்வி. முதல்வர் நாற்காலி ராஜாஜியிடம் வந்து சேர்ந்தது. அந்தத் தோல்வி நீதிக்கட்சியை மேன்மேலும் பலவீனப்படுத்தியது. பிறகு அந்தக் கட்சியை மறுசீரமைக்கும் பொறுப்பை பெரியாரிடம் கொடுத்தனர் நீதிக்கட்சித் தலைவர்கள்.

அடிப்படையில் காங்கிரஸ்காரரான பெரியார், அந்தக் கட்சியில் இருந்தபடியே வகுப்புவாரி இடஒதுக்கீட்டை வலியுறுத்தினார். ஆனால் அதற்கான வாய்ப்புகள் காங்கிரஸில் இல்லை என்று தெரிந்ததும் அதிலிருந்து விலகி சுயமரியாதை இயக்கம் என்ற அமைப்பை நடத்தினார். மனிதனின் முக்கியத்தேவை சுய மரியாதையும் பகுத்தறிவுமே என்று வலியுறுத்தியது சுய மரியாதை இயக்கம்.

பிராமணர்களின் ஆதிக்கத்தில் இருந்து தமிழர்களுக்கு விடுதலை வேண்டும் என்றால் அது தனி திராவிட நாட்டில் மட்டுமே சாத்தியம் என்றார் பெரியார். குடி அரசு பத்திரிகை சுயமரியாதை இயக்கத்தின் பிரசார பீரங்கியாக இருந்தது. இந்தித் திணிப்புக்கு எதிராக ஏராளமான போராட்டங்களை நடத்திய சுயமரியாதை இயக்கத்துக்கு சென்னை மாகாணத்தின் தமிழ் வழங்கும் பகுதிகளில் நல்ல செல்வாக்கு.

பிரிட்டிஷார் வெளியேறப் போகிறார்கள் என்ற சூழல் உருவானதும் பெரியார் ஆவேசம் அடைந்தார். காங்கிரஸ் கட்சியினர் வசமோ அல்லது வடநாட்டு முதலாளிகள் வசமோ இந்தியாவின் நிர்வாகத்தை ஒப்படைப்பதற்குப் பெயர் சுதந்தரம் அல்ல என்று வாதாடினார்.

இந்தப் பின்னணியில்தான் ஆகஸ்டு பதினைந்து குறித்த தன்னுடைய கருத்தை அறிக்கைகளாக வெளியிட்டார் பெரியார். அவற்றின் சாரம் இதுதான்.

> பூரண சுயேச்சையுள்ள திராவிட நாடுதான் நம்முடைய லட்சியமே தவிர அதற்குக் குறைந்த எதைக் கொண்டும் நாம் திருப்தியடைய மாட்டோம். ஓயமாட்டோம். கிளர்ச்சி செய்தே தீருவோம். ஆகஸ்டு 15 என்பது பிரிட்டிஷ் - பனியா - பார்ப்பனர் ஒப்பந்தநாள். இதனால் திராவிடர்களுக்கு எந்தப் பலனும் இல்லை. ஆகவே சுதந்தர நாளைக் கொண்டாடுவதில் அர்த்தம் இல்லை. மாறாக, அந்த நாளை துக்கநாளாக அனுசரிக்க வேண்டும்.

திராவிடர் கழகம் என்பது ராணுவத்துக்கு நிகரானது; தலைமைக்குக் கட்டுப்பட்ட தொண்டர்களின் சங்கமம் என்று சொல்வார்கள். அந்தப் பெயரைத்தான் பெரியாரும் விரும்பினார். என் கருத்தை ஏற்பவர்கள் முட்டாள்கள் என்றாலும் அவர்கள் மட்டுமே என்னிடத்தில் இருந்தால் போதும்; எனக்கு யோசனை சொல்வதற்கென்று அறிவாளிகள் எவரும் என்னுடைய கழகத்தில் இருக்கவேண்டாம் என்று அதிரடியாகப் பேசியவர் பெரியார்.

அப்படிப்பட்ட தலைவர் தன்னுடைய கட்சியின் சித்தாந்தம் - கொள்கை - எதிர்காலம் குறித்த பிரச்னையில் பகிரங்கமாகக் கருத்துசொல்லிவிட்ட பிறகு அவருக்கு எதிராக எவரேனும் வாய் திறக்க முடியுமா?

3

ம.பொ.சி.யின் அறிக்கை

இன்னும் சில நிமிடங்களில் பெரியார் பேசப்போகிறார் என்றதும் மாணவர்கள் மத்தியில் மகிழ்ச்சி அலைகள். தமிழில் தான் பேசுவார் என்றதும் அந்த அலை சற்றே அடங்கியது. காரணம், பெரியார் பேசுவதற்காக வந்திருந்த இடம் லக்னோ பல்கலைக் கழகம். வடநாட்டுக்குச் சுற்றுப்பயணம் செய்யவந்த பெரியாரை மாணவர்கள் சிலர் ஆசைப்பட்டு அழைத்து வந்திருந்தனர். பெரியாரின் பேச்சை ஆங்கிலத்தில் மொழி பெயர்க்க பட்டதாரி இளைஞர் ஒருவர் வந்திருக்கிறார் என்று தெரிந்ததும் கரைந்துபோன மகிழ்ச்சி கரைபுரளத் தொடங்கியது.

காகிதத்தில் எழுதிவைத்துப் பேசக்கூடியவர் அல்லர் பெரியார். வரிசைக்கிரமம், வாக்கிய அமைப்பு, இலக்கணச் சுத்தம் எதுவுமே அவருக்கு ஒரு பொருட்டில்லை. சொல்லவந்த கருத்து மட்டுமே அவருக்கு முக்கியம். பெரியாரின் யதார்த்தமான பேச்சை சரளமான ஆங்கிலத்தில் மொழிபெயர்த்துப் பேசினார் அந்த இளைஞர். மாணவர்கள் கைத்தட்டி வரவேற்றனர். பெரியாருக்கு மகிழ்ச்சி. பேச்சுமுடிந்தது. மொழிபெயர்ப்பும் முடிந்தது.

திடீரென எழுந்தார் பல்கலைக்கழக மாணவர் அமைப்பின் தலைவர். பெரியாரின் பேச்சை மொழிபெயர்த்த அந்த இளைஞர் மாணவர்களுக்காக சில நிமிடங்கள் ஆங்கிலத்தில் பேச வேண்டும். அன்புக்கோரிக்கை. உடனே அந்த இளைஞர் பெரியாரை நோக்கித் திரும்பினார். வேண்டாம் என்று தலை யசைத்தார் பெரியார். அந்த மாணவர் தலைவரோ மீண்டும் மீண்டும் வற்புறுத்தினார். அன்புக்கோரிக்கை அன்புக்கட்டளை யாக மாறியது.

ஆத்திரம் வந்துவிட்டது பெரியாருக்கு. அந்த இளைஞரை நோக்கித் திரும்பிய பெரியார், 'நான் பெரியாரின் பேச்சை மொழிபெயர்க்கவே வந்துள்ளேன். உங்களிடம் பேசவர வில்லை என்று சொல்' என்றார். தான் பேசுவது பெரியாருக்குப் பிடிக்கவில்லை என்பது அந்த இளைஞருக்குப் புரிந்துவிட்டது. அதை மாணவர்களிடம் பக்குவமாக எடுத்துச் சொன்னார் அந்த இளைஞர். அதன்பிறகு மாணவர்கள் அமைதியடைந்தனர்.

பெரியாரின் பேச்சுக்கு மறுபேச்சு பேசாமல், அத்தனை பேருக் கும் முன்னால் அடக்க ஒடுக்கமாக நடந்துகொண்ட அந்த இளைஞர் சி.என். அண்ணாதுரை என்கிற அண்ணா. அந்த அண்ணாதான் தற்போது சுதந்தர தின விவகாரத்தில் பெரியாருக்கு எதிராக சண்டமாருதம் செய்வதற்குத் தயாரானார். கொள்கைக்குப் பங்கம் என்று வந்துவிட்டபிறகு குரு - சிஷ்யன் உறவு அத்தனை முக்கியமாகப் படவில்லை அவருக்கு.

அப்போது, இன்னொரு அறிக்கையும் வெளியாகியிருந்தது. அது, தமிழரசுக் கழகம் என்ற காங்கிரஸின் துணை அமைப்பை நடத்திக்கொண்டிருந்த ம.பொ. சிவஞானம் வெளியிட்ட அறிக்கை. சுதந்தரப்போராட்ட வீரர். காங்கிரஸ்காரர். தமிழ் நாட்டு உரிமைகளுக்காகப் போராடும் எண்ணம் கொண்டவர். அரசியல் ரீதியாக முக்கியமான மனிதர்களுடன் நெருக்கமாக இருந்தவர் ம.பொ. சிவஞானம். ஆகவே அவருடைய கருத்தை முக்கியமாகக் கவனித்தார் அண்ணா. ம.பொ.சியின் கருத்து இதுதான்.

> பிரிட்டிஷ் ஏகாதிபத்திய எதிர்ப்பு, வட இந்திய பாசிச எதிர்ப்பு என்ற இருமுனைப் போரில் தமிழர்கள் ஈடுபட்டிருந்தனர். இரண்டு முனைகளிலும் வெற்றிகிடைத்தால்தான் பூரண விடுதலை கிடைத்ததாக அர்த்தம். தற்போது ஒரு முனையில் வெற்றிகிடைத்திருக்கிறது. அதற்காக அந்த வெற்றித் திருநாளை எதற்காக துக்கநாள் என்று சொல்லவேண்டும்? ஆகஸ்டு 15 என்பது பிரிட்டிஷாருக்கே துக்கநாள்; நமக்கல்ல.

காங்கிரஸ் கட்சியினரின் கொண்டாட்டம், கம்யூனிஸ்ட் கட்சி யின் கருத்து, பெரியாரின் அறிக்கைகள், ம.பொ. சிவஞானத்தின் அறிக்கை.

பெரியாரின் அறிக்கைக்கு வரிக்குவரி அனைத்தையும் பதிலளித் தார் அண்ணா உள்வாங்கிய பின், பதினெட்டு பக்க அறிக்கை.

சுதந்தரப் போராட்டத்தில் பெரியாரின் பங்களிப்பு, திராவிட நாடு கோரிக்கை, திராவிடர் கழகம் நடத்திய போராட்டங்கள், திராவிடர் கழகத்தின் பிரிட்டிஷ் எதிர்ப்பு, திராவிடர் கழகத்தின் எதிர்காலம் ஆகியவற்றை உள்ளடக்கி இருந்தது அந்த அறிக்கை. அண்ணாவின் கவலைகளும் ஆங்காங்கே இழையோடி யிருந்தன.

அண்ணா எழுதிய அறிக்கை திராவிட நாடு அச்சகத்துக்குத்தான் செல்வது வழக்கம். மாறாக, பெரியாரிடம் சென்றது. எடுத்துச் சென்றவர் என்.வி. நடராசன். அறிக்கையைப் படித்துப் பாருங்கள். ஏற்றுக்கொண்டால் உங்கள் அறிக்கையை மாற்றிக்கொள்ளுங்கள். இல்லாவிட்டால் என்னுடைய அறிக்கை திராவிட நாடு இதழில் வெளியாகும். இதுதான் அண்ணா சொல்லி அனுப்பியது. வெங்காயம் என்று சொல்லிவிட்டார் பெரியார். விளைவு, திராவிட நாடு இதழில் அண்ணாவின் ஆகஸ்டு 15 இன்பநாள் அறிக்கை வெளியானது.

ஆகஸ்டு 15 என்பது பிரிட்டிஷ் ஆட்சி ஒழியும் நாள்; இரண்டு நூற்றாண்டுகளாக இந்தத் துணைக் கண்டத்தின் மீது இருந்துவந்த இழிவை நீக்கும் நாள் என்று வர்ணித்தார் அண்ணா. திராவிட நாடு கோரிக்கையை வெற்றிபெறச் செய்வதற்கு காங்கிரஸில் இருக்கும் திராவிடர்களின் ஒத்துழைப்பு அவசியம் என்பதில் அண்ணா உறுதியாக இருந்தார். அவர்கள் மகிழ்ச்சியுடன் இருக்கும் சுதந்தர நாளை திராவிடர் கழகம் துக்கநாளாக அனுசரிப்பதன் மூலம் அவர்களுடைய ஆதரவை இழக்க நேரிடும் என்ற கவலையையும் வெளிப்படுத்தினார் அண்ணா.

சுதந்தர நாளன்று நடக்கின்ற கொண்டாட்டத்தில் திராவிடர் கழகம் கலந்துகொள்ளும் பட்சத்தில் அதன் ஆதாரக் கொள்கைகளுக்குப் பங்கம் வந்துவிடும் என்ற வாதத்தையும் அண்ணா ஏற்கவில்லை. அதற்கு காங்கிரஸ் கட்சியுடன் நேரடி மோதலில் ஈடுபட்டு வரும் கம்யூனிஸ்ட் கட்சியின் சுதந்தர நாள் அறிக்கையை ஆதாரமாக முன்வைத்தார். ஒருவேளை கொண்டாட்டத்தால் கொள்கை மாறிவிடும் என்றால் நிச்சயம் சுதந்தரத்தை கம்யூனிஸ்டுகள் வரவேற்றிருக்க மாட்டார்கள் என்ற அர்த்தம் அவருடைய வார்த்தைகளில் தொனித்தது. தலைவருக்கு எதிராகக் கருத்துக் கூறியதற்காக எடுக்கப்படும் நடவடிக்கையை எதிர்கொள்ளவும் தயார் என்று அறிக்கையில் கூறியிருந்தார் அண்ணா.

பெரியாரை எதிர்த்துப் பேசிய அண்ணாவுக்கு எதிராக ஏராளமான கண்டனக் கணைகள். அவற்றுக்குப் பதிலடி கொடுத்தன அண்ணா ஆதரவு பத்திரிகைகள். பெரியாருக்கும் அண்ணாவுக் கும் ஏற்பட்ட பிரச்னைகளைத் தீர்க்கும் நோக்கத்துடன் கட்டுரை கள் எழுதப்பட்ட மு. கருணாநிதியின் முரசொலி பத்திரிகைகள் கொளுத்தப்பட்டன. கட்சிக்குள் பலத்த கொந்தளிப்பு. அண்ணா மீது எப்போதுவேண்டுமானாலும் நடவடிக்கை எடுக்கப்படக் கூடிய சூழல்.

இப்படி, திராவிடர் கழகம் கொள்கை ரீதியான மோதலில் சிக்கியிருந்த சூழலில் சென்னை மாகாண முதலமைச்சர் ஓமந்தூர் ராமசாமி ரெட்டியார் அதிர்ச்சி வைத்தியம் ஒன்றை அவருடைய கட்சியினருக்கே கொடுத்தார்.

அரசுப் பணிகளில் காலியாகும் இடங்களுக்கு ஆட்களை நியமிக் கும் விஷயத்தில் இதுவரை வகுப்புவாரி ஒதுக்கீட்டு முறையே பின்பற்றப்பட்டது. உதாரணமாக, 12 இடங்கள் காலியாகின்றன என்றால் அவற்றில் ஐந்து இடங்கள் பிராமணர் அல்லாதவருக்கு, இரண்டு இடங்கள் பிராமணர்களுக்கு, இரண்டு இடங்கள் முஸ்லிம்களுக்கு, இரண்டு இடங்கள் ஆங்கிலோ இந்தியர்/ கிறித்தவருக்கு, ஒரு இடம் தாழ்த்தப்பட்ட மக்களுக்கு என்று வழங்கப்படுவதுதான் வழக்கம்.

முறையான வகுப்புவாரி ஒதுக்கீடு போன்று தோற்றமளித்தாலும் அவற்றால் தாழ்த்தப்பட்ட மக்களுக்கும் பிராமணர் அல்லாத மக்களுக்கும் போதுமான அளவுக்கு வாய்ப்புகள் கிடைக்க வில்லை என்ற குறைபாடு ஓமந்தூராரின் கவனத்துக்குக் கொண்டுவரப்பட்டது. உடனடியாக வகுப்புவாரி முறையில் திருத்தங்கள் கொண்டுவர முடிவுசெய்தார் முதல்வர் ஓமந்தூரார்.

பொதுவாக பன்னிரண்டு இடங்கள் என்று வைத்துக்கொண்டு அதற்கேற்ற விகிதாச்சாரம் வகுக்கப்படும். அந்த எண்ணிக்கையை பதினான்காக மாற்றினார். வரிசை முறை ஒன்றையும் அறிமுகம் செய்தார். அந்த வரிசையின் அடிப்படையில்தான் இனிமேல் காலிப் பணியிடங்கள் நிரப்பப்படும் என்று உத்தரவிட்டார்.

திராவிட இயக்கத்தின் உயிர்நாடிக் கொள்கைகளுள் ஒன்றான வகுப்புவாரி இட ஒதுக்கீடு விஷயத்தில் காங்கிரஸ் முதல்வர்

ஓமந்தூரார் இத்தனை தாராளமாக நடந்துகொண்டது காங்கிரஸ் தலைவர்கள் சிலரைப் பதற்றமடையச் செய்தது. முதலமைச்சர் ஓமந்தூரார் பிராமண துவேஷியாக நடந்துகொள்கிறார் என்று குற்றம்சாட்டினர். ஆனால் அந்த விமரிசனத்தை சட்டமன்றத்திலேயே அமைச்சர் கோபால ரெட்டி மறுத்தார். நாங்கள் வகுப்புவாரிப் பிரதிநிதித்துவத்தை அது எல்லா வகுப்புகளுக்கும் சமநீதி வழங்கும் கருவி என்ற காரணத்தால் மட்டுமே ஆதரிக்கிறோம் என்றார். ஆனாலும் எதிர்ப்புகள் ஓயவில்லை.

காங்கிரஸ் கட்சியைப் பொறுத்தவரை ஒவ்வொரு ஆண்டும் சட்டமன்றக்குழுவுக்குத் தலைவர் தேர்தல் நடத்தப்படும். முதலமைச்சர் மீது அதிருப்தி இருக்கும் பட்சத்தில் எதிர் வேட்பாளர் நிறுத்தப்படுவார். செல்வாக்கு இருந்தால் பதவி நீடிக்கும்; இல்லாவிட்டால் பறந்துவிடும்.

4

ஓமந்தூராருக்கு எதிராக

அக்கிரமம் நடந்துகொண்டிருக்கிறது என்பது புரிந்துவிட்டது ஓமந்தூராருக்கு. வரிசையாக வந்துகொண்டிருந்த செய்திகள் அதைத்தான் உறுதிசெய்துகொண்டிருந்தன. தனது கட்டுப் பாட்டில் இருக்கும் ஆலய நிலங்களைத் தந்திரமாக ஏலத்துக்கு வரவழைத்து அபகரித்துக்கொண்ட தர்மகர்த்தா; மடத்துக்குச் சொந்தமான நகைகளை அடகு வைத்துப் பணம் புரட்டிய மடாதிபதி; புரோநோட்டு மூலமாகவே லட்சக்கணக்கில் கடன் வாங்கிய ஆலய நிர்வாகி என்று விசாகப்பட்டினம் தொடங்கி திருநெல்வேலி வரை நடந்துள்ள அறநிலைய ஊழல் செய்திகள் ஓமந்தூராரை ஆத்திரத்தின் உச்சிக்குக் கொண்டுசென்றன.

அடங்காத முரட்டுக்காளையாகத் திரிந்துகொண்டிருக்கும் அற நிலையங்களுக்கு மூக்கணாங்கயிறு போட்டே தீரவேண்டும் என்று முடிவுக்கு வந்தார். ஏற்கெனவே நீதிக்கட்சி ஆட்சிக் காலத்தில் போடப்பட்டிருந்த சட்டங்களில் இருந்த ஓட்டை களைப் பயன்படுத்தியே தர்மகர்த்தாக்கள் தப்பித்துக்கொண் டிருந்தனர். விளைவு, புதிய அறநிலைய மசோதா. ஓமந்தூரா ருக்கு உதவியாக அமைச்சர் டி.எஸ்.எஸ். ராஜன் இருந்தார்.

சென்னை சட்டமன்றத்தில் அறநிலைய மசோதா தாக்கல் செய்யப்பட்ட மறுநொடியில் இருந்தே எதிர்ப்புகள் வலுக்கத் தொடங்கிவிட்டன. எதிர்ப்புகள் வந்தது எதிர்க்கட்சிகளிடம் இருந்து அல்ல; ஆளுங்கட்சியான காங்கிரஸிடம் இருந்து. கட்சியின் முக்கியத் தலைவர்களான வைத்தியநாத அய்யர், என்.எஸ். வரதாச்சாரி உள்ளிட்ட வைதீக நம்பிக்கை கொண்ட சிலர் அறநிலைய மசோதாவுக்கு ஆவேச எதிர்ப்பு காட்டினார்கள்.

கர்ப்பக் கிரகத்தில் கைவைத்த நீதிக்கட்சி இன்று இல்லாமலே போய்விட்டது; அந்த நிலை காங்கிரஸ் கட்சிக்கு வராமல் இருக்கவேண்டும் என்றால் ஓமந்தூரார் அரசு மிகுந்த கவனத் துடன் இருக்கவேண்டும் என்று எச்சரித்தனர்.

இத்தனை எதிர்ப்புகளுக்குக் காரணம் மசோதாவில் இருந்த சில நுணுக்கமான அம்சங்கள். ஆலய சொத்துகளைக் குத்தகைக்கு விடுவதில்தான் ஊழல் பெருச்சாளி பெருத்துக் கிடந்தது. ஆகவே, அதைத் தடுக்க புதிய குத்தகை நெறிமுறைகள் வகுக்கப் பட்டன. இது முதல் அடி. கோயில்கள் மற்றும் மடங்களின் சொத்துக்களை பதிவுசெய்ய வேண்டும் என்ற ஷரத்து உரு வாக்கப்பட்டது. இது இரண்டாவது அடி. போதாக்குறைக்கு, பரம்பரைப் பரம்பரையாகச் செய்துவரும் அர்ச்சகர் பணிகளில் உருவாகும் காலியிடங்கள் இனிமேல் தகுதி - திறமை அடிப் படையில் மட்டுமே நிரப்பப்படும் என்று அறிவிப்பு பலரையும் அதிர்ச்சியில் ஆழ்த்தியது. ஆனாலும், மசோதா நிறைவேறியது.

வகுப்புவாரிச் சட்டமும் அறநிலைய மசோதாவும் ஓமந்தூரா ருக்கு எதிராகக் கடுமையாக வேலை செய்தன. 1948ஆம் ஆண்டுக் கான சட்டமன்ற காங்கிரஸ் குழுத் தலைவர் தேர்தல் வந்ததும் ஓமந்தூராருக்கு எதிராக பி. சுப்பராயன் நிறுத்தப்பட்டபோது தான் எதிர்ப்பின் வீரியம் புரிந்தது ஓமந்தூராருக்கு. தோல்வி உறுதியாகிவிட்டதாக நினைத்தார். கவலையே வேண்டாம் என்று சொல்லிக் கைகொடுத்தார் காமராஜர். விளைவு, ஓமந்தூரார் வெற்றிபெற்றார்.

நேர்மை, ஒழுக்கம் என்பன போன்ற விஷயங்களைக் கைவசம் வைத்திருந்த ஓமந்தூரார், அதை மற்றவர்களிடமும் எதிர்பார்த் தார். மற்றவர்கள் என்றால் சக அமைச்சர்கள். கட்சியின் முக்கியத் தலைவர்கள். நிர்வாகிகள். சட்டமன்ற உறுப்பினர்கள். மீறுபவர் களை எல்லாம் வெறுத்தார். முதலமைச்சரிடம் கேட்டது கிடைக்காதபோது கட்சிக்காரர்கள் காமராஜரிடம் புகார் சொன் னார்கள். ஓமந்தூராரை மாற்றியே தீரவேண்டும் என்று வலி யுறுத்தினர். ஆகட்டும் பார்க்கலாம், அமைதியாக இருங்கள் என்று சொல்லி எல்லோரையும் அடக்கிவைத்திருந்தார் காமராஜர்.

சிபாரிசுகள் இல்லாமல் ஆட்சி நடத்தலாம்; கட்சி நடத்த முடி யாது. ஒருகட்டத்தில் ஓமந்தூராரை மாற்றிவிடுவது என்ற

எண்ணம் வந்துவிட்டது காமராஜருக்கு. எனில், யாரை புதிய முதல்வராக்குவது? காமராஜர் கோஷ்டியில் இருந்தவர்களுள் முக்கியமானவர் பக்தவத்சலம். அமைச்சராக இருப்பவர். நல்ல நிர்வாகி. அவரையே முதல்வராக்க முடிவுசெய்தார் காமராஜர். அமைச்சரவைப் பட்டியலும் தயாராகிவிட்டது.

திடீரென போர்க்கொடி உயர்த்தினார் ஓமந்தூரார். இன்றுவரை நான் முதல்வர்; என்னை மாற்றுவதற்கு முடிவெடுத்து விட்டீர்கள். எனில், ஏன் புதிய முதல்வர் நான் சிபாரிசு செய்பவராக இருக்கக்கூடாது? ஓமந்தூரார் சிபாரிசு செய்தது அமைச்சர் பி.எஸ். குமாரசாமி ராஜாவை. யோசிக்கத் தொடங்கினார் காமராஜர். ஓமந்தூரார் வசம் சில சட்டமன்ற உறுப்பினர்கள் இருக்கிறார்கள். அவர்களை எதிர்த்துக்கொண்டு பக்தவத்சலத்தை நிறுத்துவது விஷப்பரிட்சை. அதேசமயம், குமாரசாமி ராஜா முதல்வராவதிலும் எந்தப் பிரச்னையும் இல்லை. கணக்குகள் எல்லாம் சரியாகவே வந்தன. சம்மதித்தார் காமராஜர்.

குமாரசாமி ராஜாவை நேரில் சந்தித்து சம்மதம் வாங்கிவருமாறு ஆள் அனுப்பினார் காமராஜர். அந்த நபர், சி. சுப்பிரமணியம். அப்போது குமாரசாமி ராஜா மருத்துவமனையில் சிகிச்சை எடுத்துக்கொண்டிருந்தார். முதலில் தயங்கிய ராஜா, பிறகு சம்மதம் தெரிவித்தார். இன்னொரு பக்கம் முதலமைச்சராகப் பதவியேற்கத் தயாராகிக் கொண்டிருந்த பக்தவத்சலத்தை யார் சமாதானம் செய்வது என்ற கேள்வி எழுந்தது. அவரை நான் சமாளித்துக் கொள்கிறேன் என்று சொல்லிவிட்டார் காமராஜர். இறுதியாக, 7 ஏப்ரல் 1949 அன்று பி.எஸ். குமாரசாமி ராஜா தலைமையில் புதிய அமைச்சரவை பதவியேற்றது. புதிய அமைச்சரவையில் அவினாசிலிங்கம் செட்டியார் இடம்பெறவில்லை. காரணம், இந்தித்திணிப்பு சர்ச்சை.

ஓமந்தூரார் அரசு பதவியில் இருந்தபோது 1948 ஜூன் மாதத்தில் புதிய உத்தரவு ஒன்றைப் பிறப்பித்தது. இனி உயர்நிலைப் பள்ளிகளில் முதல் மூன்று படிவங்களில் இந்தி கட்டாயப்பாடமாக இருக்கும். அந்த உத்தரவு வெளியானபோது கல்வி அமைச்சராக இருந்தவர் அவினாசிலிங்கம் செட்டியார். இந்தித் திணிப்பு என்றாலே சிலிர்த்துக்கொண்டு எழும் திராவிடர் கழகம் அப்போது பலவீனமாகக் காட்சியளித்தது. காரணம், ஆகஸ்டு 15 தொடர்பாக பெரியாருக்கும் அண்ணாவுக்கும் இடையே ஏற்பட்ட விரிசல்கள் சரிசெய்யப்படவில்லை. அரசியல் பணிகளில்

இருந்து ஒதுங்கியிருந்தார் அண்ணாவும் அவருடைய ஆதர வாளர்களும் ஒதுங்கியிருந்தனர்.

தமிழுக்கு ஆபத்து என்றதும் பெரியாரும் அண்ணாவும் ஒரே மேடைக்கு வந்தனர். தொண்டர்கள் திரளத் தொடங்கினர். தமிழ் ஆர்வலர்களும் சேர்ந்துகொண்டனர். மாகாணம் தழுவிய இந்தி எதிர்ப்புப் போராட்டத்துக்கு அழைப்பு விடுத்தார் பெரியார். போராட்டத்துக்கான முதல் சர்வாதிகாரியாக அண்ணாவை நியமித்தார். தடை உத்தரவு பிறப்பித்தது ஓமந்தூரார் அரசு. அதையும் மீறி நடத்தப்பட்ட போராட்டம் அவினாசிலிங்கம் செட்டியாரின் ராஜினாமாவில் வந்து முடிந்தது. இந்தித் திணிப்பு கைவிடப்பட்டது. அந்த அவினாசிலிங்கத்தைத்தான் காம ராஜரின் ஆசியுடன் கழற்றிவிட்டிருந்தார் குமாரசாமி ராஜா.

அவினாசிலிங்கத்தின் கைங்கர்யத்தில் பெரியாரும் அண்ணாவும் மீண்டும் இணைந்து செயல்படத் தொடங்கினர். திராவிடர் கழகத்தின் பெட்டிச்சாவியை அண்ணாவிடம் ஒப்படைப்பேன் என்று பேசினார் பெரியார். சாவி என்னிடம் இருந்தாலும் பெட்டி யில் உள்ளவை பெரியாரிடமே இருக்கும் என்றார் அண்ணா. இருவருடைய ஆதரவாளர்களுக்கும் நெஞ்சுகொள்ளாத பெரு மிதம். மேல்பார்வைக்கு உறவு சீராக இருப்பது போலத் தோற்றம் அளித்தாலும் உள்ளுக்குள் அதிருப்தி செடிகள் மண்டிக்கிடந்தன.

14 மே 1949 அன்று திருவண்ணாமலையில் ஒரு சந்திப்பு நடந்தது. கவர்னர் ஜெனரல் ராஜாஜியை (மாகாண அரசியலில் இருந்து ஒதுங்கிய ராஜாஜி, இந்தியாவின் கவர்னர் ஜெனரலாக நியமிக்கப் பட்டிருந்தார்.) நேரில் சந்தித்துப் பேசினார் பெரியார். கூடவே, கே.ஏ. மணியம்மை. பெரியாரின் உதவியாளர் மற்றும் செவிலியர். இந்தித் திணிப்புக்கு எதிராக ராஜாஜிக்கு ஒருபக்கம் கறுப்புக்கொடி காட்டிவிட்டு, இன்னொருபக்கம் தனிமையில் சந்தித்துப் பேசுவது ஏன் என்ற கேள்வி கழகத்துக்குள் எழுந்தது. சொந்த விஷயமாகச் சந்தித்தேன் என்றார் பெரியார். அதுதான் சர்ச்சைகளைக் கிளப்பியது.

விரிவாக அறிக்கை வெளியிட்டார் பெரியார். அறிக்கையில் அண்ணா மற்றும் முக்கியத் தலைவர்களின் உழைப்பையும் திறமையையும் கேள்விக்குறியாக்கும் வகையில் வார்த்தைகள் இடம்பெற்றன. கழகத்தையும் கழகத்தின் சொத்துக்களையும் நிர்வகிக்க நம்பிக்கையான நபர் எவரும் கழகத்தில் இல்லை

என்றார். என்னைப் பற்றியோ, என்னுடைய நடத்தை பற்றியோ யாரும் கேள்வி கேட்கத் தேவையில்லை என்றார். இறுதியாக, என்னுடைய உதவியாளராக இருக்கும் மணியம்மையைத் திருமணம் செய்துகொண்டு, அதன் மூலம் அவரை எனக்கும் என்னுடைய சொத்துக்களுக்கும் வாரிசாக ஆக்குகிறேன் என்றார்.

பெரியாரின் திருமண அறிவிப்பு அத்தனைபேரையுமே அதிர்ச்சியில் உறைய வைத்தது. பொருந்தாத திருமணம் என்று ஒரு கோஷ்டி. பொருத்தமான சமயத்தில் எடுத்த முடிவு என்று ஒரு கோஷ்டி. திராவிடர் கழகத்தினர் பெரியார் கோஷ்டி, அண்ணா கோஷ்டி என்று இரண்டு கூறுகளாகப் பிரிந்து நின்றனர்.

எப்பாடு பட்டாலும் பெரியாரின் பொருந்தாத் திருமணத்தைத் தடுத்து நிறுத்தவேண்டும் என்றார் அண்ணா. பேச்சுவார்த்தை நடத்த தூதுக்குழுக்கள் அனுப்பப்பட்டன. எடுத்த முடிவில் எந்த மாற்றமும் இல்லை என்று சொல்லிவிட்டார் பெரியார். கழகத்தில் இருந்து விலகுவோம் என்றனர் அண்ணா ஆதரவாளர்கள். துளியும் கவலை இல்லை என்றார் பெரியார்.

5

தலைவர் பதவி காலி

குறுகிய கொள்கையான பார்ப்பனிய எதிர்ப்பை ஒதுக்கி விட்டால் அண்ணாவைவிடப் பெரிய தேசியத் தலைவர் யாரும் இல்லை. அப்படி ஒரு தலைவர் உருவாகக் காலம் வடித்துக்கொடுத்த சந்தர்ப்பம்தான் பெரியாரின் திருமணம். அண்ணா தன்னுடைய நண்பர்களோடு சேர்ந்து சோஷிய லிஸ்ட் கட்சி என்ற பெயரில் கட்சி தொடங்கவேண்டும்.

ஆயிரத்தெட்டு சிந்தனைகள் அண்ணாவின் மனத்துக்குள் அலை யடித்துக் கொண்டிருந்த சமயம் அது. கருத்துகள். கண்டனங்கள். அறிவுரைகள். ஆலோசனைகள். முக்கியமாக, அந்த இரண்டு கடிதங்கள். முதல் கடிதத்தை எழுதியவர் திராவிட இயக்கத்தை வீரியத்துடன் விமரிசித்தவர். தமிழ்நாடு தமிழருக்கே என்று கோஷம் எழுந்தபோது எலி வலை எலிகளுக்கே என்று கேலி செய்தவர். திராவிடர் கழகத்தில் பிரச்னை வெடித்திருக்கும் சூழலில் அவர் அண்ணா பக்கம் திரும்பியிருந்தார். அவர், பிரபல எழுத்தாளர் கல்கி கிருஷ்ணமூர்த்தி. அவர் கொடுத்த ஆலோ சனைதான் அத்தியாயத்தின் ஆரம்பத்தில் இருப்பது.

மாற்றுமுகாமில் இருந்து மட்டுமல்ல; சொந்த முகாமில் இருந்தும் இதேபோன்ற கடிதம் ஒன்று அண்ணாவுக்கு வந்தது. விடுதலை பத்திரிகையின் அலுவலகம் உள்ளிட்ட திராவிடர் கழகத்தின் சொத்துக்களைக் கைப்பற்றுங்கள்! கழகத்தின் நிர் வாகக்குழுவைக் கூட்டுங்கள்! திராவிடர் கழகத்தின் தலைவராக அண்ணாவைக் கொண்டுவாருங்கள்! அதிரடி நிறைந்த ஆலோ சனைகளை அள்ளிக்கொடுத்தவர் புரட்சிக்கவிஞர் பாரதிதாசன்.

திருமணம் செய்துகொள்ள முடிவெடுத்தபோது பெரியாருக்கு வயது 72. மணமகள் மணியம்மைக்கு வயது வெறும் 26. பொருந்தாத திருமணத்தை எல்லாம் பொதுமேடையில் வெளுத்து வாங்கியவர்; கட்டுவதுதான் கட்டுகிறீர்கள், ஒரு வயதான கிழத்தைப் பார்த்துக் கட்டிக்கொள்ளக்கூடாதா என்று கேலியாகக் கேள்வி கேட்டவர்; அப்படிப்பட்ட பெரியார் எடுத்த முடிவு அதிர்ச்சியைக் கொடுத்தது அண்ணாவுக்கு.

9 ஜூலை 1949 அன்று மணியம்மையைப் பதிவுத் திருமணம் செய்துகொண்டார் பெரியார். ஆகஸ்டு 15 விவகாரம் வெடித்தபோது கட்சித்தலைமை ஒழுங்கு நடவடிக்கை எடுத்தாலும் கவலை இல்லை என்று காத்திருந்தார் அண்ணா. ஆனால், மணியம்மை திருமண விஷயத்தில் பெரியாரின் முடிவுக்காகக் காத்திருக்க விரும்பவில்லை. முடிவெடுத்து விட்டார். கழகத்தில் இருந்து விலகிக்கொள்வோம்! தனி வழி காண்போம்! அண்ணாவின் அறிவிப்புக்கு பலத்த வரவேற்பு.

அண்ணாவுக்கு ஆதரவு தெரிவித்தோர் பெயர்கள் திராவிட நாடு இதழில் வெளியாகின. அந்தப் பட்டியலின் தலைப்பு: கண்ணீர்த் துளிகள்! பெரியாரின் முடிவைக் கண்டுக் கண்ணீர்விட்டுக் கதறுவதாகச் சொன்னார் அண்ணா. பின்னர் அந்த வார்த்தையைக் கொண்டே அண்ணாவின் ஆதரவாளர்களைக் கேலி செய்தார் பெரியார். அண்ணா தொடங்கிய கட்சியையும் கண்ணீர்த் துளிக்கட்சி என்றே விமரிசித்தார்.

17 செப்டெம்பர் 1949. சென்னையில் அண்ணா ஆதரவாளர்களின் ஆலோசனைக்கூட்டம் நடந்தது. அதன் தொடர்ச்சியாக புதிய அமைப்புக்குப் பெயர் முடிவானது. திராவிட முன்னேற்றக் கழகம். கட்சிக்குப் புதிய கொடி உருவாக்கப்பட்டது. கறுப்பு சிவப்பு வண்ணங்களில். பொதுச்செயலாளராக அண்ணா தேர்ந்தெடுக்கப்பட்டார். தலைவர் பதவி காலியாக விடப்பட்டது. பெரியாரே அண்ணாவுக்குத் தலைவர் என்பதால்.

அண்ணாவுக்குத் துணையாக திராவிடர் கழகத்தில் இருந்து வந்தவர்களில் பெரியாரின் சகோதரர் மகன் ஈ.வெ.கி. சம்பத்தும் அடக்கம். நாவலர் நெடுஞ்செழியன், கே.ஏ. மதியழகன், என்.வி. நடராசன் என்று ஏராளமானோர் அண்ணாவுடன் கைகோத்தனர். ஆளுக்கொரு பொறுப்பையும் கொடுத்திருந்தார்

அண்ணா. இன்றைய திமுக தலைவர் கருணாநிதி அப்போது கழகத்தின் பிரச்சாரக்குழு உறுப்பினர்களுள் ஒருவர்.

புதிதாக உருவாக்கப்பட்ட திராவிட முன்னேற்றக் கழகத்துக்கும் தாய்க்கழகமான திராவிடர் கழகத்துக்கும் கொள்கை அளவில் பெரிய வித்தியாசங்கள் எதுவுமில்லை. திராவிட நாடு. தமிழ். சுயமரியாதை. பகுத்தறிவு. இத்யாதி இத்யாதிகள். மொழிப் பிரச்னையில் திராவிடர் கழகமும் திராவிட முன்னேற்றக் கழகமும் இரட்டைக்குழல் துப்பாக்கியாகச் செயல்படுவோம் என்று சொன்னார் அண்ணா.

சென்னை மாகாண அரசியலுக்குப் புதிய வரவாக திமுக நுழைந்த போது கம்யூனிஸ்ட் கட்சி பலத்த நெருக்கடிக்கு ஆளாகியிருந்தது சென்னை மாகாணத்தில் மட்டுமல்ல; இந்தியா முழுக்க கம்யூனிஸ்டுகள் சிறையில் இருந்தனர். பல தலைவர்கள் தலை மறைவு வாழ்க்கை வாழ்ந்துகொண்டிருந்தனர். காரணம், ஆயுதப் புரட்சி மூலம் நேருவின் அரசாங்கத்தைக் கவிழ்த்துவிட்டு புதிய போட்டி அரசாங்கத்தை உருவாக்கவேண்டும் என்று 1948ல் தீர்மானம் நிறைவேற்றியிருந்தது கம்யூனிஸ்ட் கட்சி. கட்சிக்கு தடை விதித்திருந்தார் நேரு.

26 ஜனவரி 1950 அன்று குடியரசு நாளையும் கொண்டாடி மகிழ்ந்தனர் காங்கிரஸ் தொண்டர்கள். கம்யூனிஸ்ட் கட்சிக்கும் அதே நிலைப்பாடு. ஆனால் திராவிட இயக்கங்களான திராவிடர் கழகமும் திமுகவும் இருவேறுபட்ட நிலைப்பாட்டை எடுத்தன. தென்னகத்தை அடிமைப்படுத்தும் நாளே ஜனவரி 26. ஆகவே, அது துக்கநாள் என்றார் பெரியார்.

இந்த இடத்தில் திமுகவுக்குச் சிக்கல். ஆகஸ்டு 15 ஐ இன்பநாள் என்று வர்ணித்தைதைப் போல ஜனவரி 26 ஐ செய்யமுடிய வில்லை. காரணம், திராவிட நாடு கோரிக்கை. இந்தியாவுக் கென்று புதிய அரசியலமைப்புச் சட்டம் உருவாகிவிட்டதை உறுதி செய்யும் தினம் ஜனவரி 26. ஆதரிக்கவும் முடியவில்லை. எதிர்க்கவும் முடியவில்லை. திராவிட நாட்டின் எதிர்காலத்தைப் பாழ்படுத்தும் நாள் என்பதால் அது அதிருப்திக்குரிய நாள் என்று அறிவித்தார் அண்ணா.

ஜனவரி 26 வெறுமனே அரசியல் சாசனத்தைக் கொண்டுவந்ததோடு நிறுத்திக்கொள்ளவில்லை. புதிய சர்ச்சை ஒன்றையும் கிளப்பி விட்டது. அரசியல் சாசனத்தின் 29(2) ஷரத்தின் சாரம் இது.

மதம், சாதி, இனம், மொழி ஆகியவற்றின் காரணமாகவோ அல்லது இவற்றில் ஒன்றின் காரணமாக மட்டுமோ எந்த வொரு குடிமகனுக்கும் அரசால் பராமரிக்கப்படுகிற அல்லது அரசின் நிதியுதவி பெறுகிற எந்தவொரு கல்வி நிறுவனத்திலும் அனுமதி மறுக்கப்பட மாட்டாது.

இந்த ஷரத்தை அடிப்படையாக வைத்து செண்பகம் துரை ராசன் (பெண்), சி.ஆர். சீனிவாசன் என்ற இரண்டு பிராமணர்கள் சென்னை உயர்நீதிமன்றத்தில் வழக்கு தொடுத்தனர். மருத்துவக் கல்லூரி மற்றும் பொறியியல் கல்லூரியில் சேர்ந்து படிக்க இருவரும் விண்ணப்பம் செய்திருந்தனர். அப்போது சென்னை மாகாணத்தில் அரசுப் பணிகள் மற்றும் கல்வி நிறுவனங்களில் தாழ்த்தப்பட்ட, பிற்படுத்தப்பட்ட மக்களுக்கு இட ஒதுக்கீடு அமலில் இருந்தது. அதன் காரணமாக அவர்களுக்கு இடம் கிடைக்கவில்லை. நீதிமன்றத்தில் வழக்கு தொடர்ந்தனர்.

கம்யூனல் ஜி.ஓ என்கிற வகுப்புவாரி ஒதுக்கீட்டு ஆணை என்பது அரசியல் சாசனத்தில் 29(2) ஷரத்துக்கு விரோதமானது என்பதுதான் அவர்கள் எழுப்பிய வாதம். விசாரணையின் முடிவில் 28 ஜூலை 1950 அன்று தீர்ப்பு வெளியானது. கம்யூனல் ஜி.ஓ என்கிற வகுப்புவாரி ஆணை இந்திய அரசியல் அமைப்புச் சட்டத்துக்கு முரண்பட்டது என்பதுதான் அந்தத் தீர்ப்பு.

உயர்நீதிமன்றத்தின் தீர்ப்பு தாழ்த்தப்பட்ட, பிற்படுத்தப்பட்ட மாணவர்கள் மத்தியில் கடும் கொந்தளிப்பை ஏற்படுத்தியது. திராவிடர் கழகமும் திராவிட முன்னேற்றக் கழகமும் அந்தத் தீர்ப்புக்கு எதிராகக் களத்தில் இறங்கின. உடனடியாக சென்னை மாகாண அரசு உச்சநீதிமன்றத்தில் மேல் முறையீடு செய்தது. அங்கும் தோல்வியே கிடைத்தது.

எஞ்சி இருப்பது ஒரே வாய்ப்பு. அது, அரசியல் சட்டத்தில் திருத்தம் கொண்டுவருவது. அதைச் செய்ய அரசு தாமதம் செய்த போது திராவிடர் கழகம், திமுக என்ற இரண்டு இயக்கங்களும் ஓரணியில் நின்று போராட்டத்தில் ஈடுபட்டன. பிரதமர் நேருவுக்கு நெருக்கடி முற்றியது. மாகாண விவகாரம் தேசியப் பிரச்னையாக உருவெடுத்து வருகிறது என்ற விவரங்கள் நேருவை யோசிக்க வைத்தன. 1951ல் அரசியல் சாசனத்தைத் திருத்துவது என்று முடிவு செய்யப்பட்டது.

இந்திய அரசியல் அமைப்புச் சட்டத்தின் அடிப்படை உரிமைகளில் ஒன்றான ஷரத்து 15ல் 4வது உட்பிரிவாகக் கீழே இருப்பது சேர்க்கப்பட்டது: 'இந்த ஷரத்திலோ அல்லது ஷரத்து 29(2)லோ உள்ள எதுவும் குடிமக்களின் எந்தவொரு சமூக மற்றும் கல்வி ரீதியாகப் பிற்படுத்தப்பட்டுள்ள வகுப்பின் அல்லது தாழ்த்தப்பட்ட சாதியினரின் மற்றும் பழங்குடியினரின் முன்னேற்றத்துக்காக எந்தவொரு சிறப்பு நடவடிக்கை எடுப்பதில் இருந்தும் அரசைத் தடுக்காது.

2 ஜூன் 1951 அன்று இந்திய அரசியலமைப்புச் சட்டத்தில் இந்தத் திருத்தம் செய்யப்பட்டது. இதுதான் முதல் திருத்தமும்கூட. இதற்கு 18 ஜூன் 1951 அன்று குடியரசுத் தலைவர் ஒப்புதல் வழங்கினார். இதன்படி அரசுப் பதவிகள் மற்றும் வேலைகளில் 60 சதவிகிதம் பொதுத் தொகுப்புக்கும் 25 சதவிகிதம் பிற்படுத்தப்பட்டவர்களுக்கும் 15 சதவிகிதம் தாழ்த்தப்பட்ட மற்றும் மலைச் சாதியினருக்கும் பிரித்துக்கொடுக்கப்படும்.

அரசியலமைப்புச் சட்டத்தின் முதல் திருத்தம் சமூகநீதிக்காக. அதற்கான போராட்டம் நடந்தது சென்னை மாகாணத்தில். சமூகநீதி நிலைநாட்டப்பட்டதற்கு நாங்களே காரணம் என்றனர் திராவிட இயக்கத்தினர். அரசியல் சட்டத்தைத் திருத்தம் செய்து கொடுத்ததே நாங்கள்தான் என்றனர் காங்கிரஸ் தலைவர்கள்.

போட்டா போட்டிகள் தொடங்கிய சமயத்தில் சுதந்தர இந்தியாவின் முதல் தேர்தல் அறிவிப்பு வெளியானது.

6

ஆறு அவுன்ஸ் தோல்வி

தேர்தல் அறிவிப்பு வெளியான சமயத்தில் சென்னை மாகாணத்தில் உச்சக்கட்ட அரிசிப்பஞ்சம். அரிசியைக் கொள்முதல் செய்வதில் சிக்கல். மக்களுக்கு விநியோகம் செய்வதில் குழப்பம். காங்கிரஸ் அரசு தடுமாறியது. நிலைமையைச் சமாளிக்க முதலமைச்சர் பி.எஸ். குமாரசாமி ராஜா, இனிமேல் குடும்பம் ஒன்றுக்கு ஆறு அவுன்ஸ் அரிசி மட்டுமே அனுமதிக்கப்படும் என்று அறிவித்தார்.

அதிருப்திக் காற்று வீசத் தொடங்கியது. தேர்தல் என்று வந்தால் காங்கிரஸ் கட்சி தேறுவது சிரமம் என்ற அளவுக்கு நிலைமை வலுத்தது.

இருபத்தியோரு வயது நிரம்பிய எந்தவொரு ஆணும் பெண்ணும் வாக்களிக்கலாம் என்பது புதிய மக்கள் பிரநிதித்துவச் சட்டம் சொன்ன சங்கதி. தமிழ்நாடு, ஆந்திரா, கர்நாடகத்தின் சில பகுதிகள், மலபார் ஆகியவற்றை உள்ளடக்கிய சென்னை மாகாணத்தில் மட்டும் இரண்டு கோடியே எழுபது லட்சம் வாக்காளர்கள். 1952 ஜனவரியில் நடக்க இருந்த அந்தத் தேர்தல் தான் பெரும்பாலான இளைஞர்களுக்கு அது முதல் தேர்தல்.

தேசிய அளவில் நேருவுக்கும் அவருடைய காங்கிரஸ் கட்சிக்கு மட்டுமே செல்வாக்கு. சென்னை மாகாணத்திலும் கிட்டத்தட்ட அதுதான் நிலைமை. தேர்தலில் நிற்பதற்கும் பணம் செலவு செய்வதற்கும் காங்கிரஸ் கட்சியிடமே திராணி இருந்தது.

கம்யூனிஸ்ட் கட்சிக்கு கொள்கை மட்டுமே பலம். போதாக் குறைக்கு, பல தலைவர்கள் சிறைக்குள்ளே அடைபட்டிருந்

தனர். ஆட்சிக்கு வரமுடியும் என்ற நம்பிக்கை கம்யூனிஸ்டு களுக்கு இல்லை; ஆனாலும் காங்கிரஸ் கட்சிக்கான மாற்று சக்தியாக மக்கள் தங்களையே அங்கீகரிக்கவேண்டும் என்று விரும்பினர்.

கம்யூனிஸ்டுகளின் விருப்பத்தைப் பூர்த்தி செய்ய பெரியார் வந்தார். காங்கிரஸ் கட்சியை வேரோடும் வேரடி மண்ணோடும் ஒழிப்பதே என்னுடைய வேலை; அதற்கு எனக்கு இருக்கும் ஒரே ஆயுதம் கம்யூனிஸ்டு கட்சி. அவர்களுக்கே என்னுடைய ஆதரவு என்றார் பெரியார். பிரசாரம் செய்யவும் தயாராக இருந்தார். புதிய தெம்பு கிடைத்தது கம்யூனிஸ்டுகளுக்கு.

இன்னும் சில கட்சிகளும் இருந்தன. சிதம்பரம், கடலூர், விழுப்புரம் உள்ளிட்ட பகுதிகளில் இயங்கிய வன்னியர் சங்கம். அதன் தலைவர் விழுப்புரம் ராமசாமி படையாட்சியார். தேர்தல் வருகிறது என்றதும் தனது சங்கத்தின் பெயரை 'தமிழ்நாடு உழைப்பாளர் கட்சி' என்று மாற்றிக்கொண்டு களமிறங்கி விட்டார். எம்.ஏ. மாணிக்கவேல் நாயக்கரும் அப்படியே. அதே பிராந்தியம். அதே வன்னியர் சமுதாய செல்வாக்கு. கட்சியின் பெயர் மட்டும் வேறு. காமன் வீல் கட்சி. முக்கியமாக இன்னொருவரைச் சொல்லவேண்டும். பசும்பொன் முத்துராமலிங்க தேவர். காங்கிரஸில் இருந்து விலகி, ஃபார்வர்ட் ப்ளாக் கட்சியை நடத்திவந்தார்.

திராவிட முன்னேற்றக் கழகம் என்ன செய்யப் போகிறது? திராவிடர்களின் கருத்தை அறியாமல் தயாரிக்கப்பட்ட இந்திய அரசியல் சட்டத்தின்படி நடைபெறும் 'முதல் பொதுத் தேர்தலில் திமுக பங்கேற்காது;' அதேசமயம், காங்கிரஸ் அல்லாத கட்சிகளுக்கு ஆதரவளிப்போம் என்றார் அண்ணா.

அண்ணாவின் அறிவிப்பு காங்கிரஸ் அல்லாத மற்ற கட்சிகளின் கவனத்தைக் கவர்ந்தது. குறிப்பாக கம்யூனிஸ்டுகளை.

கம்யூனிஸ்ட் கட்சியின் தலைவர் ப. ஜீவானந்தம் என்கிற ஜீவா திமுக தலைவர்களைச் சந்தித்து ஆதரவு கேட்டார். கம்யூனிஸ்டு களை ஆதரிப்பதில் அண்ணாவுக்கும் எந்தத் தயக்கமும் இல்லை. அப்போது அண்ணா நிபந்தனைப் பட்டியல் ஒன்றை நீட்டினார். அவற்றை ஏற்பவர்களை திமுக ஆதரிக்கும் என்றார்.

திராவிட நாடு கொள்கையை ஆதரிக்கிறேன் ; சட்டமன்றத் திலோ, பாராளுமன்றத்திலோ உறுப்பினரானால் மேற்கண்ட

பிரச்னை சம்பந்தமாகவும் திமுக கொள்கைக்கு ஆதரவு தேடும் வகையிலும் பணியாற்றி வருவேன்; சுரண்டலையும் எதேச்சாதி காரத்தையும் ஒழிக்க, திமுக வெளியிடும் திட்டங்களுக்கு ஆதரவு கிடைக்கும் விதமாகச் சட்ட சபையிலும் பாராளுமன்றத்திலும் பணியாற்ற உறுதி கூறுகிறேன்.

நிபந்தனை என்றதும் கம்யூனிஸ்டுகள் பின்வாங்கினர். திராவிட நாடு கோரிக்கை என்பது அவர்களுக்கு வேப்பங்காய். ஆதரவு வேண்டாம் என்று சொல்லிவிட்டனர். கம்யூனிஸ்டுகள் போனால் என்ன? நாங்கள் கேட்கிறோம் ஆதரவு என்று சொல்லிக்கொண்டு இரண்டு தலைவர்கள் வந்தனர். விழுப்புரம் ராமசாமி படையாட்சியார் மற்றும் மாணிக்கவேல் நாயக்கர். திமுகவின் நிபந்தனைப் பத்திரத்தில் கையெழுத்திட்டனர். இறுதியாக, அந்த இரண்டு கட்சி வேட்பாளர்கள் உள்ளிட்ட நாற்பத்தைந்து வேட்பாளர்களுக்கு திமுக ஆதரவு கொடுத்தது. நிபந்தனைப் பத்திரத்தில் கையெழுத்திட மறுத்துவிட்டபோதும் சில தொகுதிகளில் கம்யூனிஸ்ட் வேட்பாளர்களுக்கே ஆதரவு கொடுத்தது திமுக.

நாங்கள் ஆட்சி அமைக்காவிட்டால் நாடே சிதறுண்டு போகும் என்று தேர்தல் பிரசாரம் செய்தது காங்கிரஸ். நாடு தழுவிய அளவில் நிலவிய பஞ்சம், விலைவாசி உயர்வு இரண்டு பிரச்னை களையும் முன்வைத்து கம்யூனிஸ்டுகள் பிரசாரம் செய்தனர். காங்கிரஸ் கட்சிக்கு எதிரான பிரசாரத்தில் தீவிரம் காட்டியது திமுக. ஆறு அவுன்ஸ் அரிசி வழங்கிய காங்கிரஸ் ஆட்சிக்கு முற்றுப்புள்ளி வைக்கவேண்டும் என்பதுதான் திமுகவின் பிரசாரம்.

தேர்தல் முடிவுகள் காங்கிரஸ் கட்சியை நெருக்கடியில் தள்ளியிருந்தது. காங்கிரஸ் கட்சிக்கு வெறும் 152 இடங்களில் மட்டுமே வெற்றி கிடைத்திருந்தது. முதலமைச்சர் பி.எஸ். குமாரசாமி ராஜா உள்ளிட்ட பெரும்பாலான அமைச்சர்கள் தோல்வி அடைந்திருந்தனர், இரண்டு அமைச்சர்களைத் தவிர. அதிர்ந்து போனார் காமராஜர்.

திராவிடர் கழகத்தின் ஆதரவுடன் போட்டியிட்ட கம்யூனிஸ்ட் கட்சி 63 இடங்களில் வெற்றிபெற்று இரண்டாவது இடத்தைப் பிடித்தது. விவசாயத் தொழிலாளர் மக்கள் கட்சிக்கு 35, தமிழ்நாடு உழைப்பாளர் கட்சிக்கு 19, க்ரிஷிகார் கட்சிக்கு 15,

சோசலிஸ்டு கட்சிக்கு 13, காமன் வீல் கட்சிக்கு 6, பிற கட்சிகளுக்கு 11, சுயேட்சைகளுக்கு 62 என்ற அளவில் தேர்தல் முடிவுகள் வந்திருந்தன.

சட்டமன்றத்தில் பிரதான எதிர்க்கட்சியான கம்யூனிஸ்ட் கட்சிக்கு ஆந்திரா மற்றும் மலபார் பகுதிகளில் கணிசமான வெற்றி. ஜீவா, பி. ராமமூர்த்தி, மணலி கந்தசாமி, எம். கல்யாண சுந்தரம் போன்றவர்கள் அந்தக் கட்சியின் சார்பில் வெற்றி பெற்றிருந்தனர். அருப்புக்கோட்டை சட்டமன்றம் மற்றும் மக்களவைத் தொகுதிகளில் வெற்றிபெற்ற பசும்பொன் முத்து ராமலிங்க தேவர், மக்களவை உறுப்பினர் பதவியை ராஜினாமா செய்துவிட்டார்.

தேர்தல் முடிவுகளுக்குப் பிறகு சென்னை மாகாண சட்டமன்றத்தில் தனிப்பெருங்கட்சி காங்கிரஸ். ஆனால் ஆட்சி அமைக்கப் பெரும்பான்மை இல்லை. காங்கிரஸ் தலைமை தடுமாறியது. கம்யூனிஸ்டுகளுக்கு உற்சாகம் தொற்றிக்கொண்டது. காங்கிரஸ் அல்லாத மற்ற கட்சிகளுடன் சேர்ந்து அவர்கள் உருவாக்கிய ஐக்கிய ஜனநாயக முன்னணிக்கு 167 உறுப்பினர்களின் ஆதரவு இருப்பதால் ஆட்சி அமைக்க உரிமை கோர விரும்பினர். அதற்கான கடிதத்தை ஆளுநர் ஸ்ரீபிரகாசாவிடம் கொடுத்தார் ஐக்கிய முன்னணியின் தலைவர் டி. பிரகாசம்.

தேர்தலுக்குப் பிறகு சட்டசபையில் உருவாகும் கட்சிகளையும் குழுவினரையும் நான் பொருட்படுத்தமாட்டேன். தேர்தலில் எது தனிப்பெருங்கட்சியாக வெற்றி பெறுகிறதோ அதைத்தான் நான் அமைச்சரவை அமைக்க அழைப்பு விடுப்பேன் என்று சொல்லி விட்டார் ஆளுநர். சொன்னபடியே காங்கிரஸ் கட்சியை ஆட்சி அமைக்க அழைத்தார்.

காங்கிரஸ் கட்சிக்குக் கிடைத்த தோல்வி காமராஜரைக் கடுமையாகக் காயப்படுத்தியிருந்தது. மைனாரிட்டி அரசு தேவையில்லை. எதிர்க்கட்சி வரிசையில் அமர்வோம் என்று சொல்லிவிட்டார். இருப்பினும், ஆட்சி அமைக்க அழைத்துவிட்டார் ஆளுநர். வகித்த பதவியை விட்டுக்கொடுக்க காங்கிரஸ் தலைவர்கள் விரும்பவில்லை. ஆகவே, வந்த வாய்ப்பைப் பயன்படுத்திக் கொள்ளவேண்டும் என்றனர். எனில், யாரை முதல்வராக்குவது?

காமராஜருக்கு அணுக்கமான பக்தவத்சலம் உள்பட முன்னணித் தலைவர்கள் பலரும் தோல்வி அடைந்திருந்தனர்.

சி. சுப்பிரமணியத்தை முதல்வராக்கலாமா என்ற பேச்சு எழுந்தது. சிறுபான்மை அரசை நடத்தும் அளவுக்கு எனக்கு அனுபவம் இல்லை என்று சொல்லிவிட்டார் சி.எஸ்.

சிக்கலைத் தீர்க்க நிச்சயம் ஒரு ராஜதந்திரி வரவேண்டும் என்றார் ஆந்திரப் பகுதி காங்கிரஸ் கமிட்டித் தலைவர் சஞ்சீவ ரெட்டி. அவர் குறிப்பிட்டது அரசியலில் இருந்து தாற்காலிமாக ஒதுங்கி குற்றாலத்தில் ஓய்வெடுத்துக்கொண்டிருந்த ராஜாஜியை நேரில் சந்தித்துப் பேசினார்.

'நான் முதல்வராவதில் காமராஜுக்கு விருப்பம் உண்டா?' ராஜாஜி கேட்ட கேள்வியின் அர்த்தம் வெளிப்படையானது. நேரில் போய்ப் பார்த்தார் காமராஜர். ஆட்சி அமையுங்கள்; நெருக்கடியில் இருந்து காங்கிரஸைக் காப்பாற்றுங்கள் என்றார்.

7

அய்யோ பாவம் ஆந்திரா

ராஜாஜி கவர்னர் ஜெனரலாக இருந்தவர். திரும்பவும் முதலமைச்சர் அளவுக்கு இறங்கிவருவாரா என்ற சந்தேகம் காங்கிரஸ் தலைவர்களுக்கு இருந்தது. அதையே தனக்குச் சாதகமாகத் திருப்பினார் ராஜாஜி. நேராக மேல்சபைக்கு வந்து விடுகிறேன். ஆகவேண்டியதைச் செய்யுங்கள். முதலமைச்சர் பதவியை ஏற்கிறேன். இல்லாவிட்டால் விட்டுவிடுங்கள். இதுதான் ராஜாஜி விதித்த நிபந்தனை.

ராஜாஜியை முதல்வராகக் கொண்டுவருவதில் நேருவுக்கு விருப்பமில்லை. இக்கட்டுகளைச் சமாளிக்க இவரைப் போல இன்னொருவர் இல்லை என்பதால்தான் ஒப்புக்கொண்டார். பிரதமர், முதல்வர் போன்ற பெரிய பதவிகளுக்கு வருபவர்கள் தேர்தல் மூலமாக மக்களைச் சந்தித்து வெற்றிபெற்று சபைக்கு வரவேண்டும் என்பது நேருவின் கருத்து.

ராஜாஜி மேலவை மூலமாகப் பதவிக்கு வருவதில் காமராஜருக்கும்கூட விருப்பமில்லை. அதைச் சொன்னால் ஆரம்பத்திலேயே அதிருப்தி வரும். ஏற்கெனவே ராஜாஜி - காமராஜர் கோஷ்டி மோதல் என்கிறார்கள். சிக்கலை மேலும் சிக்கலாக்க வேண்டாம்; மாற்றுவழிகள் பற்றி யோசிப்போம் என்று முடிவெடுத்தார் காமராஜர்.

தேர்தலில் தோற்றுவிட்டார் என்றாலும் காபந்து முதல்வராகப் பதவியில் நீடித்துக்கொண்டிருந்தார் குமாரசாமி ராஜா. அவர் இப்போது ஒத்தாசைக்கு வந்தார். சென்னை சட்டமன்ற மேலவை உறுப்பினராக ராஜாஜியை நியமிக்க வேண்டும் என்று

ஆளுநருக்குப் பரிந்துரை செய்தார். இதற்காகவே காத்துக் கொண்டிருந்தார் ஆளுநர் ஸ்ரீ பிரகாசா. தேசபக்தர் என்று அடையாளம் காணப்பட்ட காங்கிரஸ்காரர். உடனடியாக ராஜாஜி மேலவை உறுப்பினரானார்.

ராஜாஜியின் நியமனம் பலத்த சர்ச்சைகளைக் கிளப்பியது. குமாரசாமி ராஜா காபந்து முதல்வர். முக்கிய முடிவுகள் எதையும் எடுப்பதற்கு அவருக்குத் தார்மிக உரிமை இல்லை. ஆகவே, அவருடைய பரிந்துரை தவறான முன்னுதாரணம் என்றொரு சர்ச்சை. மக்களைச் சந்திக்கப் பயந்துகொண்டு கொல்லைப்புறம் வழியாகப் பதவிக்கு வந்துள்ளார் என்று விமரிசித்தார் பெரியார். கம்யூனிஸ்ட் கட்சியினரின் விமரிசனத்துக்கும் ராஜாஜி தப்பவில்லை.

விமரிசனங்களை எல்லாம் தூக்கிப் பரணில் வைத்துவிட்டு அடுத்த வேலையைப் பார்க்கத் தொடங்கினார் ராஜாஜி. ஆட்சி அமைக்கப் பெரும்பான்மை திரட்டவேண்டும். அதற்காக அவர் குறிவைத்தது இரண்டு நபர்களை. ஒருவர், மாணிக்கவேல் நாயக்கர். காமன்வீல் கட்சியின் தலைவர். திமுக ஆதரவுடன் வெற்றிபெற்றிருந்த அவர் வசம் ஒன்பது எம்.எல்.ஏக்கள்.

வைத்த குறி தப்பவில்லை. காங்கிரஸ் கட்சியில் ஐக்கியமானார் மாணிக்கவேல் நாயக்கர். நிலவருவாய்த்துறை அமைச்சர் பதவி அளிக்கப்பட்டது. அடுத்த குறி, விழுப்புரம் ராமசாமி படையாட்சியார். அவரும் வந்து சேரவே மைனாரிட்டி அரசு முதிர்ச்சியடைந்தது. முதல்வர் நாற்காலி இப்போது ராஜாஜி வசம்!

திராவிட நாடு, பத்திரம், கையெழுத்து எல்லாம் பதவிக்கு முன்னால் பஞ்சாகப் பறந்துபோயிருந்தன. இப்படித்தான் நடக்கப்போகிறது என்று முன்கூட்டியே கணித்துச் சொன்ன பெரியாரை ஒருமுறை நினைத்துக் கொண்டார் அண்ணா.

கட்சித்தாவலுக்குக் கால்கோள் விழா நடத்திவிட்டார் என்ற விமரிசனத்துடன் 10 ஏப்ரல் 1952 அன்று சென்னை மாகாண முதல்வராகப் பதவியேற்றார் ராஜாஜி. அவருடைய அமைச்சரவையில் சி. சுப்பிரமணியம், சஞ்சீவ ரெட்டி உள்ளிட்ட பதினான்கு அமைச்சர்கள் பதவியேற்றனர். அப்போது பதவி யேற்காத பக்தவத்சலம் பிறகு இடம்பெற்றார், மேலவை உறுப்பினராகி. இன்னொரு கொல்லைப்புறம்.

பெரும்பான்மை திரட்டிப் பெருமூச்சு விடுவதற்குள் முதலமைச்சர் ராஜாஜிக்கு அடுத்த பிரச்னை வந்துசேர்ந்தது. இந்தியாவில் இந்திக்கு அடுத்தபடியாக அதிகம் பேசப்படும் பிராந்திய மொழி தெலுங்கு. அதில் தெலுங்கர்களுக்கு நிச்சய மான பெருமை. அந்த அடிப்படையில் தங்களுக்கென்று தனி மாநிலம் வேண்டும் என்று நீண்டகாலமாகப் போராடிக் கொண் டிருந்தனர். மொழிவாரி மாகாணப் பிரிப்புக்கு ஆந்திரர்கள் வைத்ததுதான் ஆரம்பப்புள்ளி.

அரசின் கவனத்தைக் கவர ஆந்திர மகா சபா உருவானது. தெலுங்கு பேசும் மக்களின் சங்கமம் அது. சபா அமைத்த கையோடு மனுக்கள் எழுதினர். விண்ணப்பம் செய்தனர். ஊர்வலம் வந்தனர். ஆர்ப்பாட்டம் நடத்தினர்.

சென்னை மாகாண முதல்வராக இருந்த டி. பிரகாசம் முதல்வராக இருந்தபோதே ஆந்திரர்களுக்கு ஆதரவாகப் பாரபட்சத்துடன் நடந்துகொண்டார் என்ற விமரிசனம் இருந்தது. அதற்காக ஆந்திரப் பிரிவினையில் அவர் எந்தவித சமரசத்தையும் செய்து கொள்ளவில்லை. ஆந்திரக் கேசரி என்று அவரைக் கொண் டாடியதற்கும் அதுதான் காரணம். காங்கிரஸ் கட்சியில் இருந்து பிரகாசம் வெளியேறிய பிறகு ஆந்திர கோஷத்துக்கு அழுத்தம் கூடியது.

ஆந்திரப் பிரிவினைக்காக உண்ணாவிரதம் இருந்தார் சீதாராம். அரசியல்வாதியாக இருந்து சாமியாராக அவதாரம் எடுத்தவர். ஐந்து வார காலத்துக்கு நீடித்தது சீதாராமின் உண்ணாவிரதம். பிறகு வினோபா பாவேயின் தலையீட்டால் உண்ணாவிரதம் முடிவுக்கு வந்தது. எந்தப் போராட்டத்துக்கும் பிரதமர் நேரு அசைந்துகொடுக்கவில்லை.

ஆந்திரர்களின் கோபம் வெடித்தது. அது முதல் பொதுத்தேர் தலில் வெடித்தது. ஆந்திரப் பிரிவினையைத் தேர்தல் கோஷமாக முன்வைத்தனர். ஆந்திர கோரிக்கையைக் கண்டுகொள்ளாத நேரு பிரசாரத்துக்கு வந்தபோது கறுப்புக் கொடிகளை எதிர் கொண்டார். தேர்தல் முடிவுகளில் காங்கிரஸ் கட்சிக்கு பலத்த அடி. ஆந்திரப் பிரிவினையை வலியுறுத்திய கட்சிகளின் கழுத் தில் வெற்றிமாலைகள். சென்னை மாகாணத்தில் காங்கிரஸ் கட்சிக்குப் பெரும்பான்மை கிடைக்காமல் போனதற்கு இதுவும் ஒரு காரணம்.

தேர்தலுக்குப் பிறகு ஆந்திர கோரிக்கை மேலும் வலுவடைந்தது. மீண்டும் சுவாமி சீதாராமே பிரசாரத்துக்காக களமிறங்கினார். ஆந்திராவுக்காக உயிரைக்கொடுக்கத் தயாராகுங்கள் என்றார். சென்னை மாகாண சட்டமன்றத்தில் இருக்கும் தெலுங்கு பேசும் உறுப்பினர்கள் சபையைப் புறக்கணியுங்கள். சாலைக்கு வந்து போராடுங்கள் என்றார். கட்சி என்ன சொல்கிறது, நேரு என்ன சொல்கிறார் என்பது பற்றித் துளியும் கவலைப்படாமல் ஆந்திரப் பகுதி காங்கிரஸ் சட்டமன்ற உறுப்பினர்கள் பிரிவினை கோஷம் எழுப்பினர். தெலுங்கானா விஷயத்தில் இன்று நடப்பதுதான் அன்றும் நடந்தது.

சிக்கல் என்னவென்றால் ஆந்திரப் பிரிவினையில் தீர்மானிக்கும் சக்திகளாக இருந்த நேரு, ராஜாஜி இருவருமே ஆந்திரப் பிரிவினைக்கு எதிரானவர்கள். ஆகவே, ஆந்திரர்களுக்கும் எதிரி களானார்கள். உச்சக்கட்டமாக, ஆந்திரப் பகுதிக்குச் சுற்றுப் பயணம் சென்ற ராஜாஜி மீது தார் வீசப்பட்டது. அதற்கு ராஜாஜி யின் எதிர்வினை சுவாரஸ்யமானது. தாரைக் கொண்டு ஆந்திராவை உருவாக்கமுடியும் என்று நம்பினால் அய்யோ பாவம்!

பிரிவினைப் போராட்டங்கள் நாளுக்கு நாள் சூடுபிடித்தன. உச்சக்கட்டமாக உண்ணாவிரதம் தொடங்கியது. இப்போது சுவாமி சீதாராம் அல்ல; பொட்டி ஸ்ரீராமுலு. ஆந்திரப் பகுதியைச் சேர்ந்த இவருக்கு ஆந்திரப் பிரிவினையில் அதிக நாட்டம். சுவாமி சீதாராமின் ஆசியுடன் 19 அக்டோபர் 1952 அன்று சென்னையில் உண்ணாவிரதம் தொடங்கினார். செய்திகள் கசியத் தொடங்கவே ஏராளமான ஆந்திரர்கள் ஸ்ரீராமுலுவுக்கு ஆதரவு கொடுத்தனர்.

உணர்வு ரீதியாக நம்பும் ஒரு கோரிக்கைக்காக நடத்தும் உண்மையான போராட்டம். ஒரே இலக்கு, ஆந்திர தேசம் அல்லது மரணம். நாள்கள் கடந்தன. வாரங்களாக வளர்ச்சி பெற்றன. ஆறு வாரங்களைக் கடந்தும் உண்ணாவிரதம் நீடித்தது. ஸ்ரீராமுலுவின் உடல்நிலை மோசமடைந்தது.

விஷயம் பிரதமர் நேருவுக்கும் சென்றது. உண்மைகளால் மட்டுமே பிரச்னைகளைத் தீர்க்கமுடியும், உண்ணாவிரதங்களால் அல்ல என்பது நேருவின் வாதம். ஆகவே உண்ணாவிரதத்தைப் பற்றி அதிகம் அலட்டிக்கொள்ளவில்லை. ஆந்திராவுக்காக

ஏதோ ஒரு உண்ணாவிரதம் நடக்கிறதாம். தந்திகள் வருகின்றன. அந்தப் பிரச்னையை நான் முற்றிலுமாகக் கவனிக்கப் போவ தில்லை என்று ராஜாஜிக்குக் கடிதம் எழுதினார் நேரு.

உடல்நிலை பலவீனமடைந்த நிலையிலும் உண்ணாவிரதம் தொடர்ந்தது. போராட்டத்துக்கான ஆதரவு பெருகியது. ஆந்திர இளைஞர்கள் சாலைக்கு வந்தனர். ஆந்திரப் பிரிவினையை வலியுறுத்திய அவர்கள் நேரு ஒழிக! ராஜாஜி ஒழிக! என்று கோஷமிட்டனர். ஆந்திர தேசம் காவல! என்ற கோஷம் அதிர்வு களை ஏற்படுத்தியது.

8

மதராஸ் மனதே

நேருவின் மனம் பிரிவினைக்குத் தயாராகியிருந்தது. உடனடியாக ராஜாஜிக்குக் கடிதம் எழுதினார் நேரு. ஆந்திரப் பிரிவினைக்கு அவசியம் வந்துவிட்டது என்பதுதான் கடிதத்தின் சாரம்.

தூக்கிவாரிப்போட்டது ராஜாஜிக்கு. ஆந்திரப் பிரிவினையின் தீவிர எதிர்ப்பாளர் அவர். இந்தியாவில் இருந்து பாகிஸ்தானைப் பிரித்துக்கொடுப்பதுதான் நியாயம் என்று போராடிய ராஜாஜி தான்; பிரிவினைக்கான காரியங்களை முன்னின்று செய்து காங்கிரஸ்காரர்கள் சிலரின் அதிருப்தியைச் சம்பாதித்துக் கொண்ட அதே ராஜாஜிதான். காலம் மாறியிருந்தது; ராஜாஜியும் மாறியிருந்தார். பாகிஸ்தானுக்கு வாசல் திறந்துவிட்ட ராஜாஜி, ஆந்திரப் பிரிவினைக்குத் தடுப்புச்சுவராக நின்றுகொண்டிருந்தார்.

பிரிவினைக்குத் தயாராகியிருந்த பிரதமர் நேருவை அமைதிப்படுத்தும் வகையில் கடிதம் ஒன்றை எழுதினார் ராஜாஜி. அவசரம் வேண்டாம். முதலில் பேச்சுவார்த்தை நடத்தலாம். பொட்டி ஸ்ரீராமுலுவின் உண்ணாவிரதத்தைப் பின்னால் நின்று இயக்குபவர் சுவாமி சீதாராம். அவரை உடனடியாக டெல்லிக்கு அழைத்துப் பேசுங்கள். நிச்சயம் சூழ்நிலை மாறும். ஆந்திர இளைஞர்கள் எளிதில் உணர்ச்சிவசப்படக் கூடியவர்கள். கவனம். இதுதான் நேருவுக்கு ராஜாஜி கொடுத்த யோசனை.

கடிதத்தைப் படித்துவிட்டுக் காரியத்தில் இறங்குவதற்குள் எல்லாம் முடிந்துவிட்டது. ஆந்திராவுக்காக அன்னம் தொடாமல்

ஐம்பத்தெட்டு நாள்களுக்கு உண்ணாவிரதப் போராட்டம் நடத்திய பொட்டி ஸ்ரீராமுலு 15 டிசம்பர் 1952 அன்று கனவுகளைக் கண்களில் ஏந்தியபடியே மரணம் அடைந்தார். ஒட்டுமொத்த ஆந்திராவையும் உலுக்கிப் போட்டது அந்த மரணச் செய்தி.

மரணத்துக்கான எதிர்வினைகள் பலமாகக் கேட்டன. நேரு பயந்தது நடந்தது. ராஜாஜி எச்சரித்ததும் நடந்தது. ஆந்திரா கொந்தளித்தது. எங்கு பார்த்தாலும் கல்வீச்சு. கலவரம். ஆந்திரர் கள் கைகளில் அகப்பட்ட அத்தனை அரசு அலுவலகங்களும் அடித்து நொறுக்கப்பட்டன. ஆந்திரப் பகுதியில் இருந்த அநேக ரயில்கள் உருத்தெரியாமல் சிதைக்கப்பட்டன. சேதம் அத்தனை யும் ஆந்திராவுக்குத்தான் என்பது அவர்களுக்கு அப்போது தெரியவில்லை. நேருவும் ராஜாஜியும்தான் அவர்களுக்குத் தெரிந்தனர்.

ஆந்திரப் பகுதி பற்றி எரிந்த 19 டிசம்பர் 1952 அன்று இந்திய நாடாளுமன்றம் கூடியது. பிரதமர் நேரு பேசினார். ஆந்திர மாநிலம் விரைவில் உருவாகும். ஆந்திராவின் தலைநகர் எது, உயர்நீதிமன்றத்தை எங்கே அமைப்பது என்பது பற்றி ராஜஸ் தான் உயர்நீதிமன்ற நீதிபதி வாஞ்சு ஆய்வு செய்து முடிவெடுப் பார். வருத்தம் தோய்ந்த முகத்துடன் அறிவிப்பை வெளியிட்டார் நேரு. அப்போது அவர் சொன்ன வார்த்தைகள் முக்கியமானவை. குளவிக் கூட்டைக் குலைத்து விட்டோம்; இனி நம்மில் பலர் கடுமையாகக் கொட்டப்படுவோம்!

ஆந்திர தேசம் காவல! அரவ ராஜாஜி சாவல! என்று சொல்லி ஆந்திர மாநிலத்தை மட்டும் கோரவில்லை. புதிய மாநிலத்தின் தலைநகராக சென்னைதான் இருக்கவேண்டும் மதராஸ் மனதே! என்ற கோஷத்தையும் சேர்த்து எழுப்பினர். பொட்டி ஸ்ரீராமுலு மரணம் அடைவதற்கு முன்பே 8 டிசம்பர் 1952 அன்று சென்னையைத் தலைநகராக்குவது தொடர்பாக அறிக்கை வெளியிட்டு அனலைப் பரப்பி இருந்தார் டி. பிரகாசம்.

சென்னை நகரை முற்றிலுமாக ஆந்திராவுடன் இணைக்க வேண்டும். இல்லாவிட்டால் கூவம் நதியை மையமாகக் கொண்டு சென்னையை வடசென்னை, தென் சென்னை என்று பிரிக்கவேண்டும். வட சென்னையை ஆந்திராவுக்குக் கொடுத்து விடவேண்டும். அதுவும் முடியாது என்றால் சென்னை நகரை இரண்டு மாநிலங்களுக்கும் பொதுவான தலைநகராக அறிவிக்க

வேண்டும். மேற்கண்ட எதற்குமே வாய்ப்பு இல்லாத பட்சத்தில் சென்னை எங்களுக்கும் வேண்டாம், அவர்களுக்கும் வேண் டாம். தன்னாட்சி பெற்ற பகுதியாக அறிவித்துவிடுங்கள்.

ஆந்திர கேசரி வெளியிட்ட அந்த அறிக்கை குழப்பத்தின் உச்சம். ஆந்திர கோரிக்கையில் இருந்த நியாயம் சென்னை கோரிக்கை யில் இல்லை என்பது அறிக்கையில் அப்பட்டமாகத் தெரிந்தது. முழுதும் வேண்டும் அல்லது பாதியாவது வேண்டும் என்றெல் லாம் கூறி வீம்புக்கு கோரிக்கை வைத்தனர். நமக்குக் கிடைக்க வேண்டும்; இல்லாவிட்டால் யாருக்குமே கிடைக்கக் கூடாது என்ற எண்ணமும் அந்த அறிக்கையில் மேலோங்கி இருந்தது.

வீம்புக்குப் பதிலடி கொடுக்க புதிய கோஷம் ஒன்று ஒலித்தது. தலையைக் கொடுத்தாவது தலைநகரைக் காப்போம்! உபயம்: மயிலாப்பூர் பொன்னுச்சாமி சிவஞானம் என்கிற ம.பொ. சிவஞானம். காங்கிரஸ் கட்சியில் இருந்தபடியே தமிழரசுக் கழகம் என்ற அமைப்பை நடத்திக்கொண்டிருந்தவர். சிலம்புச் செல்வர் என்ற பட்டத்தைக் காட்டிலும் எல்லைப்போராளி என்பதுதான் அவருக்குப் பொருத்தமான பட்டம். தமிழ்நாட்டின் தலைநகர் சென்னை; அதன் வடக்கு எல்லை திருப்பதி; தெற்கு எல்லை கன்னியாகுமரி என்பதை சரியான சாட்சியங்களுடன் மேடைகளில் முழங்கியவர். அதற்காக அவர் நடத்திய போராட் டங்கள் அநேகம்.

சுதந்தரம் அடைந்தபோது திருப்பதி ஆந்திரம் வசம் இருந்தது; கன்னியாகுமரி கேரளாவின் வசம் இருந்தது. இரண்டுமே தமிழகத்து எல்லைகள் என்பதால் சுதந்தர நாளைக் கொண்டாடிய மறுதினமே பதினான்கு தோழர்களுடன் சித்தூர் சென்று போராட் டத்தில் ஈடுபட்டவர் ம.பொ.சி. அப்படிப்பட்ட ம.பொ.சிக்கு சென்னையை விட்டுக்கொடுக்க மனம் வரவில்லை. போராட்டத் தில் இறங்கிவிட்டார். அவருக்குத் தோள் கொடுக்க இன்னொரு வர் வந்தார். அவர், சென்னை மாநகராட்சி மேயர் செங்கல்வ ராயன்.

மதராஸ் மனதே கோஷமெழுப்பிய ஆந்திர காங்கிரஸ்காரர்கள் சென்னையில் இருக்கும் தெலுங்கு பேசும் மக்களைப் போராட் டத்துக்குத் தூண்டினர். அதனை ஏற்று பலர் போராடத் தயாராகி னர். இது சென்னை மேயரை ஆத்திரம் கொள்ளச்செய்தது. சென்னையில் வாழும் சிறுபான்மை ஆந்திரர்கள் சென்னையை

வலியுறுத்தும் வகையில் ஆந்திர காங்கிரஸாருடன் ஒத்துழைத் தால் அவர்களுக்குக் குடிக்கத் தண்ணீர் கொடுக்க மாட்டேன்; பிணம் புதைக்க இடம் கொடுக்க மாட்டேன் என்று சீறினார் செங்கல்வராயன். அடங்கிவிட்டனர் சென்னை வாழ் ஆந்திரர்கள்.

அதே செங்கல்வராயனை வைத்து இன்னொரு காரியத்தையும் சாதித்தார் ம.பொ.சி. மூவேந்தர்களின் சின்னங்களான வில், புலி, மீன் மூன்றையும் கொண்ட கொடி உருவாக்கப்பட்டது. இனி இதுவே சென்னை மாநகராட்சியின் கொடி என்று மாநகராட்சி மன்றத்தில் தீர்மானம் நிறைவேற்றப்பட்டது. இதன்மூலம் சென்னை தமிழ்நாட்டுக்குச் சொந்தமானது என்பது அழுத்தந்திருத்தமாகப் பதிவு செய்யப்பட்டது.

சென்னை கோரிக்கையை ஆந்திரர்கள் எழுப்பியதால் தமிழர்கள் திருப்பதி வேண்டும் என்று கோஷத்தை உரக்க எழுப்பிப் போராடத் தொடங்கினர். திருப்பதி மட்டுமல்ல, திருவாலங் காடு, கனகம்மா சத்திரம், திருத்தணி, புத்தூர் நகரி, ஏகாம்பரக் குப்பம் உள்ளிட்ட பகுதிகளும் ஆந்திரப் பகுதிக்குச் சென்று விட்டன. அவை அனைத்தையும் மீட்டெடுக்கும் நோக்கத்துடன் சம்பந்தப்பட்ட பகுதிகளுக்கு நேரில் சென்று பிரசாரத்தில் ஈடுபட்டார் ம.பொ.சி.

போராட்டத்தின்போது புதிய புதிய கோஷங்களையும் உரு வாக்கிக் கொடுத்தார் ம.பொ.சி. வேங்கடத்தை விடமாட்டோம் (திருப்பதிக்காக), தணிகைப்பகுதி தமிழருடையதே (திருத்தணிக் காக), திருக்காளத்தியைத் திரும்பப்பெறுவோம் ஆகியன முக்கியமானவை. சம்பந்தப்பட்ட பகுதிகளில் வாழும் தமிழர் களிடம் பிரசாரம் செய்து அவர்களுடைய ஆதரவும் திரட்டப் பட்டது.

சென்னை நகரை எந்தக் காரணத்தை முன்னிட்டும் விட்டுத்தர முடியாது என்று சொன்ன ம.பொ.சி, தொடர்ச்சியாகப் போராட் டங்கள் நடத்தினார். அவற்றுக்குப் பலத்த ஆதரவு கிடைத்தது. முக்கியமாக, முதல்வர் ராஜாஜியிடம் இருந்து. எனினும், நேரு இறங்கிவந்துவிட்டதால் ராஜாஜியும் இறங்கிவரவேண்டிய சூழல். எனினும், சென்னை நகரை ஆந்திரர்கள் கோரியது முதல்வர் ராஜாஜியை ஆத்திரப்படுத்தியது. ஆனாலும் அப்போது அமைதியாக விளக்கம் கொடுத்தார் ராஜாஜி. ஒரு அறையில்

இருந்து வெளியேற முடிவுசெய்துவிட்டபிறகு அங்குள்ள தூணைப் பிடித்துக்கொண்டால் ஒருகாலத்திலும் அங்கிருந்து வெளியேறமுடியாது.

25 மார்ச் 1953 அன்று நாடாளுமன்றத்தில் பேசிய நேரு, 1 அக்டோபர் 1953 அன்று புதிய ஆந்திர மாநிலம் அமையும்; அதன் தலைநகர் ஆந்திர நாட்டின் எல்லைக்கு உள்ளேயே இருக்கும் என்றார். இதன் அர்த்தம், சென்னை நகரம் தமிழ்நாட்டுக்கே சொந்தம், ஆந்திராவுக்கு அல்ல!

எல்லைப் பிரச்னைகள் இரண்டு பக்கத்திலும் வலுத்துக் கொண்டிருந்த சமயத்தில் திட்டமிட்டபடி 1 அக்டோபர் 1953 அன்று தாற்காலிகத் தலைநகரான கர்நூலில் புதிய ஆந்திர மாநிலத் தொடக்க விழா நடந்தது. விழாவுக்கு வந்த சிறப்பு விருந்தினர்கள் இருவருமே ஆந்திரர்களின் ஆகப்பெரிய எதிரிகள். நேரு மற்றும் ராஜாஜி. விண்ணப்பத்தில் தொடங்கி உண்ணாவிரதத்தில் வளர்ந்து வன்முறையில் உதித்துவிட்டது புதிய ஆந்திர மாநிலம்.

ஆந்திரப் பிரிவினை காரணமாக தமிழ்நாட்டுப் பகுதிகளில் உருவான ஆத்திர நெருப்பு அடங்காத சூழலில் வாழ்த்துக் கடிதம் ஒன்று இங்கிருந்து புதிய ஆந்திர மாநிலத் தலைமைச் செயலாள ருக்குச் சென்றது. வாழ்த்தை அனுப்பியது, திராவிட முன் னேற்றக் கழகம்!

தமிழ்நாடு, ஆந்திரா, கன்னடம், மலையாளம் என்ற நான்கையும் உள்ளடக்கிய திராவிட நாட்டை வலியுறுத்திய திமுக, தற்போது ஆந்திரப் பிரிவினைக்கு வரவேற்பு கொடுத்தது கேள்விகளை எழுப்பியது. அதற்கு அண்ணா கொடுத்த பதில் சுவாரஸ்ய மானது.

> மொழி வரி பிரிந்து, இன வழி சேர்வதுதான் திமுகவின் இலக்கு. விசால ஆந்திரம், சம்யுக்த கர்நாடகம், ஐக்கிய கேரளம், தமிழகம் என்று மொழிவழி பிரிவோம். திராவிடர் கள் என்று இனவழியாக இணைவோம். அதிகாரங்கள் பரவலாக்கப்படுதலும் மொழிவழிப் பிரிவினையும் இணைந் ததே திராவிட நாடு கோரிக்கை!

9

மகான் வந்தார்; மழை பொழிந்தது!

பிரார்த்தனை செய்யுங்கள் என்று சொல்லிவிட்டார் முதலமைச்சர் ராஜாஜி. மின்னல் வேகத்தில் வேலைகள் தொடங்கின. ஒவ்வொரு ஆலயத்திலும் பக்தர்கள் திரளத் தொடங்கினர். எல்லோருக்கும் ஒரே நோக்கம்தான். பெருகிவரும் குடிநீர் பஞ்சத்தைத் தீர்க்க மழை வேண்டும். அருள் பாலிப்பார் என்றார் ராஜாஜி.

ராஜாஜியே கேட்டுக்கொண்டதால் ஆலயங்களில் மழைவேண்டி பூஜைகள் செய்யப்பட்டதுபோல தேவாலயங்களிலும் நடந்தன. மெழுகுவர்த்திகள் ஏற்றிவைத்து பிரார்த்தனையில் ஈடுபட்டனர் கிறித்தவர்கள். மசூதிகளில் ஃபாத்யாக்கள் ஓதி தொழுகை நடத்தினர் இஸ்லாமியர்கள்.

வேண்டுதல் என்பதை ஆலயங்களில் மட்டும்தான் செய்ய வேண்டும் என்பதில்லை. வீடுகளில். அலுவலகங்களில். ஆலை களில். பண்ணைகளில். பள்ளிகளில். எங்கும் செய்யலாம். பிரார்த்தனைதான் முக்கியம் என்றார் ராஜாஜி. அதுவும் நடந்தது.

குடிநீருக்குப் பஞ்சம் ஏற்பட்டுள்ளது. அதைத் தீர்க்க மழை தேவை. அதில் மாற்றுக் கருத்து இல்லை. அதற்காக குடிநீரைக் கொண்டுவர மாற்றுவழிகள் பற்றிச் சிந்திப்பதுதான் ஆட்சியாளர் களின் கடமை. மாறாக, மக்களை சாமி கும்பிடச் சொல்வதை ஏற்கமுடியாது. மக்களைக் காப்பாற்ற இதுதான் ராஜாஜியின் வழி என்றால் மக்களைக் காப்பாற்றவே முடியாது என்றனர் கம்யூனிஸ்ட் தலைவர்கள். பெரியாரும் அண்ணாவும் தங்கள் பங்குக்கு ராஜாஜியின் பிரார்த்தனை கோரிக்கையைக் கேலி செய்து தீர்த்தனர்.

அடுத்த சில தினங்களில் வெள்ளம் கரைபுரண்டு ஓடும் அளவுக்கு அடித்துத் தீர்த்துவிட்டது. மகிழ்ச்சி வெள்ளம் கரைபுரண்டு ஓடத் தொடங்கிவிட்டது பிரபல பத்திரிகையாளர் கல்கி கிருஷ்ண மூர்த்திக்கு. அந்த உற்சாகத்தில் 'மகான் வந்தார்; மழை பொழிந்தது,' என்று தலையங்கம் தீட்டி மகிழ்ச்சியை வெளிப்படுத்தினார்.

பிரார்த்தனையின் தொடர்ச்சியாக மழை வந்ததில் ராஜாஜிக்கும் அளவு கடந்த மகிழ்ச்சி. மழையைப் பெய்வித்த கடவுளுக்கு நன்றி தெரிவித்து மாமழை போற்றுதும், மாமழை போற்றுதும் என்ற தலைப்பில் அறிக்கை வெளியிட்டு மகிழ்ந்தார். அந்த அறிக்கைக்கு சில காங்கிரஸ் தலைவர்கள் மத்தியில் அதிருப்திகள் இருந்தபோதும் வழக்கம்போல அவற்றை அலட்சியம் செய்து விட்டு ஆகவேண்டிய காரியங்களை செய்யத் தொடங்கினார் ராஜாஜி.

குடிநீர் பஞ்சத்தைவிடக் கடுமையான ஒன்று உணவுப்பஞ்சம். காங்கிரஸ் கட்சிக்கு பெரும்பான்மை கிடைக்காமல் போனதற்கு ஆந்திரா கோரிக்கை ஒரு காரணம் என்றால் உணவுப் பஞ்சமும் முக்கியமான காரணம்.

6 ஜூன் 1952 அன்று முதல்வர் ராஜாஜி வானொலியில் பேசினார். அரசு எடுத்துள்ள கொள்கை முடிவு பற்றிய அறிவிப்பு அது. இந்த மாதம் பதினைந்தாம் தேதி முதல் உணவுக் கட்டுப்பாடுகளும் ரேஷன் முறையும் கைவிடப்படுகிறது. அதிர்ச்சியைக் கொடுத்த அறிவிப்பு அது.

ரேஷனை அகற்றினால் மக்கள் பட்டினி கிடந்து சாகவேண்டிய நிலை ஏற்படும் என்றனர் மூத்த காங்கிரஸ் தலைவர்கள் சிலர். எல்லாவற்றையும் சமாளிக்க அவரிடம் சில திட்டங்கள் இருந்தன.

முதல் திட்டம் மண்டலங்களைப் பிரிப்பது. மாகாணம் முழுக்க பஞ்சம் என்றாலும் சில மாவட்டங்களில் உணவு தானிய உற்பத்தி அத்தனை மோசமான நிலைக்குச் சென்றுவிடவில்லை. சில மாவட்டங்கள் திருப்திகரமாகவே இருந்தன. அவற்றைத்தான் ராஜாஜி குறிவைத்தார்.

சென்னை மாகாணத்தை ஆறு மண்டலங்களாகப் பிரித்தார். உணவு தானிய உற்பத்தியில் நல்ல நிலையில் இருக்கும் இரண்டு மாவட்டங்களை ஒவ்வொரு மண்டலத்திலும் இடம்பெறச் செய்தார். மண்டலத்தில் இணைக்கப்பட்டுள்ள மற்ற பற்றாக்குறை

மாவட்டங்களின் தானியத் தேவையை செழுமையான இரண்டு மாவட்டங்கள் பூர்த்தி செய்யும் என்பது ராஜாஜியின் கணிப்பு. அவர் மண்டலம் பிரித்த சமயத்தில் பருவமழையும் வந்து சேரவே, உற்பத்தி அதிகரிக்கத் தொடங்கியது.

பற்றாக்குறைக்குக் காரணம் பதுக்கல் என்பது ராஜாஜியின் கணிப்பு. கடந்த ஆட்சிக்காலத்தில் உணவு தானியங்களை ஒரு இடத்தில் இருந்து இன்னொரு இடத்துக்குக் கொண்டுசெல்வதற்கு ஏகப்பட்ட தடைகள் விதிக்கப்பட்டிருந்தன. விளை பொருள்களுக்கான விலை விஷயத்திலும் அரசாங்கத்தின் தலையீடு இருந்தது. அதுவே பதுக்கலுக்கு வழிவகுத்தது.

பிரச்னை எங்கே இருக்கிறது என்பது ராஜாஜிக்குப் பிடிபட்டு விட்டது. விவசாயிகள் சாகுபடி செய்த தானியங்களை எங்கு வேண்டுமானாலும் தடையின்றிக் கொண்டு செல்லலாம் என்று அறிவித்தார். முக்கியமாக, விலை விஷயத்தில் இனி எந்தவிதமான கட்டுப்பாடும் இருக்காது என்றும் சொன்னார். உடனடிப் பலன் கிடைத்தது. பதுக்கப்பட்டிருந்த அரிசி உள்ளிட்ட உணவு தானியங்கள் கடைத்தெருவுக்கு வந்துசேர்ந்தன.

கடந்த ஆட்சிக்காலத்தில் செயல்பட்ட ரேஷன் கடைகள் இனி நியாய விலைக் கடைகளாக செயல்படும். அவற்றின் மூலமாக மக்களுக்குப் போதுமான அரிசி கிடைக்கும் என்றும் அறிவித்தார். ராஜாஜியின் நிர்வாகத் திறனுக்கு இந்த அறிவிப்புகள் பொருத்தமான உதாரணங்கள்.

விவசாயிகள் பற்றிச் சிந்தித்தபோது ராஜாஜிக்கு புதிய யோசனை ஒன்று வந்தது. தஞ்சாவூர் மாவட்டத்தில் விவசாயமே பிரதான தொழில். அங்கே பணிகள் ஒழுங்காக நடந்தால் மாத்திரமே பஞ்சம் பக்கத்தில் வராது. ஆனால் அந்தப் பகுதியில் வேலை பார்க்கும் பண்ணையாளர்களுக்கு ஏகப்பட்ட பிரச்னைகள் இருப்பதை ராஜாஜி நன்றாகவே உணர்ந்திருந்தார்.

மிராசுதார்களிடமும் ஜமீன்களிடமும் அடிமைகள் போல விவசாயிகள் வேலைபார்த்துக் கொண்டிருந்தனர். கொடுத்த கூலியை வாங்கிக்கொள்ள வேண்டும். போராட்டம் நடத்தக்கூட வேண்டாம், அதற்காக எத்தனித்தாலே வெளியூரில் இருந்து ஆட்களைக் கொண்டுவந்து அறுவடை செய்துவிடுவார்கள். உத்தரவாதமில்லாத வாழ்க்கையை வாழ்ந்துகொண்டிருந்தனர்

பண்ணையாளர்கள். குறிப்பாக, தஞ்சாவூர் பகுதியைச் சேர்ந்தவர்கள்.

பாதிக்கப்பட்ட பண்ணையாளர்களுக்காக அப்போது குரல் கொடுத்தது கம்யூனிஸ்ட் கட்சி மட்டுமே. வேலை, கூலி உயர்வு, பணி நிரந்தரம் என்று எதுவாக இருந்தாலும் விவசாயிகள் நாடுவது கம்யூனிஸ்ட் கட்சியினரைத்தான். கம்யூனிஸ்ட் கட்சியும் விவசாயிகளின் உரிமைகளுக்காகப் போராட்டம் நடத்தும். அடிக்கடி நடக்கும் போராட்டங்களில் துப்பாக்கிச் சூடுகள் நடத்தப்படுவதும் உயிர்கள் பலியாவதும் தொடர்கதையாக இருந்தது. பெரும்பாலான மிராசுதார்கள் காங்கிரஸ்காரர்களாக இருந்ததும் கம்யூனிஸ்ட் கட்சியினருக்கு வசதியாக இருந்தது.

விவசாயிகளின் பிரச்னைகள் பற்றித் தெரிந்துகொண்ட முதல்வர் ராஜாஜி 1952 செப்டெம்பரில் அவசரச் சட்டம் ஒன்றைக் கொண்டுவந்தார். தஞ்சை குத்தகையாளர் - பண்ணையாள் பாதுகாப்புச் சட்டம் என்பது அதன் பெயர். வேலை மற்றும் கூலி விஷயத்தில் எந்தவிதமான அநீதியும் பண்ணையாளர்களுக்கு ஏற்பட்டுவிடக்கூடாது என்பதை உறுதி செய்ய இந்தச் சட்டம் உதவும் என்றார் ராஜாஜி.

புதிய சட்டம் பற்றியசெய்தி மக்களைச் சென்றடைவதற்கு முன்னரே தஞ்சாவூருக்குப் புறப்பட்டுவிட்டார் ராஜாஜி. கூடவே, நிதி அமைச்சர் சி. சுப்பிரமணியம், ம.பொ.சி மற்றும் எழுத்தாளர் கல்கி மூவரும் சென்றனர். தஞ்சாவூர், திருவாரூர், திருத்துறைப்பூண்டி, மயிலாடுதுறை உள்ளிட்ட பகுதிகளில் பண்ணையாள் பாதுகாப்புச் சட்டம் பற்றிப் பிரசாரம் செய்வதுதான் ராஜாஜியின் நோக்கம். ம.பொ.சி மற்றும் கல்கியின் உதவியுடன் பண்ணையாளர்களிடம் பேசினார்.

எதிர்பார்த்தபடியே மிராசுதார்கள் புதிய சட்டத்துக்கு எதிர்ப்பு தெரிவித்தனர். எங்கள் மீது அரசு சுமத்துகின்ற குற்றச்சாட்டுகள் எதுவும் உண்மையல்ல. தகராறு செய்பவர்கள் பண்ணையாளர்கள்தான். அப்படிப்பட்ட சமயத்தில் மட்டும் அரசு தலையிட்டாலே போதும். பிரச்னைகள் தீர்ந்துவிடும். மாறாக, மிராசுதார்கள் மற்றும் நில உடைமையாளர்களின் தனிப்பட்ட உரிமைகளில் அரசு தலையிடுவதை ஏற்கமுடியாது என்றனர் மிராசுதார்கள்.

அதட்டல் தொனிக்கு மாறினார் ராஜாஜி. புதிய சட்டம் உங்க ளுக்கும் பண்ணையாளர்களுக்கும் நல்லுறவை ஏற்படுத்தும்; உற்பத்தியைப் பெருக்க உதவும்; பெருக்கிய உற்பத்தியை நியாய மாகப் பகிர்ந்துகொள்ள உதவும். அதைப் புரிந்துகொள்ளுங்கள். அரசுக்கு ஒத்துழைப்பு கொடுங்கள். தவறினால், உங்கள் நிலங்கள் அத்தனையும் உங்கள் கண்ணெதிரே அரசால் பறிமுதல் செய்யப்படும். ஜாக்கிரதை. அதன்பிறகுதான் மிராசுதார்கள் வழிக்கு வந்தனர்.

அவசரச் சட்டத்தின் நோக்கம் சிறப்பானது. என்றாலும், விவ சாயிகளின் காவலனாக இருக்கும் கம்யூனிஸ்ட் கட்சிக்கு சரிவை ஏற்படுத்தவேண்டும்; விவசாயிகளை காங்கிரஸ் பக்கம் திருப்ப வேண்டும் என்பதுதான் ராஜாஜியின் உள்நோக்கம் என்ற விமரிசனம் எழுந்தது. பெரியார், ராஜாஜி இருவருக்கும் விமரி சனங்களைப் பற்றி ஒரே பார்வைதான். தூக்கிவீசப்படவேண்டி யவை. பண்ணையாள் சட்டம் தொடர்பாக விமரிசனங்கள் எழுந்தபோது அதைத்தான் செய்தார் ராஜாஜி.

10

அரைநாள் ஆபத்து

புதிய அரசியலமைப்புச் சட்டம் வந்தபோது புதிய நெருக்கடி ஒன்றும் இலவச இணைப்பாக வந்து சேர்ந்திருந்தது. கட்டாயக் கல்வி. 1960 ஆம் ஆண்டுக்குள் பள்ளிக்குள் நுழையும் பருவத்துக்கு வந்துவிட்ட குழந்தைகள் அனைவருக்கும் கட்டாயக் கல்வியைக் கொடுத்துவிடவேண்டும். குமாரசாமி ராஜா ஆட்சிக் காலத்தில் அதற்கான முயற்சிகள் எடுக்கப்பட்டன. நிறைய தடைக்கற்கள் இருந்ததால் அடுத்த கட்டத்தை நோக்கி நகர முடியவில்லை. பணிகள் தேங்கிக்கிடந்தன.

ராஜாஜி ஆட்சிக்கு வந்தபோது பத்தாண்டுகளில் இரண்டரை ஆண்டுகள் முடிந்திருந்தன. எஞ்சிய ஏழரை ஆண்டுகளில் எல்லோருக்கும் கல்வி என்பதை நடைமுறைப்படுத்தவேண்டும். கைவசம் இருக்கின்ற பள்ளிகளின் எண்ணிக்கை அதற்கு ஈடுகொடுக்காது. ஆசிரியர்களின் எண்ணிக்கையும் அத்தனை தாராளமாக இல்லை. என்ன செய்யலாம்?

புதிய கல்வித் திட்டம் என்ற பெயரில் அரைநாள் கல்வித் திட்டத்தைக் கொண்டுவந்தார் முதல்வர் ராஜாஜி. அப்போது கல்வி அமைச்சராக இருந்தவர் சி. சுப்பிரமணியம். அந்தத் திட்டத்தை அறிமுகம் செய்யும்போது சுமார் நாற்பது, ஐம்பது ஆண்டுகளாக என்னுடைய மனத்தில் உருவான எண்ணங்களின் வெளிப்பாடே இந்தத் திட்டம் என்று பெருமிதத்துடன் கூறினார் ராஜாஜி.

இத்திட்டத்தின்படி, ஆறு வயது முதல் பதினொரு வயது வரை உள்ள சிறுவர் - சிறுமியர் அரை நாள் மட்டும் (சுமார் மூன்று மணி

நேரம்) பள்ளியில் படித்தால் போதும். ஒருநாளைக்கு இரண்டு ஷிஃப்டுகள் பாடம் சொல்லித்தரப்படும். இதுவரை நூறு மாணவர்கள் படித்த பள்ளிகளில் இனிமேல் இருநூறு மாண வர்கள் படிப்பார்கள். பள்ளிநேரம் குறைக்கப்பட்டாலும் மொழி, கணக்கு, வரலாறு, புவியியல், சுகாதாரம், குடிமையியல் ஆகிய பாடங்களுக்கான போதனை நேரம் குறையாது. இது முதல் அம்சம்.

பள்ளி முடிந்து வீட்டுக்குச் செல்லும் சிறுவர்கள் கைத்தொழில் கள் கற்றுக்கொள்ளவேண்டும். சிறுமிகள் தாயாருக்கு உதவியாக இருந்து வீட்டுவேலைகள் பழகவேண்டும். கைத்தொழில் செய்யாத குடும்பத்தைச் சேர்ந்தவர்களுக்கு பள்ளிக்கூடத்திலோ அல்லது கிராமத்தின் வேறொரு இடத்திலோ தொழில்பயிற்சி அளிக்கப்படும். இது இரண்டாவது அம்சம்.

முதல் அம்சத்தில் பிரச்னை இல்லை. பள்ளிக்கு வரவேண்டிய பருவத்தில் உள்ள குழந்தைகளில் நாற்பத்தியெட்டு சதவிகிதத் தினரே இதுவரை பள்ளிக்கு வந்துகொண்டிருக்கின்றனர். எஞ்சிய ஐம்பத்திரண்டு சதவிகிதத்தினர் பள்ளிக்கே வருவதில்லை. புதிய மாணவர்கள் வரும்பட்சத்தில் போதுமான அளவுக்குப் பள்ளிகள் இல்லை; போதுமான ஆசிரியர்களும் இல்லை; புதிய பள்ளி களைக் கட்டுவதற்கு நிதி வசதியும் இல்லை. ஆகவே, இருக் கின்ற பள்ளிகளையும் ஆசிரியர்களையும் கொண்டு பள்ளிப் பருவத்தில் இருக்கும் அனைத்து மாணவர்களுக்கும் கல்வி கொடுக்க அரைநாள் கல்வித்திட்டம் பலன் கொடுக்கும் என்ற ராஜாஜியின் வாதத்தில் நியாயம் இருந்தது.

சரி, பதினோரு வயதுக்கு உட்பட்ட குழந்தைகள் வீட்டுக்குப் போய் என்ன தொழிலைக் கற்றுக்கொள்ளமுடியும்? மிஞ்சிப் போனால் அவரவர் தகப்பனார் செய்யும் தொழிலைக் கற்கலாம்.

அந்த இடத்தில்தான் பிரச்னை தொடங்கியது. தகப்பன் செய்யும் தொழிலைத்தான் பிள்ளைகளும் செய்யவேண்டும் என்றால் அதன் பின்னணியில் இருப்பது ராஜாஜியின் வர்ணாசிரம சிந்தனைதான்; பிற்படுத்தப்பட்ட, தாழ்த்தப்பட்ட குழந்தை களைக் குறிவைத்துக் கொண்டுவந்திருக்கிறார் ராஜாஜி என்றனர் எதிர்க்கட்சியினர்.

அதற்கு ஆதாரமாக 29 ஜுன் 1952 அன்று சென்னை திருவான்மி யூரில் நடந்த சலவைத்தொழிலாளர்கள் மாநாட்டில் ராஜாஜி

பேசியதை எடுத்துவைத்தனர் எதிர்க்கட்சியினர். அவரவர் சாதித்தொழிலை அவரவர் செய்துவரவேண்டும். எல்லா மக்களுமே படிப்பது என்றால் இத்தனை பேருக்கு உத்தியோகம் எங்கே இருக்கிறது? ஆதலால் சாதிமுறை நல்லதுதான் என்று அங்கே பேசியிருந்தார் ராஜாஜி.

மலம் எடுப்பவரின் பிள்ளை மலத்தைத்தான் அள்ள வேண்டும்; மாடு மேய்ப்பவரின் மகன் மாட்டைத்தான் மேய்க்க வேண்டும்; சவரத் தொழிலாளியின் மகன் அதே தொழிலைத்தான் செய்ய வேண்டும். இதுதான் புதிய கல்வித் திட்டத்தின் நோக்கம் என்றால் அதைக் குலக்கல்வித் திட்டம் என்றுதான் சொல்ல வேண்டும். இந்தத் திட்டம் மாணவர்களின் வளமான எதிர் காலத்தை ஊனப்படுத்திவிடும். ஆகவே, திட்டத்தைக் கைவிடும் வரை தொடர் போராட்டங்கள் நடத்தப்படும் என்று எதிர்க் கட்சிகள் அறிவித்தன.

மக்களால் தேர்ந்தெடுக்கப்பட்ட பிரதிநிதிகளிடம் ஆலோசனை கேட்கவில்லை. சட்டமன்றத்தில் விவாதிக்கவில்லை. கல்வி யாளர்களைக் கேட்கவில்லை. அரசியல் கட்சிகளைக் கேட்க வில்லை. இவற்றையெல்லாம் செய்யாமல் புதிய கல்வித் திட்டத்தை அவசரம் அவசரமாகக் கொண்டுவந்தது ஏன் என்ற கேள்வியை எழுப்பினர் எதிர்க்கட்சியினர். ஆதி சங்கரரும் ராமனுஜரும் யாரிடம் கேட்டுக்கொண்டு தங்களுடைய கொள்கையை மக்களிடம் பரப்பினார்கள்? என்று எதிர்க்கேள்வி எழுப்பினார் ராஜாஜி.

ராஜாஜியின் எதிர்க்கேள்வி பிரிந்துகிடந்த எதிர்க்கட்சிகளை ஓரணியில் திரட்டியது. புதிய கல்வித் திட்டத்தால் பள்ளியில் போதனை நேரம் வெகுவாகக் குறைகிறது. எஞ்சியிருக்கும் நேரத்தில் விளையாட்டிலும் பொழுதுபோக்கிலுமே கவனம் செலுத்துவார்கள். விளைவு, பிள்ளைகளின் படிப்பு பாழாகி விடும். புதிய கல்வித்திட்டத்தை ஆசிரியர்கள் விரும்பவில்லை. பெற்றோர்கள் ஏற்கவில்லை. கல்வியாளர்கள் கண்டிக்கிறார்கள். அரசியல் கட்சிகள் ஆதரிக்கவில்லை. ஆகவே, புதிய கல்வித் திட்டத்தை உடனடியாகத் திரும்பப்பெறவேண்டும் என்றது கம்யூனிஸ்ட் கட்சி.

பெற்றோரின் தொழிலைக் கற்கச் செய்வது வளரும் தலை முறையை சாதி வட்டத்துக்குள் கட்டிவைக்கவே உதவும்.

அப்படிப்பட்ட திட்டத்தை யாரையுமே கலந்துகொள்ளாமல், தனக்கு நாற்பது, ஐம்பது வருடங்களாகவே இந்த எண்ணம் இருந்தது என்று சொல்லி அமல்படுத்துவது ஜனநாயக முறையல்ல. அப்படிச் செய்வது அநீதியானது, அக்கிரமமானது என்றார் கம்யூனிஸ்ட் தலைவர் ஜீவா.

ஆச்சாரியார் முதல்மந்திரி பதவிக்கு வந்தது குறித்து உண்மையில் மகிழ்ச்சி அடைந்தவன் நான். பிரகாசம், கம்யூனிஸ்ட், பொறுப்பற்ற உதிரிகள் என்பவர்கள் ஆட்சியைவிட, சொந்த வாழ்வில் கண்ணியமும், உலக அனுபவ அறிவும் உள்ளவர் ஆட்சிக்கு வருவது மேல் என்று சொன்னவர் பெரியார். தற்போது புதிய கல்வித் திட்டமும் அதன் பின்னணியும் பெரியாரை ராஜாஜிக்கு எதிராகத் திருப்பியிருந்தது.

பைத்தியக்கார உத்தரவைப் போட்ட ராஜாஜிக்கு எதிராக சட்டசபைக்கு முன்னால் மறியல் நடத்துங்கள். பிள்ளையார் உருவபொம்மைகளை ரோட்டில் போட்டு உடைத்து தூள் தூளாக்குங்கள். ஆச்சாரியார் தாமாக வழிக்கு வந்துவிடுவார் என்று திராவிடர் கழகத்தினருக்கு ஆலோசனை கொடுத்தார் பெரியார். அதேசமயம், மூன்று மாதங்களுக்குள் குலக்கல்வித் திட்டத்தை ஆச்சாரியார் அரசு கைவிடாவிட்டால் திராவிடர் கழகம் நேரடி நடவடிக்கையில் இறங்கும் என்ற எச்சரிக்கையும் பெரியாரிடம் இருந்து வந்தது.

புதிய கல்வித் திட்ட அறிவிப்பு வெளியாவதற்கு முன்பே ஆச்சாரியார் குலக்கல்வித் திட்டம் ஒன்று தயாரிக்கிறார், உஷார் என்று விடுதலை பத்திரிகையில் எச்சரிக்கை வெளியானது. அறிவிப்பு வெளிவந்த பிறகு அதைக் கண்டித்துக் கடுமையான நடையில் கட்டுரைகள் எழுதினார் விடுதலை ஆசிரியர் குத்தூசி குருசாமி. அவற்றைப் படிக்க படிக்க ஆத்திரம் பொங்கியது ராஜாஜிக்கு. 'அந்தப் பத்திரிகைக்கு விடுதலை என்று பெயர் வைக்கச் சொன்னதே நான்தான். அந்த விடுதலையே என்னை ஒழித்துக்கட்டப் பார்க்கிறது.'

ராஜாஜியை, அவரது ஆட்சியை எப்போதும் ஆதரிக்கும் தி ஹிந்து ஏடு புதிய கல்வித் திட்டத்தைக் கண்டித்துத் தலையங்கம் எழுதியது. காங்கிரஸ் முகாமிலும் கல்வித் திட்டத்துக்கு எதிர்ப்பு இருந்தது. குறிப்பாக, கட்சித் தலைவர் காமராஜருக்கு அந்தத் திட்டத்தில் விருப்பம் இல்லை. பல விஷயங்களில் ராஜாஜிக்கு

நேசக்கரம் நீட்டிய முன்னாள் முதலமைச்சர் ஓமந்தூர் ராமசாமி ரெட்டியாரும் குலக்கல்வித் திட்ட விஷயத்தில் எதிர் முகாமுக்கு வந்துவிட்டார்.

காங்கிரஸ் சட்டமன்ற உறுப்பினர்கள் சிலர் மகஜர் ஒன்றைத் தயாரித்து ராஜாஜியிடம் கொடுத்தனர். அதை வாங்கி வெறு மனே பத்திரப்படுத்திக்கொண்டார். எதிர்ப்புகள் அதிகம் இருப்ப தால் புதிய கல்வித் திட்டத்தைக் கைவிடுங்கள் என்று காமராஜரே கேட்டுக்கொண்டார். அப்போதும் ராஜாஜி அசைந்துகொடுக்க வில்லை.

எதிர்ப்பு அலை ஆவேசமாக அடித்துக்கொண்டிருந்த சூழ்நிலை யில் நேசக்கரம் ஒன்று ராஜாஜியை நோக்கி நீண்டது. தமிழரசுக் கழகத்தின் தலைவர் ம.பொ. சிவஞானம். தன்னுடைய செங் கோல் பத்திரிகையில் குலக்கல்வித் திட்டத்தை ஆதரித்து எழுதி னார். குலத்தொழில்களில் பிள்ளைகளை ஈடுபடச் செய்து, அதனால் கிடைக்கும் வருவாயைக் கொண்டு சில குடும்பங்கள் இயங்குகின்றன. அப்படிப்பட்ட பெற்றோரின் விருப்பத்தையும் பூர்த்திசெய்யும் நோக்கம் குலக்கல்வித் திட்டத்தில் இருக்கிறது என்று புதிய விளக்கம் கொடுத்தார் ம.பொ.சி.

பிள்ளைகளுக்குத் தேவையான தொழில்களைப் பள்ளிகளி லேயே கற்றுத்தர ஏற்பாடுகள் செய்யவில்லை என்ற ஒரு குறையைத் தவிர்த்துவிட்டுப் பார்த்தால் புதிய கல்வித் திட்டம் ஒரு புரட்சிகரமான திட்டம். இந்தத் திட்டம் இருள் கவ்விய அமாவாசையும் அல்ல; ஒளிவீசும் பூரண சந்திரனும் அல்ல; பிறைச்சந்திரன். அது முழுமதியாக மலரும் என்ற நம்பிக்கை இருக்கிறது என்று எழுதி ராஜாஜிக்கு உற்சாகம் ஊட்டினார் ம.பொ.சி.

எழுதியதோடு நிறுத்திக்கொள்ளவில்லை. பல ஊர்களுக்கும் நேரில் சென்று புதிய கல்வித் திட்டத்துக்கு ஆதரவாகப் பிரசாரம் செய்தார். எதிர்ப்புகள் கொதித்துக் கிளம்பிய சூழலில் மயிலாடு துறையில் தமிழரசுக் கழக மாநாடு தொடங்கியது. அங்கும் குலக்கல்வித் திட்டத்துக்கு ஆதரவாகப் பேசத் தொடங்கினார் ம.பொ.சி. பலத்த எதிர்ப்புக் குரல்கள் எழும்பின.

11

மும்முனைப் போராட்டம்

ஆந்திராவுடன் இணைக்கப்பட்ட சித்தூர் மாவட்டத்தை மீண்டும் தமிழ்நாட்டுப் பகுதியுடன் இணைப்பதற்காக எல்லா கட்சிகளின் ஆதரவையும் திரட்டிக்கொண்டிருந்தார் ம.பொ.சி. அந்த வரிசையில் திமுகவினரையும் சந்தித்தார். பலத்த யோசனைக்குப் பிறகு போராட்டத்தில் கலந்துகொள்ள சித்தூர் மாவட்டத் திமுகவினருக்கு அனுமதி கொடுத்தார் அண்ணா.

சித்தூர் போராட்டம் பற்றிய தகவல்கள் பற்றிக் கேள்விப் பட்டதும் ஆத்திரம் நேருவுக்கு பொங்கிவிட்டது. எல்லைப் பிரச்னைகளுக்காக அரசியல் கட்சிகள் போராட்டம் நடத்துவது முட்டாள்தனமான காரியம். இதுபோன்ற சிறுபிள்ளைத்தனமான போராட்டச் செய்திகளைக் கேட்க நான் விரும்பவில்லை என்று சொல்லிவிட்டார். அதன் அர்த்தம், தமிழர்களின் எல்லைப் போராட்டம் முட்டாள்தனமானது.

அதற்கு முன்னதாக கல்லக்குடி பெயர்மாற்ற விவகாரம் ஒன்று விவாதத்தில் இருந்தது. வடக்கு வாழ்கிறது; தெற்கு தேய்கிறது என்று கோஷம் எழுப்பிய திமுகவுக்கு வடநாட்டுக்காரர்கள் என்றாலே வேப்பங்காய். போதாக்குறைக்கு, திருச்சி மாவட்டத் தில் இருக்கும் கல்லக்குடி என்ற ஊருக்கு டால்மியாபுரம் என்று பெயர் வைத்திருந்தனர். அங்குள்ள ரயில்நிலையத்தில் இருக்கும் பெயர்ப்பலகையிலும் அதேபெயர்தான்.

டால்மியாபுரத்தை கல்லக்குடியாக மாற்றவேண்டும் என்று பலமுறை விண்ணப்பம் செய்தும் எந்த நடவடிக்கையும் இல்லை. வடநாட்டு சிமெண்ட் அதிபரின் பெயருக்கு தென்னகத்தின் என்ன

வேலை.. டால்மியாபுரம் உடனடியாக கல்லக்குடியாக மாற வேண்டும். இல்லாவிட்டால் திமுக நேரடியாகக் களத்தில் இறங்கும் என்றார் அண்ணா.

இரண்டு போராட்டங்களுக்காக திமுக தயாராகிக்கொண்டிருந்த சமயத்தில்தான் ராஜாஜியின் குலக்கல்வித் திட்டம் குறுக்கே புகுந்தது. வர்ணாசிரம தர்மத்துக்கு வரவேற்பு வளையம் வைக்கும் குலக்கல்வித் திட்டத்தை முளையிலேயே கிள்ளியெறிய வேண்டும் என்றார் அண்ணா. ஆக, இப்போது திமுகவினருக்கு முன்னால் மூன்று போராட்டங்கள் அணிவகுத்து நின்றன.

திமுகவின் செயற்குழு கூடியது. மூன்று போராட்டங்களையும் ஒரே மூச்சில் தொடங்க முடிவுசெய்யப்பட்டது. போராட்டக் குழுக்களும் அமைக்கப்பட்டன. குலக்கல்வித் திட்டத்துக்கு எதிர்ப்பு தெரிவிக்கும் வகையில் முதல்வர் ராஜாஜி வீட்டுக்கு முன்னால் ஈ.வெ.கி. சம்பத் தலைமையில் மறியல் போராட்டம்; டால்மியாபுரத்தில் கருணாநிதி தலைமையில் கல்லக்குடி பெயர்மாற்றப் போராட்டம்; நேருவுக்கு எதிராக ரயில் மறியல் போராட்டம்.

14 ஜூலை 1953 அன்று மும்முனைப் போராட்டம் நடத்தப்படும். தேதி அறிவித்துவிட்டார் அண்ணா. போராட்டத் தேதிக்கு முந்தைய நாள் அண்ணா. சம்பத், நெடுஞ்செழியன். மதியழகன், என்.வி. நடராசன் என்று ஐந்து முக்கியத் தலைவர்கள் சிறையில் முடக்கப்பட்டனர்.

ஆர்ப்பாட்டத்துக்குத் தயாராகியிருந்த திமுகவினர் அடங்கி ஒடுங்கி ஓடிவிடுவார்கள் என்று நினைத்த சமயத்தில் ஆவேச மாகத் தொடங்கியது போராட்டம். அதுவும், முதல்வர் ராஜாஜிக்கு வீட்டுக்கு முன்னால். அடுத்தடுத்த நிலையில் இருந்த தலைவர்கள் களத்துக்கு வந்து போராட்டத்துக்குத் தலைமை யேற்றனர். போராட்ட வேகத்தோடு தலைவர்கள் கைதுசெய்யப் பட்ட ஆத்திரமும் சேர்ந்துகொள்ள சாரை சாரையாக சாலைக்கு வந்தனர் திமுக தொண்டர்கள். போராட்டம் வலுக்கத் தொடங்கியது.

சாலைக்கு வந்ததோடு நிறுத்தாமல் குலக்கல்வித் திட்டத்துக்கு எதிரான கண்டனக் கூட்டங்களை நடத்தினர். திட்டத்தின் அபாயங்கள் குறித்த விளக்கக்கூட்டங்கள் இன்னொரு பக்கம் நடந்தன. தவிரவும், பெற்றோரிடம் கையெழுத்து வாங்கி,

அவற்றைக் கல்வித்துறை அதிகாரிகளுக்கும் மாவட்ட ஆட்சி யாளர்களுக்கும் அனுப்பும் காரியத்திலும் திமுக ஈடுபட்டது. ஆக, குலக்கல்வி எதிர்ப்பில் அதிகபட்ச முனைப்பைக் காட்டியது திராவிட முன்னேற்றக் கழகம்.

குலக்கல்வித் திட்டம் கொழுந்துவிட்டு எரிந்துகொண்டிருந்த சமயத்தில் டால்மியாபுரம் பெயர்ப்பலகை மீது கல்லக்குடி என்று எழுதப்பட்ட காகிதத்தை கருணாநிதி ஒட்டினார். ஆனால் எதிர்பார்த்ததுபோல் அவரைக் கைது செய்யவில்லை. காவல்துறையினர் அமைதியாக நின்றனர்.

சட்டென்று ரயில் தண்டவாளத்தில் தலைவைத்துப் படுத்தார் கருணாநிதி. அவரைத் தொடர்ந்து மேலும் சில தொண்டர்களும் தண்டவாளத்தில் தலைவைத்தனர். அவர்களை எழுந்திருக்கு மாறு காவல்துறை அதிகாரிகள் வற்புறுத்தினர். மறுப்பு தெரிவிக்கவே விவகாரம் பெரிதாகியது. இரண்டு அப்பாவி உயிர்கள் தோட்டாவுக்குத் தின்னக்கொடுக்கபட்டன. கல்லக்குடி போராட்டம் திமுகவின் வரலாற்றில் முக்கிய இடத்தைப் பிடித்தது. கருணாநிதி உள்ளிட்டோர் கைது செய்யப்பட்டனர்.

போராடிய தமிழர்களை முட்டாள் என்று சொன்ன நேருவுக்கு எதிர்ப்புகாட்டும் வகையில் ரயில் நிறுத்தப் போராட்டத்தை அறிவித்தது திமுக. மதுரை, தூத்துக்குடி, சென்னை, கோவை உள்ளிட்ட எல்லா இடங்களிலும் போராட்டம் நடந்தது. தடியடிப் பிரயோகத்தையும் கைதையும் எதிர்கொண்டனர் திமுகவினர்.

மூன்று போராட்டங்களை நடத்தியபோதும் குலக்கல்வித் திட்டத்துக்கான எதிர்ப்பு மட்டும் வீரியம் நிறைந்த ஒன்றாக இருந்தது. கம்யூனிஸ்ட் கட்சி, திராவிடர் கழகம் உள்ளிட்ட எதிர்க்கட்சிகள் நடத்திய போராட்டங்களோடு திமுகவின் பங்களிப்பும் சேர்ந்துகொள்ள குலக்கல்வி எதிர்ப்பு அணி பிரம்மாண்டமாக அணிவகுத்தது.

குலக்கல்வித் திட்டத்துக்கு சட்டமன்றத்துக்கு வெளியிலும் உள்ளேயும் எதிர்ப்பு. குறிப்பாக, சட்டமன்றத்தின் பிரதான எதிர்க்கட்சியான கம்யூனிஸ்ட் கட்சி ராஜாஜி அரசுக்கு எதிராக சண்டமாருதம் செய்யத் தொடங்கியது. ஆனால், பதவியே போனாலும் பரவாயில்லை, திட்டத்தைக் கொண்டுவந்துவிட வேண்டும் என்பதில் உறுதியாக இருந்தார் ராஜாஜி.

29 ஜூலை 1953 அன்று புதிய கல்வித்திட்டத்தைக் கைவிட வேண்டும் என்று கம்யூனிஸ்ட் கட்சியின் சார்பில் தீர்மானம் ஒன்று கொண்டுவரப்பட்டது. கொண்டுவந்தவர்கள் எம். கல்யாணசுந்தரம் மற்றும் கே.பி. கோபாலன். பல மணிநேர விவாதங்களுக்குப் பிறகு தீர்மானம் வாக்கெடுப்புக்கு விடப்பட்டது.

காமராஜரின் ஆதரவு ராஜாஜிக்கு இல்லாததால் தீர்மானம் வெற்றிபெற்றுவிடும் என்று எதிர்பார்க்கப்பட்டது. ஆனால், ஆதரவும் எதிர்ப்பும் சம அளவில் இருந்தது. தலா 138 வாக்குகள். நடுநிலை ஏற்பட்டதால் சபாநாயகர் வாக்களிக்க வேண்டிய சூழல். அவர் ராஜாஜி பக்கம் சாய்ந்துவிட்டார். தீர்மானம் தோல்வியடைந்தது.

ஒரு வாக்கு கூடுதலாகக் கிடைத்திருந்தால் தீர்மானம் வெற்றி பெற்றிருக்கும். குலக்கல்வித் திட்டம் குலைந்து போயிருக்கும். அப்போது எல்லோருடைய பார்வையும் ஒருவர் மீது குவிந்தது. அவர் எதிர்கட்சித் தலைவர் கம்யூனிஸ்ட் கட்சியின் பி. ராமமூர்த்தி. வாக்கெடுப்பு நாளன்று அவர் சட்டசபைக்கு வரவில்லை.

பிராமணரான பி. ராமமூர்த்தி தன்னுடைய சக பிராமணரான ராஜாஜி கொண்டுவந்த கல்வித் திட்டத்துக்கு மறைமுக ஆதரவு தெரிவிக்கும் நோக்கத்துடன் வாக்கெடுப்பைத் தவிர்த்துவிட்டார் என்று விமரிசித்தனர் திமுகவினர். ஆனால் பி. ராமமூர்த்தி அந்தக் குற்றச்சாட்டை மறுத்தார்.

காஷ்மீர் பிரச்னை தொடர்பாக முதல்வர் ஷேக் அப்துல்லாவுடன் பேச்சுவார்த்தை நடத்தி அறிக்கை தரவேண்டும் என்று கம்யூனிஸ்ட் கட்சித்தலைமை எனக்கு உத்தரவு பிறப்பித்திருந்தது. அதை நிறைவேற்றும் வகையில் காஷ்மீர் சென்றுவிட்டேன். அதனால்தான் அவைக்கு வரவில்லை என்று விளக்கம் கொடுத்தார் பி. ராமமூர்த்தி. எது உண்மை என்று இன்னமும் தெரியவில்லை. ஒன்று நிச்சயம். பி. ராமமூர்த்தி சபையில் இல்லாதது ராஜாஜிக்குச் சாதகமாக அமைந்தது.

இனி கல்வித் திட்டத்தைக் கடவுளே வந்தாலும் தடுக்கமுடியாது என்றனர் ராஜாஜி ஆதரவாளர்கள். திடீர் திருப்பமாக கே.ஆர். விஸ்வநாதன் என்ற சட்டமன்ற உறுப்பினர் புதிய தீர்மானம்

ஒன்றைக் கொண்டுவந்தார். அனைத்து சர்ச்சைகளைக் களையும் வகையில் வல்லுநர் குழு ஒன்றை நியமித்து திட்டத்தை ஆய்வு செய்யுங்கள். முடிவுகள் வரும்வரை திட்டத்தை ஒத்தி வையுங்கள். இதுதான் கே.ஆர். விஸ்வநாதன் கொண்டுவந்த தீர்மானம்.

ராஜாஜிக்கு அதிர்ச்சி அளிக்கும் வகையில் வாக்குகள் பதிவாகின. தீர்மானத்துக்கு ஆதரவாக 139 வாக்குகள். எதிராக 137 வாக்குகள்.

ஆய்வுக்குழு ஒன்றை நியமித்தார் ராஜாஜி. மகாராஷ்டிரா மாநிலத்தைச் சேர்ந்த கல்வி நிபுணர் பருலேகர் தலையில் ஆய்வுக்குழு அமைக்கப்பட்டது. சாண் அளவுக்கு இறங்கி வருகிறாரே ராஜாஜி என்று எல்லோரும் ஆச்சரியப்பட்ட சமயத்தில் முழம் அளவுக்கு மேலே ஏறிநின்றார்.

'தீர்மானத்தில் சொன்னபடி நிபுணர் குழுவை அமைத்து விட்டேன். மற்றபடி, புதிய கல்வித்திட்டத்தை ஒத்திவைக்க முடியாது. சட்டமன்றத் தீர்மானம் என்பது வெறும் சிபாரிசு தானே தவிர உத்தரவு அல்ல.'

12

திரைமறைவில் சில தொல்லைகள்

சிக்கல் வந்தால் தேர்தல் வரும் அல்லது தேர்தல் வந்தால் சிக்கல் வரும். காங்கிரஸ் கட்சிக்கு மட்டும் இப்படியொரு ராசி எப்போதுமே உண்டு. ராஜாஜி கொண்டுவந்த குலக்கல்வித் திட்டத்துக்கு வெளியில் மட்டுமல்ல; காங்கிரஸ் கட்சிக்கு உள்ளேயும் எதிர்ப்புகள். ஓமந்தூரார் எதிர்க்கிறார்; காமராஜர் எதிர்க்கிறார் என்பதெல்லாம் தெரிந்த விஷயம். முன்னாள் முதல்வர், கட்சித் தலைவர் என்ற அந்தஸ்து கொண்டவர்கள். எதிர்ப்பதில் தவறில்லை.

ஆனால், இரண்டாம் கட்டத் தலைவர்களுமா ராஜாஜிக்கு எதிராகப் போர்க்கொடி தூக்குவார்கள்? குறிப்பாக, வி.கே. ராமசாமி முதலியார், கோசல்ராம், டி.ஜி. கிருஷ்ணமூர்த்தி, பஞ்சாட்சரம் செட்டியார், ஏ.எம். சம்பந்தம் என்று ஒரு பெரிய படையே ராஜாஜிக்கு எதிராகப் போர்ப்பரணி பாடத் தொடங்கியது. மூத்த தலைவர்களுள் ஒருவரான சேலம் வரதராஜுலு நாயுடுவின் ஆதரவும் அவர்களுக்கு இருந்தது. அத்தனைபேருக்கும் பின்னணியில் இருந்தவர் காமராஜர்.

ராஜாஜி மெத்தப்படித்தவர்; மேன்மைமிக்க பதவிகளை வகித்தவர்; ஈடுஇணையற்ற நிர்வாகி என்பதில் காமராஜருக்கு எந்தச் சந்தேகமும் இல்லை. ஆனால், அடுத்தவர்களை மதிக்கும் விஷயத்தில் ராஜாஜி காட்டிய சிக்கனம் காமராஜரை அதிருப்தியடையச் செய்தது. கல்வித் திட்டம் உள்பட நிறைய திட்டங்கள் கொண்டுவருகிறார் ராஜாஜி. ஆனால் அவை குறித்து மரியாதை நிமித்தம்கூட கட்சித்தலைவரிடம் கலந்துபேசுவதில்லை. எதிர்ப்புகள் வலுக்கின்றன; திட்டத்தைக் கைவிடுங்கள் என்று

வேண்டுகோள் விடுத்தாலும் அவற்றை சட்டைசெய்வதில்லை. கட்சிக்காரர்களின் எண்ணங்களுக்கு மதிப்பு கொடுப்பதில்லை. போதாக்குறைக்கு, எதிர்க்கட்சிகளின் ஏகோபித்த எதிர்ப்பையும் திரட்டிவைத்திருக்கிறார்.

6 ஜனவரி 1954 அன்று காங்கிரஸ் கட்சியின் சட்டமன்ற உறுப் பினர்கள் கூட்டம் கூடியது. புதிய கல்வித் திட்டத்துக்கு காங்கிரஸ் உறுப்பினர்கள் மத்தியில் எந்த அளவுக்கு ஆதரவு இருக்கிறது என்பதைத் தெரிந்துகொள்ள வாக்கெடுப்பு நடத்திவிடலாம் என்று கட்சித்தலைவர் என்ற முறையில் சொன்னார் காமராஜர். உண்மையில், ராஜாஜிக்கு செல்வாக்கு இருக்கிறதா இல்லையா என்பதை ராஜாஜிக்கு உணர்த்துவதுதான் வாக்கெடுப்பின் நோக்கம்.

முதல்வர் பதவியில் இருந்து விலகிக்கொள்கிறேன் என்றார் ராஜாஜி. அதைத்தான் காமராஜரும் எதிர்பார்த்தார். வாக்கெடுப்பு ஒத்திவைக்கப்பட்டது.

மாற்று ஏற்பாடுகளைச் செய்யுங்கள் என்று சொல்லிவிட்டு ஒதுங்கிவிட்டார் நேரு. பிறகு சட்டமன்றத்துக்கு வந்த முதல்வர் ராஜாஜி உட்கட்சிப் பிரச்னை பற்றி ஒருவார்த்தைகூட பேசவில்லை. மாறாக, உடல்நிலை சரியில்லை என்று சொல்லி பதவி விலகினார்.

திரைமறைவில் ஒருசிலர் தமக்குக் கொடுத்துவந்த தொல்லை களைச் சகிக்க முடியாமல்தான் ராஜாஜி பதவி விலகிக் கொண் டிருக்கிறார். இதுதான் அப்பட்டமான உண்மை. ஆம்; மானமா, மந்திரி பதவியா என்ற கேள்விகளை எழுப்பி, விடையளிக்கு மாறு வற்புறுத்தினர் அவருடைய விரோதிகள். மந்திரி பதவியை விட மானமே பெரிது என்று விடையளித்துவிட்டார் என்று தன் னுடைய செங்கோல் பத்திரிகையில் எழுதி ஆதங்கப்பட்டிருந் தார் ம.பொ.சி. அவர் விரோதிகள் என்று குறிப்பிட்டது காம ராஜர் ஆதரவாளர்களைத்தான்.

ராஜாஜியின் இடத்தை நிரப்பப்போவது யார் என்ற கேள்வி எழுந்தது. பதிலளிக்கும் நோக்கத்துடன் காங்கிரஸ் சட்டமன்ற உறுப்பினர்கள் கூட்டம் கூட்டப்படும் என்று அறிவிக்கப்பட்டது. தம்முடைய ஆதரவாளர் ஒருவரை காமராஜர் நிறுத்துவார்; அவரை எதிர்த்து ராஜாஜி ஒருவரை நிறுத்துவார். இறுதியில்

காமராஜர் ஆதரவாளர் வெற்றிபெறுவார் என்பதுதான் பொது வான எதிர்பார்ப்பு.

காங்கிரஸ் கட்சியில் காமராஜர் முக்கியமான பதவிகள் வகிப்பதை ராஜாஜி நிச்சயமாக ஆதரிக்கவில்லை என்று என் வாழ்க்கை நினைவுகள்: திருப்புமுனை என்ற நூலில் ராஜாஜிக்கு நெருக்கமான சி. சுப்பிரமணியம் பதிவுசெய்துள்ளது இங்கே கவனிக்கத்தக்கது. ஆகவே, தன்னுடைய ஆதரவாளர்களான எம். பக்தவத்சலம், சி. சுப்பிரமணியம் போன்றவர்களில் இருந்து ஒருவரை முதல்வர் பதவிக்கு முன்னிறுத்துவார் ராஜாஜி என்ற கருத்து நிலவியது.

அப்படி ராஜாஜி வேட்பாளர் நிறுத்தும் வேட்பாளரை எதிர்த்து காமராஜர் யாரை நிறுத்தப்போகிறார் என்ற எதிர்பார்ப்பு அதிகரித்த சூழலில் மூன்று முக்கியத் தலைவர்கள் சென்னை அரசினர் தோட்டத்தில் சந்தித்தனர். பெரியார், வரதராஜுலு நாயுடு மற்றும் காமராஜர். காங்கிரஸ் முகாமில் பெரியாருக்கு என்ன வேலை?

குலக்கல்வித் திட்ட விவகாரம் வெளிவந்ததில் இருந்தே பெரியாரும் காமராஜரும் நெருங்கத் தொடங்கினர். கல்வித் திட்டம் குறித்து விடுதலையில் குத்தூசி குருசாமி எழுதிய விமரிசனக் கட்டுரைகளை காமராஜர் உன்னிப்பாகக் கவனித்துக் கொண்டிருந்தார். அதேபோல காமராஜரின் நடவடிக்கைகளை யும் கூர்ந்து கவனித்துக் கொண்டிருந்தார் பெரியார். குறிப்பாக, காங்கிரஸ் கட்சியில் அவருக்கு இருக்கும் செல்வாக்கு. பிராமணர் ராஜாஜிக்கு மாற்றாக சூத்திரர் காமராஜர் முதல்வர் பதவிக்கு வரவேண்டும் என்று பெரியார் விரும்பினார். பெரியவர் வரதராஜுலு நாயுடுவுக்கும் அதே எண்ணம் இருந்தது. அதற்கான வாய்ப்புகள் கனிந்து வந்துள்ள சூழலில் மூவரும் ஒரே இடத்தில் சந்தித்தனர்.

குலக்கல்வித் திட்டத்துக்கு எதிராக இங்கே பெரிய அலை உருவாகியிருக்கிறது. ராஜாஜி ராஜினாமா செய்துவிட்டார். பொறுப்புகள் அதிகம் இருக்கும் சூழலில் கட்சியும் ஆட்சியும் உங்கள் கட்டுப்பாட்டில் இருப்பதுதான் நல்லது. முதலமைச்சர் பதவியை ஏற்றுக்கொள்ளுங்கள் என்றார் நாயுடு. ஆச்சாரியார் (ராஜாஜி) செய்துவிட்டுப் போயிருக்கும் குளறுபடிகளைச் சரிசெய்வது அதிமுக்கிய வேலை. அதற்கு நீங்கள்தான்

பொருத்தமானவர். தயக்கம் வேண்டாம். பதவியேற்றுக் கொள்ளுங்கள். நாங்கள் இருக்கிறோம் என்றார் பெரியார்.

திடீரென ஒரு செய்தி பரவியது. முதலமைச்சர் பதவிக்கு டாக்டர் சுப்பராயனை நிறுத்தப்போகிறார் காமராஜர். செய்தி காதில் விழுந்த அடுத்த நொடி உற்சாகம் வந்துவிட்டது ராஜாஜிக்கு. காரணம், சுப்பராயன் ராஜாஜிக்கு வேண்டியவர்; சுப்பராயனின் தந்தையார் ராஜாஜிக்கு நெருக்கமான நண்பர். தேவைப்பட்டால் சுப்பராயனை நம் பக்கம் இழுத்து விடலாம். தவிரவும், சுப்ப ராயனை விட சி. சுப்பிரமணியம் சிறந்த வேட்பாளர். தேர்தல் வந்தால் சுலபத்தில் வெற்றிபெறுவார். இதுதான் ராஜாஜியின் கணிப்பு.

31 மார்ச் 1954 அன்று காங்கிரஸ் சட்டமன்ற உறுப்பினர்களின் கூட்டம் கூடியது. பரபரப்பான தலைவர் தேர்தல் என்பதால் டெல்லியில் இருந்து சிறப்புப் பார்வையாளர் ஒருவர் அனுப்பப் பட்டிருந்தார். அவர், பிரதமர் நேருவின் மகள் இந்திரா காந்தி. முதலில் மூத்த அமைச்சர் பக்தவத்சலம் எழுந்தார். சட்டமன்ற காங்கிரஸ் தலைவர் பதவிக்கு சி. சுப்பிரமணியம் பெயரை முன் மொழிந்தார். வழிமொழியும் பொறுப்பை யு. கிருஷ்ணாராவ் எடுத்துக்கொண்டார்.

அடுத்த மூத்த தலைவர்களுள் ஒருவரான டாக்டர் வரதராஜுலு நாயுடு எழுந்து தலைவர் பதவிக்கு காமராஜர் பெயரை முன் மொழிகிறேன் என்றார். இந்த இடத்தில்தான் காமராஜர் என்ற ராஜதந்திரி களப்பணி ஆற்றியிருந்தார். தாமே முதலமைச்சரா வது என்று முடிவுசெய்துவிட்டார். எனினும், எதிரிகளைத் திசை திருப்பும் நோக்கத்துடன் சுப்பராயன் பற்றிய செய்திகளை வேண்டுமென்றே கசியவிட்டிருந்தார். அது நல்ல பலனைக் கொடுத்திருந்தது.

வாக்கெடுப்பு தொடங்கியது. காமராஜருக்கு 93 வாக்குகள். எதிர்த்துப் போட்டியிட்ட சி. சுப்பிரமணியத்துக்கு 41 வாக்குகள். அடுத்த முதல்வர் அவர்தான் என்பது அழுத்தந்திருத்தமாக உறுதிசெய்யப்பட்டது. ஆனாலும்காமராஜர் முகத்தில் தயக்க ரேகைகள்.

நேருவிடம் பேசினார் காமராஜர். நான் சட்டமன்ற காங்கிரஸ் தலைவராக மட்டும் இருந்துகொள்கிறேன். நமக்கு நம்பிக்கை

யான ஒருவரை முதலமைச்சராகப் போட்டுவிடலாம். ஆட்சிக்கு சிக்கல் வராமல் அவரை நான் கண்காணித்துக் கொள்கிறேன். என்ன சொல்கிறீர்கள்? எடுத்த எடுப்பிலேயே மறுத்துவிட்டார் நேரு. பிறகு மூத்த தலைவர் கோவிந்த வல்லப பந்திடம் பேசினார் காமராஜர். அவர் கொடுத்த நம்பிக்கை காமராஜருக்குத் தெம்பைக் கொடுத்திருந்தது. பதவியேற்கத் தயாராகிவிட்டார்.

யாருக்கெல்லாம் அமைச்சர் பதவி கொடுப்பது? காமராஜருக்கு அடுத்த சவால் ஆரம்பமானது. திறமையான நிர்வாகிகள் வேண்டும்; அதற்காகக் கட்சிக்காகத் தியாகம் செய்தவர்களைக் கைகழுவி விடக்கூடாது. ஆள் பார்த்துப் பதவி கொடுக்க வேண்டும்; அதற்காகக் கோஷ்டிப் பிரச்னையும் வந்துவிடக் கூடாது. ஒவ்வொரு அம்சத்தையும் பார்த்துப் பார்த்துப் பட்டியல் தயார் செய்தார். மொத்தம் எட்டுபேர் கொண்ட பட்டியல்.

13

குலக்கொழுந்தே, குணாளா!

எதிரிகளை கண்காணாத தூரத்தில் வைப்பதைக் காட்டிலும் கைக்கு எட்டும் தூரத்தில் வைத்துக்கொள்வது லாபகரமான காரியம் என்பது காமராஜர் கடைப்பிடித்த அரசியல் தத்துவம். அதற்குப் பொருத்தமான உதாரணம் ராஜாஜியின் நேசத்துக்குரிய நபர்கள் என்று கருதப்பட்ட எம். பக்தவத்சலத்துக்கும் சி. சுப்பிரமணியத்துக்கும் அமைச்சரவையில் இடம் கொடுத்தது.

பட்டியலில் பெயரைப் பார்த்ததும் பக்தவத்சலத்துக்குப் பரவசம். ஆனால் சி. சுப்பிரமணியத்துக்கு அதிர்ச்சி. முதலமைச்சர் தேர்தலில் காமராஜரை எதிர்த்துக் களம் கண்ட அவருக்கு அமைச்சரவையில் இடம் இருக்காது என்றுதான் எல்லோருமே நினைத்தனர். எனினும், தன்னுடைய முதலமைச்சர் கனவைக் கலைத்த காமராஜர் மீது சி.எஸ்ஸுக்கு ஆத்திரம் அடங்கவில்லை. அமைச்சர் பதவி வேண்டாம் என்று சொல்லிவிட்டார். பிறகு காமராஜரின் தொடர்ச்சியான வற்புறுத்தல் காரணமாக அமைச்சரவையில் இடம்பெற சம்மதித்தார். ஆக, பக்தவத்சலமும் சி. எஸ்ஸும் அமைச்சரவையில் இடம்பெற்றது முதல் அதிர்ச்சி.

விழுப்புரம் ராமசாமி படையாட்சியாருக்கு அமைச்சரவையில் இடம் கொடுத்திருந்தார் காமராஜர். ஆம். திமுக ஆதரவுடன் வெற்றிபெற்று, தேர்தலுக்குப் பிறகு காங்கிரஸ் பக்கம் தாவியவர். அப்போது அவருக்கு அமைச்சர் பதவி தரப்படவில்லை. வன்னியர் இன மக்களிடம் செல்வாக்கு பெற்ற அவரை அமைச்சராக்கினால் காங்கிரஸ் கட்சியின் வாக்குவங்கி பலப்படும், கட்சிக்கான பெரும்பான்மையும் அதிகரிக்கும் என்பது காமராஜரின் கணக்கு.

அரசியல் எதிரிகளை மடக்கிப்போட மந்திரி பதவியைப் காமராஜர் பயன்படுத்துவார் என்று யாருமே எதிர்பார்க்கவில்லை. ஆக, இது இரண்டாவது அதிர்ச்சி.

அடுத்ததாக, பரமேஸ்வரனுக்கு அமைச்சர் பதவி கொடுத்திருந்தார் காமராஜர். தலித் சமுதாயத்தின் நம்பிக்கை நட்சத்திரமாக விளங்கிய இரட்டைமலை சீனிவாசனின் பேரன். தாழ்த்தப்பட்ட சமூகத்தைச் சேர்ந்த இவருக்கு அமைச்சர் பதவி கொடுத்ததில் ஆச்சரியம் எதுவும் இல்லை. ஏற்கெனவே குமாரசாமி ராஜா தலைமையிலான அமைச்சரவையில் அரிசன நலத்துறை அமைச்சராக இருந்தவர்தான். இங்கே அதிர்ச்சி என்னவென்றால் காமராஜர் அவருக்கு ஒதுக்கிய துறை. இந்து சமய அறநிலையத் துறைக்கு அவரை அமைச்சராக்கியிருந்தார். இது மூன்றாவது அதிர்ச்சி.

தாழ்த்தப்பட்ட சமூகத்தைச் சேர்ந்தவர் சாதாரண ஆளாக இருந்தால் கோயிலுக்குள்ளேயே விடமாட்டார்கள். மாறாக, ஆலயங்களை எல்லாம் அரசாட்சி செய்யக்கூடிய அறநிலையத் துறைக்கே அமைச்சர் என்றால், தலையில் பரிவட்டம் கட்டி, பூரணகும்ப மரியாதை சகிதம் வரவேற்பு கொடுத்தாகவேண்டும். அவர் கேட்கும் கேள்விகளுக்கு கோயில்களை நிர்வகிக்கும் உயர்சாதியினர் பதில் சொல்லவேண்டும். தாழ்த்தப்பட்ட சமூகத்தைச் சேர்ந்த மக்களுக்குச் செய்த ஆகப்பெரிய கௌரவம் இது என்று நினைத்தார் காமராஜர்.

சட்டநாத கரையாளர், ஆர்.வி. சுவாமிநாதன், டி.ஜி.கிருஷ்ணமூர்த்தி மூவரும் காமராஜருக்கு நெருக்கமானவர்கள். ஆகவே, அமைச்சரவையில் இடம் கிடைக்கும் என்று நினைத்தனர். ஆனால் ராஜாஜி அமைச்சரவையில் இடம்பெற்ற மூத்த அமைச்சர்களான ஏ.பி. ஷெட்டி, ராஜா சண்முக ராஜேஸ்வர சேதுபதி, மாணிக்கவேலு நாயக்கர் ஆகிய மூவரையும் கைவிடுவது கட்சிக்கு நல்லதல்ல என்று நினைத்தார் காமராஜர். விளைவு, நண்பர்கள் நகர்ந்து நிற்க வேண்டியதாயிற்று.

ஓமந்தூர் ராமசாமி ரெட்டியார் முதல்வரானபோது எழுந்த அதே விமரிசனங்கள் காமராஜர் மீதும் எழுந்தன. அதிகம் படிக்காதவர்; ஆங்கிலம் தெரியாதவர்; நிர்வாக அனுபவம் குறைவு. அவற்றைக் காமராஜர் நன்றாகவே உணர்ந்திருந்தார். ஆனால், கவலைப்படவில்லை. காரணம், அத்தகைய திறமை நிரம்பிய

நபர்களைத்தான் அமைச்சரவையில் சேர்த்திருந்தார். நிர்வாக அனுபவம் இல்லை என்ற காரணத்துக்காகத்தான் எங்களைப் போன்றவர்களை வற்புறுத்தி அமைச்சரவையில் சேர்த்துக் கொண்டார் காமராஜர் என்று பின்னாளில் எழுதினார் சி. சுப்பிர மணியம்.

13 ஏப்ரல் 1954 தமிழ்ப் புத்தாண்டு தினத்தன்று காமராஜர் சென்னை மாகாண முதலமைச்சராகப் பொறுப்பேற்றுக் கொண்டார். அந்த அப்போது ஒரு முக்கியக் கடமையை ஆற்றவேண்டிய நிர்பந்தம் காமராஜருக்கு இருந்தது. அது, குலக்கல்வித் திட்டத்தை ரத்து செய்வது. ராஜாஜி அமைச்சரவையில் கல்வி அமைச்சராக இருந்த சி. சுப்பிரமணியம்தான் இப்போதும் கல்வி அமைச்சர். அவரைக் கொண்டே திட்டத்தை வாபஸ் பெறச் செய்தார் முதலமைச்சர் காமராஜர்.

உண்மையில் சி. சுப்பிரமணியத்துக்குத் திட்டத்தை வாபஸ் பெறுவதில் விருப்பமில்லை. பலத்த அதிருப்தியுடனேயே வாபஸ் அறிவிப்பை வெளியிட்டார். அது அவர் பயன்படுத்திய வார்த்தைகளில் தொனித்தது.

> நம்முடைய பிள்ளைகளின் வளமான எதிர்காலத்துக்குப் பொருத்தமான இந்தப் புதிய கல்வித் திட்டத்தை முழு மூச்சோடு வற்புறுத்தியவன் நான். ஆனால் பொதுமக்கள் இதை ஏற்கவில்லை. அங்கீகரிக்கவில்லை. ஒத்துழைக்க வில்லை. அப்படிப் பொதுமக்களின் ஒத்துழைப்பு இல்லாத எந்தத் திட்டமும் வெற்றிபெற முடியாது. எனவே, நான் புதிய கல்வித் திட்டத்தை வாபஸ் வாங்குகிறேன்.

குலக்கல்வித் திட்டம் வாபஸ் பெறப்பட்டது காமராஜரின் செல்வாக்கை வெகுவாக உயர்த்தியது. காங்கிரஸ் கட்சியினர் மட்டு மல்ல; கம்யூனிஸ்ட் கட்சி, திராவிடர் கழகம், திராவிட முன் னேற்றக் கழகம் என்று மாற்று முகாமில் இருந்துதான் காமராஜ ருக்கு அதிகபட்ச மாலைகள் வந்துவிழுந்தன. பச்சைத் தமிழர் என்று பாராட்டினார் திராவிடர் கழகத் தலைவர் பெரியார். குல கொழுந்தே, குணாளா என்று புகழ்ந்தார் திமுக பொதுச்செய லாளர் அண்ணா.

இப்போது காமராஜருக்கு இன்னொரு வேலை பாக்கி இருந்தது. முதலமைச்சராகப் பதவியேற்றபோது அவர் சென்னை மாகாண சட்டமன்ற உறுப்பினராக இல்லை; திருவில்லிப்புத்தூர்

மக்களவை உறுப்பினர். அந்தப் பதவியை ராஜினாமா செய் திருந்தார். இப்போது சட்டமன்ற உறுப்பினராக வேண்டும். மேலவை மூலமாக வரமுடியும் என்றாலும் தேர்தல் மூலம் வெற்றிபெற்று சட்டமன்றத்துக்கு வரவே விரும்பினார்.

வட ஆற்காடு மாவட்டத்தில் இருக்கும் குடியாத்தம் தொகுதிக்கு இடைத்தேர்தல் அறிவிக்கப்பட்டது. அப்போது அது இரட்டை உறுப்பினர் தொகுதி. பொதுத்தொகுதி, ரிசர்வ் தொகுதி இரண்டி லுமே காங்கிரஸ் வேட்பாளர்களே வெற்றிபெற்றிருந்தனர். அவர்களில் பொதுத்தொகுதியில் இருந்து வெற்றிபெற்றிருந்த ஏ. ஜே. அருணாசலம் காமராஜர் போட்டியிடுவதற்கு வசதியாக ராஜினாமா செய்திருந்தார்.

அந்தத் தொகுதியில் போட்டியிடத் தயாரானார் காமராஜர். அவரை எதிர்த்து வி.கே. கோதண்டராமனை நிறுத்தியது கம்யூ னிஸ்ட் கட்சி. திராவிடர் கழகமும் திமுகவும் காமராஜருக்கு ஆதரவு கொடுத்தன. இரண்டு பேருமே ஒரே காரணத்தைச் சொன் னார்கள். குலக்கல்வித் திட்டத்தை வாபஸ் பெற்ற காமராஜருக்கு குடியாத்தத்தில் நன்றி நவில்கிறோம்!

ஒருவேளை குடியாத்தம் தொகுதியில் காமராஜர் தோற்கும் பட்சத்தில் சந்தேகமே இல்லாமல் அடுத்த முதல்வர் சி. சுப்பிர மணியம்தான். ராஜாஜியின் கை ஓங்கும். எல்லாவற்றையும் கணித்தபிறகுதான் திராவிடர் கழகமும் திமுகவும் காமராஜர் பக்கம் சாய்ந்திருந்தனர். இத்தனைக்கும் அவர்களிடம் சென்று காமராஜர் ஆதரவு கேட்கவும் இல்லை. அதேசமயம் கிடைத்த ஆதரவை வரவேற்கவும் இல்லை. தேர்தல் அரசியலில் தேர்ச்சி பெற்ற மனிதர் அவர். ஆகவே, அமைதியாக இருந்துவிட்டார்.

கம்யூனிஸ்ட் கட்சியைத் தவிர அத்தனைக் கட்சிகளுமே காம ராஜர் பக்கம் திரும்பியிருந்தன. அது தேர்தல் முடிவில் எதி ரொலித்தது. காமராஜருக்கு அறுபத்தி நான்காயிரத்துக்கு மேற்பட்ட வாக்குகள் விழுந்தன. எதிர்த்துப் போட்டியிட்ட கம்யூனிஸ்ட் வேட்பாளருக்கு முப்பத்தி எட்டாயிரம் வாக்குகள்.

குடியாத்தம் வெற்றி காமராஜரை வெகுவாக உற்சாகப்படுத்தி யது. காங்கிரஸ் கட்சிக்கு ஆதரவு பெருகியிருக்கும் சூழலில் கட்சியை மேலும் வலுப்படுத்த விரும்பினார். அதற்காக அவர் குறிவைத்தது பசும்பொன் முத்துராமலிங்க தேவரை. முக்குலத் தோர் மத்தியில் அபரிமிதமான செல்வாக்கு நிறைந்தவர் தேவர்.

இன்னும் சொல்லப்போனால் காமராஜரின் அரசியல் வாழ்க்கைக்கு ஆரம்பப்புள்ளி வைத்தவர்களுள் தேவரும் ஒருவர்.

காங்கிரஸ் கட்சியில் இருந்த தேவர் சுபாஷ் சந்திர போஸின் மீது கொண்ட பற்று காரணமாகக் காங்கிரஸ் கட்சியில் இருந்து விலகி ஃபார்வர்ட் ப்ளாக் கட்சியை நடத்திக் கொண்டிருந்தார். சிவகங்கைச் சீமையில் காங்கிரஸ் கட்சிக்கு உண்மையான சிம்ம சொப்பனம் பசும்பொன் தேவர்தான். எப்பாடு பட்டாவது தேவரை காங்கிரஸ் கட்சிக்குள் மீண்டும் இணைத்துவிட்டால் போதும். அதன்பிறகு சிவகங்கைச் சீமையில் காங்கிரஸ் கட்சியை அசைத்துப் பார்ப்பது அத்தனை சுலபமல்ல.

பலத்த யோசனைக்குப் பிறகு ஒரு முடிவுக்கு வந்தார். பசும் பொன் தேவருக்குத் தூது அனுப்புவது. மூன்று அம்சங்களுடன் பேச்சுவார்த்தை நடத்துவது. மூன்றில் எதை ஒப்புக்கொண்டு காங்கிரஸில் இணைந்தாலும் மகிழ்ச்சி. காமராஜரின் தூதுவராக தேவரிடம் சென்றவர் பின்னாளில் சபாநாயகரான செல்ல பாண்டியன்.

முதல் அம்சம், தேவருடைய நீண்ட நாள் விருப்பமான உள்துறை அமைச்சர் பொறுப்பைக் கொடுப்பது. அதை அவர் விரும்பாத பட்சத்தில் தேவர் விரும்புகின்ற மூன்று பேருக்கு அமைச்சர் பதவி கொடுத்துவிடுவது. அதுவும் வேண்டாம் என்று மறுக்கும் பட்சத்தில் ராமநாதபுரம் ஜில்லாவில் இருக்கும் அத்தியாவசியப் பிரச்னைகளின் பட்டியலைத் தேவரிடம் இருந்து கேட்டுப் பெற்று தீர்த்துவைப்பது.

எல்லாவற்றையும் அமைதியாகக் கேட்டார் தேவர். பிறகு பேசினார்.

மூன்று வாய்ப்புகளுமே நல்ல வாய்ப்புகள்தான். ஆனால் அவற்றை காமராஜிடம் இருந்து பெற விரும்பவில்லை. 1957ல் காங்கிரஸ் கட்சி சரியப் போகிறது. எங்கள் ஆட்சி வரப்போகிறது. அப்போது மூன்றையுமே எடுத்துக் கொள் கிறோம். இப்போது நீங்கள் போகலாம்.

14

மதிய உணவுத் திட்டம்

நீங்கள்தான் மாநாட்டை நடத்தவேண்டும் என்று சொல்லி விட்டார்கள் டெல்லி தலைவர்கள். காமராஜருக்குப் பதற்றம் தொற்றிக்கொண்டது. எத்தனை பெரிய பொறுப்பு. கௌரவம். காங்கிரஸ் கட்சியின் பொன்விழா மாநாட்டை சென்னையில் நடத்துவதற்குக் கிடைத்த வாய்ப்பு உண்மையிலேயே பொன் னான வாய்ப்பு. அதற்காகவே சிறப்புக்குழு ஒன்றையும் அமைத்தார்.

டி.வி. எஸ். கிருஷ்ணா, இந்தியன் எக்ஸ்பிரஸ் அதிபர் ராம்நாத் கோயங்கா, தஞ்சாவூர் மிராசுதார் வி.எஸ். தியாகராஜ முதலியார் ஆகிய மூவரைக் கொண்ட குழு. ஆம். தியாகிகள் உருவாக்கிய, ஏழைப் பங்காளர்கள் நிரம்பிய, எளிமையை போதிக்கின்ற கட்சியின் பொன்விழா மாநாட்டு ஏற்பாடுகளைக் கவனிக்கும் பொறுப்பு பிஸினஸ் ஜாம்பவான்கள் மூவர் வசம்!

சென்னையில் இருக்கும் ஆவடி நகர் அல்லோலகல்லோலப் பட்டது. தேசியத் தலைவர்கள் பலரும் சங்கமிக்கும் இடம் என்பதால் அதற்கேற்ற தரத்தில் மாநாட்டு ஏற்பாடுகள் இருந்தன. 21 ஜனவரி 1955 தொடங்கி மூன்று தினங்களுக்கு மாநாட்டை நடத்த முடிவுசெய்யப்பட்டது. மாநாடு தொடங்குவதற்கு முன்பே ஆவடி மாநாடு திருப்புமுனை மாநாடு என்ற பேச்சு காங்கிரஸ் தலைவர்கள் மத்தியில் உலவிக் கொண்டிருந்தது.

ஆவடி மாநாட்டுக்கு முன்பு பிரதமர் நேரு சீனாவுக்குச் சுற்றுப் பயணம் சென்றிருந்தார். அங்குள்ள அரசியல், பொருளாதாரக் கொள்கைகள் அவரை வெகுவாகக் கவர்ந்துவிட்டன. சீனாவில்

இருக்கும் சோஷலிசம் போலவே இந்தியாவிலும் வர வேண்டும்; அதேசமயம் வன்முறையும் குழப்பமும் தவிர்க்கப் பட்ட இந்திய பாணி சோஷலிசமாக அது இருக்கவேண்டும் என்று அடிக்கடி பேசிக்கொண்டிருந்தார், தலைவர்கள் மத்தியில். அந்த விருப்பத்தை அறிவிக்கும் களமாக அமைந்தது ஆவடி மாநாடு.

மாநாடு தொடங்கியது. யுகோஸ்லேவிய அதிபர் ஜோஸிப் ப்ராஸ் டிட்டோ சிறப்பு விருந்தினராகக் கலந்துகொண்டார். ஏற்கெனவே விளம்பரப்படுத்தியிருந்தது போலவே தீர்மானம் ஒன்றை பிரதமர் நேரு முன்மொழிந்தார். இந்தியாவில் சோஷலிச பாணி சமுதாயத்தை அமைப்போம்! என்பதுதான் அந்தத் திருப்புமுனைத் தீர்மானம். அதை வழிமொழிந்து பேசும் வாய்ப்பு காமராஜருக்குக் கிடைத்தது.

> வறுமையின் பிடியில் இருந்து மக்களை விடுவிக்கவேண்டும் என்றால் அதற்கு கடுமையான முயற்சிகள் தேவை. வளமும் வனப்பும் ஒருசிலரிடம் மட்டுமே குவிந்துவிடுவது ஏற்கத்தக் கதல்ல. அவை எல்லோருக்கும் நியாயமான முறையில் பகிர்ந்தளிக்கப்படவேண்டும். வன்முறையில் ஈடுபடாமல், புரட்சிகரமான நடவடிக்கைகளை மேற்கொள்ளாமல் சோஷலிச சமுதாயம் அமைப்பது சாத்தியமே.

மாநாடு இனிதே முடிந்தது. கொள்கை அடிப்படையில் காங் கிரஸ் கட்சிக்கான திருப்புமுனை மாநாடு என்று வர்ணிக்கப் பட்ட பொன்விழா மாநாட்டை சிக்கல் எதுவுமின்றி நடத்தி முடித்ததில் காமராஜருக்கு மகிழ்ச்சி. அந்த உற்சாகத்தில் புதிய மக்கள் நலத் திட்டம் ஒன்றை அமல்படுத்தத் தயாரானார். அதன் பெயர், மதிய உணவுத் திட்டம்.

பள்ளிக்குழந்தைகளின் கல்விக்குப் பயன்படும் வகையில் நல்ல திட்டம் ஒன்றைக் கொண்டுவரவேண்டும் என்பது காமராஜரின் விருப்பம். அப்போது சென்னை அரசின் கல்வித் துறை இயக்குனர் நெ.து. சுந்தரவடிவேலு பங்கேற்ற பள்ளி விழா பற்றிய செய்தி ஒன்று காமராஜரின் கவனத்தைக் கவர்ந்தது.

விழா நடந்துகொண்டிருக்கும்போது திடீரென சில மாணவர்கள் மயக்கம் அடைந்து கீழே சரிந்தனர். என்ன காரணம் என்று விசாரித்தபோது அவர்கள் அனைவரும் பகல் முழுக்க சாப் பிடாமல் இருந்தவர்கள் என்பது தெரியவந்தது. பிறகு அந்த

மேடையில் பேசிய நெ.து. சுந்தரவடிவேலு புதிய யோசனை ஒன்றைக் கொடுத்தார்.

மயக்கத்துக்கான காரணம் பட்டினி. பள்ளிக்கு வரும் குழந்தைகளுக்கு பள்ளியிலேயே சாப்பாடு போடுவதற்கு நம்மிடம் திட்டம் இருந்தால் இதுபோன்ற பிரச்னைகளை சுலபத்தில் சமாளிக்கலாம். கிராமங்களில் விளைச்சலுக்குப் பிறகு சாமிக்கும் தலையாரிக்கும் தானியங்களைத் தானமாகக் கொடுப்பதுபோல பள்ளிக்குழந்தைகளுக்கும் ஒருபங்கைத் தானமாகக் கொடுத்தால் அது பள்ளிக்குழந்தைகளின் பசியை ஆற்றும். பசிக்கு சாப்பாடு போடுகிறார்கள் என்றால் மேலும் சில மாணவர்கள் படிக்க வருவார்கள். மூளையைக் கசக்கியதால் வந்த யோசனை அல்ல அது. மனத்தைக் கசக்கிய சம்பவத்தில் இருந்து உருவான யோசனை அது. கல்வித் துறை இயக்குனர் நெ.து.சுந்தர வடிவேலுவின் பேச்சைப் பத்திரிகையில் படித்ததும் யோசிக்கத் தொடங்கினார் காமராஜர்.

சுந்தரவடிவேலுவை நேரில் அழைத்துப் பேசினார். சில புள்ளி விவரங்களைக் கேட்டார். இங்கே தொடக்கப் பள்ளிகளில் மட்டும் பதினாறு லட்சம் பிள்ளைகள் படிக்கிறார்கள். எனில், அவர்களுக்கு ஒருவேளை சாப்பாடு போட எவ்வளவு ரூபாய் செலவாகும்? நிச்சயம் ஒரு கோடி ரூபாய்க்குக் குறையாமல் செலவாகும் என்றார் சுந்தரவடிவேலு. இப்போது ஒரு கோடி என்றால் அடுத்தடுத்த ஆண்டுகளில்.. கணக்குபோடத் தொடங்கியது காமராஜரின் மூளை. ஆனால் இதயம் சாப்பாடு போடுவதற்குத் தயாராகிவிட்டது.

சாப்பாடு முக்கியம். அதற்கு நிதி முக்கியம். நிதி அமைச்சர் சி. சுப்பிரமணியத்திடம் பேசினார். அவரை சமாளித்து விட்டாலே பாதி திட்டம் வந்துவிட்டதுபோல. பிறகு அமைச்சரவைக் கூட்டத்திலும் விவாதித்தார் காமராஜர். பேசப்பேச ஒரு விஷயம் புரிந்துவிட்டது காமராஜருக்கு.

மாநில அரசிடம் நிதி இல்லை என்றால் பொதுமக்களின் உதவியுடன் தன்னார்வத் திட்டமாகக் கொண்டுவரும் முடிவுக்கு வந்துவிட்டார் காமராஜர். அதன்படி 27 மார்ச் 1955 அன்று சென்னையில் நடைபெற்ற ஆசிரியர்கள் மாநாட்டில் பேசும் போது விரைவில் மாணவர்களுக்கான மதிய உணவுத் திட்டம் அமல்படுத்தப்படும் என்ற அறிவிப்பை வெளியிட்டார். இது

முழுக்க முழுக்க மக்களை நம்பிக் கொண்டுவரப்படும் திட்டம். அதை நிறைவேற்ற மக்களிடம் சென்று பிச்சை எடுக்கவும் தயாராக இருக்கிறேன். ஆதரவு கொடுங்கள்.

நல்ல திட்டத்துக்கு நாங்கள் ஆதரவு தருகிறோம் என்று சொல்லி வந்தனர் நாகலாபுரம் கிராமத்தைச் சேர்ந்த மக்கள். அரிசி, பருப்பு ஆகியவற்றை நன்கொடையாகத் தரத் தயார் என்றனர். நல்ல செய்தி அடுத்தடுத்த நகரங்களுக்கு நகரத் தொடங்கியது. ஊர்மக்கள் போட்டிபோட்டுக்கொண்டு ஆதரவு கொடுத்தனர். விவசாயம் பார்க்காத வீட்டைச் சேர்ந்தவர்கள்கூட அன்றைய சமையலுக்கான அரிசியில் இருந்து பிடி அரிசியை ஒதுக்கி ஒவ்வொரு வாரமும் அனுப்பிவைக்க ஆர்வம் காட்டினர். செவி வழிப் பிரசாரம் மூலமாகவே திட்டம் வளரத் தொடங்கியது.

மனிதநேயத் திட்டத்துக்குக் கிடைத்த மக்கள் ஆதரவு காமராஜரை உற்சாகப்படுத்தியது. எட்டயபுரத்தில் உள்ள பள்ளி ஒன்றில் மதிய உணவுத் திட்டம் தொடங்க உத்தரவிட்டார். மக்களின் ஆதரவோடு நான்காயிரத்துக்கும் மேற்பட்ட பள்ளிகளில் இலவச மதிய உணவுத்திட்டம் அடுத்தடுத்து தொடங்கப்பட்டது. இத்தனைக்கும் மாநில அரசு எந்தவிதமான உதவிகளையும் அப்போது வரை அறிவிக்கவில்லை.

மக்கள் ஆதரிக்கிறார்கள் என்பது உண்மைதான். அதற்காக மொத்த சுமையையும் மக்கள் தலையில் வைப்பது மக்களுக்கும் நல்லதல்ல; திட்டத்துக்கும் நல்லதல்ல. காமராஜர் புதிய அறிவிப்பு ஒன்றை வெளியிட்டார். மதிய உணவுக்கான அரிசி, பருப்பு ஆகியவற்றுக்கான அறுபது சதவிகிதத் தொகையை அரசு தந்துவிடும்; எஞ்சியுள்ள நாற்பது சதவிகிதத்தைப் பொதுமக்கள் திரட்டிக்கொடுத்தால் போதும்.

மக்களை உற்சாகப்படுத்திய அந்த அறிவிப்பு நிதித்துறை அதிகாரிகளை பதறச்செய்தது. நிதிப்பற்றாக்குறை வந்துவிடும்; திடீரென திட்டம் நிறுத்தப்பட்டால் அது ஆளுங்கட்சியின் செல்வாக்கைச் சரித்துவிடும் என்று நிர்வாகம் மற்றும் அரசியல் எச்சரிக்கைகள் விடப்பட்டன. எனில், திட்டத்துக்கான நிதியை எங்கிருந்து பெறுவது?

ஒரே ஒரு வாய்ப்பு இருந்தது. மதிய உணவுத் திட்டத்தை இரண்டாவது ஐந்தாண்டுத் திட்டத்தில் சேர்த்துவிட்டால் போதும்.

திட்டத்தின் எதிர்காலம் உறுதிசெய்யப்படும். அதற்கான வேலைகளைச் செய்ய உத்தரவிட்டார் காமராஜர். ஐந்தாண்டுத் திட்டத்தில் சேர்க்கவேண்டிய திட்டங்கள் குறித்து ஆய்வு செய்யும் குழுவினர் மதிய உணவுத் திட்டத்தை மனரீதியாகப் புகழ்ந்துவிட்டு, பணரீதியாக மறுத்துவிட்டனர். இறுதியாக திட்டத்தை அமல்படுத்தும் முடிவு திட்டக்குழுவுக்குச் சென்றது.

முதலமைச்சர் காமராஜர், நிதி அமைச்சர் சி. சுப்பிரமணியம், கல்வித்துறை இயக்குனர் நெ.து. சுந்தரவடிவேலு மூவரும் டெல்லி சென்றனர். திட்டக்குழுவினரிடம் விவாதித்தனர்.

மற்ற எந்த மாநிலங்களிலும் இப்படியொரு திட்டம் அமலில் இல்லை. சென்னை அரசு அகலக்கால் வைக்கப் பார்க்கிறது. வேண்டுமானால் குறுகிய அளவில் திட்டத்தை அமல்படுத்திப் பாருங்கள். கையைக் கடிக்காத பட்சத்தில் கொஞ்சம் கொஞ்சமாக விரிவுபடுத்தலாம் என்றனர் அதிகாரிகள்.

மதிய உணவுத் திட்டத்தை மட்டும் நீங்கள் கைவிட்டுவிட்டால் கைவசம் இருக்கும் பணத்தைக் கொண்டு அனைத்து வளர்ச்சித் திட்டங்களையும் செயல்படுத்திவிட முடியும் என்ற புதிய யோசனை ஒன்றையும் முன்வைத்தனர் அதிகாரிகள்.

மதிய உணவுத் திட்டத்தில் கைவைக்காத யோசனையை மட்டுமே நான் விரும்புகிறேன் என்று சொல்லிவிட்டார் காமராஜர். காமராஜரின் பிடிவாதம் வெற்றிபெற்றது. மதிய உணவுத் திட்டம் இரண்டாவது ஐந்தாண்டுத் திட்டத்தில் இணைக்க அதிகாரிகள் ஒப்புக்கொண்டனர்.

மதிய உணவுத் திட்டத்தின் எதிரொலியாக பள்ளிக்கு வரும் மாணவர்களின் எண்ணிக்கை மிகப்பெரிய அளவில் உயர்ந்தது. அதுதான் திட்டத்தின் உண்மையான வெற்றி. மாணவர்களின் எதிர்காலத்தில் மறுமலர்ச்சியை ஏற்படுத்திய மதிய உணவுத் திட்டம் காமராஜரின் அரசியல் வாழ்க்கையில் அசைக்க முடியாத சாதனை. காமராஜர் என்றால் கல்வி நினைவுக்கு வருவதற்கு அடித்தளம் போட்டது இந்த மதிய உணவுத் திட்டம்தான். பின்னாளில் எம்.ஜி.ஆர் கொண்டுவந்த சத்துணவுத் திட்டத்துக்கு முன்மாதிரியும் இந்தத் திட்டம்தான்.

15

தட்சண பிரதேசம்

ஆந்திராவைப் பிரித்துக்கொடுக்கும்போதே நாம் குளவிக் கூட்டில் கைவைத்து விட்டோம் என்று ஆதங்கப்பட்டார் பிரதமர் நேரு. இறுதியில் அதுதான் நடந்தது. ஆளாளுக்குத் தனிமாநிலம் கேட்கத் தொடங்கினார்கள். ஆளுக்கொரு மொழியையும் சாட்சிக்கு அழைத்துவந்தார்கள்.

பார்த்தது மத்திய அரசு. எல்லாவற்றையும் பஞ்சாயத்து செய்ய புதிய குழு ஒன்றை நியமிக்கிறோம். அதன்பெயர் மாநில சீரமைப்பு ஆணையம். அதற்கென்று பிரத்யேகமாக மூன்று பேர் இருப்பார்கள். அவர்கள் நாட்டின் ஒவ்வொரு பகுதிக்கும் நேரில் சென்று ஆய்வு செய்வார்கள். அரசியல் கட்சிகள் தொடங்கி ஆர்வமுள்ள அமைப்புகள் வரை அத்தனை பேரிடமும் கருத்து கேட்பார்கள். மொழி அடிப்படையில் மாநிலங்களைப் பிரிப்பதற்குத் தேவையான நியாயமான பரிந்துரைகள் வேண்டும்.

ஆகச்சிறந்த நிபுணர்களை ஆணைய உறுப்பினர்களாகத் தேர்வு செய்திருந்தது மத்திய அரசு. ஆணையத்தின் தலைவர் நீதிபதி ஃபாஸில் அலி. அவருக்கு உதவியாக சர்தார் கே.எம். பணிக்கர் ஐ.சி.எஸ் மற்றும் சமூக சேவகர் இருதயநாத் குன்ஸ்ரூ. மூவருமே துறைசார் வல்லுநர்கள்.

அரசியல் கட்சிகள் ஆர்வத்துடன் அறிக்கை கொடுத்தன. முக்கியமாக, சென்னை மாகாணத்தில். மாநிலங்களை மொழி அடிப்படையில் பிரிக்கவேண்டும் என்பதில் எந்தப் பிரச்னையும் இருக்கவில்லை. மாறாக, எல்லைகளைப் பிரிப்பதில்தான்

சிக்கல்கள் அதிகம். அதில்தான் எல்லா கட்சிகளுமே கவனம் செலுத்தின.

பிரச்னைக்குரிய பகுதிகளை எந்த மாநிலத்துடன் இணைக்க வேண்டும் என்பதற்கு கிராமம் என்பதை அலகாக எடுத்துக் கொள்ளுங்கள்; அந்தக் கிராமத்தில் எந்த மொழியைப் பேசு பவர்கள் அதிகம் இருக்கிறார்களோ அந்த மொழி பேசும் மாநிலத்துடன் சம்பந்தப்பட்ட கிராமத்தை இணைத்துவிடுங்கள். இதுதான் இந்திய கம்யூனிஸ்ட் கட்சியின் கருத்து.

மொழி அடிப்படையில் மாநிலங்களைப் பிரிக்கும்போது எந்த வொரு மொழிப்பிரிவும் மற்றொரு மொழிப்பிரிவின் நிலப் பரப்பை அபகரிக்காமல் பார்த்துக்கொள்ள வேண்டியது அதி காரத்தில் உள்ளவர்களின் பொறுப்பு என்றது திமுக. தமிழகத் துக்குச் சொந்தமான பகுதிகள் தமிழகத்துடன் இணைக்கப் படுவதில் எவ்வித சமரசத்துக்கும் இடமில்லை என்றது ம.பொ.சியின் தமிழரசுக் கழகம்.

திமுகவும் தமிழரசுக் கழகமும் வலியுறுத்தியதன் பின்னணியில் இரண்டு எல்லைப் போராட்டங்கள் இருந்தன. திருத்தணி, சித்தூர், வள்ளிமலை, திருவாலங்காடு ஆகியவற்றை ஆந்திரா வில் இருந்து பிரித்து தமிழகத்துடன் சேர்க்கவேண்டும் என்பதற்காக நடத்தப்பட்டது வடக்கெல்லைப் போராட்டம். தேவிகுளம், பீர்மேடு, தோவாளை, அகஸ்தீஸ்வரம், கல்குளம், விளவங்கோடு ஆகியவற்றைக் கொண்ட கன்னியாகுமரி மாவட்டத்தைக் கேரளாவில் இருந்து பிரித்து தமிழகத்துடன் சேர்க்கவேண்டும் என்பதற்காக நடத்தப்பட்டது தெற்கெல்லைப் போராட்டம்.

வடக்கெல்லைப் போராட்டத்தை நடத்தியவர்களுள் முக்கிய மானவர் ம.பொ.சி. தெற்கெல்லைப் போராட்டத்தைத் தொடங்கியவர் நேசமணி. பிறகு ம.பொ.சியும் தெற்கெல்லைப் போராட்டத்தில் தன்னை ஈடுபடுத்திக்கொண்டார். தலையைக் கொடுத்துத் தலைநகரைக் காப்போம் என்று முன்பு சொன்ன ம.பொ.சி, இப்போது காலைக் கொடுத்தாவது கன்னியா குமரியை மீட்போம் என்றார்.

எல்லைப் பிரச்னைகள் குறித்த கருத்துகள் ஏராளமாக வந்து விட்டன. 1955 அக்டோபரில் அறிக்கை வெளியிட்டது மாநில சீரமைப்பு ஆணையம். கேரளம், தமிழ்நாடு, கன்னடம், ஒரிசா,

பிகார், அசாம், ராஜஸ்தான், காஷ்மீர், வங்காளம் உள்ளிட்ட மாநிலங்களை உருவாக்கிக் கொள்வதற்கு ஆணையம் பரிந்துரை செய்திருந்தது. அதன் தொடர்ச்சியாக புதிய மாநிலங்களை உருவாக்கும் பணிகள் தொடங்கிவிட்டன.

அதேசமயம் ஆணைய அறிக்கையில் மாநில எல்லைகள் தொடர்பாக ஒவ்வொரு மாநிலத்துக்கும் தனித்தனியே பரிந்துரைகள் இருந்தன. இங்கே கவனிக்கத்தக்கது தமிழகத்தைப் பற்றிய பரிந்துரைகள். சென்னை மாகாணத்தில் இருக்கும் மலபார் மாவட்டம் கேரளத்துக்கு; தென் கன்னட மாவட்டம் கர்நாடகத்துக்கு; திருவாங்கூர் - கொச்சி பகுதியில் இருக்கும் கல்குளம், விளவங்கோடு, தோவாளை, அகத்தீஸ்வரம், செங்கோட்டை ஆகிய தமிழ் வழங்கும் தாலுகாக்களைத் தமிழ்நாட்டுடன் இணைத்து சென்னை ராஜ்யம் அமைக்கவேண்டும்.

அத்தனைப் பிரச்னைகளுக்கும் தீர்வு கொடுக்கும் என்று நம்பப்பட்ட அறிக்கை அடுத்தடுத்த பிரச்னைகளைக் கிளப்பிவிட்டது. தமிழ்நாட்டுப் பகுதிக்கு சென்னை ராஜ்ஜியம் என்றே பெயர் இருக்கவேண்டும் என்றது ஆணைய அறிக்கை. ஆனால் முக்கியக் கோரிக்கையான தேவிகுளம், பீர்மேடு ஆகிய பகுதிகளைத் தமிழகத்துடன் இணைப்பது பற்றி வாய்திறக்கவில்லை.

போராட்டங்கள் தொடர்ந்தன. இந்நிலையில் புதிய அணுகுண்டு யோசனை ஒன்றை வெளியிட்டார் மேற்கு வங்க முதல்வர் பி.சி. ராய். இந்தியாவை மொழி அடிப்படையில் சிறுசிறு மாநிலங்களாகப் பிரிப்பதைவிட உத்தர, மேற்கு, கிழக்கு, தட்சண, மத்திய என்று ஐந்து பிரதேசங்களாகப் பிரித்துவிட்டால் நிர்வாகம் சுலபமாகும்; வலுவான மாநில அரசுகள் அமையும் என்பது பி.சி. ராயின் கணிப்பு.

எல்லைப் போராட்டத்தில் தீவிரம் காட்டிய அனைத்து கட்சிகளும் தங்களுடைய எதிர்ப்பைத் தட்சண பிரதேசத்தின் பக்கம் திருப்பின. சிக்கல்களை நீடிக்கச் செய்வதற்கான முயற்சி என்பது அவர்கள் வைத்த வாதம். மற்ற எதிர்ப்பாளர்களில் இருந்து திமுக மட்டும் வித்தியாசமாகத் தெரிந்தது. காரணம், திமுக வலியுறுத்தும் திராவிட நாட்டின் மாற்று வடிவம்தான் தட்சண பிரதேசம் என்றார்கள். ஆனால் அண்ணாவோ, 'நான் கேட்பது இட்லி. தட்சண பிரதேசம் மண் இட்லி' என்று சொல்லித் தன்னுடைய எதிர்ப்பைத் தீவிரப்படுத்தினார்.

எதிர்க்கட்சிகளை ஓரணியில் திரட்ட விரும்பினார் ம.பொ.சி. நாங்கள் தயார் என்று திமுகவும் கம்யூனிஸ்டுகளும் சொல்லி விட்டார்கள். பெரியாரிடம் சென்று பேசினார். வெறுமனே தட்சண பிரதேச எதிர்ப்புக்காக ஒன்று சேர்வதைக் காட்டிலும் இந்தி எதிர்ப்பு, மாநிலங்களுக்குக் கூடுதல் அதிகாரம், தமிழ்நாடு பெயர் மாற்றம் ஆகியவற்றுக்காகவும் போராடலாமே என்றார் பெரியார்.

பெரியாரின் கருத்துகள் ம.பொ.சியை தர்மசங்கடத்தில் ஆழ்த் தின. எல்லாவற்றையும் சேர்த்துக்கொண்டால் போராட்டத்தின் போக்கு மாறிவிடும்; இப்போதைக்கு எல்லைப் பிரச்னையிலும் தட்சண பிரதேச எதிர்ப்பிலும் மட்டும் இணைந்து போராடலாம் என்றார் ம.பொ.சி. எனில், என்னை விட்டுவிடுங்கள் என்று சொல்லிவிட்டார் பெரியார்.

27 ஜனவரி 1956 அன்று தட்சண பிரதேச எதிர்ப்புக் குழுவினரின் கூட்டம் கூடியது. திமுக சார்பில் அண்ணா, கம்யூனிஸ்ட் கட்சி சார்பில் ஜீவா, தமிழரசு கழகத்தின் ம.பொ.சி, ஜஸ்டிஸ் கட்சியின் பி.டி. ராசன், பாரதிதாசன், சி.பா. ஆதித்தனார் உள்ளிட்டோர் கலந்துகொண்டனர். அந்தக் கூட்டத்தில் மொழிவழிப் பிரி வினையை மத்திய அரசு ஏற்காததைக் கண்டிப்பது, எல்லைப் பிரச்னையில் தமிழ்நாட்டுக்கு நியாயம் செய்யாமல் புறக் கணிப்பது, சென்னை ராஜ்யத்துக்குப் பதிலாக தமிழ்நாடு என்று பெயர் வைப்பது, தட்சண பிரதேசத் திட்டத்தை எதிர்ப்பது ஆகியவற்றை வலியுறுத்தி 20 பிப்ரவரி 1956 அன்று தமிழகம் முழுவதும் ஹர்த்தால் செய்வது என்று முடிவு செய்யப்பட்டது.

அந்தப் போராட்டத்தின் ஒருபகுதியாக ஊர்வலம் ஒன்று நடந்தது. திடீரென காவல்துறையினர் ஊர்வலத்துக்குள் புகுந்து தடியடி நடத்தினர். அதில் கம்யூனிஸ்ட் தலைவர் ஜீவா காய மடைந்தார். இன்னொரு கம்யூனிஸ்டான எம்.வி. வெங்கட் ராமனுக்கு நெற்றியில் ரத்தக்காயம். ஊர்வலத்தின் இறுதியில் எதிர்க்கட்சித் தலைவர்கள் கலந்துகொண்ட பொதுக்கூட்டம் நடந்தது. கண்டனக் கணைகள் பறந்தன.

எனினும், தட்சண பிரதேசத்தை உருவாக்கும் முயற்சியில் மத்திய அரசின் ஆர்வம் குறையவில்லை. அமிர்தசரஸில் நடந்த காங்கிரஸ் மாநாட்டில் பி.சி. ராயின் திட்டத்தை ஏற்றுக்கொள் வது என்ற தீர்மானம் நிறைவேறியது. மத்திய உள்துறை அமைச்சர் கோவிந்த வல்லப பந்த் முன்மொழிந்த அந்தத்

தீர்மானத்தை வழிமொழிந்தவர் சென்னை மாநில அமைச்சர் சி. சுப்பிரமணியம்.

தீர்மானம் நிறைவேறிய கையோடு கேரளா முதல்வர் பி. கோவிந்த மேனன் மற்றும் கர்நாடக முதலமைச்சர் கே. ஹனுமந்தையா ஆகியோரைச் சந்தித்தார் சி. சுப்பிரமணியம். தட்சண பிரதேசம் உருவானபிறகு அதன் முதல்வர் காமராஜர் தான்; அதற்கு நீங்கள் சம்மதிக்கவேண்டும் என்று இருவரிடமும் கோரினார் சி.எஸ். அவர்கள் ஒப்புக் கொண்டனர்.

புதிய திட்டம் குறித்து பெங்களூரில் நடக்க இருந்த காங்கிரஸ் கமிட்டியில் முடிவெடுக்கப்படும் என்று அறிவிப்பு வெளியானது. களத்தில் இறங்கினார் பெரியார். தந்தி ஒன்றை காமராஜருக்கு அனுப்பி வைத்தார். தட்சண பிரதேசம் என்பது தற்கொலை முயற்சி. தமிழர்கள் மீது மற்ற மொழியினர் ஆதிக்கம் செலுத்த உருவாக்கப்படும் நூதன வாய்ப்பு. உங்கள் தலைமைக்கு நேரப்போகும் ஆபத்து. இதுதான் தந்தியின் சாரம்.

தந்திக்குத் தக்க பலன் கிடைத்தது. தட்சண பிரதேசத் திட்டத்தை நான் ஆதரிக்கவில்லை என்று அறிவித்தார் முதல்வர் காமராஜர். அந்த அறிவிப்பால் அதிர்ச்சி அடைந்தது நேரு அல்ல; சி. சுப்பிரமணியம்தான். தட்சண பிரதேசத் திட்டத்தைக் காமராஜருக்கு விளக்கியவர் சி.எஸ். காமராஜரின் அனுமதியுடன் கர்நாடக, கேரள முதல்வர்களுடன் பேசியவர் சி.எஸ். திடீரென காமராஜர் பின்வாங்கியதும் அதிர்ச்சி அடைந்த சி.எஸ், நேரே காமராஜரிடம் சென்றார்.

தட்சண பிரதேசத் திட்டத்தை என்னிடம் முதலில் ஒப்புக் கொண்டீர்கள். இப்போது ஏன் மாறிவிட்டீர்கள்?

சி.எஸ் எழுப்பிய ஆவேசக் கேள்விக்கு காமராஜர் அமைதியாகப் பதில் அளித்தார்.

அப்போது சரியென்று சொன்னேன். இப்போது வேண்டாம் என்கிறேன்!

விஷயம் நேருவுக்குச் சென்றது. 'காமராஜருக்கு விருப்பம் இல்லை என்றால் தட்சண பிரதேசம் வேண்டாம். மாநில முதல் அமைச்சர்கள் மீது என்னுடைய முடிவுகள் எதையும் திணிக்க விரும்பவில்லை' என்று சொல்லிவிட்டார். தட்சண பிரதேசத் திட்டம் முடிவுக்கு வந்தது.

16

காமராஜர் Vs சங்கரலிங்கனார்

சங்கரலிங்க நாடாருக்குச் சொந்த ஊர் விருதுநகர் அருகே உள்ள மண்மலைமேடு கிராமம். அடிப்படையில் காங்கிரஸ்காரர். தீவிரமான காந்தியவாதி. ராஜாஜி நடத்திய திருச்செங்கோடு காந்தி ஆசிரமத்தில் வேலை செய்தவர்.

அவருக்கு ஒன்று புரிந்தது. சுதந்தரப் போராட்டத்தில் ஈடுபட்ட போது இல்லாத ஆடம்பரமும் அலட்சியமும் பகட்டும் படாடோபமும் ஆட்சிக்கு வந்தபிறகு காங்கிரஸ் கட்சிக்குள் நுழைந்து விட்டன. அதுதான் அவரை அதிகம் கவலைக்கு உள்ளாக்கியது. ஆயிரத்தெட்டு அதிருப்திகள் மனத்துக்குள் இருந்தபோதும் அவரைப் போராட்டக் களத்துக்கு அழைத்துவந்தது சென்னை ராஜ்ஜியத்துக்குத் தமிழ்நாடு என்று பெயர் மாற்ற மறுக்கும் விவகாரம்தான்.

இந்தியாவை ஆட்சி செய்த பிரிட்டிஷார் தம்முடைய நிர்வாக வசதிகளுக்காக பெரிய பெரிய மாகாணங்களைப் பிரித்தபோது அதை காந்தி எதிர்த்தார். காங்கிரஸ் கட்சியின் மாகாண கமிட்டி களை மொழி அடிப்படையில் பிரித்தார். அப்போது உருவான முதல் தமிழ்நாடு காங்கிரஸ் கமிட்டியின் செயலாளர் பெரியார். அதன் அர்த்தம் சுதந்தரத்துக்கு முன்பே தமிழ்நாடு என்ற பெயரை காங்கிரஸ் ஏற்றுக்கொண்டுவிட்டது. ஆனால் தற்போது தமிழ் நாடு என்ற பெயரை ஏற்க மறுப்பது ஏன்? இந்தக் கேள்விதான் சங்கரலிங்கனாரை உசுப்பேற்றியது.

கனத்த இதயத்துடன் கோரிக்கை மனு ஒன்றை எழுதினார். இந்தியாவில் ஓடும் ரயில்களில் அனைத்து மக்களும் ஒரே

வகுப்பில் பயணம் செய்யவேண்டும்; வெளிநாட்டு விருந்தினர்களுக்கு ஆடம்பரம் இல்லாத சைவ உணவைக் கொடுக்க வேண்டும்; அரசுப் பணியில் இருப்பவர்கள் கதர் ஆடை அணிய வேண்டும்; அரசியல் தலைவர்கள் ஆடம்பரச் செலவுகளைக் குறைக்கவேண்டும்; இந்தியா முழுக்க மதுவிலக்கை அமல்படுத்தவேண்டும்; குடியரசுத் தலைவர், ஆளுநர் போன்ற அலங்காரப் பதவிகளை அகற்ற வேண்டும் என்று மொத்தம் பன்னிரண்டு கோரிக்கைகள். அவற்றில் முதன்மையானது, சென்னை ராஜ்ஜியத்துக்கு தமிழ்நாடு என்று பெயர் மாற்றவேண்டும் என்பது.

கோரிக்கை மனுவை காங்கிரஸ் கட்சித் தலைமைக்கு அனுப்பிவிட்டு நேரே சூலக்கரைமேடு என்ற கிராமத்துக்கு வந்தார். அடர்த்தியான காட்டுப்பகுதி அது. அங்கேயே குடிசை போட்டு அமர்ந்தார். உண்ணாவிரதம் தொடங்கியது. ஒன்று, கோரிக்கைகள் நிறைவேற வேண்டும் அல்லது நான் சாகவேண்டும். கறாராகச் சொல்லிவிட்டுத்தான் காரியத்தைத் தொடங்கியிருந்தார்.

சங்கரலிங்கனார் விளம்பர வெளிச்சம் பற்றி யோசிக்கவில்லை. ஒருவேளை யோசித்திருந்தால் சென்னை சென்று சட்டமன்றத்துக்கு எதிரே அல்லது குறைந்தபட்சம் விருதுநகரின் பிரதான இடத்தில் பந்தல் போட்டிருப்பார். மாறாக, பொதுமக்கள் யாருக்கும் தொந்தரவு இல்லாத வகையில் காட்டுப்பகுதி ஒன்றைத் தேர்வு செய்தார்.

27 ஜூலை 1956 அன்று சங்கரலிங்கனாரின் உண்ணாவிரதம் தொடங்கியது. விஷயம் மெல்ல மெல்ல ஊருக்குள் சென்றது. குறிப்பாக, அந்தப் பகுதிவாழ் கம்யூனிஸ்ட் கட்சியினருக்கு. நேராக சங்கரலிங்கனாரைச் சந்தித்துப் பேசினர்.

மக்களின் பார்வை படாத, ஊடகங்களின் கவனம் பெறாத ஏதோ ஒரு மூலையில் முடங்கியபடி உண்ணாவிரதம் இருப்பதில் அர்த்தம் இல்லை; விருதுநகருக்கு வாருங்கள். அங்கே வைத்து உங்கள் உண்ணாவிரதப் போராட்டத்தை நடத்துங்கள்; எதிர்க்கட்சிகளின் ஆதரவும் கிடைக்கும். மக்கள் சக்தியும் திரளும். அரசின் கவனத்தை ஈர்ப்பதும் சுலபம்.

விருதுநகர் முத்துமாரியம்மன் கோயிலுக்கு அருகில் இருக்கும் திடலுக்கு இடம்பெயர்ந்தார் சங்கரலிங்கனார். அங்கே சிறிய

ஓலைக்குடில் ஒன்று அமைக்கப்பட்டது. கூரைக்கு மேலே காங்கிரஸ் கொடி. கயிற்றுக் கட்டிலில் உட்கார்ந்தபடியே உண்ணாவிரதத்தில் ஈடுபட்டார்.

கோரிக்கைகளில் இருந்த நியாயங்கள், கம்யூனிஸ்ட் கட்சி யினரின் பரிபூரண ஆதரவு இரண்டு சேர்ந்துகொண்டன. போராட்டத்துக்கு ஆதரவு பெருகியது. அது, ஆளுங்கட்சியில் இருந்த சிலருக்கு ஆத்திரத்தை வரவழைத்தது. உண்ணாவிரத மேடைக்கு அருகே அல்வாத் துண்டுகளை வீசினர்; உணவுப் பொட்டலங்களை எறிந்தனர். அனைத்தையும் சகித்தபடி போராட்டத்தைத் தொடர்ந்தார் சங்கரலிங்கனார்.

நாள்கள் நகர்ந்தன. வாரங்கள் வந்தன. மாதங்கள் கடந்தன. மாகாண அரசு அசைந்துகொடுக்கவில்லை. ஆனால் சங்கர லிங்கனாரின் உடல்நிலை நாளுக்கு நாள் மோசமாகிக்கொண்டே போனது. முதலமைச்சர் காமராஜரை பத்திரிகையாளர்கள் சூழ்ந்துகொண்டு கேள்விகேட்டனர். சங்கரலிங்கனார் முன் வைக்கும் பன்னிரண்டு கோரிக்கைகளில் பத்து கோரிக்கைகள் மத்திய அரசு தொடர்பானவை என்றார். மற்ற இரண்டை நிறைவேற்றுங்கள் என்று கேட்பதற்குள் பறந்துவிட்டார் காமராஜர்.

உண்மையில் மத்திய அரசிடம் காமராஜருக்கு இருந்த செல் வாக்கு அபரிமிதமானது. குறிப்பாக, பிரதமர் நேருவிடம்.

காங்கிரஸ் காரியக் கமிட்டியில் தட்சண பிரதேசத் தீர்மானம் கொண்டுவரப்பட்டது. அதை காமராஜர் விரும்பவில்லை என்று தெரிந்ததும் அந்தத் தீர்மானத்தையே ஒதுக்கித் தள்ளியவர் நேரு. அந்த அளவுக்கு விஸ்வரூபம் எடுத்து நின்ற காமராஜருக்கு தமிழ்நாடு பெயர் மாற்றம். ஆனாலும் ஏனோ ஊதிப்பெரிதாக்க உதவியாக இருந்துவிட்டார்.

இன்னும் தாமதித்தால் சங்கரலிங்கனாரை இழக்கவேண்டி யிருக்கும் என்பதால் கம்யூனிஸ்ட் கட்சியின் தலைவர் பி. ராமமூர்த்தி களத்தில் இறங்கினார். அரசின் கவனம் கோரிக்கை களின் பக்கம் திரும்பவேண்டும்; அதற்கு மக்கள் ஆதரவு வேண்டும்; அதைத் திரட்டுவதற்கு நாம் மக்களை நேரடியாகச் சந்திக்கவேண்டும். ஆகவே, உண்ணா விரதத்தைக் கைவிடுங்கள் என்றார் பி. ராமமூர்த்தி. மறுத்துவிட்டார் சங்கரலிங்கனார்.

சங்கரலிங்கனாரை திமுக சார்பாக அண்ணா சென்று சந்தித்தார். என்னுடைய உயிர் போவதால் கோரிக்கைகள் நிறைவேறும் என்றால் அதற்கும் தயார் என்றார் அவர்.

கோரிக்கைகள் கேட்பாரற்றுக் கிடந்தது சங்கரலிங்கனாரை சங்கடப்படுத்தியது. ஆயினும் முயற்சிகள் நிற்கவில்லை. கடிதங்கள் எழுதினார். அப்படி அனுப்பிய கடிதம் ஒன்றில் மரண வாக்குமூலம் போன்ற ஒன்றைப் பதிவுசெய்திருந்தார். ஒரு வேளை நான் இறந்துபோகும் பட்சத்தில் என்னுடைய உடலை கம்யூனிஸ்டுகளிடம் ஒப்படைக்கவேண்டும். காங்கிரஸ் தியாகி கடைசியில் நம்பியது கம்யூனிஸ்டுகளைத்தான்.

10 அக்டோபர் 1956 அன்று மருத்துவமனையில் அனுமதிக்கப் பட்டார் சங்கரலிங்கனார். அடுத்த மூன்றாவது நாள் போராட் டத்தை முடித்து வைத்தது அவருடைய மரணம். கிட்டத்தட்ட இரண்டரை மாதங்களுக்கு வெறும் எலுமிச்சை சாற்றை மட்டுமே அருந்திக்கொண்டு, சளைக்காமல் போராடிய சங்கர லிங்கனார் சரிந்துபோனார்.

அரசுக்கு எழுதிய பன்னிரண்டு கோரிக்கைகள் பூர்த்தி செய்யப் படவில்லை. ஆனால் அவருடைய உடல் மதுரை கம்யூனிஸ்ட் தலைவர்களிடம் ஒப்படைக்கப்பட்டது. கே.பி. ஜானகி அம்மாளும் கே.டி.கே. தங்கமணியும் கையெழுத்திட்டு உடலைப் பெற்றுக் கொண்டனர். சூலக்கரைமேட்டில் தொடங்கிய போராட்டம் மதுரை தத்தனேரி இடுகாட்டில் வந்து முடிந்தது.

சங்கரலிங்கனாரின் தமிழ்நாடு பெயர் மாற்றக் கோரிக்கை அவருடைய மரணத்துக்குப் பிறகு தவணை முறையில் நிறை வேறியது. முதல் தவணையாக மெட்ராஸ் ஸ்டேட் என்பதை தமிழில் தமிழ்நாடு என்று எழுதிக்கொள்ளலாம் என்று ஆணை பிறப்பித்தது காமராஜர் அரசு. பிறகு, அண்ணா ஆட்சிக்கு வந்ததும் மெட்ராஸ் ஸ்டேட் என்பது முற்றிலுமாக அகற்றப் பட்டது. தமிழ்நாடு என்ற பெயர் வந்துசேர்ந்தது.

மேற்கண்ட மாற்றங்கள் எல்லாம் பின்னாளில் நடைமுறைக்கு வந்தவை. ஆனால் சங்கரலிங்கனார் மரணம் அடைந்த சமயத்தில் முதலமைச்சர் காமராஜருக்கும் காங்கிரஸ் கட்சிக்கும் எதிரான உணர்வுகள் மாகாணம் முழுக்கக் கிளம்பியிருந்தன. அதன் காரணமாக காங்கிரஸ் முகாம் சங்கடத்தில் நெளிந்தபோது

திராவிட முன்னேற்றக் கழகம் தேர்தல் அரசியலுக்குத் தயாராகி யிருந்தது.

கட்சி தொடங்கிய நாள் முதல் சென்னை மாகாணத்தில் நடந்த அரசியல் அசைவுகள் அனைத்திலும் திமுகவின் பங்களிப்புகள் இருந்தன. புயல் நிதியும் திரட்டிக் கொடுத்திருக்கிறது. புயல் கிளப்பும் போராட்டங்களையும் நடத்தியிருக்கிறது. குலக்கல்வி யில் ராஜாஜியை எதிர்த்துள்ளது; குடியாத்தத்தில் காமராஜருக்குக் கைகுலுக்கியுள்ளது. ஆந்திரப் பிரிவினை ஆதரித்திருக்கிறது; சித்தூர் போராட்டத்திலும் பங்கெடுத்துள்ளது. எல்லாம் செய் தாகிவிட்டது. ஆனாலும் திமுக தொண்டர்களுக்கு ஒரு குறை. தேர்தல் விளையாட்டைப் பார்க்க அனுமதித்த கட்சி, களமிறங்கக் காக்கவைக்கிறதே!

கவலை தீர்க்கும் வகையில் கட்சியின் இரண்டாவது மாநில மாநாடு திருச்சியில் கூடியது. பல விஷயங்கள் பேசப்பட்டன. முக்கியமாக, பொதுத்தேர்தல் பற்றி. களத்தில் இறங்கியே தீரவேண்டும் என்றனர் செயற்குழு உறுப்பினர்கள். அந்தக் கருத்தைப் பொதுக்குழு உறுப்பினர்களும் வழிமொழிந்தனர்.

மாநாட்டுக்கு வந்திருக்கும் தொண்டர்கள்தான் நம்முடைய நீதிபதிகள். அவர்களிடமே வாக்கெடுப்பு நடத்தலாம். அவர்கள் எடுக்கும் முடிவுக்குக் கட்டுப்படலாம். ஆரம்பித்துக்கொடுத்தார் அண்ணா. அவருடைய தம்பிகள் அடுத்தடுத்த காரியங்களைச் செய்தனர்.

20 மே 1956 அன்று வாக்கெடுப்பு தொடங்கியது. மாநாட்டுக்கு வந்திருந்த அறுபதாயிரத்து சொச்சம் பேருக்கும் வாக்காளர் அந்தஸ்து வந்துசேர்ந்தது. தேர்தலில் நிற்கலாம் என்பவர்கள் சிவப்புப் பெட்டியில் வாக்களியுங்கள். விருப்பம் இல்லாதவர் களுக்குக் கறுப்புப் பெட்டி காத்திருக்கிறது.

வாக்குகள் எண்ணப்பட்டு முடிவுகள் அறிவிக்கப்பட்டன. தேர்தலில் போட்டியிடுவதற்கு ஆதரவாக 56942 பேர். எதிராக 4203 பேர். எட்டுவயதுக் குழந்தையான திமுக தேர்தல் களத் துக்குத் தயார்.

17

கோழி சின்னம், கூத்தாடிக் கட்சி!

சுதந்தர இந்தியாவின் முதல் தேர்தலை வெற்றிகரமாக நடத்திய சுகுமார் சென் 1957 தேர்தலையும் நடத்திக் கொடுக்க வேண்டும் என்பது நேருவின் உத்தரவு.

நிதி விஷயத்தில் கடந்த தேர்தலைக் காட்டிலும் சிக்கனம் கடைப்பிடிக்கவேண்டும் என்று தீர்மானித்து விட்டார் சென். கடந்த தேர்தலில் பயன்படுத்திய முப்பந்தைந்து லட்சம் வாக்குப் பெட்டிகளை அழித்துவிடாமல் பத்திரமாக வைத்திருங்கள் என்று அதிகாரிகளுக்கு ஐந்து ஆண்டுகளுக்கு முன்பே உத்தர விட்டிருந்தார். அதற்கான அர்த்தம் அதிகாரிகளுக்கு இப்போது புரிந்தது. அத்தனைப் பெட்டிகளும் இந்தத் தேர்தலில் மறுபயன் பாட்டுக்கு உள்ளாகின.

ஆனால் தேர்தல் பற்றிய விழிப்புணர்வை மக்களுக்கு ஏற்படுத்தும் வகையில் விழிப்புணர்வுத் திரைப்படம் ஒன்றைத் தயாரிக்கும் எண்ணம் வந்திருந்தது அவருக்கு. ஒத்தாசைக்கு நாங்கள் இருக் கிறோம் என்றனர் தகவல் ஒலிபரப்பு அமைச்சகத்தினர்.

இது உங்கள் வாக்கு என்ற பெயரில் விழிப்புணர்வுப் பிரசாரப் படம் உருவானது. நாடு தழுவிய அளவில் எழுபதாயிரத்துக்கும் மேற்பட்ட திரையரங்குகளில் அந்தப்படம் திரையிடப்பட்டது. அந்தத் தேர்தலில் இந்திய வாக்காளர்களின் எண்ணிக்கை 19.3 கோடி!

மாகாணப் பிரிவினைக்குப் பிறகு சென்னை மாகாணசட்டமன்றத் தொகுதிகளின் எண்ணிக்கை 205; மக்களவைத் தொகுதிகளின்

எண்ணிக்கை 41 என்று நிர்ணயிக்கப்பட்டது. 1 மார்ச் 1957 தொடங்கி 4,6,8,11 ஆகிய தேதிகளில் ஐந்து கட்டங்களாகத் தேர்தல் நடத்தப்படும் என்று அறிவிப்பு வெளியானது.

வரும் தேர்தல் என்ன.. வரவிருக்கும் அத்தனைத் தேர்தல்களிலுமே காங்கிரஸ் கட்சிக்குத்தான் வெற்றிவாய்ப்பு என்பது தான் காங்கிரஸ் தொண்டர்களின் அசைக்க முடியாத நம்பிக்கை. அந்த நம்பிக்கை வேட்பாளர் தேர்விலும் எதிரொலித்தது.

204 சட்டமன்றத் தொகுதிகளிலும் 41 மக்களவைத் தொகுதிகளிலும் காங்கிரஸ் கட்சி வேட்பாளர்களை நிறுத்தியது. முதலமைச்சர் காமராஜர் சாத்தூர் சட்டமன்றத் தொகுதியில் இருந்து போட்டியிட்டார். காங்கிரஸ் கட்சிக்கு பெரியாரின் திராவிடர் கழகம் ஆதரவு கொடுத்தது. கம்யூனிஸ்ட் கட்சி 55 சட்டமன்றத் தொகுதிகளிலும் 13 மக்களவைத் தொகுதிகளிலும் போட்டியிட்டது.

இந்த இரண்டு கட்சிகள் தவிர்த்து தேர்தலில் போட்டியிட்ட மற்றொரு முக்கிய கட்சி, காங்கிரஸ் சீர்திருத்தக் கமிட்டி. காமராஜர் ஒதுக்குகிறார்; காங்கிரஸ் கட்சியிலும் ஒழுக்கம் இல்லை என்று சொல்லி அதிருப்தியுடன் வலம்வந்தனர் சில மூத்த தலைவர்கள். குறிப்பாக, சட்டநாத கரையாளர், வெங்கட கிருஷ்ண ரெட்டியார் உள்ளிட்டோர். இனியும் பொறுக்க முடியாது என்ற சூழலில் அதிருப்தி வெடித்தது. புதுக்கட்சி பிறந்தது. அதன் பெயர், காங்கிரஸ் சீர்திருத்தக் கமிட்டி.

கட்சி தொடங்கியதும் அவர்கள் அடைக்கலம் கேட்டது ராஜாஜி யிடம்தான். ஆனால் ராஜாஜி ஒதுங்கி நிற்கவே பசும்பொன் தேவர் வசம் சென்றனர் கமிட்டியினர். பலத்த யோசனைகளுக்குப் பிறகு காங்கிரஸ் சீர்திருத்தக் கமிட்டிக்குத் தன்னுடைய ஆதரவைத் தெரிவித்தார் தேவர். காங்கிரஸ் சீர்திருத்தக் கமிட்டி ஐம்பது சட்டமன்றத் தொகுதிகளிலும் ஒன்பது மக்களவைத் தொகுதிகளிலும் வேட்பாளர்களை நிறுத்தியது.

1957 தேர்தலின் இன்னொரு புதுவரவு திராவிட முன்னேற்றக் கழகம். தேர்தலில் போட்டியிடும் முடிவைக் கட்சியின் தொண்டர்களைக் கொண்டே எடுக்கவைத்து தேர்தல் அரசியலுக்குத் தயாராகியிருந்தது திமுக. அடிகள் அளந்து வைக்கப்படவேண்டும் என்பதில் அதிகம் அக்கறை கொண்ட அண்ணா,

சட்டமன்றத்துக்கு 124 மற்றும் மக்களவைக்கு 11 வேட்பாளர்களை நிறுத்தினார்.

திமுகவுக்கு அது முதல் தேர்தல். ஆகவே, அந்தக் கட்சிக்கு பிரத்யேக சின்னம் எதுவும் ஒதுக்கப்படவில்லை. உதயசூரியன் சின்னத்தை விரும்பியது திமுக. அது சுயேட்சை சின்னம் என்பதால் எல்லா திமுக வேட்பாளர்களுக்கும் உதயசூரியன் கிடைக்காது என்று சொல்லிவிட்டது தேர்தல் ஆணையம். பலருக்கும் உதயசூரியன் கிடைத்தது. சிலருக்கு வேறு சின்னங்கள் வந்துவிட்டன. முக்கியமாக, நாவலர் நெடுஞ்செழியனுக்குக் கோழி சின்னம்! ஆக, தேர்தல் ஆணையத்தின் பார்வையில் திமுக வேட்பாளர்கள் அனைவரும் சுயேட்சை வேட்பாளர்கள்!

அனைத்து கட்சிகளும் தேர்தலுக்குத் தயார். அணைகள் கட்டியது, தொழிற்சாலைகள் அமைத்தது போன்ற பணிகள் தொடரவேண்டும் என்றால் காங்கிரஸ் கட்சிக்கு வாக்களிக்க வேண்டும் என்று கோரியது காங்கிரஸ்.

தவிரவும், முதலமைச்சர் காமராஜருக்கு மக்கள் மத்தியில் பலத்த செல்வாக்கு. அவரைப் பார்க்க மக்கள் கூட்டம் கூட்டமாக வந்தனர். ஆடம்பரம் இல்லாத அவருடைய பேச்சுக்கு அத்தனை ஆரவாரம் கிடைத்தது. காங்கிரஸ் வெற்றிபெற்றால் காமராஜர்தான் மீண்டும் முதல்வர்; மத்தியிலும் காங்கிரஸ் ஆட்சியே அமையும். இந்த இரண்டு சங்கதிகளின் மூலம் சென்னை மாகாணத்துக்கு பல நன்மைகள் காத்துக் கொண்டிருக்கின்றன என்பது காங்கிரஸ் கட்சியின் பிரசாரம்.

பிரசாரத்துக்காக பிரதமர் நேரு சென்னை வந்தார். 'வானமே இடிந்து விழுந்தாலும் இந்தியாவின் எந்தவொரு பாகத்தையும் இந்தியாவில் இருந்து பிரித்துச் செல்லவிட மாட்டோம்' என்றார். 'தமிழ்நாட்டில் உள்ள வகுப்புவாதக் கட்சியினர் பிராமணர்களைத் துரத்தி அடித்துவிட்டு, சுயேட்சையான திராவிட நாட்டை அமைப்போம் என்கிறார்கள். ஒரு பாகிஸ்தான் ஏற்பட்டது போதும்; என்ன நடந்தாலும் இனி நாடு துண்டாடப் படாது. நிலையான அரசை காங்கிரஸ் கட்சியால் மட்டுமே தரமுடியும்' என்றார்.

காங்கிரஸ் கட்சியின் பரம வைரியாக இருந்த பெரியார் இந்தத் தேர்தலில் காங்கிரஸ் கட்சியின் பிரசார பீரங்கியாக மாறினார்.

குலக்கல்வித் திட்டத்தை அகற்றியது முதலே காமராஜரின் பக்கம் வந்துவிட்டார் பெரியார். பச்சைத் தமிழர் காமராஜரை ஆதரிப்போம் என்று பிரசாரம் செய்தார். உச்சக்கட்டமாக, காமராஜர் ஆட்சியின் சாதனைகளைத் தன்னுடைய விடுதலை பத்திரிகையில் பட்டியலாகத் தொகுத்து வெளியிட்டார்.

வெறுமனே காமராஜரை ஆதரித்ததோடு பெரியார் நிறுத்திக் கொள்ளவில்லை. திமுகவை மிகக் கடுமையாக விமரிசித்தார். திமுகவினர் திட்டம் ஏதுமில்லா ஊதாரிகள் என்றார். கண்ணீர்த் துளிப் பஞ்சபாண்டவர்களை முறியடிப்போம், புறப்படுங்கள்! என்று திராவிடர் கழகத்தினருக்கு அழைப்பு விடுத்தார்.

அடுத்தது, கம்யூனிஸ்ட் கட்சி. கடந்த தேர்தலில் இரண்டாவது பெரிய கட்சியாக வெற்றிபெற்றிருந்த கம்யூனிஸ்ட் கட்சி, இந்தத் தேர்தலிலும் நம்பிக்கையுடன் களத்தில் இறங்கியது. மாநிலங் களுக்குக் கூடுதல் நிதி அதிகாரம், உள்ளாட்சி அமைப்புகளுக்கு அதிக அதிகாரம், உபரி நிலங்களைப் பகிர்ந்தளித்தல் போன்ற வற்றை முன்வைத்துப் பிரசாரத்தில் ஈடுபட்டது கம்யூனிஸ்ட் கட்சி. அவர்களுடைய பிரதான பிரசார முறையாக வில்லுப் பாட்டு இருந்தது.

திமுகவின் பிரசாரம் முற்றிலும் வேறு திசையில் இருந்தது. திராவிட நாடு பிரிவினையைத் தொடர்ந்து வலியுறுத்திக் கொண்டிருந்த திமுக, மாநிலங்களுக்கு அதிக அதிகாரங்கள் வழங்கவேண்டும் என்று வலியுறுத்தப் போவதாக அறிவித்தது. வடநாட்டை மட்டுமே கவனிக்காமல் தென்னாட்டின் மீதும் அக்கறை செலுத்த முயற்சிகள் மேற்கொள்ளப்படும் என்றும் வாக்குறுதி வழங்கியது.

மற்ற எந்தக் கட்சிக்கும் இல்லாத மிகப்பெரிய பலம் திமுகவுக்கு இருந்தது. என்.எஸ். கிருஷ்ணன், எம்.ஜி.ஆர், எஸ்.எஸ்.ஆர் என்று முக்கிய நடிகர்கள் பலரும் திமுக பக்கம் இருந்தனர். ஏற்கெனவே அண்ணா, கருணாநிதி, கண்ணதாசன் உள்ளிட் டோருக்கு திரைத்துறை மூலம் நல்ல வரவேற்பு கிடைத் திருந்தது. ஆக, திமுகவின் பிரசாரத்தில் நட்சத்திரங்களின் அணிவகுப்பு பலமாக இருந்தது. வாக்குகளை வசீகரித்துக் கொடுக்கும் என்ற நம்பிக்கையை ஏற்படுத்தியது. கூத்தாடிகள் கட்சி என்ற எதிர்க்கட்சிகளின் விமரிசனத்தை திமுக கொஞ்சமும் கண்டுகொள்ளாததற்கு அந்த நம்பிக்கையும் ஒரு காரணம்.

பெரியாரின் காமராஜர் ஆதரவுப் பிரசாரத்தை உன்னிப்பாகக் கவனித்துக் கொண்டிருந்தார் அண்ணா. பிறகு ஒவ்வொன்றுக் கும் பதில் கொடுக்கத் தொடங்கினார். முக்கியமாக, காமராஜரின் கரத்தை வலுப்படுத்துங்கள் என்று பெரியார் பேசியதற்கு பதில் கொடுக்கத் தொடங்கினார்.

'அந்தக் கரம் வலுப்பெற்றால் தமிழரின் குரல்வளையை நெறிக்கும்; வடநாட்டவருக்குக் காவடி தூக்கும். காமராஜர் எதில் வல்லவர்? தமிழ்மொழியைக் காப்பதில் - வளர்ப்பதில் வல்லவரா? த்மிழர்தம் உரிமைகளைக் காப்பதில் வல்லவரா? தமிழ்நாட்டின் எல்லைகளைக் காப்பதில் வல்லவராக இருந் தாரா? இல்லையே'

அனல் பறந்த பிரசாரத்துக்கு மத்தியில் தேர்தல்கள் நடந்து முடிந்தன. போட்டியிட்ட 204 இடங்களில் 151 இடங்களை காங் கிரஸ் கட்சி கைப்பற்றி ஆட்சியைத் தக்கவைத்தது. காங்கிரஸ் சீர்திருத்தக் கமிட்டி 16 இடங்களில் வெற்றி பெற்றிருந்தது. கம்யூனிஸ்ட் கட்சிக்கு வெறும் நான்கு இடங்களே கிடைத்தன.

களம் கண்ட முதல் தேர்தலிலேயே பதினைந்து தொகுதிகளைக் கைப்பற்றி அனைவருக்கும் ஆச்சரியத்தைக் கொடுத்தது திராவிட முன்னேற்றக் கழகம். அண்ணா, அன்பழகன், கருணாநிதி உள்ளிட்டோர் வெற்றிபெற்றிருந்தனர். ஈ.வெ.கி. சம்பத் மற்றும் தர்மலிங்கம் இருவரும் திமுக சார்பில் மக்களவைக்குத் தேர்ந் தெடுக்கப்பட்டிருந்தனர்.

ஃபார்வர்ட் ப்ளாக் கட்சியின் சார்பில் திருவில்லிபுத்தூர் மக்களவைத் தொகுதி மற்றும் முதுகுளத்தூர் சட்டமன்றத் தொகுதியில் போட்டியிட்டார் பசும்பொன் முத்துராமலிங்க தேவர். இரண்டிலுமே வெற்றிபெற்றார். பிறகு சட்டமன்ற உறுப்பினர் பதவியை ராஜினாமா செய்துவிட்டார். இந்தத் தேர்தலில் தேவரின் ஃபார்வர்ட் ப்ளாக் கட்சி மூன்று இடங்களில் வெற்றி பெற்றிருந்தது.

18

தேவர் Vs இம்மானுவேல் சேகரன்

இந்துசமய அறநிலையத் துறைக்கு தாழ்த்தப்பட்ட சமுதாயத்தைச் சேர்ந்தவரை அமைச்சராக நியமித்து எல்லோருக்கும் ஆச்சரியத்தை ஏற்படுத்தியவர் முதலமைச்சர் காமராஜர். தற்போது இரண்டாவது முறையாக முதல்வர் பதவியை ஏற்கும் சமயத்தில் புதிதாக என்ன புரட்சியை செய்யப்போகிறார் என்ற எதிர்பார்ப்பு எல்லோரிடமும் இருந்தது.

வழக்கம்போல எம். பக்தவத்சலம், சி. சுப்பிரமணியம், மாணிக்கவேலு நாயக்கர் போன்ற மூத்த சகாக்களை அமைச்சரவையில் இணைத்து சர்ச்சைகளைத் தவிர்த்துக் கொண்டார். அதேசமயம் புதியவர்களுக்கும் வாய்ப்பு கொடுக்கவேண்டும் என்பதில் உறுதியாக இருந்தார். வி. ராமையா, தாழ்த்தப்பட்ட சமுதாயத்தைச் சேர்ந்த கக்கன், மீனவ சமுதாயத்தைச் சேர்ந்த லூர்தம்மாள் சைமன் ஆகியோருக்கு அமைச்சர் அந்தஸ்து வந்து சேர்ந்தது.

அந்த அமைச்சரவையில் இன்னொரு புதியவருக்கும் வாய்ப்பு தரப்பட்டது. தீவிர காங்கிரஸ் தொண்டர், தேர்ந்த நிர்வாகி என்று அறியப்பட்ட ஆர். வெங்கட்ராமனை தொழில்துறை அமைச்சராக நியமித்தார் காமராஜர். இதுதான் பலரது புருவங்களையும் உயர்த்தியது.

காமராஜரின் முதல் அமைச்சரவையில் பிராமணர் எவரும் இடம்பெறவில்லை. காமராஜரை வலியவலியச் சென்று பெரியார் ஆதரித்ததற்கு இதுவும் ஒரு காரணம். ஆனால் தன்னுடைய இரண்டாவது அமைச்சரவையில் பிராமணரான ஆர். வெங்கட்

ராமனைச் சேர்த்துக்கொண்டு, பெரியார் உள்ளிட்ட பலரையும் ஆச்சரியத்தில் ஆழ்த்தியிருந்தார் காமராஜர்.

சட்டமன்றத்தின் புதிய சபாநாயகராக டாக்டர் யூ. கிருஷ்ணா ராவ் தேர்ந்தெடுக்கப்பட்டார். பதினைந்து தொகுதிகளைக் கைப்பற்றி இருந்தபோதும் சட்டமன்றத்தின் பிரதான எதிர்க் கட்சி என்ற அந்தஸ்து திமுகவுக்குக் கிடைக்கவில்லை. மாறாக, திமுகவைக் காட்டிலும் ஒரு இடம் கூடுதலாகப் பெற்றிருந்த காங்கிரஸ் சீர்திருத்தக் கமிட்டி பிரதான எதிர்க்கட்சியாக உரு வானது. அதன் தலைவர் வி.கே. ராமசாமி முதலியாருக்கு எதிர்க் கட்சித் தலைவர் அந்தஸ்து கிடைத்தது. திமுக சட்டமன்றக் குழு வின் தலைவராக அண்ணா, துணைத் தலைவராக அன்பழகன், கொறடாவாக கருணாநிதி ஆகியோர் தேர்ந்தெடுக்கப்பட்டனர்.

இரண்டாவது முறையாக முதலமைச்சர் பதவியேற்ற காம ராஜருக்கு ஆட்சி நடத்துவது என்பது அத்தனை சுலபமான காரிய மாக இருக்கவில்லை. முக்கியமாக, ராமநாதபுரம் மாவட்டத்தில் உருவான சாதிப்பூசல்களைச் சொல்லவேண்டும். அந்தப் பிராந்தியத்தில் பல்வேறு சாதியினர் இருந்தபோதும் தேவர்கள், தாழ்த்தப்பட்டவர்கள், நாடார்கள்தான் எண்ணிக்கை அளவில் அதிகம். மோதல்கள் அதிகம் ஏற்படுவதும் இந்த மூன்று சாதியினருக்கு இடையில்தான்.

குறிப்பாக, தேவர்களுக்கும் தாழ்த்தப்பட்டவர்களுக்கும் இடையே நடக்கும் மோதல்கள் அடிக்கடி நடப்பவை. வெட்டறி வாள், வேல்கம்பு சகிதம் நடக்கும் அத்தனை மோதல்களுமே அபாயகரமானவை. அரசியல் ரீதியாகப் பார்த்தால் தேவர்களில் பெரும்பாலானோர் பசும்பொன் முத்துராமலிங்க தேவர் தலைமையிலான ஃபார்வர்ட் ப்ளாக் கட்சியின் ஆதரவாளர்கள். தாழ்த்தப்பட்ட மக்களில் காங்கிரஸ் ஆதரவாளர்களே அதிகம். நாடார்களில் பெரும்பாலானோர் காங்கிரஸ் பக்கம்தான். சில சமயங்களில் கட்சி ரீதியாக ஏற்படும் மோதல்கள்கூட சாதிய மோதலாக உருமாறுவது வழக்கம்.

1957 ஆம் ஆண்டும் அப்படித்தான் நடந்தது. சட்டமன்றத் தேர்தல் முடிந்தவுடனேயே பிரச்னைகள் ஆரம்பித்து விட்டன. முதுகுளத் தூர் சட்டமன்றத் தொகுதியில் வெற்றிபெற்றவர் பசும்பொன் தேவர். அதேசமயம் அவரை எதிர்த்துப் போட்டியிட்ட காங் கிரஸ் வேட்பாளர் கணிசமான வாக்குகளை வாங்கியிருந்தார்.

அதில் பெரும்பங்கு ஆற்றியவர்கள் தாழ்த்தப்பட்ட மக்கள். அதன் காரணமாக ஆத்திரமடைந்த தேவர்களும் ஃபார்வர்ட் ப்ளாக் கட்சியினரும் தாழ்த்தப்பட்ட மக்களைத் தாக்குகிறார்கள். அதற்கு தாழ்த்தப்பட்ட மக்களும் பதிலடி கொடுக்கிறார்கள் என்பன போன்ற செய்திகள் தொடர்ச்சியாக வெளிவந்து கொண்டிருந்தன.

சாதி மோதல்கள் நாளுக்கு நாள் வலுத்துக்கொண்டே இருந்தன. அதை அடக்கும் முயற்சியில் அரசு ஈடுபடவில்லை என்ற குற்றச்சாட்டுகள் எழுந்த நிலையில் முதுகுளத்தூர் சட்டமன்றத் தொகுதிக்கு இடைத்தேர்தல் அறிவிப்பு வெளியானது. அதன் பின்னணியில் இருந்தது முத்துராமலிங்க தேவரின் ராஜினாமா.

1957 தேர்தலில் திருவில்லிபுத்தூர் மக்களவைத் தொகுதி மற்றும் முதுகுளத்தூர் சட்டமன்றத் தொகுதி என்ற இரண்டில் இருந்தும் வெற்றிபெற்றிருந்தார் தேவர். இரண்டு பதவிகளில் ஒன்றை ராஜினாமா செய்யவேண்டும் என்ற சூழலில் முதுகுளத்தூர் சட்டமன்ற உறுப்பினர் பதவியை ராஜினாமா செய்துவிட்டார். அந்தத் தொகுதிக்கு 1 ஜூலை 1957 அன்று இடைத்தேர்தல் நடத்தப்படும் என்று அறிவித்தது தேர்தல் ஆணையம். ஃபார்வர்ட் ப்ளாக் சார்பில் சசிவர்ண தேவரை நிறுத்தினார் தேவர். அவரை எதிர்த்து காங்கிரஸ் சார்பில் பலமான வேட்பாளர் நிறுத்தப்பட்டார்.

பிரசாரத்தின்போதே காங்கிரஸ் கட்சிக்கு வாக்களிக்கக்கூடாது; காங்கிரஸ் கட்சிக்கு ஆதரவான கூட்டங்கள் எதுவும் நடக்கக் கூடாது என்று மிரட்டல் விடுக்கப்பட்டதாக செய்திகள் கசிந்தன. அது முதுகுளத்தூர் பகுதியில் பதற்றத்தை ஏற்படுத்தியது. தேர்தல் முறையாக நடக்கவேண்டும்; தாழ்த்தப்பட்ட மக்கள் உள்பட அனைத்து வாக்காளர்களும் சுதந்தரமாக வாக்களிக்கவேண்டும்; அதற்கு அரசு ஆவண செய்யவேண்டும். இதுதான் வாக்காளர்கள் முன்வைத்த கோரிக்கை. ஆயுதம் தாங்கிய ரிசர்வ் போலீஸ் படைகளை முதுகுளத்தூருக்கு அனுப்பி வைத்தது அரசு.

பதற்றத்துக்கு மத்தியில் இடைத்தேர்தல் நடந்துமுடிந்தது. 4 ஜூலை 1957 அன்று முடிவு அறிவிக்கப்பட்டது. எதிர்பார்த்த

முடிவுதான். ஃபார்வர்ட் ப்ளாக் கட்சியின் சசிவர்ண தேவர் வெற்றிபெற்றார். காங்கிரஸ் கட்சியுடன் நடந்த இரண்டாவது சுற்றுப் போட்டியிலும் ஃபார்வர்ட் ப்ளாக் கட்சிக்கே வெற்றி; இன்னும் சொல்லப்போனால் தேவர்களுக்கும் தாழ்த்தப்பட்ட மக்களுக்கும் நடந்த போட்டியில் தேவர்களுக்கே மீண்டும் வெற்றி என்றொரு கருத்தாக்கம் உருவானது அல்லது உரு வாக்கப்பட்டது.

சாதிக்கலவரங்கள் மீண்டும் வெடிக்கத் தொடங்கிவிட்டன. காங்கிரஸ் கட்சிக்கு வாக்களித்த தாழ்த்தப்பட்ட மக்கள் தாக்கு தலுக்கு ஆளாகினர். அவர்களுடைய வீடுகள் கொளுத்தப்பட்டன. சொத்துக்கள் அழிக்கப்பட்டன. பாதிக்கப்பட்ட தாழ்த்தப்பட்ட மக்கள் பதிலடி கொடுக்கத் தொடங்கினர். ஒரு இடத்தில் தொடங்கிய மோதல் அடுத்தடுத்த பகுதிகளுக்கும் பரவத் தொடங்கியது. எங்கு பார்த்தாலும் கலவர மேகங்கள்.

கலவரத்தில் தேவர்களும் ஈடுபட்டனர்; தாழ்த்தப்பட்ட மக்களும் ஈடுபட்டனர். ஆனால் ஒருவரை ஒருவர் மாறிமாறி குற்றம் சாட்டிக் கொண்டனர். கலவரம் பற்றிய செய்திகள் அரசின் கவனத்துக்குச் சென்றன. அமைதி ஏற்படுத்தும் காரியத்தில் இறங்கினார் மாவட்ட ஆட்சித் தலைவர் ஈ.வி.ஆர். பணிக்கர்.

எல்லோரையும் அழைத்துப் பேசுவதுதான் சரியாக இருக்கும் என்ற முடிவுக்கு வந்தார் பணிக்கர். 10 செப்டெம்பர் 1957 அன்று முதுகுளத்தூர் வட்டாட்சியர் அலுவலகத்தில் வைத்து சமாதான மாநாடு தொடங்கியது.

தேவர்கள் சார்பாக பசும்பொன் முத்துராமலிங்க தேவர் வந்தார். கூடவே, சட்டமன்ற உறுப்பினர் சசிவர்ண தேவர், ஆப்பனூர் அர்ச்சுனன், சித்திரங்குடி சுப்பிரமணியன், இளஞ்செம்பூர் கருப்பையா மற்றும் சிலர். தாழ்த்தப்பட்ட மக்களின் பிரதிநிதி யாக இம்மானுவேல் சேகரன் வந்தார். அவருடன் பேரையூரைச் சேர்ந்த பெருமாள் பீட்டர், வீராம்பல் வேதமாணிக்கம், ஆலத்தங் குடி கம்பர், கூரியூர் சாத்தையா, அரியக்குடி ராமநாதன் உள்ளிட் டோர் வந்தனர்.

நாடார்கள் சார்பில் பேரையூர் வேலுசாமி நாடார், கமுதி சவுந்திர பாண்டியன் நாடார் உள்ளிட்டோர் வந்தனர். பொதுமக்கள் தரப்பில் முதுகுளத்தூர் சேமநலச் சங்க செயலாளர் அருணகிரி,

சுப்பையா பிள்ளை, காசிநாததுரை, சிதம்பரநாததுரை ஆகியோர் பங்கேற்றனர். சட்டமன்ற உறுப்பினர்கள் சிவகங்கை சுப்பிர மணிய ராஜ்குமார், எம்.டி. ராமசாமி செட்டியார், திருவாடானை கரியமாணிக்கம், சீனிவாச அய்யர் ஆகியோர் வந்தனர். அரசு சார்பாக தென்மண்டல காவல்துறை ஐ.ஜி, ராமநாதபுரம் மாவட்ட காவல்துறைக் கண்காணிப்பாளர், துணைக் கண்காணிப்பாளர், வட்டார வளர்ச்சி அலுவலர் உள்ளிட்ட அதிகாரிகள் வந்தனர்.

முதலில் சம்பந்தப்பட்ட மூன்று தரப்பினரிடமும் தனித்தனியே பேசி அவர்களுடைய கருத்துகளைத் தெரிந்து கொண்டார் ஆட்சித் தலைவர் பணிக்கர். பிறகு ஒவ்வொரு தரப்பையும் பேச அழைத்தார். முதலில் பசும்பொன் தேவர் பேசினார்.

தாழ்த்தப்பட்ட மக்களை தேவர்களுக்கு எதிராகத் தூண்டிவிடும் காரியத்தில் காங்கிரஸ் கட்சியும் நாடார்களும் ஈடுபடுகின்றனர் என்பது தேவர் முன்வைத்த முக்கியக் குற்றச்சாட்டு. ஆனால் ஃபார்வர்ட் ப்ளாக் கட்சிக்கு வாக்களிக்கவில்லை என்ற காரணத் துக்காகவே தாழ்த்தப்பட்ட மக்களை தேவர்கள் தாக்குகின்றனர் என்பது இம்மானுவேல் சேகரனின் குற்றச்சாட்டு. இதே கருத்தைத்தான் நாடார்கள் சார்பில் பேசிய வேல்சாமி நாடாரும் கூறினார்.

ஒருவர் சொல்வதை இன்னொருவர் மறுத்தார். அதற்கு இன் னொருவர் எதிர்ப்பு கூறினார். இடையிடையே ஆட்சித் தலைவர் குறுக்கிடவேண்டியிருந்தது. ஒருவழியாக வாதப் பிரதிவாதங் கள் முடிந்தபிறகு புதிய யோசனை ஒன்று முன்வைக்கப்பட்டது. கலவரப் பகுதிகளில் அமைதியைக் கொண்டுவரும் வகையில் துண்டுப்பிரசுரம் வெளியிடலாம். அதன்மூலம் மக்கள் மத்தியில் விழிப்புணர்வு ஏற்படும். அமைதி திரும்பும் என்பதுதான் அந்த யோசனை.

அதனை ஆரம்ப நிலையிலேயே எதிர்த்துவிட்டார் தேவர். தாழ்த்தப்பட்ட மக்களில் பெரும்பாலானோருக்குக் கல்வியறிவு இல்லை என்பது தேவர் சொன்ன காரணம். அந்த விமரிசனத்தை இம்மானுவேல் சேகரன் கடுமையாக எதிர்த்தார். புள்ளி விவரங்களை எடுத்துப் பார்த்தால் எந்தப் பக்கத்தில் கல்வியறிவு பெற்றவர்கள் அதிகம் இருக்கிறார்கள் என்பது தெரிந்துவிடும் என்று சொன்னார் இம்மானுவேல் சேகரன்.

பதில் கொடுத்த அந்த நொடியில் இருந்தே தேவருக்கும் இம்மானுவேல் சேகரனுக்கும் நேரடி வாக்குவாதம் ஏற்பட்டது. ஆட்சித் தலைவரின் தலையீட்டுக்குப் பிறகே மோதல் முடிவுக்கு வந்தது, தாற்காலிகமாக. துண்டுப் பிரசுரத்துக்குப் பதிலாக கூட்டறிக்கை ஒன்றை வெளியிட்டு பிரச்னைகளை முடிவுக்குக் கொண்டுவரலாம் என்றார் ஆட்சித் தலைவர் பணிக்கர்.

19

பரமக்குடி படுகொலை

தேவர் சமுதாய மக்களின் ஏகோபித்த பிரதிநிதியாக பசும்பொன் முத்துராமலிங்க தேவர் கையெழுத்திடுவார் என்பதில் யாருக்கும் எந்தச் சந்தேகமும் இருக்கவில்லை. ஆனால் தாழ்த்தப்பட்ட மக்கள் சார்பாக இம்மானுவேல் சேகரன் கையெழுத்து போடுவதில்தான் பிரச்னை. இந்த இடத்தில் இம்மானுவேல் சேகரன் பற்றிக் கொஞ்சம் பார்த்துவிடலாம்.

ராமநாதபுரம் மாவட்டம் முதுகுளத்தூர் வட்டத்தில் இருக்கும் செல்லூரைச் சேர்ந்தவர் இம்மானுவேல் சேகரன். தாழ்த்தப்பட்ட இனமான பள்ளர் சமுதாயத்தைச் சேர்ந்தவர். ராணுவத்தில் பணியாற்றிய இம்மானுவேல் 1953ல் பொதுக்காரியங்களில் ஈடுபடத் தொடங்கினார். குறிப்பாக, தேவேந்திர குலச் சங்கத்தின் மாவட்டப் பொறுப்பாளர், முதுகுளத்தூர் வட்டார ஒடுக்கப் பட்டோர் இயக்கத்தின் தலைவர் என்று தாழ்த்தப்பட்ட மக்களுக் கான இயக்கங்களில் இணைந்து செயல்படத் தொடங்கினார் இம்மானுவேல் சேகரன்.

தாழ்த்தப்பட்ட மக்களின் பிரச்னைகளைத் தீர்த்துவைப்பதில் இம்மானுவேல் காட்டிய ஈடுபாடு அவருடைய செல்வாக்கைக் கணிசமாக உயர்த்தியது. குறிப்பாக, தாழ்த்தப்பட்ட மக்களிடம். அதை உன்னிப்பாகக் கவனித்துக் கொண்டிருந்தனர் காங்கிரஸ் தலைவர்கள். இம்மானுவேலை காங்கிரஸில் இணைத்துக் கொண்டால் கட்சிக்கு நல்லது என்று கணக்கு போட்டனர்.

கக்கன் களத்தில் இறங்கினார். இம்மானுவேல் சேகரன் காங்கிரஸ் கட்சியில் ஐக்கியமானார். அதன்பிறகு நடந்த சட்டமன்றத்

தேர்தல் மற்றும் இடைத்தேர்தலில் காங்கிரஸ் கட்சிக்கு ஆதர வாகத் தேர்தல் வேலைகள் செய்தார் இம்மானுவேல் சேகரன். ராமநாதபுரம் மாவட்டத்தில் இருக்கும் தாழ்த்தப்பட்ட மக்களின் வாக்குகள் கணிசமாகக் காங்கிரஸைச் சென்றடைந்ததற்கு இம்மானுவேல் சேகரனின் பங்களிப்பு அபாரமானது.

தாழ்த்தப்பட்ட மக்கள் மத்தியில் செல்வாக்கு பெற்றவர் என்ற போதும் வயது மற்றும் அரசியல் அனுபவத்தின் அடிப்படையில் பார்த்தால் பசும்பொன் தேவரைவிட வெகு இளையவர் இம்மானுவேல் சேகரன். முப்பத்து மூன்று வயது இளைஞர். இம்மானுவேல் சேகரன் கையெழுத்து போடுவதை தேவர் ஏற்காததற்கு இதுவும் ஒரு காரணம். தேவர் காட்டிய எதிர்ப்பு குறித்து அப்போதைய உள்துறை அமைச்சர் எம். பக்தவத்சலத் தின் அறிக்கையில் இருந்து சில செய்திகள் பதிவாகியுள்ளன.

இக்கூட்டத்தில் தேவர் அவர்கள் இம்மானுவேல் அவர் களைப் பார்த்து, தனக்குச் சமமான தலைவனா? என்றும் எத்தனை ஹரிஜனங்கள் இம்மானுவேலைத் தலைவராக ஏற்றுக்கொண்டனர்? என்றும் கேட்டிருக்கிறார். இதற்குப் பதில் கூறிய திரு. இம்மானுவேல், தான் தேவருக்குச் சமமான தலைவனா, இல்லையா என்பது தன்னைத் தலைவனாக ஏற்றுக்கொண்ட ஹரிஜன மக்களுக்குத் தெரியும் என்று கூறியிருக்கிறார்.

குறிப்பாக, நூற்றுக்கு எண்பது ஹரிஜன மக்கள் எங்கள் பக்கம் இருக்கிறார்கள்; அதனால் இம்மானுவேலையோ, கம்பரையோ அல்லது பெருமாள் பீட்டரையோ நாங்கள் ஹரிஜனங்களின் பிரதிநிதிகள் என்று ஒப்புக்கொண்டால் எங்கள் பக்கம் இருக்கிற ஹரிஜனங்கள் வருத்தப்படுவார்கள் என்பதுதான் தேவர் முன் வைத்த வாதம். அதன் தொடர்ச்சியாக தேவருக்கும் இம்மானு வேல் சேகரனுக்கும் இடையே பலத்த வாக்குவாதம் ஏற்பட்டது.

பிறகு தேவரே மாற்று யோசனை ஒன்றைச் சொன்னார். தேவர் சாதியைச் சேர்ந்த மக்களவை மற்றும் சட்டமன்ற உறுப்பினர்கள் என்ற முறையில் நானும் சசிவர்ண தேவரும் கையெழுத்திடு கிறோம். தாழ்த்தப்பட்ட சாதியைச் சேர்ந்த மக்களவை மற்றும் சட்டமன்ற உறுப்பினர்கள் என்ற முறையில் ஆர்.எஸ். ஆறுமுக மும் பெருமாளும் கையெழுத்து போடட்டும்.

உண்மையில் தாழ்த்தப்பட்ட வகுப்பைச் சேர்ந்த மக்களவை உறுப்பினர் ஆர்.எஸ். ஆறுமுகம் மற்றும் சட்டமன்ற உறுப்பினர் பெருமாள் இருவருமே அந்த அமைதி மாநாட்டுக்கு வரவில்லை. நிலைமை சிக்கலானது. தேவரின் யோசனைக்கு தாழ்த்தப்பட்ட மக்களும் நாடார்களும் எதிர்ப்பு தெரிவித்தனர்.

மாற்றுத் திட்டத்தை முடிவுசெய்தார் பணிக்கர். அதன்படியே தேவர், இம்மானுவேல் சேகரன் உள்ளிட்ட பிரதிநிதிகள் தனித் தனியே கையெழுத்துபோட்டனர்.

உண்மையில் அதன்பிறகுதான் புயல் வீசத் தொடங்கியது. சமாதான மாநாட்டில் தாழ்த்தப்பட்ட மக்களின் சார்பாகக் கையெழுத்து போட்டுவிட்டுச் சென்றிருந்த இம்மானுவேல் சேகரன் 11 செப்டெம்பர் 1957 அன்று ஆயுதம் தாங்கிய கும்பலால் பரமக்குடியில் வைத்துக் படுகொலைசெய்யப்பட்டார்.

ராமநாதபுரம் மாவட்டத்தின் ஒவ்வொரு அங்குலத்தையும் பதற்றம் ஆக்கிரமித்துக்கொண்டது. இம்மானுவேல் சேகரன் கொல்லப்பட்ட செய்தி தாழ்த்தப்பட்ட மக்கள் மத்தியில் பலத்த அதிர்வுகளை ஏற்படுத்தியது. தேவர்களுக்கும் தாழ்த்தப்பட்ட மக்களுக்கும் இடையே கலவரங்கள் மூளத் தொடங்கின.

அருங்குளம் என்ற ஊரில் தொடங்கிய கலவரம் அடுத்தடுத்த பகுதிகளுக்கும் பரவியது. வெங்கட்டக்குறிச்சி, கட்டனூர், காரந்தை, வெங்காலூர், லட்சுமிபுரம் என்று பல இடங்களில் பதற்றம். பல இடங்களில் படுகொலைகள். இருதரப்பிலும் உயிர்ப்பலிகள். இவர்கள் வீடுகளை அவர்கள் கொளுத்தினர். பதிலுக்கு அவர்கள் வீடுகளை இவர்கள் கொளுத்தினர். எங்கு பார்த்தாலும் வன்முறை. ரத்தம். மரண ஓலம்.

இம்மானுவேல் சேகரனைக் கொலை செய்தவர்கள் கீழத்தூவல் என்ற கிராமத்தில் பதுங்கியிருக்கின்றனர். கசிந்த தகவல் காதுக்குச் சென்ற மறுநொடி போலீஸ் படை ஒன்று கீழத்தூவல் கிராமத்துக்குள் நுழைந்தது. அந்தப் படைக்குத் தலைமை ஏற்றவர் இன்ஸ்பெக்டர் ரே.

காவல்துறையினரைக் கண்ட கிராம மக்கள் ஆயுதங்கள் கொண்டு தாக்குதலில் ஈடுபட்டனர் என்றும் தங்களைத் தற்காத்துக்கொள்ள துப்பாக்கிச்சூடு நடத்தியபோது தேவர் சாதியைச் சேர்ந்த ஐந்து

பேர் கொல்லப்பட்டனர் என்றும் காவல்துறையினர் கூறினர். இதுவிஷயமாக வெங்கடேஸ்வரன் ஐ.சி.எஸ் தலைமையில் அமைக்கப்பட்ட விசாரணை ஆணையம் காவல்துறையினரின் கருத்தை உறுதி செய்தது. ஆனால், இம்மானுவேல் சேகரனின் நண்பரான சப் இன்ஸ்பெக்டர் நடராஜ் அய்யர் அடையாளம் காட்டிய ஐந்து தேவர்களைத்தான் கண்ணைக் கட்டிக் கண்மாய்க் கரைக்கு அழைத்துச்சென்று காவல்துறையினர் சுட்டுக்கொன் றனர் என்பது தேவர்கள் தரப்பு வாதம்.

ஊரக்குடி, வீராம்பல், இளஞ்செம்பூர், சேர்ந்தகோட்டை, இருளாண்டிப்பட்டி, கீரந்தை, பெரும்பச்சேரி, உழுத்திமடை, பச்சேரி, கமூரணி, மழவராயனேந்தல், செந்தக்கோட்டை, முத்தனேந்தல், தட்டான்குடி, திருப்பாச்சேத்தி, நல்லூர், திருப்பு வனம், வாடி, பிரமனூர், பொம்பசேரி என்று ராமநாதபுரம் மாவட்டம் மற்றும் அதனை ஒட்டிய பெரும்பாலான பகுதிகளில் கலவரத் தீ கொழுந்துவிட்டு எரியத் தொடங்கியது.

இம்மானுவேல் சேகரன் படுகொலை, முதுகுளத்தூர் கலவரம், பசும்பொன் தேவர் கைது என்ற மூன்று விஷயங்களும் சட்ட மன்றத்தில் புயலைக் கிளப்பின. காமராஜர் அரசின் மீது நம்பிக்கையில்லாத் தீர்மானத்தைக் கொண்டுவந்தனர் கம்யூ னிஸ்டுகள். 26 அக்டோபர் 1957 அன்று சட்டமன்ற ஆணை 18ன் கீழ் மாநில உள்துறை அமைச்சர் எம். பக்தவத்சலம் அறிக்கை ஒன்றை வாசித்தார்.

கலவரத்துக்கான பின்னணி, கலவரம் நடந்த விதம், அரசு எடுத்த நடவடிக்கைகள், சேத விவரம் என்று பல்வேறு செய்திகள் அந்த அறிக்கையில் இடம்பெற்றிருந்தன. எனினும், அந்த அறிக்கை யில் இருக்கும் சில அம்சங்கள் பொதுவான அரசாங்கத்தின் பார்வையில் இல்லாமல் காங்கிரஸ் கட்சியின் பார்வையில் இருக்கின்றன என்பது குற்றச்சாட்டு. எனினும், அரசின் மீது கொண்டுவரப்பட்ட நம்பிக்கையில்லாத் தீர்மானம் தோல்வியில் முடிந்தது.

முதுகுளத்தூர் கலவரங்கள் முனைப்புடன் நடந்துகொண்டிருந்த சமயத்தில் கட்சி மாநாடு ஒன்றில் கலந்து கொண்டிருந்தார் பசும்பொன் முத்துராமலிங்க தேவர். காங்கிரஸ் சீர்திருத்தக் கட்சி என்ற பெயரில் தேர்தல் சமயத்தில் உருவான கட்சி, தேர்

தலுக்குப் பிறகு இந்திய தேசிய ஜனநாயக காங்கிரஸ் என்று செயல்படத் தொடங்கியது. அதன் மாநாடு மதுரை தமுக்கம் மைதானத்தில் நடந்தது.

26 செப்டெம்பர் 1957 அன்று மாநாட்டைத் தொடங்கிவைத்தார் தேவர். அந்த மாநாட்டில் முதுகுளத்தூர் உள்ளிட்ட பல்வேறு விஷயங்கள் குறித்தும் பேசினார். மூன்றாம் நாள் நிகழ்ச்சிகள் முடிந்ததும் அந்தக் கட்சியின் தலைவர் டி.ஜி. கிருஷ்ணமூர்த்தி சகிதம் ஊர் திரும்பிக் கொண்டிருந்தார். வைகை ஆற்றுப்பாலத்துக்கு அருகில் தேவர் வந்தபோது காவல்துறை அதிகாரிகளால் கைது செய்யப்பட்டார் தேவர்.

தேவர் கைது செய்யப்பட்டதற்கு அரசுத் தரப்பில் சொன்ன காரணம் இதுதான். முத்துராமலிங்க தேவர் தானே நேரடியாகப் பேசுவதன் மூலமும் தனது சகாக்களுக்கு ரகசியமாக உத்தரவிடுவதன் மூலமும் சமூக சீர்குலைவையும் வன்முறையையும் தூண்டியதை சாட்சிகளுடன் உறுதிசெய்துகொண்ட பிறகே மாவட்ட ஆட்சித் தலைவர் முன்னெச்சரிக்கை நடவடிக்கையாக தேவரைக் கைது செய்வதற்கான உத்தரவைப் பிறப்பித்தார்.

தேவரின் கைதுக்கு பலத்த எதிர்ப்புகள் எழுந்தன. அவருடைய விடுதலையை வலியுறுத்தி பல இடங்களில் போராட்டங்கள் வெடித்தன. மதுரைக்கு வந்த காமராஜருக்கு பலத்த எதிர்ப்புகள். சிவகாசி பகுதிக்கு வந்த சி. சுப்பிரமணியத்துக்கும் எதிர்ப்புகள். இதற்கிடையே 5 நவம்பர் 1957 அன்று இம்மானுவேல் சேகரனின் கொலை வழக்கு நீதிமன்றத்தில் விசாரணைக்கு வந்தது.

இம்மானுவேல் கொலை தொடர்பாக மொத்தம் பன்னிரண்டு பேர் மீது வழக்கு தாக்கல் செய்யப்பட்டது. அந்தக் கொலையின் முதல் குற்றவாளியாக முத்துராமலிங்க தேவர் பெயர் சேர்க்கப்பட்டது. அப்போது அரசுத் தரப்பில் தன் மீது சுமத்தப்பட்ட குற்றச்சாட்டுகளை மறுத்து நீண்ட விளக்கங்களைக் கொடுத்தார் தேவர். பல கட்ட விசாரணைகளுக்குப் பிறகு 7 ஜனவரி 1959 அன்று தீர்ப்பு வெளியானது.

தேவர் மீதுள்ள குற்றச்சாட்டு நிரூபிக்கப்படவில்லை. இம்மானுவேல் கொலைக்கும் தேவருக்கும் தொடர்பு இருக்கிறது என்று யூகிப்பதற்குக் கூட சாட்சியம் இல்லை. எனவே தேவரை விடுதலை செய்து தீர்ப்பு அளிக்கிறேன்!

தேவர் விடுதலை செய்யப்பட்டாலும் அங்குசாமி, பேயன் முனியாண்டி, தவசி ஆகிய மூன்று பேருக்குத் தூக்குத் தண்டனை விதிக்கப்பட்டது. மற்ற குற்றவாளிகள் சந்தேகத்தின் பலன் காரணமாக விடுதலை செய்யப்பட்டனர். தேவரின் விடுதலைக்குப் பிறகே ராமநாதபுரம் மாவட்டத்தில் அமைதி திரும்பத் தொடங்கியது.

20

சென்னை என்றொரு திருப்புமுனை

காங்கிரஸ் கட்சியின் ஒரே எதிரி நாங்கள் மட்டுமே. கட்சி தொடங்கிய சமயத்தில் திராவிட முன்னேற்றக் கழகம் உரத்த குரலில் சொன்ன செய்திகளுள் இதுவும் ஒன்று. சொன்னதை நிரூபிக்க திமுக நடத்திய போராட்டங்கள் ஏராளம். சந்தித்த அடக்குமுறைகளும் அநேகம். எல்லாவற்றுக்கும் பலனாகத்தான் போட்டியிட்ட முதல் தேர்தலிலேயே பதினைந்து இடங்களைக் கைப்பற்ற முடிந்தது.

அதேசமயம் காங்கிரஸ் எதிர்ப்பாளராக மட்டும் நீடிப்பதில் திமுகவுக்கு விருப்பமில்லை. காங்கிரஸ் கட்சிக்கான மாற்றாக வும் தன்னை அறிவித்துக்கொள்ளும் காரியத்திலும் திமுக இறங்கி யிருந்தது. ஒருவேளை திமுகவின் கவனம் திசை திரும்பும் பட்சத் தில் அந்த உணர்வை உசுப்பேற்றிவிடும் காரியத்தைக் காங்கிரஸ் கட்சியே செய்து கொடுத்ததுதான் வரலாற்றின் விசித்திரம்.

தமிழகத்தில் இருக்கும் திராவிடர் கழகம், திமுக மற்றும் சில கட்சிகள் நடத்தும் போராட்டங்கள் குறித்து பிரதமர் நேருவுக்கு எப்போதுமே அலட்சியப் பார்வைதான். அதற்கேற்ற பதிலடி களை சம்பந்தப்பட்ட கட்சிகள் கொடுப்பதும் வழக்கமான ஒன்றுதான். இப்போதும் அப்படித்தான். சாதி ஒழிப்புப் போராட்டம் நடத்திய பெரியாரை பைத்தியக்காரர் என்று விமரிசித்துவிட்டார். திமுக நடத்தும் இந்தி எதிர்ப்புப் போராட்டம் சிறுபிள்ளைத்தனம் என்று கேலி செய்தார். எல்லைப் போராட்டம் நடத்திய ம.பொ.சியின் செயல் அறிவிலித் தனம் என்று கண்டித்தார்.

மூன்று விஷயங்களையும் கையில் எடுத்துக்கொண்டது திமுக. 6 ஜனவரி 1958 அன்று சென்னை வரும் பிரதமர் நேருவுக்குக் கறுப்புக்கொடி காட்டுவது என்று முடிவுசெய்தது திமுக.

முதலமைச்சர் காமராஜருக்கு விஷயம் சென்றது. மறுநொடியே கெடுபிடிகள் தொடங்கிவிட்டன. திமுகவின் முக்கியத் தலைவர்களான அண்ணா, ஈ.வெ.கி. சம்பத், கருணாநிதி உள்ளிட்டோரை சிறையில் முடக்க உத்தரவு வந்துசேர்ந்தது. கைது செய்யப் பட்டனர். இருப்பினும், திட்டமிட்டபடி சென்னை வந்த நேருவை திமுகவினர் காட்டிய கறுப்புக்கொடிகளே வரவேற்றன. களத்தில் இறங்கினர் காவல்துறையினர். திமுக தொண்டர்கள் கொத்துக் கொத்தாகக் கைது செய்யப்பட்டனர். கைதில் இருந்து தப்பியவர்கள் கண்மூடித்தனமாகத் தாக்கப்பட்டனர். இரண்டு உயிர்கள் பலியாகின. அடி தாங்கமுடியாத தொண்டர்கள் ஆத்திரப்பட்டனர். பேருந்துகளைக் கொளுத்தினர்.

பொதுக்கூட்டம் ஒன்றில் பேசும்போது அண்ணா, போராட்டத்தில் ஈடுபட வந்த கருணாநிதியைக் கைது செய்தார்கள். அதைப்போல கருணாநிதி வீட்டுக் கார் டிரைவரும் சர்க்காருக்கு அச்சமூட்டக்கூடியவராகக் காணப்படுகிறார். அவரும் கைது செய்யப்படுகிறார். இவ்வளவு அச்சம் எதற்காக? இப்படி அஞ்சி அஞ்சிச் சாவதைவிட ஒரு முழக் கயிறு கிடைக்கவில்லையா? என்று கேள்வி எழுப்பினார் கட்சிக்கு மட்டும்.

கறுப்புக்கொடி போராட்டத்துக்குப் பிறகு தன்னை மேலும் வளர்த்துக் கொள்வதில் தீவிரம் காட்டத் தொடங்கியது திமுக. பொதுக்கூட்டம், நாடகம், மாநாடு என்று மக்களை நோக்கி நெருங்கத் தொடங்கியது. அந்தச் சமயத்தில்தான் திருத்தப்பட்ட முனிசிபல் சட்டத்தின்படி உள்ளாட்சித் தேர்தல்கள் அறிவிக்கப் பட்டன.

சென்னை மாநாகராட்சியின் மொத்தம் இடங்கள் நூறு. திமுக வேட்பாளர்களைத் தேர்வு செய்யும் பொறுப்பு மு. கருணாநிதியிடம் ஒப்படைக்கப்பட்டது. சென்னையில் மட்டுமல்ல. மாநிலம் தழுவிய அளவில் வேட்பாளர்களை நிறுத்தியது திமுக.

சென்னை மாநகராட்சியில் தொண்ணூறு இடங்களில் வேட்பாளர்களை நிறுத்த விரும்பினார் கருணாநிதி. பெரிய எண்ணிக்கையில் வேட்பாளர்களை நிறுத்தினால் பிரசாரம் செய்வது

கடினம்; கவனம் கலைந்துவிடும்; வெற்றிவாய்ப்புள்ள தொகுதி களைத் தேர்ந்தெடுத்து நிற்கலாம். இதுதான் அண்ணா சொன்ன கருத்து. கம்யூனிஸ்ட் கட்சியே வெறும் பதினேழு இடங்களில் தான் நிற்கிறது என்பதற்கு அதிக அழுத்தம் கொடுத்தார் அண்ணா. எதையும் கருணாநிதி ஏற்கவில்லை. தொண்ணூறு இடங்களில் திமுக வேட்பாளர்கள் நிறுத்தப்பட்டனர்.

காமராஜர் இருக்கிறார். ஆகவே, உள்ளாட்சித் தேர்தலை ஊதித் தள்ளிவிடலாம் என்பதுதான் காங்கிரஸ் கட்சியினரின் எண்ணம். தவிரவும், உள்ளாட்சித் தேர்தலைப் பொறுத்தவரை உள்ளூரில் செல்வாக்கு இருந்தால் வெற்றி உறுதி. சென்னை மாநகராட்சி யின் நூறு இடங்களிலும் வேட்பாளர்களை நிறுத்தியது காங்கிரஸ் கட்சி. ஜனசங்கம் பதினைந்து வேட்பாளர்களை நிறுத்தியது. சோஷலிஸ்ட் கட்சி பதினெட்டு வேட்பாளர்களையும் பிரஜா சோஷலிஸ்ட் கட்சி ஐந்து வேட்பாளர்களையும் நிறுத்தின.

தேர்தல் பிரசாரத்தில் திமுகவின் முக்கியத் தலைவர்கள் அத்தனை பேரும் ஆர்வத்துடன் களம் இறங்கினர். அண்ணா வந்தார். கருணாநிதியும் சம்பத்தும் பேசினர். மதியழகனும் அன்பழகனும் உழைப்பைச் செலுத்தினர். கவிஞர் கண்ணதாசன் கணிசமாகக் களப்பணி ஆற்றினார். அரசியல் தலைவர்களும் கலையுலக நட்சத்திரங்களும் காட்டிய தீவிரம் முதலமைச்சர் காமராஜரை யோசிக்கச் செய்தது.

சென்னை மாநகராட்சியைக் கைப்பற்றினால் அது திமுகவுக்குக் கிடைத்த கௌரவம். மாறாக, காங்கிரஸ் கட்சிக்கு அது கௌரவக் குறைச்சல். அப்படிப்பட்ட சூழல் வருவதை காம ராஜர் விரும்பவில்லை. தாமே களத்துக்கு வந்து பிரசாரத்தில் ஈடுபட்டார். இத்தனைக்கும் காங்கிரஸ் சார்பில் நிறுத்தப்பட்ட வேட்பாளர்கள் பலரும் ஏற்கெனவே பதவி வகித்தவர்கள்.

பலத்த போட்டிகளுக்கு மத்தியில் தேர்தல்கள் நடந்துமுடிந்தன. முடிவுகள் அறிவிக்கப்பட்டபோது காங்கிரஸ் உள்ளிட்ட அத்தனை கட்சிகளுக்குமே ஆச்சரியம். குறிப்பாக, சென்னை மாநகராட்சி முடிவுகள் அதிர்ச்சியைக் கொடுத்தன. நூறு இடங்களில் போட்டியிட்ட காங்கிரஸ் கட்சிக்கு 36 இடங்களே கிடைத்திருந்தன. மாறாக, தொண்ணூறு இடங்களில் போட்டி யிட்ட திமுக நாற்பத்தைந்து இடங்களைக் கைப்பற்றி, தனிப் பெருங்கட்சியாக உருவெடுத்தது.

கம்யூனிஸ்ட் கட்சிக்கும் பிரஜா சோசலிஸ்டு கட்சிக்கும் தலா இரண்டு இடங்கள் கிடைத்திருந்தன. 13 இடங்களை சுயேட்சைகளும் சோசலிஸ்டு கட்சி ஒற்றை இடத்தையும் கைப்பற்றினர். இவர்களில் திமுக ஆதரவு சுயேட்சை உறுப்பினர் அப்துல் சமத் என்பவரும் அடக்கம். முதன்முறையாக உள்ளாட்சித் தேர்தலைச் சந்தித்து பிரம்மாண்ட வெற்றியைப் பெற்றிருந்தபோதும் மேயர் பதவியைக் கைப்பற்றும் அளவுக்கு ஆதரவு கிடைக்கவில்லை.

சென்னை மாநகராட்சித் தேர்தல் விஷயத்தில் தீவிரம் காட்டிய கருணாநிதி. மேயர் பதவி திமுகவுக்குக் கிடைக்காமல் போய்விடுமோ என்று நினைத்தார். ஐம்பது பேருக்கு மேல் இருந்தால் மேயர் தேர்தலில் நாம் முயற்சி செய்யமுடியும். ஆனால் இப்போது 46 மட்டுமே. ஆகவே, போட்டியிடுவது பற்றி யோசித்து முடிவெடுக்கவேண்டும். அண்ணாவின் முடிவு வெளியே கசிந்தது.

மற்ற பத்திரிகைகள் அனைத்தும் மௌன சாட்சிகளாக இருந்தபோது மெயில் பத்திரிகை மட்டும் ஆலோசனை கொடுக்க முன்வந்தது. அதிக இடங்களைப் பெற்றிருக்கும் திமுக மற்ற கட்சிகளில் இருந்து தனக்கு ஆதரவைப் பெற்று எப்படியும் மேயர் பதவியையும் கைப்பற்றித்தான் முயற்சிசெய்ய வேண்டுமே தவிர அண்ணாதுரை இப்படி புறமுதுகிட்டுப் பின்வாங்குவது விவேகமல்ல என்றது மெயில்.

கம்யூனிஸ்ட் கட்சியுடனும் சுயேட்சைகளுடனும் பேச்சு நடத்தும் முடிவுக்கு வந்தார் அண்ணா. அதற்காக அவர் அழைத்தது மூன்று நபர்களை. நாவலர் நெடுஞ்செழியன், மு. கருணாநிதி மற்றும் என்.வி. நடராசன்.

கோவை நகராட்சித் தலைவர் பதவியைக் கைப்பற்ற திமுகவின் உதவி கம்யூனிஸ்டுகளுக்குத் தேவைப்பட்டது. அதற்குப் பதிலாக சென்னை மாநகராட்சி மேயர் தேர்தலில் திமுகவுக்கு ஆதரவு கொடுக்க முன்வந்தது கம்யூனிஸ்ட் கட்சி.

உண்மையில் திமுகவுக்கும் கம்யூனிஸ்ட் கட்சிக்கும் இடையே கடந்த காலங்களில் நடந்த கருத்து மோதல்கள் அநேகம். ராஜாஜியின் குலக்கல்வித் திட்டம் தொடர்பாக வாக்கெடுப்பு நடந்தபோது கம்யூனிஸ்ட் தலைவர் பி. ராமமூர்த்தி வேண்டு

மென்றே வாக்கெடுப்பைப் புறக்கணித்துவிட்டார் என்பது திமுகவின் விமரிசனம். திமுகவுக்கு வெளிநாட்டு சக்திகளிடம் இருந்து பணம் வருவதாகக் குற்றம் சுமத்தியிருந்தார் பி. ராமமூர்த்தி.

பரஸ்பர விமரிசனங்கள் எல்லாம் இப்போது பழங்கதையாகி யிருந்தன. இரண்டு கட்சிகளும் உடன்பாட்டுக்கு வந்திருந்தன. ஆம். அந்த இரண்டு கட்சிகளையும் ஒரே நேர்க்கோட்டில் சேர்த்த புள்ளி, காங்கிரஸ் எதிர்ப்பு. தேர்தல் அரசியல் என்பது கூடுதல் காரணம்.

சென்னை மாநகராட்சி மேயர் தேர்தலில் திமுக சார்பில் அ.பொ. அரசு நிறுத்தப்பட்டார். அவரை எதிர்த்து நின்றவர் ஜி. ராஜமன்னார். கம்யூனிஸ்ட் கட்சி மற்றும் சுயேட்சைகள் ஆதர வுடன் அறுபது வாக்குகள் திமுக வேட்பாளருக்குக் கிடைத்தன. 30 ஏப்ரல் 1959 அன்று திமுகவின் முதல் மேயராகப் பதவி யேற்றார் அ.பொ. அரசு. துணை மேயர் பொறுப்பு தாழ்த்தப் பட்ட சமுதாயத்தைச் சேர்ந்த சிவசங்கரன் என்பவருக்குத் தரப்பட்டது.

21

அழகிரிசாமியால் வந்த ஆபத்து

22 ஜூன் 1960 அன்று தமிழக அரசின் வழக்கறிஞராக (Government Pleader) அழகிரிசாமி நியமிக்கப்பட்டார். சிலபல மாதங்களாக காலியாக இருந்த பதவி அது. அறிவிப்பு வந்த இரண்டாவது நாள் வழக்கறிஞர் சங்கமான சென்னை பார் கவுன்சில் கூடியது. அழகிரிசாமியின் நியமனம் முறையற்றது என்று தீர்மானம் நிறைவேறியது.

கண்டனத்துக்கு அவர்கள் சொன்ன காரணங்கள் இவைதான். வழக்கறிஞராகப் பணியாற்றும் ஒருவரைத்தான் அரசு வழக்கறிஞராக நியமிப்பது வழக்கம். ஆனால் அழகிரிசாமி சென்னை சிட்டி சிவில் கோர்ட் நீதிபதி. இருப்பினும், சட்ட அமைச்சர் சி. சுப்பிரமணியத்துக்கு நெருக்கமானவர் என்ற காரணத்துக்காகவே முதலமைச்சர் காமராஜர் அவரை அரசு வழக்கறிஞராக நியமித்துள்ளார். இது தவறான முன்னுதாரணம். நீதி பரிபாலனத்தின் சுதந்தரத்துக்கு ஆபத்து ஏற்பட்டுள்ளது.

முதலமைச்சர் காமராஜரையும் அமைச்சர் சி. சுப்பிரமணியத்தை யும் குறிவைத்துக் கிளம்பியுள்ள சர்ச்சையின் மையப்புள்ளியாக இருக்கும் அழகிரிசாமி அடிப்படையில் ஒரு வழக்கறிஞர். நாயுடு வகுப்பைச் சேர்ந்தவர். 1941 டிசம்பரில் மாவட்ட முன்சீப்பாக நியமனம் செய்யப்பட்ட அவருக்கு 1947ல் முதலமைச்சர் ஓமந் தூர் ராமசாமி ரெட்டியாரின் தனிச் செயலாளராகப் பணியாற்றும் வாய்ப்பு கிடைத்தது. அதற்கு சிபாரிசு செய்தவர் சி. சுப்பிர மணியம். அதன்பிறகு சட்ட இலாகாவில் பணியாற்றத் தொடங்கினார். உழைப்பும் திறமையும் அவரை அடுத்தடுத்த

கட்டங்களுக்கு அழைத்துச் சென்றன. பதவி உயர்வுகள் வந்த வண்ணம் இருந்தன. உச்சக்கட்டமாக சட்ட இலாகா செயலாளர் பதவி வந்து சேர்ந்தது.

அட்வகேட் ஜெனரலுடன் இணைந்து நிறைய அரசு காரியங்கள் செய்யவேண்டியிருந்தன. முக்கியமான மசோதாக்கள். சர்ச்சைக் குரிய சட்டங்கள். எதுவேண்டுமானாலும் வரும். அவற்றைத் தயாரித்துக்கொடுக்கும் பொறுப்பு அழகிரிசாமி வசம் வந்து சேரும். எதிர்க்கட்சிகளின் பிடியில் சிக்காத வகையில் மசோதாக் களை உருவாக்கும் பணியில் அவர் காட்டிய உழைப்பு பலரை யும் கவர்ந்திருந்தது. முக்கியமாக, சட்ட அமைச்சர் சி. சுப்பிர மணியத்தை.

இந்நிலையில் உயர்நீதிமன்ற நீதிபதி பதவிக்கான இடம் ஒன்று காலியானது. அதற்கு அழகிரிசாமி பெயர் பரிந்துரை செய்யப் பட்டது. ஆனால் அனுபவக்குறைவு காரணமாக வாய்ப்பு நழுவியது. அதன்பிறகுதான் சென்னை சிட்டி சிவில் கோர்ட் நீதிபதியாக நியமிக்கப்பட்டார். அந்தப் பதவிக்கு வந்த சில மாதங்களிலேயே அரசு வழக்கறிஞர் பதவி ஒன்று காலியானது.

அந்தப் பதவிக்குத் தகுதியான நபரைத் தேடும் பணி தொடங்கி யது. ஐந்து வழக்கறிஞர்கள் பெயர்கள் சிபாரிசு செய்யப்பட்டன. தவிரவும், அழகிரிசாமியின் பெயரை அட்வகேட் ஜெனரல் சிபாரிசு செய்தார். நீண்ட பரிசீலனைகளுக்குப் பிறகு அழகிரிசாமி தேர்வு செய்யப்பட்டார். நியமன அறிவிப்பு வெளியான உடனேயே கண்டனங்கள் எழுந்தன. பதவியேற்ற பிறகு எதிர்ப் பின் வீரியம் அதிகரிக்கத் தொடங்கியது. கல்கி வார இதழில் அடுத்தடுத்து இரண்டு தலையங்கங்கள் எழுதிக் கண்டனம் தெரிவித்தார் ராஜாஜி.

சில மூத்த வழக்கறிஞர்கள் அமைச்சர் சி. சுப்பிரமணியத்தை நேரில் சென்று சந்தித்தனர். தங்களுடைய எதிர்ப்பைப் பதிவு செய்தனர். ஆனால் அமைச்சர் தெளிவாக இருந்தார். 10 ஆகஸ்டு 1932 அன்று போடப்பட்ட அரசு உத்தரவு எண் 2962ன்படி நீதித்துறையில் வேலை செய்தவர்களை அரசு வழக்கறிஞராக நியமனம் செய்வதில் எந்தத் தடையும் இல்லை. சட்டத்துறை யில் செயலாளராகப் பணியாற்றிய அனுபவம் அரசுக்கு மிகவும் பயன்தரும் என்பதால்தான் அழகிரிசாமி தேர்வு செய்யப்பட்டார் என்பது அமைச்சர் கொடுத்த விளக்கம்.

அமைச்சரின் பதில் அவர்களை ஆத்திரப்படுத்தியது. 'அப்படி என்றால் அழகிரிசாமியை எதிர்காலத்தில் ஹைகோர்ட் நீதிபதி யாக நியமிக்க மாட்டோம் என்று அரசு உறுதிமொழி அளிக்க வேண்டும்' என்று கேட்டனர் வழக்கறிஞர் குழுவினர். நீதிபதி நியமனம் முதலமைச்சர் முடிவுசெய்யவேண்டிய விஷயம் என்றார் அமைச்சர்.

அதன்பிறகு டி.எம். கிருஷ்ணசாமி அய்யர், செல்லசாமி என்று பல்வேறு வழக்கறிஞர்கள் சென்று முதலமைச்சர் காமராஜர் மற்றும் சென்னை உயர்நீதிமன்ற முதன்மை நீதிபதி ஆகியோரைச் சந்தித்து அதிருப்தியை வெளிப்படுத்தினர். அழகிரிசாமியின் நியமனத்தால் வக்கீல்களுக்கு மிகப்பெரிய ஆபத்து ஏற்படுத்தப் பட்டுள்ளது என்று ஆவேசப்பட்டனர்.

அடுத்த ஆயுதத்தைக் கையில் எடுக்க முடிவுசெய்தனர். நான் களத்துக்கு வருகிறேன் என்று சொன்னார் ராமச்சந்திர அய்யர் என்ற வழக்கறிஞர். அழகிரிசாமி எதன் அடிப்படையில் அரசு வழக்கஞராக வேலைபார்த்துவருகிறார் என்பது வெளிப்படை யாக அறிவிக்கவேண்டும் என்று கோரி ரிட் மனு ஒன்றைத் தாக்கல் செய்தார்.

10 ஆகஸ்டு 1960 அன்று அந்த மனு விசாரணைக்கு வந்தது. விசாரித்தவர்கள் பி.வி. பாலகிருஷ்ண அய்யர் மற்றும் ஜி.ஆர். ஜெகதீசன் அய்யர். பலத்த விசாரணைகளுக்குப் பிறகு தீர்ப்பு வெளியானது. அரசு வழக்கறிஞர் பதவிக்கு அழகிரிசாமி தகுதி யானவர்; அவரை நியமனம் செய்ததில் எந்தத் தவறும் இல்லை; விதிமீறலும் இல்லை. இருவருமே அப்படித்தான் கூறினர். விளைவு, ரிட் மனு தள்ளுபடி ஆகிவிட்டது. ஆனால் பிரச்னை முடியவில்லை. அந்தத் தீர்ப்பு அடுத்தடுத்த சர்ச்சைகளைக் கிளப்பியது. காரணம், அந்தத் தீர்ப்பில் இடம்பெற்ற வாசகங்கள்.

அழகிரிசாமி நியமனம் செய்யப்பட்டதற்கு சட்ட அமைச்சர் சி. சுப்பிரமணியம்தான் முழுக்காரணம். ஜனநாயக அரசு இயங்கும் நாடுகளில் எல்லாம் பதவி நியமனங்களில் தங்களுக்கு வேண்டியவர்களுக்குச் சலுகை காட்டுவது சகஜமான ஒன்றுதான் என்பது நீதிபதி ஜெகதீச அய்யரின் கருத்து. இது அமைச்சரை நேரடியாகக் குற்றம்சாட்டும் கருத்து. இன்னொரு தடவை அழகிரிசாமியின் பெயர் ஹைகோர்ட் நீதிபதி பதவிக்கு சிபாரிசு

செய்யப்பட்டால் அதை குடியரசுத் தலைவர் கவனமாகப் பார்க்கவேண்டும் என்பது நீதிபதி பாலகிருஷ்ண அய்யரின் கருத்து. அரசின் முடிவுக்கு கட்டுப்பாடு விதிக்கும் நோக்கத்துடன் சொல்லப்பட்ட கருத்து.

தீர்ப்பு அழகிரிசாமிக்கு சாதகமாக வந்தபோதும் நீதிபதிகளின் கருத்துகள் தமிழ்நாடு சட்டமன்றத்தில் பலத்த கொந்தளிப்பை ஏற்படுத்தின. 5 செப்டெம்பர் 1960 அன்று சென்னை சட்ட மன்றத்தில் பிரச்னை எழுந்தது. அரசு வழக்கறிஞர் நியமன விஷயத்தில் சட்டமன்றத்தின் உரிமைகளை மீறும் வகையில் நீதிபதியின் தீர்ப்பு வாசகங்கள் இருக்கின்றன. ஆகவே, நீதிபதி பாலகிருஷ்ண அய்யரின் மீது நடவடிக்கை எடுக்கவேண்டும் என்று உரிமை மீறல் நோட்டீஸ் கொடுத்தார் சட்டமன்ற உறுப்பினர் எஸ். லாசர்.

உரிமைப் பிரச்னையை கௌரவப் பிரச்னையாக எடுத்துக் கொண்டனர் வழக்கறிஞர்கள். நீதிபதிக்கு எதிராக உரிமைப் பிரச்னை கொண்டுவந்தது நீதிமன்ற அவமதிப்பு. ஆகவே, சட்டமன்ற உறுப்பினர் லாசர் மீது நடவடிக்கை எடுக்கவேண்டும் என்று வழக்கறிஞர் ராமச்சந்திர அய்யர் புதிய ரிட் மனுவைத் தாக்கல் செய்தார். போதாக்குறைக்கு, சட்டமன்ற உறுப்பினர் லாசர் கொடுத்த உரிமைப் பிரச்னை மீது எவ்வித விவாதத்தையும் சட்டமன்றத்தில் நடத்தக்கூடாது என்று சபாநாயகருக்கு உத்தர விடக்கோரி இன்னொரு ரிட் மனுவும் தாக்கல் செய்யப்பட்டது.

அதன் தொடர்ச்சியாக சட்டமன்ற சபாநாயகருக்கு நோட்டீஸ் ஒன்று அனுப்பப்பட்டது. அனுப்ப உத்தரவிட்டவர் நீதிபதி கணபதியா பிள்ளை. 7 அக்டோபர் 1960 அன்று சபாநாயகர் நீதிமன்றத்தில் ஆஜராகவேண்டும் என்பதுதான் அந்த நோட்டீஸ். ஆனால் அரசியல் சட்டத்தின்கீழ் என்னை யாரும் விசாரணைக்கு உட்படுத்தமுடியாது; எனக்குள்ள அதிகாரத்தை எந்தக் கோர்ட்டும் விசாரிப்பதற்கு இல்லை; அதற்கு நான் இணங்க முடியாது என்று சொல்லிவிட்டார் சபாநாயகர் யூ. கிருஷ்ணா ராவ்.

நிலைமையை சமாளிக்க முதலமைச்சர் காமராஜர் சட்டமன்றத் தில் அறிக்கை ஒன்றைத் தாக்கல் செய்தார்.

'அட்வகேட் ஜெனரலின் சிபாரிசு காரணமாகவே அழகிரி சாமியை நியமிக்கமுடிவு செய்தது அரசு. அதற்காக சிட்டி சிவில்

கோர் நீதிபதி பதவியில் இருந்து விருப்ப ஓய்வு பெற்றார் அழகிரிசாமி. அதன்பிறகே அரசு வழக்கறிஞராக நியமிக்கப் பட்டார். அதேசமயம், எதிர்காலத்தில் ஹைகோர்ட் நீதிபதியாக நியமிக்கும் நோக்கம் அரசுக்கு உள்ளது என்பது தவறான கருத்து. இந்த முடிவு முதலமைச்சராகிய நான் எடுத்த சொந்த முடிவு. இதற்காக மூத்த அமைச்சர்கள் எம். பக்தவத்சலம், சி. சுப்பிர மணியம் ஆகியோரிடம் ஆலோசனை செய்திருக்கிறேன். நடந்த விஷயங்களை எல்லாம் விருப்புவெறுப்பற்ற முறையில் பார்க்கவேண்டும்'

இடைப்பட்ட காலத்தில் அழகிரிசாமியின் நியமனத்துக்கு ஆதரவாக மிகப்பெரிய பிரசாரத்தைத் தொடங்கியிருந்தார் பெரியார். பிராமணர் அல்லாதவரான அழகிரிசாமியின் நிய மனத்தைப் பிராமணர்களைப் பெரும்பான்மையாகக் கொண்ட வழக்கறிஞர்கள் சங்கம் எதிர்க்கிறது. இது பிராமணர் - பிராமணர் அல்லாதாரின் பிரச்னையின் இன்னொரு வடிவம் என்றார். அழகிரிசாமி விவகாரத்தை வைத்துக்கொண்டு காமராஜரையும் சி. சுப்பிரமணியத்தையும் விமரிசனம் செய்பவர்களுக்கு பெரியாரும் திராவிடர் கழகத்தினரும் கடுமையாகப் பதிலடி கொடுத்தனர்.

சட்டமன்றத்துக்கும் நீதித்துறைக்கும் இடையேயான மோதல் வலுத்துக்கொண்டே வந்தது. உரிமைப் பிரச்னை பற்றி சட்ட மன்றத்தில் விவாதிக்கவேண்டிய நிர்பந்தம் உருவானது. ஆனால் அப்படியொரு விவாதத்தை நடத்தி, சிக்கலை மேலும் அதிகரிக்க அமைச்சர் சி. சுப்பிரமணியம் விரும்பவில்லை. ஆகவே,ரிட் மனுக்கள் தொடர்பாக நீதிமன்றம் தெரிவிக்கும் கருத்தைப் பொறுத்து விவாதங்களை வைத்துக்கொள்ளலாம் என்று சபாநாயகரிடம் கோரினார்.

வரிசையாக வந்த பிரச்னைகளைத் தவிர்த்து, இரண்டு முக்கியத் துறைகளுக்கும் இடையே நிலவிய பூசல்களை முடிவுக்குக் கொண்டுவரும் வகையில் சட்டமன்றத்தை ஒத்திவைக்க முயற்சிகள் மேற்கொண்டார் முதலமைச்சர் காமராஜர். அப்படிச் செய்வதன்மூலம் உரிமைப் பிரச்னை நோட்டீஸ் காலாவதி யாகும். எதிர்காலப் பிரச்னைகள் தவிர்க்கப்படும் என்பது அவருடைய கணிப்பு. அதன்படியே சட்டமன்றம் தேதி குறிப் பிடாமல் ஒத்திவைக்கப்பட்டது. அதன் தொடர்ச்சியாக உரிமை மீறல் நோட்டீஸ் காலாவதியானது.

இன்னொருபக்கம் ராமச்சந்திர அய்யர் கொடுத்த ரிட் மனு விசாரணைக்கு வந்தது. அப்போது பிரச்னைக்குக் காரணமான உரிமை மீறல் நோட்டீஸே காலாவதியாகிவிட்டதால் உரிமைப் பிரச்னை பற்றிய சட்டமன்ற விவாதத்தைத் தடை செய்வது குறித்து விசாரிக்கத் தேவையில்லை என்று கருதி ஐந்து நீதிபதிகள் கொண்ட பெஞ்ச் ரிட் மனுவைத் தள்ளுபடி செய்தது.

22

இந்தி.. துப்பாக்கி.. தோட்டா

இந்தியாவுக்கு ஒரே ஆட்சிமொழிதான்! அந்தத் தகுதி இந்திக்கு மட்டும்தான்! இந்தி ஆதரவாளர்கள் தொடங்கி இந்திய ஆட்சியாளர்கள் வரை அத்தனைபேருக்கும் இதுதான் ஒற்றை இலக்கு. அதை அதிகாரப்பூர்வமாக நடைமுறைப்படுத்த ஆகவேண்டிய காரியங்கள் அனைத்தையும் அடுத்தடுத்து செய்தனர். முதலில் பி.சி. கேர் என்பவர் தலைமையில் ஆட்சி மொழி ஆணையத்தை 7 ஜூன் 1955 அன்று நியமித்தார் குடியரசுத் தலைவர் டாக்டர் ராஜேந்திர பிரசாத்.

அதன் லட்சியம்: மத்திய அரசு தொடர்பான காரியங்களில் இந்தியை அதிக அளவில் பயன்படுத்தவேண்டும். அதற்கான வாய்ப்பு, வசதிகளை ஆராய்ந்து கூறவேண்டும். மத்திய அரசுப் பணிகளில் ஆங்கிலத்தின் பயன்பாட்டை எப்படியெல்லாம் குறைப்பது என்பதற்கான பரிந்துரைகளைச் செய்யவேண்டும். ஆங்கில மொழியின் இடத்தில் இந்தி மொழியை வைக்க ஒரு காலக்கெடுவை நிர்ணயித்து, அதற்கான திட்டங்களையும் வகுத்துக்கொடுக்கவேண்டும்.

ஆணையத்தின் பரிந்துரைகளில் சிலவற்றை இங்கே காண் போம்:-

- இந்தி பேசாத மாநிலங்களில் இருக்கும் பள்ளிகளில் பயிலும் மாணவர்களுக்கு ஆங்கிலம், தாய்மொழி தவிர இந்தியையும் கட்டாயமாகப் போதிக்கவேண்டும்.
- இந்தி பேசும் மாநிலங்களில் இருக்கும் பள்ளிகளில் பயிலும் மாணவர்களுக்கு ஆங்கிலம், இந்தி தவிர வேறெந்த

இந்திய மொழியையும் போதிக்கத் தேவையில்லை. அப்படி வேறொரு இந்திய மொழியைக் கற்றே தீரவேண்டும் என்று கட்டாயமாகத் திணிப்பது முறையற்றது.

- உச்சநீதிமன்றத்தில் இந்தி ஆட்சி மொழியாக ஆவதால், அதனைச் சார்ந்து இயங்கும் மாநில உயர்நீதி மன்றங்களிலும் இந்தியே நீதிமன்ற நடவடிக்கை மொழியாகவும் இருக்கவேண்டும். அதேசமயம் அந்த உயர்நீதிமன்றங்கள் தங்களது தீர்ப்பை அந்தந்த மாநில மொழிகளில் படித்துக் காட்டவேண்டும்.

- மாநிலச் சட்டமன்றங்களில் நிறைவேற்றப்படும் அதி காரப்பூர்வமான சட்டங்கள் அனைத்தும் இந்தி மொழி யிலேயே இருத்தல் வேண்டும்.

பெரும்பாலான உறுப்பினர்களுக்குப் பரிந்துரைகள் பிடித்துப் போயிருந்தன. ஆனால் தமிழ்நாட்டின் டாக்டர் சுப்பராயன் மற்றும் மேற்கு வங்கத்தின் சுனிதகுமார் சாட்டர்ஜி இருவருக்கு மட்டும் பலத்த திருப்தி.

ஆணையத்தின் பரிந்துரைகள் இந்திக்குச் சாதகமானவை; நடை முறைக்கு ஒவ்வாதவை; மத்திய அரசு காரியங்களில் இந்தியை அதிகரிக்கவேண்டும் என்ற கருத்தை உடனடியாக ஒத்திவைக்க வேண்டும்; இந்தி பேசக்கூடிய மக்கள் முதல்தரக் குடிமக்களாகக் கருதப்படுகின்றனர். மற்ற மொழி பேசுபவர்கள் இரண்டாம்தரக் குடிமக்களாகக் கருதப்படுகின்றனர் - இவைதான் டாக்டர் சுப்ப ராயன் மற்றும் சுனிதகுமார் சாட்டர்ஜி இருவரும் முன்வைத்த கண்டன மொழிகள்.

ஆணையத்தின் பரிந்துரைகளுக்கு தென்னிந்தியாவில் பலத்த எதிர்ப்பு கிளம்பியது. தமிழ்நாடு, ஆந்திரா, மைசூர் மாநில முதலமைச்சர்கள் ஆணையத்தின் பரிந்துரைகள் நடைமுறைக்கு ஒவ்வாதவை என்று கண்டித்தனர். எதிர்ப்பைச் சமாளிக்க மத்திய அரசு மீண்டும் ஒரு குழுவை நியமித்தது. மத்திய உள்துறை அமைச்சர் வல்லப பந்த் தலைமையிலான அந்தக் குழுவில் இருபது மக்களவை உறுப்பினர்களும் பத்து மாநிலங்களவை உறுப்பினர்களும் இடம்பெற்றனர்.

ஆனால் அந்தக் குழுவின் அறிக்கையும் ஆட்சி மொழி ஆணை யம் கொடுத்த பரிந்துரைகளின் மறுபதிப்பாகவே இருந்தது.

கொந்தளித்துவிட்டனர் இந்தி பேசாத மக்கள். 7 ஆகஸ்டு 1959 அன்று நாடாளுமன்றத்தில் பேசினார் பிரதமர் நேரு. எவ்வளவு காலத்துக்கு மக்கள் விரும்புகிறார்களோ அதுவரையில் ஒரு மாற்றுமொழியாக ஆங்கிலத்தை நான் வைத்திருப்பேன்; இதற்கான முடிவு கூறும் உரிமையை இந்தி பேசும் மக்களிடம் விடமாட்டேன்; இந்தி பேசாத மக்கள்தான் முடிவெடுக்க வேண்டும்!

இந்தி பேசாத மக்கள் மத்தியில் ஏற்படுத்திய கொதிப்பைக் கணிசமாகக் குறைத்தது இந்த வாக்குறுதி. ஆனால் மத்திய அரசோ சத்தமில்லாமல் இந்திக்கு ஆதரவான காரியங்களை விடாமல் செய்துகொண்டிருந்தது. அதன் தாக்கம் 27 ஏப்ரல் 1960 அன்று வெளியான குடியரசுத் தலைவர் வெளியிட்ட அறிவிப்பில் எதிரொலித்தது.

நாற்பத்தைந்து வயதுக்கும் குறைந்த மத்திய அரசு ஊழியர்கள் தமது பணிக்குரிய இந்தி பயிற்சியைக் கட்டணமின்றி இலவசமாகப் பெறுவதற்கான வசதிகளை மத்திய அரசு செய்துகொடுக்க வேண்டும்; மத்திய அரசில் பணிபுரியும் தட்டெழுத்தர்கள் மற்றும் சுருக்கெழுத்தர்கள் ஆகியோர்க்கு இந்தித் தட்டெழுத்து மற்றும் சுருக்கெழுத்துப் பயிற்சி தருவதற்கான ஏற்பாடுகளை உள்துறை அமைச்சகம் செய்துதரவேண்டும்; இந்தித் தட்டெழுத்துப் பலகைகளை உருவாக்க கல்வித் துறை விரைந்து நடவடிக்கை எடுக்கவேண்டும்; மத்திய அரசு வேலைகளில் சேர்வதற்கு இந்தியில் போதிய அளவு அறிவுபெற்றிருக்கவேண்டும் என்ற தகுதியை வலியுறுத்தும் விதிகளை மத்திய அரசு வகுக்க வேண்டும்.

இந்திய அரசின் இந்தித் திணிப்பு எண்ணத்தைப் பட்டவர்த்தனமாகச் சொன்ன அறிவிப்புகள் அவை. குடியரசுத் தலைவரின் உத்தரவுகள் மூலம் பிரதமர் நேரு கொடுத்த உறுதிமொழி காற்றில் கலந்த பெருங்காயமாக மாறியது. இந்தித் திணிப்பு மீண்டும் வலுக்கத் தொடங்கிவிட்டது என்று திராவிடர் கழகமும் திராவிட முன்னேற்றக் கழகமும் ஆவேசம் கொண்டன. இந்தி என்னும் விஷ விருட்சத்தின் ஆணிவேரைக் கெல்லி எறிய ஒரே வழிதான் இருக்கிறது. அது, நாட்டுப் பிரிவினை. இந்திய யூனியன் வரைபடத்தில் தமிழ்நாடு தவிர்த்த மற்ற பகுதிகளுக்குத் தீவைக்க வேண்டும்; களத்துக்கு வாருங்கள் என்று திராவிடர் கழகத் தொண்டர்களுக்கு அழைப்பு விடுத்தார் பெரியார்.

அடுத்ததாக திமுக களத்தில் இறங்கியது. 18 ஜூன் 1960 அன்று குமாரபாளையத்தில் கூடிய திமுக பொதுக்குழுவில் இந்தித் திணிப்பு குறித்த முக்கியத் தீர்மானங்கள் நிறைவேற்றப்பட்டன. 30 ஆகஸ்டு 1960க்குள் குடியரசுத் தலைவர் தனது உத்தரவைத் திரும்பப்பெறவேண்டும். இந்தி பேசாத மக்களைக் கலந்தாலோசிக்காமல் இந்தி பற்றி முடிவெடுக்க மாட்டோம் என்று அறிவிக்க வேண்டும். தவறினால், மறுநாளில் இருந்து இந்தி ஆதிக்கத்தில் இருந்து தென்னகத்தை விடுவிக்கும் விடுதலைப் போர் தொடங்கப்படும்!

அதன்படி, ஈ.வெ.கி. சம்பத் தலைமையில் போராட்டக்குழு ஒன்றையும் அமைத்தார் அண்ணா. அந்தக் குழுவில் மு. கருணாநிதி, க. அன்பழகன், கே.ஏ. மதியழகன், கவிஞர் கண்ணதாசன் உள்ளிட்ட பதினேழு பேர் இடம்பெற்றிருந்தனர். உங்களிலே எத்தனைப்பேர் அந்தத் தியாகப் பணியில் ஈடுபடப் போகிறீர்கள் என்ற பட்டியலைத் தயார் செய்யுங்கள்; பட்டியல் நீளட்டும்! படை பெருகட்டும்! என்று அழைப்பு விடுத்தார் அண்ணா.

போராட்ட அறிவிப்பு முதலமைச்சர் காமராஜரை ஆத்திரம் கொள்ளச் செய்தது. திமுகவினர் போராட்டம் நடத்தினால் அரசு கடும் நடவடிக்கைகளை எடுக்கவேண்டியிருக்கும் என்று எச்சரித்தார். முக்கியமாக, துப்பாக்கி இருக்கிறது; அதில் தோட்டாவும் இருக்கிறது என்று காமராஜர் பேசியதாக அண்ணாவுக்கு செய்தி வந்தது. உடனடியாக எதிர்வினை ஆற்றினார் அண்ணா.

முதலாம் மொழிப்போர் நடந்தபோது மூன்று இளைஞர்கள்தாம் உயிர்த் தியாகம் செய்தனர்; தற்போது திமுகவில் 3300 கிளைகள் இருக்கின்றன; மூன்று லட்சம் தொண்டர்கள் இருக்கிறார்கள்! அதன் அர்த்தம் வெளிப்படையானது.

அத்துடன் நில்லாமல் விரைவில் தமிழ்நாட்டுக்குச் சுற்றுப் பயணம் வரவிருக்கும் குடியரசுத் தலைவருக்கு எதிராகக் கறுப்புக்கொடி காட்டத் தயாரானது திமுக.

ஆகஸ்டு 6 தொடங்கி ஆகஸ்டு 16 வரை (சுதந்தர தினம் நீங்கலாக) கறுப்புக் கொடி போராட்டம் நடத்தப்படும் என்று அறிவித்து விட்டார் அண்ணா. போராட்டம் என்றால் பொறிபறக்க நடத்துவது திமுகவின் பழக்கம். எளிதில் உணர்ச்சிவசப்படக் கூடியவர்கள் திமுகவினர் என்பதால் போராட்ட நடைமுறை குறித்து சில ஆலோசனைகளைக் கொடுத்திருந்தார் அண்ணா.

'கறுப்புக்கொடி காட்டுகிற நேரத்தில் குடியரசுத் தலைவரைத் திரும்பிப் போ என்று எவரும் சொல்லக்கூடாது. 'இந்தி ஒழிக! கட்டளையைத் திரும்பப் பெறுக!' என்றுதான் முழங்க வேண்டும். குடியரசுத் தலைவர் செல்லும் காரில் எதையும் எவரும் எறியக்கூடாது. அவர் தங்கியிருக்கும் கட்டிடத்துக்கு அருகில் எவரும் செல்லக்கூடாது. இவற்றை மீறுபவர்களை துரோகிகள் என்று சொல்லமாட்டேன்; மாறாக, அவர்கள் என் தம்பிகளே அல்ல!'

போராட்டம் பிரம்மாண்டமாக இருக்கும் என்று தெரிந்து விட்டபடியால் அதைத் தவிர்க்கும் நடவடிக்கையில் இறங்கியது மத்திய அரசு. மத்திய உள்துறை அமைச்சர் நாடாளுமன்றத்தில் பேசினார்.

'இந்திய அரசுப் பணிகளில் சேர விரும்பும் இந்தி பேசாத பகுதி யினர் இந்தித் தேர்வில் கட்டாயமாகத் தேர்ச்சிபெற வேண்டும் என்று குடியரசுத் தலைவரின் உத்தரவில் எந்த நிபந்தனையும் விதிக்கப்படவில்லை. இந்தித் தேர்வை கட்டாயமாக்க வேண்டும் என்ற ஆட்சிமொழிக் குழுவின் பரிந்துரையை அரசு ஏற்கவில்லை. 1965க்குப் பிறகும் ஆங்கிலம் நீடிக்கவேண்டும் என்பதைத் திட்டவட்டமாகத் தீர்மானித்து விட்டோம். இதை உறுதி செய்யும் வகையில் 1965க்கு முன்பாகவே நாடாளுமன்றத் தில் புதிய மசோதா கொண்டு வரப்படும்.'

இந்தித் திணிப்பு விஷயமாக திமுக அவைத் தலைவர் ஈ.வெ.கி. சம்பத் எழுதிய கடிதத்துக்கு பிரதமர் நேரு பதில் எழுதினார். அதில் மொழிப்பிரச்னை பற்றி நான் மக்களவையில் அளித்த வாக்குறுதிக்குப் புறம்பான காரியங்களை எப்போதும் அரசாங்கம் நிறைவேற்ற வாய்ப்பில்லை. நாங்கள் அளித்த வாக்குறுதிக்குக் கட்டுப்பட்டே இருக்கிறோம் என்றார் நேரு.

மத்திய அரசின் விளக்கம் கொடுத்துவிட்டது; பிரதமர் நேருவும் வாக்குறுதி கொடுத்துவிட்டார். கொஞ்சம் நிதானமாக நகரலாம் என்று முடிவுசெய்தது திமுக. அதன் தொடர்ச்சியாக தமிழகம் வரும் குடியரசுத் தலைவருக்கு எதிராகக் கறுப்புக்கொடி காட்டும் போராட்டம் தேவையில்லை என்று அறிவித்தார் அண்ணா. அந்த அறிவிப்பில் இந்தித் திணிப்புக்கு எதிரான போராட்டம் தாற்காலிகமாக நின்றது.

23

திமுகவை உடைத்த ஈ.வி.கே.எஸ்

சென்னை மாநகராட்சியைக் கைப்பற்றியது திமுக வரலாற்றில் முக்கியத் திருப்புமுனை. அந்த வெற்றி அண்ணா உள்ளிட்ட அத்தனை பேரையும் ஆர்ப்பரிக்கச் செய்திருந்தது. வெற்றிவிழா கொண்டாடினார் அண்ணா. வெற்றிக்கு உழைத்த அத்தனை பேரையும் பாராட்டினார். முக்கியமாக, தேர்தல் பொறுப்பாளர் கருணாநிதிக்குக் கணையாழி கொடுத்தார்.

அந்தக் கணையாழி கட்சிக்குள் கொந்தளிப்பை ஏற்படுத்தியது. ஈ.வெ.கி. சம்பத்துக்கு. கண்ணதாசனுக்கு. இன்னும் சிலரும் உள்ளுக்குள் புழுங்கிக் கொண்டிருந்த சமயத்தில் கண்ணதாசன் மட்டும் அதை பகிரங்கமாக வெளிப்படுத்தினார். அந்த ஆதங்கம் அவர் எழுதிய வனவாசம் நூலில் பதிவாகியுள்ளது.

> இன்று மதியம் வேகாத வெயிலில் ஊரெங்கும் அலைந்து கடையெங்கும் தேடி வாங்கி வந்தேன் (அண்ணா) ஒரு கணையாழி. அந்தக் கணையாழியை இந்த வெற்றியை ஈட்டித் தந்த என் தம்பி கருணாநிதிக்கு அணிவிக்கிறேன். கூட்டத்தில் பெருத்த கையொலி. கருணாநிதி வாழ்க என்ற முழக்கம். அவன் (கண்ணதாசன்) கூனிக்குறுகிப் போனான். அண்ணா அவன் இதயத்திலிருந்து சரியத் தொடங்கினார். அவன் இதயம் நெருப்பாகவே எரிந்தது.

உள்கட்சிப் பூசல் என்ற நெருப்பு பற்றி எரியத் தொடங்கியது. அதற்கு எண்ணெய் ஊற்றி உசுப்பேற்ற வந்துசேர்ந்தது உள் கட்சித் தேர்தல். பொதுக்குழு உறுப்பினர்கள், செயற்குழு உறுப் பினர்கள் என்று ஓட்டுப்போடவேண்டிய அத்தனைபேரும்

தேர்தல் மூலம் முறைப்படித் தேர்வு செய்யப்பட்டிருந்தனர். பொதுச்செயலாளர், பொருளாளர் போன்ற உயர் பதவிகளுக் கான தேர்தல் நடத்த வேண்டியதுதான் பாக்கி.

நாவலர் நெடுஞ்செழியனே மீண்டும் பொதுச் செயலாளர் ஆவாரா? கணையாழி பெற்ற கருணாநிதிக்கு வாய்ப்பிருக் கிறதா? சம்பத் சர்வ அதிகாரத்தையும் கைப்பற்றுவாரா? பொருளாளர் பதவி யாருக்குக் கிடைக்கும்? மதியழகனுக்கு வாய்ப்பு கிடைக்குமா? அன்பழகனுக்கு என்ன பதவி தரு வார்கள்? ஆசைத்தம்பி அவ்வளவுதானா? என்பன போன்ற பேச்சுகள் கட்சிக்குள் உலா வந்துகொண்டிருந்தன.

உள்கட்சித் தேர்தலுக்கு முன்பாக 11 ஜூலை 1959 அன்று மாயவரத்தில் திமுக பொதுக்குழு கூடியது. அதில் ஈ.வெ.கி. சம்பத் புதிய தீர்மானம் ஒன்றைக் கொண்டுவந்திருந்தார். திமுக வில் சட்டமன்ற, நாடாளுமன்ற உறுப்பினர்களாக இருப்பவர்கள் பொதுச்செயலாளர் பதவிக்குப் போட்டியிடக் கூடாது. அதன் மூலம் பொதுச்செயலாளர் பதவிக்குக் கருணாநிதி வருவதற்குத் தடுப்புச்சுவர் எழுப்பப்பட்டிருந்தது. அதே சுவர்தான் சம்பத்துக் கும் தடையாக இருந்த்து. அதைப் பற்றி அவர் அதிகம் அலட்டிக் கொள்ளவில்லை.

மேல்பார்வைக்கு நல்ல தீர்மானம்; நடைமுறைக்கு வந்தா கட்சியே நாசமாகிவிடும் என்பது அண்ணாவுக்குப் புரிந்தது. இருந்தும் நிலைமையைச் சமாளிக்க அந்தத் தீர்மானத்தை ஏற்றுக் கொண்டார். அதற்கு ஆதரவாகப் பேச பிரச்னைக்குரிய கருணா நிதியையே அழைத்தார் அண்ணா. தீர்மானம் நிறைவேறியது.

அடங்கியது போலத் தோற்றமளித்த மோதல் அடுத்துவந்த பொதுச்செயலாளர் தேர்தலில் அம்பலத்துக்கு வந்தது. அண்ணா, ஈ.வெ.கி. சம்பத், கருணாநிதி ஆகியோர் போட்டியிடாத சூழலில் இருந்ததால் கே.ஏ. மதியழகன், சி.பி. சிற்றரசு இருவரும் பொதுச் செயலாளர் தேர்தலில் குதித்தனர். உண்மையில் ஈ.வெ.கி. சம்பத்துக்கும் கருணாநிதிக்குமான மறைமுக யுத்தம்தான் அது.

பொதுச்செயலாளர் பதவிக்குப் போட்டி இருப்பது நல்லது; உள்கட்சி ஜனநாயகம் வளரும். உண்மைதான். ஆனால் அது தவறான பாதைக்கு அழைத்துச் சென்றுவிட்டால் கழகத்துக்கே ஆபத்து என்று நினைத்தார் அண்ணா. உழைப்பதற்குத்தான் போட்டி வேண்டும்; பதவிகளுக்கு அல்ல என்ற முடிவுக்கு

வந்தார். போட்டி மனப்பான்மையை முதலிலேயே கிள்ளி எறியும் வகையில் நானே பொதுச்செயலாளராகிறேன் என்று சொல்லிவிட்டார்.

அண்ணாவும் சட்டமன்ற உறுப்பினர். கழகத்தின் சட்டத்திட்டம் அவருக்கு மட்டும் வழிவிட்டு ஒதுங்குமா என்ன? பார்த்தார்கள். மாயவரத்தில் கொண்டுவரப்பட்ட விதியையே ஓரங்கட்டி விட்டார்கள். விதியாக வைத்துக்கொள்ள வேண்டாம். சம்பிர தாயமாக வைத்துக்கொள்ளலாம் என்று முடிவு செய்யப்பட்டது. அதற்கு ஈ.வெ.கி. சம்பத் உள்ளிட்ட எவரும் எதிர்ப்பு தெரிவிக்க வில்லை. காரணம், அவர்களுடைய இலக்கு கருணாநிதிதான். விளைவு, பொதுச்செயலாளர் பொறுப்பு அண்ணாவின் கரங் களில். அவைத்தலைவர் பொறுப்பு ஈ.வெ.கி. சம்பத்துக்கு; பொருளாளர் பொறுப்பு கருணாநிதிக்கு!

கட்சிக்குள் இரண்டு கோஷ்டிகள் முளைத்தன; ஒன்று, சம்பத் கோஷ்டி. மற்றொன்று, கருணாநிதி கோஷ்டி. இரண்டு பேருக் கும் பின்னணியில் கணிசமான எண்ணிக்கையில் கட்சிக்காரர்கள் இருக்கிறார்கள். காதில் விழுந்த எந்தச் செய்தியையும் அண்ணா ரசிக்கவில்லை.

போதாக்குறைக்கு திமுகவில் இருக்கும் திரைப்படக் கலைஞர் களை வார்த்தைகளால் தாக்கத் தொடங்கினார் சம்பத். மேடை களில் கருணாநிதிக்குக் கிடைத்த முக்கியத்துவம் சம்பத்தை சங்கோஜப்பட வைத்தது. எம்.ஜி.ஆருக்குக் கிடைத்த வரவேற்பு வருத்தத்தைக் கொடுத்தது. அதை அதிரடியாக வெளிப்படுத்தத் தொடங்கினார்.

கட்சிக்குள் மிதவாதத்தன்மை புகுந்துவிட்டது என்றார். கழகத் தலைவர்கள் கலைத்துறையில் அதிகமாக நேரம் செலவிடுவதால் கட்சி வளர்ச்சிப் பணிகள் தடைபடுகின்றன என்று ஆவேசப் பட்டார். கலைஞர் என்றும் அறிஞர் என்றும் பட்டம் சூட்டிக் கொள்கிறார்கள் என்று கண்டித்தார். நடிகர்கள் கட்சிக்குள் பொறுப்பு வகிப்பது கட்சிக்கு அவப்பெயர் என்று ஆதங்கப் பட்டார்.

அறிஞர் என்பது அண்ணாவுக்கான அடைமொழி. திராவிடர் கழகக் காலம் தொடங்கி இன்று வரை அண்ணா என்றால் அறிஞர் அண்ணாதான். அடுத்து, கலைஞர் என்பது கருணாநிதிக்குக்

கொடுக்கப்பட்ட பட்டம். ஒருமுறை எம்.ஆர். ராதாவின் தூக்கு மேடை நாடகத்துக்குத் தலைமை தாங்க வந்தார் பட்டுக் கோட்டை அழகிரிசாமி. அந்த மேடையில் எம்.ஆர். ராதா விடுத்த வேண்டுகோளுக்கு இணங்கி கலைஞர் என்ற பட்டத்தைக் கருணாநிதிக்குக் கொடுத்தார் அழகிரிசாமி. அதைத் தான் இப்போது கிண்டல் செய்தார் ஈ.வெ.கி. சம்பத். இத்தனைக் கும் ஈ.வெ.கி. சம்பத்துக்கு சொல்லின் செல்வர் என்றொரு அடைமொழி வழக்கத்தில் இருந்தது. கருணாநிதியைத் தாக்க விரும்பியவர், அண்ணாவையும் சேர்த்துத் தாக்கினார். அது கட்சிக்குள் சலசலப்பை ஏற்படுத்தியது.

சம்பத்தின் பேச்சும் போக்கும் அண்ணாவை அதிருப்தி அடையச் செய்தன. அதை அவருக்குப் புரியவைக்க நினைத்தார் அண்ணா. திராவிட நாடு இதழில் எல்லோரும் இந்நாட்டு மன்னர் என்ற தலைப்பில் தொடர் கட்டுரை ஒன்று வெளிவரத் தொடங்கியது. எழுதியவர் அண்ணா. பெர்னார்ட் ஷா எழுதிய ஆப்பிள் கார்ட் கதையை இன்றைய நிலைமைக்கு ஏற்ப மாற்றி எழுதியிருந்தார். அந்தக் கதையில் வரும் போனார்ஜிஸ் என்ற பாத்திரம் இங்கே புயலார் என்று மாறியிருந்தது. புயலார் என்பது ஈ.வெ.கி. சம்பத்தைக் குறிக்கிறது என்பது அப்பட்டமாகத் தெரிந்தது. அது சம்பத்துக்கும் புரிந்தது.

சம்பத்தும் நறுக்குத் தெறித்தாற்போலப் பதில் கொடுக்கத் தயாரானார். அண்ணாவின் மன்னன் என்ற தலைப்பில் பதில் கட்டுரை ஒன்றைத் தயார் செய்தார். சம்பத்தின் அணுக்கத் தோழரான கவிஞர் கண்ணதாசனின் தென்றல் இதழில் அந்தக் கட்டுரை வெளியானது.

அண்ணாவை நேரடியாகக் குற்றம் சாட்டினார். விளைவு, சம்பத் - கருணாநிதி மோதல் என்பது சம்பத் - அண்ணா மோதலாக மாறியது. பத்திரிகைகளுக்கு அபார தீனி. அண்ணாவுக்கும் சம்பத் துக்கும் மோதல் முற்றிவிட்டது; விரைவில் திமுக உடைகிறது என்று எழுதினர். குறிப்பாக, நவ இந்தியா போன்ற பத்திரிகைகள்.

கட்சியின் செயற்குழு - பொதுக்குழு கூடுகிறது என்றால் கட்சிக் குள் பிரச்னை என்று அர்த்தம். சில சமயங்களில் செயற்குழு - பொதுக்குழு கூடுவதால்கூட பிரச்னைகள் ஏற்படுவது வழக்கம். இப்போது கொந்தளிப்பு நிறைந்த சூழல். 1961 ஜனவரி மாதத்தில் திமுக பொதுக்குழு மற்றும் செயற்குழு வேலூரில் கூடியது.

அண்ணாவுக்கும் கருணாநிதிக்கும் எதிராக ஆறு தீர்மானங்கள் தயாராக இருக்கின்றன; ஈ.வெ.கி. சம்பத், கண்ணதாசன் உள்ளிட்ட குழுவினர் பகீரத முயற்சிகள் செய்து தீர்மானங்களைச் செதுக்கியுள்ளனர்; அவை அமலுக்கு வந்தால் பொதுச்செயலாள ருக்கான அதிகாரங்கள் குறைக்கப்படும்; அவைத் தலைவருக்கு அதிக அதிகாரங்கள் தரப்படும்; பொருளாளர் பதவி கணக்கர் பதவி போல மாறிவிடும். ஆளுக்கொரு ஊகங்கள். ஆளுக்கொரு ஹேஸ்யங்கள்.

விஷயம் வெளியே கசியத் தொடங்கியது. கட்சியின் சட்டத் திட்டங்கள் திருத்தப்பட்டு சில மாதங்களே ஆகியிருந்த சூழலில் மீண்டும் திருத்தம் கொண்டுவருவது தேவையில்லை என்றனர் கருணாநிதி ஆதரவாளர்கள். ஆனாலும் முடிவை மாற்றிக் கொள்ள சம்பத் குழுவினர் தயாராக இல்லை.

21 ஜனவரி 1961. அவைத்தலைவர் சம்பத் தலைமையில் திமுக செயற்குழு கூடியது. தீர்மானங்கள் பற்றிப் பேச்சு எழுந்தபோது கருத்து மோதல்கள் வெடித்தன. அறையில் பலத்த கூச்சல். குழப்பம். அதைக்கேட்டு அருகில் இருந்த அறையில் தங்கி யிருந்த எம்.ஜி.ஆரும் எஸ்.எஸ்.ஆரும் செயற்குழு நடந்த பகுதிக்கு ஓடிவந்தனர். கைகலப்பு நடந்தது என்றார்கள். சம்பத் தாக்கப்பட்டார் என்றார்கள். நடப்பது எதுவும் நல்லதாகப் படவில்லை அண்ணாவுக்கு. அவருடைய தலையீட்டுக்குப் பிறகு அமைதி திரும்பியது.

பிறகு சம்பத் எழுதிய அண்ணாவின் மன்னன் கட்டுரை பற்றிப் பேச்சு எழுந்தது. எல்லோரும் சம்பத்தைக் கண்டித்துப் பேச, அவைத்தலைவர் பதவியை ராஜினாமா செய்வதாக அறிவித்தார் சம்பத். அதன்பிறகு பொருளாளர் என்ற முறையில் கட்சியின் கணக்கு வழக்கு விவரங்களை செயற்குழுவில் தாக்கல் செய்தார் கருணாநிதி. கார் வாங்கியது, திரைப்படத் தயாரிப்பு ஆகியவற் றுக்குக் கட்சியின் நிதி எதுவும் பயன்படுத்தப்படவில்லை என்பதை விளக்கும் வகையில் வங்கிக்கணக்கு புத்தகத்தையும் செயற்குழுவில் தாக்கல் செய்தார் கருணாநிதி.

சர்ச்சையைத் தொடங்கிவைத்தவர் சம்பத். பதவியை ராஜினாமா செய்து அவரே சமாதானத்துக்கும் வழி ஏற்படுத்திக் கொடுத்து விட்டார். ஆகவே, சிக்கல்கள் தீர்ந்துவிட்டன என்று நினைத் தனர் திமுக தொண்டர்கள். திடீரென பொதுக்கூட்டம் ஒன்றில்

கவிஞர் கண்ணதாசன் தாக்கப்பட்டார். அதில் தொடர்புடைய கட்சிக்காரர்கள் மீது நடவடிக்கை எடுக்கவேண்டும் என்று வலியுறுத்தி உண்ணாவிரதம் இருக்கத் தொடங்கினார் சம்பத்.

மனத்துக்குள் ஒரு தீர்மானத்துக்கு வந்துவிட்டார் சம்பத் என்பது அண்ணாவுக்குத் தீர்க்கமாகப் புரிந்துவிட்டது. ஆனாலும் சம்பத்தை இழக்க அண்ணா விரும்பவில்லை. பெரியாருடன் கருத்துவேறுபாடு ஏற்பட்டுப் பிரிய நேர்ந்தபோது அண்ணா வுக்குத் தோள் கொடுத்தவர் சம்பத். அண்ணா வெளியேறும் பட்சத்தில் பெரியாருக்கு அடுத்த இடம் சம்பத்துக்குத்தான்; கழகமும் அவருக்கே; கழகத்தின் சொத்துகளும் அவருக்கே; இத்தனை வாய்ப்புகள் இருந்தும் பெரியாரை உதறிவிட்டு அண்ணாவின் பக்கம் சாய்ந்தவர் சம்பத். அதுதான் அண்ணாவை யோசிக்க வைத்தது.

24

மூவண்ணக் கொடி.. நடுவில் விஷம்

தமிழ்த் தேசிய கட்சி. திமுகவில் இருந்து விலகிய ஈ.வெ.கி. சம்பத் தொடங்கிய புதிய கட்சியின் பெயர். அண்ணா செய்த சமாதானத்துக்குப் பிறகு உண்ணாவிரதத்தைக் கைவிட்டு டெல்லி சென்றார் ஈ.வெ.கி. சம்பத். டெல்லியில் இருக்கும் மூத்த காங்கிரஸ் தலைவர்களுடன் சம்பத் பேசிக்கொண்டிருப்பதாக செய்திகள் கசிந்தன.

உண்மையில் ஈ.வெ.கி. சம்பத்துக்கு பிரதமர் நேரு மீது ஒருவித கவர்ச்சி இருந்தது. டெல்லி செல்லும் தமிழகத் தலைவர்கள் பெரும்பாலானோருக்கு ஏற்படுகின்ற விஷயம்தான். அதற்கு சம்பத்தும் தப்பவில்லை. நேருவின் ஆளுமைத்தன்மை மீது பிரமிப்பு; நேருவின் ஜனநாயப் பண்புகள் மீது பிடிப்பு; நேருவின் பழக்கவழக்கங்கள் மீது ஆர்வம். தவிரவும், டெல்லியில் இருக்கும் மூத்த காங்கிரஸ் தலைவர்கள் பலருடனும் சம்பத் துக்கு நல்ல நட்புவட்டம் உருவாகியிருந்தது.

எல்லாவற்றையும் கூட்டிக் கழித்துப் பார்த்த திமுகவினர் ஒரு முடிவுக்கு வந்தனர். சம்பத் அநேகமாகக் காங்கிரஸ் கட்சியில் சேரப்போகிறார்! சந்தேகத்துக்கு இறக்கை முளைத்ததே தவிர எதுவும் ஊர்ஜிதம் ஆகவில்லை. சம்பத் என்ன மாதிரியான முடிவை எடுக்கப்போகிறார் என்பதை யாராலும் துல்லியமாகக் கணிக்க முடியவில்லை. இடையிடையே புரட்சிக் கவிஞர் பாரதிதாசன் போன்றவர்கள் சம்பத் திமுகவில் இருந்து விலகவேண்டும் என்று தூபம் போட்டுக்கொண்டே இருந்தனர். குறிப்பாக, தன்னுடைய குயில் ஏட்டில் பாரதிதாசன் இரண்டு

தலையங்கங்கள் எழுதினார். அவற்றில் அவர் பயன்படுத்திய வார்த்தைகள் அதிர்ச்சியூட்டக்கூடியவை.

சம்பத் அவர்கள் கண்ணீர்த்துளிக்கட்சியை (திமுகவை) உதறித்தள்ளிவிட்டுத் திராவிடர் கழகத்தில் சேர்ந்து அதைக் காப்பாற்றித் தரவேண்டும். தோழர் சம்பத் அவர்கள் இன்று நாட்டுக்குச் செய்யவேண்டிய இன்றியமையாத தொண்டு இதுதான். எண்ணித் துணிக!

திரு. சம்பத்து திமுகவை விட்டு வந்துவிடவில்லை. ஆனால், அவர் திமுகவில் இருக்கின்றார் என்றும் சொல்லிவிட முடியாது. திரு. சம்பத்து அவர்களின் நெஞ்சம் திமுகவில் இருந்து விலகிவிட்டது. திரு. சம்பத்து மட்டுமா? நல்லவர்களின் நெஞ்சமெல்லாம் விலகிவிட்டன. அவர்களின் உடல்கள் மட்டும் திமுகவில் ஒட்டிக்கொண்டிருக்கின்றன. காரணம் என்ன எனில், திமுகவைத் திருத்தியமைக்க எண்ணுகின்றார்கள். முடியுமா என்றால் முடியாது என்று மூன்று முறை கூறுவோம். திமுகவில் உள்ள பொல்லாதவர்கள் எங்குமுள்ள பொல்லாதவர்கள் போன்றவர்கள் அல்லர்; கடைந்தெடுத்த பொல்லாதவர்கள்.

பாரதிதாசனுக்கு உதவிசெய்யவேண்டும் என்பதற்காகப் பெரியாரையே எதிர்த்து நிதிவசூல் செய்தவர் அண்ணா. அதன் தொடர்ச்சியாக பெரியாருக்கும் அண்ணாவுக்கும் இடையே மிகப்பெரிய விரிசல் ஏற்பட்டது. தற்போது அந்த அண்ணாவுக்கு எதிராக சம்பத்தை முடுக்கிவிடும் பணியில் பாரதிதாசன் பணியாற்றியது அண்ணாவை ஆச்சரியப்படுத்தியது. ஆனாலும் அதைப் பற்றி அண்ணா அதிகம் அலட்டிக்கொள்ளவில்லை.

திமுகவில் தன்னுடைய எதிர்காலம், மனத்துக்குள் போட்டு வைத்திருந்த திட்டம், தாமாக வந்துவிழுந்த ஆதரவு, காங்கிரஸ் தலைவர்களின் நேசக்கரம் எல்லாவற்றையும் வைத்துப் பார்த்த பிறகு சம்பத் திடமான முடிவுக்கு வந்தார். தனி ஆவர்த்தனம் செய்யலாம் என்பதுதான் அந்த முடிவு. டெல்லியில் இருந்து திரும்பிய அவர் 9 ஏப்ரல் 1961 அன்று திமுகவில் இருந்து விலகுவதாக அறிவித்தார். அண்ணா உள்ளிட்ட அத்தனை பேருக்குமே ஆச்சரியத்தைக் கொடுத்த முடிவு அது. அதேசமயம் இனியும் சமாதானத்துக்கு வழியில்லை என்பது எல்லோருக்குமே புரிந்துவிட்டது.

பிறகு ஆதரவாளர்கள் பலருடன் தீர்க்கமாக ஆலோசனை நடத்திய சம்பத் 19 ஏப்ரல் 1961 அன்று சென்னை ஒற்றைவாடை தியேட்டரில் வைத்து தமிழ்த் தேசிய கட்சி என்ற பெயரில் புதிய கட்சியையும் தொடங்கி விட்டார். திமுக என்ற கட்சி தொடங்கி சுமார் பன்னிரண்டு ஆண்டுகள் கழித்து முதல் பிளவைச் சந்தித்தது.

திமுகவில் அண்ணாவுக்கு அடுத்த இடம் சம்பத்துக்குத்தான். தம்பியர் படைவரிசையில் முதன்மையானவர். அவருக்குப் பிறகுதான் நெடுஞ்செழியன், மதியழகன் எல்லோருமே. படித்தவர். அனுபவம் நிறைந்தவர். ஆற்றல் மிக்கவர். வசீகரம் நிறைந்த தன்னுடைய பேச்சாற்றல் மூலமாக ஏராளமான இளைஞர்களை திமுகவின் பக்கம் திருப்பிக்கொண்டுவந்தவர். சட்டதிட்டங்கள் தொடங்கி தீர்மானங்கள் வரை அனைத்தையும் வடிவமைத்துச் செதுக்கிக் கொடுப்பதில் வல்லவர்.

திமுக சார்பாக முதல்முதலாக மக்களவைக்குச் சென்றவர். தீர்க்கமான சிந்தனையாளர். அற்புதமான பேச்சாளர். நல்ல மொழிவளம் கொண்டவர். பக்குவமாகப் பழகக்கூடியவர். அதுதான் டெல்லி தலைவர்கள் மத்தியில் திமுகவையும் சம்பத்தையும் அழுத்தமாகக் கொண்டுசேர்த்தது. இத்தனை சிறப்புகள் மிக்க சம்பத்தின் விலகல் திமுகவை செங்குத்தாகப் பிளந்திருப்பதாகக் கருதப்பட்டது.

தமிழ்த் தேசிய கட்சிக்குப் புதிய கொடி வடிவமைக்கப்பட்டது. திமுகவின் கொடியில் இருக்கும் அதே இரண்டு நிறங்கள். மேலே கறுப்பு. கீழே சிவப்பு. நடுவில் நீலம். மூவண்ணக் கொடி. அந்த நீல நிறத்தை திராவிட நாடு கொள்கைக்கு எதிரான விஷம் என்று கருணாநிதி விமரிசித்தது குறிப்பிடத்தக்கது. புதுக்கட்சி தொடங்கிய சம்பத்துக்குத் தோள் கொடுக்க கவிஞர் கண்ண தாசன், பழ. நெடுமாறன் உள்ளிட்ட சிலர் இருந்தனர். உண்மை யில் கண்ணதாசன் உள்ளிட்ட சிலருக்கு திமுகவில் அதிருப்திகள் இருந்தபோதும் உடனடியாகத் திமுகவில் இருந்து விலகுவதில் விருப்பம் இல்லை.

1962 தேர்தலுக்குப் பிறகு திமுகவில் இருந்து விலகுவது திமுகவுக்குச் சவால் விடும் ராஜதந்திர முடிவாக இருக்கும் என்பது கண்ணதாசனின் விருப்பம். இந்த எண்ணத்தைத் தன்னுடைய புத்தகத்திலேயே பதிவுசெய்திருக்கிறார். ஆனால்

அப்படியொரு எண்ணம் சம்பத்துக்கு இல்லை. உடனடியாக விலகுவது என்பதில் அவர் உறுதியாக இருந்தார்.

புதிய கட்சி தொடங்கியதில் பிரச்னை இல்லை. ஆனால் அவர் முன்வைத்தது புதிய கொள்கையை. திராவிட நாட்டை அடைவதுதான் திமுகவின் உயிர்நாடிக் கொள்கை. அதை வலியுறுத்தும் விஷயத்தில் அண்ணாவைக் காட்டிலும் அதிகம் ஆர்வம் செலுத்தியவர் சம்பத். தற்போது திராவிட நாடு ஒரு கானல் நீர் என்று விமரிசித்தார். திராவிட நாடு கொள்கைக்கு முற்றிலும் எதிரான கொள்கையை முன்வைத்தார்.

மொழிவழித் தேசிய இனங்கள் ஒவ்வொன்றுக்கும் தன்னைத் தானே ஆண்டுகொள்ளும் பூரண சுதந்தரம்; தம்மிச்சையாக ஒன்றுகூடும் - பிரிந்துபோகும் உரிமையுடன் கூடிய கூட்டமைப்பு வேண்டும் என்பதுதான் தமிழ்த் தேசிய கட்சியின் கொள்கை என்றார் ஈ.வெ.கி. சம்பத்.

அத்துடன் நிறுத்தியிருந்தால் பிரச்னை இல்லை; திராவிட நாடு என்பது பகல் கனவு என்று கேலி செய்தார். திமுகவில் நடிகர்களின் ஆதிக்கம் பற்றி விமரிசனம் செய்தார். அவற்றுக்கெல்லாம் உடனடியாக எதிர்வினை ஆற்றினார் அண்ணா. திராவிடம் தில்லித் தொடர்பை அறுத்துக்கொண்டு தனியரசாக அமைவதை விரும்பாதவன், ஒன்றும் தெரியாத ஏமாளியாக இருக்க வேண்டும் அல்லது எல்லாம் தெரிந்தும் கொள்ளைக்காரர்களிடம் நாட்டைக் காட்டிக் கொடுக்கும் துரோகியாக இருக்க வேண்டும் என்று சம்பத் முன்னாளில் பேசியதை தற்போது நினைவூட்டி சம்பத்துக்கு பதிலடி கொடுத்தார் அண்ணா.

உண்மையில் ஈ.வெ.கி. சம்பத் திமுகவில் இருந்தபோது திராவிட நாடு கொள்கையின் எதிர்காலம் பற்றியோ, தமிழ்த் தேசியத்தின் அவசியம் பற்றியோ எந்தவிதமான விவாதங்களையும் கட்சியின் பொதுக்குழு - செயற்குழுக்களில் முன்வைக்கவில்லை. மாறாக, டெல்லிக்கு சென்று, சந்திக்கவேண்டிய நபர்களைச் சந்தித்து, பெறவேண்டிய யோசனைகளைப் பெற்று, அதன்பிறகே கட்சி தொடங்குகிறார்; புதிய கொள்கையை அறிவிக்கிறார்; ஆகவே, அவருடைய விமரிசனங்களை ஏற்க முடியாது என்று சொல்லிவிட்டனர் திமுக தலைவர்கள். அதேசமயம் குட்டி காங்கிரஸ் என்றும் தமிழ்த் தேசிய கட்சியைக் கேலி செய்யத் தவறவில்லை.

புதிய கட்சியைத் தொடங்கிய சம்பத் பெரியாரைச் சந்தித்துப் பேசினார். புதிய கட்சியின் கொள்கைகள் பற்றிய விளக்கங்களை எடுத்துச் சொன்னார். அவற்றில் பெரியாருக்கு மகிழ்ச்சியா என்பது தெரியாது. ஆனால் திமுகவில் இருந்து பிரிந்துவந்ததில் அவருக்கு அளவற்ற மகிழ்ச்சி. சம்பத்துக்கு வாழ்த்து கூறிய பெரியார், இவ்வளவு காலம் கழித்தாவது என் மகனுக்கு என் புத்தி வந்ததே என்று எண்ணி மகிழ்கிறேன் என்றார்.

பெரியாரின் வாழ்த்து திமுகவின் புதிய அவைத்தலைவர் நாவலர் நெடுஞ்செழியனுக்கு ஆத்திரத்தை வரவழைத்தது. அன்று திராவிடர் கழகம் பிரிவதற்குத் தந்தை (பெரியார்) காரணமாக இருந்தார். இன்று திராவிட முன்னேற்றக் கழகம் பிரிவதற்குத் தனயன் காரணமாக இருக்கிறார் என்று கண்டித்தார். திமுக என்ற பெயரில் சிறுபிரசுரம் ஒன்றையும் எழுதி வெளியிட்டார் நெடுஞ் செழியன். அதில் திமுகவில் கொள்கை, இலட்சியம், கனவு பற்றியெல்லாம் நறுக்குத் தெறித்தாற்போல எழுதிய அவர், தமிழ்த் தேசிய கட்சியின் கொள்கைகளையும் லட்சியங்களையும் வார்த்தைக்கு வார்த்தை விமரிசித்தார். குறைகளைக் கேலி செய்தார்.

ஏற்கெனவே திமுகவைக் கண்ணீர்த்துளிக் கட்சி என்று கேலி செய்தவர் தற்போது திமுகவின் பெயரையும் அதன் செயல் பாடுகளையும் வைத்து காட்டமான மொழியில் நேரடியாகவே கண்டித்தார் பெரியார்.

பெயரில் மாத்திரம் முன்னேற்றம் (திராவிட முன்னேற்றக் கழகம்) என்று இருந்தால் போதுமா? நான் பார்ப்பான் என்றால் நீ பிராமணன் என்கிறாய்? நான் பார்ப்பானே வெளியேறு எனும்போது நீ அவன் கழுத்தைப் பிடித்துத் தள்ளினால் முன்னேற்றம். நான் பூணூல் போடாதே என்று சொல்லும்போது நீ அவன் பூணூலையே அறுத்தெறிந்தால் முன்னேற்றம்; நான் கிராப் வைத்துக் கொள் எனும்போது நீ என்னைவிட முன்னே போய் அவன் உச்சிக்குடுமியை அறுத்தால் முன்னேற்றம். இதெல்லாம் செய்யாமல் பெயரில் மட்டும் முன்னேற்றம் சேர்த்துக்கொண்டால் அது வந்துவிடுமா? என்று திமுக வினரைப் பார்த்துக் கேள்வி எழுப்பினார் பெரியார்.

ஆக, தமிழ்த் தேசிய கட்சியின் உருவாக்கம் திராவிடர் கழகம், திமுக மற்றும் தமிழ்த் தேசிய கட்சிகளுக்கு இடையே

கடுமையாக கொள்கை மோதல்களை உருவாக்கியிருந்தது. பரபரப்பான விவாதங்கள் நடந்துகொண்டிருந்தன. திராவிட கட்சிகளுக்குள் ஏற்பட்டிருக்கும் மோதல் காங்கிரஸ் கட்சியை குதூகலிக்கச் செய்திருந்தது. இரட்டைக் குழல் துப்பாக்கியைச் சந்தித்த நாங்கள் இனிமேல் மூன்றுகுழல் துப்பாக்கியைச் சந்திக்க வேண்டுமா? வரட்டும் பார்க்கலாம் என்று ஏகடியம் செய்தனர்.

25

காமராஜ், களிமண், காங்கிரஸ்

தேர்தலில் வெற்றி அவசியம்; அதற்கு கூட்டணி அவசியம்; குறைந்தபட்சம் தொகுதி உடன்பாடாவது வேண்டும்! இப்படியொரு முடிவுக்கு அரசியல் கட்சிகள் வந்தது அநேகமாக 1962 தேர்தலுக்குப் பிறகுதான். ஏதேச்சதிகார வல்லமையைக் கொண்டிருக்கும் காங்கிரஸ் கட்சியைத் தோற்கடிக்க வேண்டும் என்றால் நிலைமைக்கு ஏற்றபடி, தொகுதிகளைப் பங்கீடு செய்துகொண்டு, ஒருமுனையாக நின்று போட்டியிடவேண்டும் என்று தேர்தலுக்கு முன்னதாக ஒருகூட்டத்தில் அண்ணா பேசியிருந்தார். அர்த்தம் பொதிந்த அந்தப் பேச்சுக்குக் கிடைத்த அரசியல் முக்கியத்துவம் அபரிமிதமானது.

தேர்தல் களம் தயாராகிவிட்ட நிலையில் முக்கியக் கட்சிகள் ஒவ்வொன்றும் தங்களை ஆயத்தம் செய்துகொள்ளும் பணியில் ஆர்வத்துடன் இறங்கின. முக்கிய அரசியல் கட்சிகள் என்ற பட்டியலில் புதிய கட்சி ஒன்றும் புதிதாக இணைந்திருந்தது. அதன்பெயர், சுதந்தரா கட்சி. ராஜதந்திரி ராஜாஜி உருவாக்கிய புதிய அரசியல் வாகனம். குலக்கல்வித் திட்டத்தால் ஏற்பட்ட பின்னடைவு ராஜாஜியை அரசியலில் இருந்து முற்றிலுமாக ஒதுக்கியிருந்தது. ஆனாலும் அரசியல் ஆர்வம் குறைந்து விடவில்லை.

நடப்பு அரசியலின் நகர்வுகளை நாடிபிடித்துப் பார்த்துக் கொண்டிருந்த ராஜாஜி, திடீரென புதிய கட்சியைத் தொடங்கினார். கம்யூனிஸ்டு, சோஷலிஸ்டு போன்ற இடதுசாரிக் கட்சிகளின் கொள்கைகளை காங்கிரஸ் கட்சி சுவீகரித்துக் கொண்டதால் அந்தக் கட்சிகள் நலிந்துவிட்டன; ஆகவே, அகில இந்திய

அளவில் காங்கிரஸ் கட்சிக்கு வலுவான எதிர்க்கட்சி தேவை; அந்தத் தேவையை சுதந்தரா கட்சி பூர்த்தி செய்யும் என்று சொன்னார் ராஜாஜி.

சுதந்தரா கட்சி தொழில் முதலாளிகளையும் வர்த்தக முதலாளிகளையும் கொண்ட கன்சர்வேடிவ் கட்சியாக இருக்கும் என்று ராஜாஜி அறிவித்தது பலரையும் வியப்படையச் செய்தது. ஆனால் அதைப் பற்றி அவர் அதிகம் அலட்டிக் கொள்ளவில்லை. வெறுமனே வழிகாட்டியாக இருந்துகொண்டு கட்சியின் தலைவராக என்.ஜி. ரங்காவை நியமித்தார் ராஜாஜி. நாட்டின் தொழில் முதலாளிகள், நிலப்பிரபுக்கள் பலரும் சுதந்தரா கட்சியில் இணைந்துகொண்டிருந்தனர்.

ராஜாஜியின் திடீர் அரசியல் பிரவேசம் தேர்தல் அரசியலில் ஈடுபடாத பெரியாரை உசுப்பேற்றியது. கல்வித் துறையில் வர்ணாசிரமக் கோட்டையைத் தகர்த்து வருகிறது காமராஜர் ஆட்சி. அந்த முயற்சியை அணுகுண்டு வைத்துத் தகர்க்கும் முயற்சிதான் ராஜாஜியின் சுதந்தரா கட்சி என்று விமரிசித்தார் பெரியார். காமராஜர் ஆட்சியின் சாதனைகள் என்ற பெயரில் புத்தகம் உருவாக்கி விநியோகம் செய்தார்.

தொழிற்சாலைகள் தொடங்கப்பட்டது; அணைகள் கட்டப்பட்டது என்பன போன்ற மக்கள் நலத் திட்டங்களைச் செயல்படுத்திய காங்கிரஸ் கட்சிக்கே மீண்டும் ஆள்வதற்கு வாய்ப்பளிக்க வேண்டும் என்று பிரசாரம் செய்தது காங்கிரஸ் கட்சி. திமுகவுக்கு அரசியல் அனுபவம் போதாது; திராவிட நாடு கோரிக்கை நிறைவேற முடியாதது என்றார் காமராஜர். வடக்கு வாழ்கிறது; தெற்கு தேய்கிறது என்ற திமுகவின் கோஷம் இனியும் எடுபடாது என்றார் சி. சுப்பிரமணியம்.

காங்கிரஸ் கட்சிக்குத் தன்னுடைய கட்டுக்கோப்பான ஆதரவைக் கொடுக்கத் தயாராக இருந்தார் பெரியார். காங்கிரஸ்காரர்கள் களிமண்ணையோ, மரக்கட்டையையோ நிறுத்தினாலும் அவர்களைக் கண்ணை மூடிக்கொண்டு ஆதரிக்க வேண்டும். காமராசரையே நம்பி, எல்லாப் பொறுப்புகளையும் அவர் மீதே போட்டு, அவரால் நிறுத்தப்படும் ஆட்களில் 100க்கு 90 பேருக்குக் குறையாமலாவது வெற்றிபெறும்படிச் செய்ய வேண்டியது நம்முடைய கடமை என்று சொல்லிவிட்டார் பெரியார்.

சுதந்தரா கட்சியுடன் திமுக கூட்டணி அமைக்கும் என்ற வதந்திகள் வட்டமிடத் தொடங்கின. அதற்கு வலுசேர்ப்பது போல சுதந்தரா கட்சியுடனோ அல்லது கம்யூனிஸ்ட் கட்சியுடனோ பேசுவதற்குச் சந்தர்ப்பம் கிடைத்தால் பேசவும் செய்வேன்; காங்கிரஸை ஒழிக்க எல்லாக் கட்சிகளுடன் பேசுவோம் என்று பேசியிருந்தார் அண்ணா. அதன் தொடர்ச்சியாக ராஜாஜி தரப்பில் இருந்து அண்ணாவிடம் தூதர்கள் சென்றனர்.

சுதந்தரா கட்சியுடன் திமுக கூட்டுச் சேர்ந்தால் திமுக அழிந்துவிடும் என்று உணர்ச்சிவசப்பட்டார் காமராஜர். சுதந்தரா கட்சியுடன் திமுக உடன்படிக்கை செய்துகொண்டால் ராஜாஜி திமுகவை சதுரங்கக்காய் மாதிரி உபயோகப்படுத்துவார்; அதன்பிறகு திமுக அழிந்துவிடும் என்று எச்சரித்தார் பெரியார்.

காரணம், சுதந்தரா - திமுக இடையே எவ்வித தொகுதி உடன்பாடும் ஏற்படவில்லை. திமுகவுடன் கூட்டணி அமைக்க கம்யூனிஸ்ட் கட்சி எடுத்த முயற்சி வெற்றிபெறவில்லை. அதன் தொடர்ச்சியாக காயிதே மில்லத் இஸ்மாயில் சாஹிப் தலைமையிலான முஸ்லிம் லீக் கட்சியுடன் கூட்டணி அமைத்துக்கொண்டது திமுக.

கம்யூனிஸ்ட் கட்சியோ கொள்கைக் குழப்பத்தில் மூழ்கியிருந்தது. அந்த ஆண்டின் தொடக்கத்தில் இருந்தே இந்திய - சீன எல்லையில் போர் மேகங்கள் சூழ்ந்திருந்தன. இந்திய எல்லைப் பகுதியை சீனா ஆக்கிரமிப்பு செய்யும் விவகாரத்தில் இரண்டு நாடுகளுக்கும் இடையே பதற்றம் அதிகரித்திருந்தது. கொள்கையா, தாய் நாடா என்று முடிவெடுக்க முடியாமல் திணறியது கம்யூனிஸ்ட் கட்சி. இறுதியில், கம்யூனிஸ்ட் கட்சி தனித்துப் போட்டியிடத் தயாரானது.

தமிழ்நாடு சட்டமன்றத்தில் காங்கிரஸ் கட்சி 206 இடங்களில் போட்டியிட்டது. காமராஜருக்கு மட்டும் திமுக மீது ஒருவித சந்தேகம். வரும் தேர்தலிலும் திமுக கணிசமான இடங்களில் வெற்றி பெற்றுவிடும் பட்சத்தில் காங்கிரஸ் கட்சிக்குக் கடுமையான சவாலாகிவிடும் என்று நினைத்தார். அதைத் தடுக்கும் வகையில் புதிய வியூகம் ஒன்றை வகுத்தார். கடந்த தேர்தலில் வெற்றிபெற்ற திமுக உறுப்பினர்கள் அத்தனைபேரையும் இந்தத் தேர்தலில் தோற்கடிக்க வேண்டும். அதற்கு ஏற்றவகையில் வேட்பாளர்களை நிறுத்தவேண்டும் என்று முடிவுசெய்துகொண்டார். அப்படியே நிறுத்தினார்.

திமுக சார்பில் 142 வேட்பாளர்கள் நிறுத்தப்பட்டனர். அண்ணாவை எதிர்த்து காஞ்சிபுரம் தொகுதியில் பேருந்து அதிபர் நடேச முதலியார் நின்றார். தஞ்சாவூரில் தொழிலதிபர் பரிசுத்த நாடாரை எதிர்கொண்டார் மு. கருணாநிதி. மக்களவைக்கு பதினெட்டு வேட்பாளர்களை நிறுத்தியது திமுக. தேர்தல் அறிக்கை வெளியிட்டு பிரம்மாண்டமாகப் பிரசாரத்தைத் தொடங்கியது திமுக. திமுகவின் பிரசார பீரங்கி புரட்சி நடிகர் எம்.ஜி.ஆர்!

கம்யூனிஸ்ட் கட்சி 68 தொகுதிகளில் தனித்துப் போட்டியிட்டது. ஈ.வெ.கி. சம்பத் தலைமையிலான தமிழ்த் தேசிய கட்சி பதினைந்து தொகுதிகளில் வேட்பாளர்களை நிறுத்தியது. சிங்கத்தை அதன் குகைக்குள்ளேயே சென்று அதை அடக்குகிறேன் என்று சொன்ன சம்பத், திமுகவின் கோட்டை என்று வர்ணிக்கப்பட்ட தென் சென்னைத் தொகுதியில் நின்றார். அவரை எதிர்த்து திமுக சார்பில் நாஞ்சில் மனோகரன் நிறுத்தப்பட்டார். சம்பத்தின் சவாலுக்கு அண்ணா கொடுத்த பதில் சுவாரஸ்மானது. சிங்கத்தைக் குகையில் சந்திப்பது பெரிய விஷயம் இல்லை; ஆனால் அதன்பிறகு வெளியே வருவது சிங்கமா, ஆளா என்பதுதான் முக்கியம்!

'டாடா, பிர்லா எனும் இரண்டு செல்வவான்களிடம் மட்டும் இன்று உள்ள தொழில்கள் எவ்வளவு தெரியுமா? ஏறக்குறைய 600 கோடி ரூபாய் மூலதனம் போடப்பட்டுள்ள தொழில். கொழுத்த லாபம் கிடைக்கிறது. மானைக் கொல்வது வேங்கை. ஆனால் புதர் அருகே இருக்கும் நரிக்கும் சிறுசிறு துண்டுகள் உண்டல்லாவா? அதுபோல இந்தக் கோடீஸ்வரர்கள் பெறும் கொள்ளை லாபத்தில் காங்கிரஸ் கட்சிக்கு பங்கு, தேர்தல் நிதியாகக் கிடைக்கிறது. பிற்படுத்தப்பட்ட வகுப்பினர், ஆதி திராவிடர் சமுதாயத்தினரின் எண்ணிக்கை பல கோடி. இவர்களிடம் தந்திரமாகப் பேசி, ஓட்டுக்களை வாங்கிக்கொண்டு, இவர்களைக் காங்கிரஸ் கட்சி இந்தக் கதியிலேயே வைத்திருக்கிறது' என்று பிரசாரம் செய்தது திமுக.

கம்யூனிஸ்ட் கட்சிக்கு வாக்களிக்க விரும்பாதவர்கள் தவறியும் சுதந்தரா கட்சிக்கு வாக்களித்து விடாதீர்கள். மாறாக, காங்கிரஸ் கட்சிக்கு வாக்களியுங்கள் என்று பேசினார் கம்யூனிஸ்ட் கட்சியின் மாநில செயலாளர் பி. ராமமூர்த்தி. எல்லா தரப்பிலும் பிரசாரம் பலமாக இருந்தது.

17 பிப்ரவரி 1962 அன்று தொடங்கி 24 பிப்ரவரி 1962 அன்று தேர்தல் முடிந்தது. முடிவுகள் அறிவிக்கப்பட்டன. 206 தொகுதிகளில் போட்டியிட்ட காங்கிரஸ் கட்சி 139 இடங்களில் வெற்றி பெற்றது. இது கடந்த தேர்தலைக் காட்டிலும் பன்னிரண்டு இடங்கள் குறைவு. ஆனாலும் ஆட்சி அமைப்பதில் அந்தக் கட்சிக்கு எந்தச் சிக்கலும் இருக்கவில்லை. காமராஜர் மீண்டும் முதல்வர் பொறுப்பை ஏற்பது உறுதியானது.

ஐம்பது இடங்களைக் கைப்பற்றி இருந்தது திமுக. இது கடந்த தேர்தலைக் காட்டிலும் 35 தொகுதிகள் அதிகம். ஆனால் காமராஜர் என்ற தேர்தல் புலி ஆற்றிய களப்பணி திமுகவினரை சோகத்தில் தள்ளியிருந்தது. சொந்தத் தொகுதியான காஞ்சிபுரத்தில் போட்டியிட்ட அண்ணா தோல்வியடைந்தார். காமராஜர் வைத்த குறி தப்பவில்லை. கடந்த தேர்தலில் வென்ற பதினைந்து வேட்பாளர்களில் அண்ணா உள்பட பதினான்கு பேர் தோல்வியடைந்திருந்தார். வெற்றிபெற்ற ஒரே வேட்பாளர், மு. கருணாநிதி மட்டுமே!

அறுபத்தியெட்டு இடங்களில் போட்டியிட்ட கம்யூனிஸ்ட் கட்சிக்கு வெறும் இரண்டு இடங்களே கிடைத்தன. அதிலும் திருச்சி 2 சட்டமன்றத் தொகுதியில் போட்டியிட்ட இந்திய கம்யூனிஸ்ட் கட்சியின் எம். கல்யாண சுந்தரத்துக்கு திமுக ஆதரவு கொடுத்திருந்தது. ராஜாஜியின் சுதந்தரா கட்சி ஆறு இடங்களில் வென்றது. ஈ.வெ.கி. சம்பத் நிறுத்திய அத்தனை வேட்பாளர்களும் தோல்வியைத் தழுவினர். திமுகவை செங்குத்தாகப் பிளந்துவிட்டார் சம்பத் என்ற கணிப்பு அர்த்தம் இழந்து நின்றது.

15 மார்ச் 1962 அன்று மீண்டும் முதலமைச்சராகப் பதவிப் பிரமாணம் எடுத்துக்கொண்டார் காமராஜர். ஒன்பது பேர் கொண்ட அமைச்சரவை அமைந்தது. போலீஸ் இலாகாவைத் தம்வசம் வைத்துக்கொண்டார் காமராஜர். அவர் தவிர, எம். பக்தவத்சலம், ஆர். வெங்கட்ராமன், கக்கன், வி. ராமையா உள்ளிட்ட எட்டுபேர் இடம்பெற்றனர். ஐம்பது இடங்களைக் கைப்பற்றி பிரதான எதிர்கட்சியாக உருவெடுத்திருந்தது திமுக. எதிர்கட்சித் தலைவராக நாவலர் நெடுஞ்செழியனும் துணைத் தலைவராக கருணாநிதியும் தேர்ந்தெடுக்கப்பட்டனர்.

மக்களவைத் தேர்தலைப் பொறுத்தவரை தமிழ்நாட்டில் மொத்த முள்ள 41 மக்களவைத் தொகுதிகளில் 31 தொகுதிகளை

காங்கிரஸ் கட்சி கைப்பற்றியது. கம்யூனிஸ்ட் கட்சிக்கு இரண்டு தொகுதிகளில் வெற்றி. திமுக ஏழு தொகுதிகளைக் கைப்பற்றியது. தேசிய அளவில் காங்கிரஸ் கட்சிக்கு 361, கம்யூனிஸ்ட் கட்சிக்கு 29, சுதந்தரா கட்சிக்கு 22, ஜனசங்கத்துக்கு 14, பிரஜா சோஷலிஸ்டுக்கு 12, சோஷலிஸ்ட் கட்சிக்கு 6 என்ற அளவில் தேர்தல் முடிவுகள் வந்திருந்தன. மீண்டும் ஜவாஹர்லால் நேருவே பிரதமர்!

தேர்தல் முடிவுகள் வெளியான பிறகு அண்ணா கட்டுரை ஒன்றை எழுதினார். அந்தக் கட்டுரை பின்னர் புத்தகமாக வெளியானது. அதன்பெயர், காஞ்சிபுரத்து தேர்தல் ரகசியம்!

26

ஓட்டை விழுந்த காங்கிரஸ் கோட்டை

ஐம்பது தொகுதிகளைக் கைப்பற்றியது அசாத்திய சாதனை; ஆனாலும் அண்ணா தோற்றது ஆற்றமுடியாத வேதனை! இதுதான் திமுகவினரின் ஆதங்கம். அத்தனை தூரத்துக்கு வருத்தப்பட எதுவுமில்லை என்று தொண்டர்களைத் தேற்றும் பொறுப்பை அண்ணாவே எடுத்துக்கொண்டார். கழகம் வெற்றி பெற்று வருகிறது; மக்கள் ஆதரவு பெருகி வருகிறது என்று சொல்லி உற்சாகமூட்டினார். தவிரவும், காஞ்சிபுரம் தொகுதியில் தான் தோற்கடிக்கப்பட்டதன் பின்னணியை கட்டுரை ஒன்றில் எழுதி தொண்டர்களைத் தேற்றினார். அதன் ஒருபகுதி இங்கே:

> 'காமராசர் ஒருமுறை என்னிடமே கேட்டார். 'ஒரு ஐந்து லட்சம் ரூபாய் செலவிட்டால் உன்னைத் தோற்கடிக்க முடியாதா? என்று. அதை அவர் இப்போது செய்துகாட்டினார்... எங்களைத் தோற்கடிக்க செலவிட்ட பணம் ஐந்து லட்சம் அல்ல; கணக்கில்லா லட்சங்களைச் செலவழித்திருக்கிறார்கள். அதனால் வெற்றியும் பெற்று இருக்கிறார்கள்.'

இந்தக் குற்றச்சாட்டுக்கு காங்கிரஸ் தரப்பில் இருந்தோ, காமராஜர் தரப்பில் இருந்தோ எந்தவிதமான விளக்கமும் வரவில்லை. குற்றச்சாட்டுக்குப் பதில் கொடுப்பதைக் காட்டிலும் காங்கிரஸ் கட்சியின் கோட்டையில் விழுந்திருந்த ஓட்டைகளை அடைப்பதில்தான் ஆர்வம் காட்டினர்.

இந்திய தேசிய காங்கிரஸ் என்ற மாபெரும் இயக்கத்துக்கு எதிரான யுத்தத்தில் மூன்று முக்கியக் கட்சிகள் இறங்கியிருந்தன. இந்திய கம்யூனிஸ்டு, சுதந்தரா கட்சி மற்றும் திமுக. ஆனால்

திட்டமிட்டபடி ராஜாஜியின் சுதந்தரா கட்சியாலும் கம்யூனிஸ்டு களாலும் தாக்குப்பிடிக்கமுடியவில்லை. ஆனால் திமுகவோ தன்னுடைய எதிர்காலத்துக்கான அடித்தளத்தை அழுத்தந்திருத்த மாகப் பதிவு செய்திருந்தது.

அதுதான் காமராஜரை யோசிக்கவைத்தது. திமுகவின் வளர்ச்சி, காங்கிரஸ் கட்சியின் தளர்ச்சி என்பதில் அவருக்குத் துளியும் சந்தேகம் இருக்கவில்லை. காமராஜருக்கு இருக்கும் கவலை டெல்லித் தலைமைக்கு இருக்காதா என்ன? இருந்தது. காம ராஜரை விட சற்று கூடுதலாகவே இருந்தது. நேரம் பார்த்து நெற்றியைப் பதம் பார்ப்பதுதான் உண்மையான புத்திசாலித் தனம். பொருத்தமான காலம் வரவேண்டும்; போதுமான காரணமும் வேண்டும். காத்துக் கொண்டிருந்தது காங்கிரஸ் தலைமை.

கிடைத்த கால அவகாசத்தில் திமுக அடுத்த கட்டத்தை நோக்கி நகர்ந்திருந்தது. காஞ்சிபுரத்தில் தோல்வி அடைந்து தமிழக சட்டமன்றத்துக்குள் நுழைவதற்கான வாய்ப்பை இழந்திருந்த அண்ணாவை டெல்லிக்கு அனுப்பத் தயாரானது திமுக. நாடாளு மன்ற மாநிலங்களவையில் தமிழகத்துக்கான ஒரு இடம் காலி யாக இருந்தது. அந்த இடத்துக்கான தேர்தல் ஏப்ரல் மாதம் நடந்தது. ஐம்பது சட்டமன்ற உறுப்பினர்கள் திமுகவிடம் இருந்த தால் போட்டியின்றித் தேர்வு செய்யப்பட்டார் அண்ணா. டெல்லி அவரை வரவேற்றது.

திராவிட நாடு பிரிவினை என்பது திமுகவின் உயிர்நாடிக் கொள்கை. அதைத் தன்னுடைய முதல் பேச்சிலேயே வலி யுறுத்திப் பேசினார் அண்ணா. நான் திராவிட இனவழி வந்தவன், நான் என்னைத் திராவிடன் என்று சொல்லிக் கொள்வதில் பெருமிதம் கொள்கிறேன் என்று திட்டவட்டமாகத் தொடங்கி னார் அண்ணா. திராவிட இனவழி வந்த எங்களுக்குச் சுயநிர்ணய உரிமை வேண்டும் என்பதையும் பதிவுசெய்தார்.

சுதந்தரம் அடைந்ததற்குப் பின்னால் இந்திய நாடாளுமன்றத்தில் எழுந்த முதல் பிரிவினைக் குரலுக்குச் சொந்தக்காரர் அண்ணா. பத்திரிகைகள் அண்ணாவின் பேச்சுக்கு முக்கியத்துவம் கொடுத்து வெளியிட்டன. உண்மையில் அண்ணா மாநிலங் களவையில் பேசியபோது பிரதமர் நேரு அவையில் இல்லை. அவைக்குத் திரும்பியவுடன் அண்ணாவின் பேச்சுக்குப் பதில் கொடுத்தார் நேரு.

ஏற்கெனவே ஒரு பிரிவினை (பாகிஸ்தான்) நடந்தது போதும்; இனியும் பிரிவினை வேண்டாம்; பிரிவினைக்கு நாங்கள் ஒருபோதும் சம்மதிக்க மாட்டோம்!

பிரிவினை கோஷத்தை அண்ணா எழுப்பிய சமயத்தில் இந்திய எல்லையில் போர் மேகங்கள் சூழ்ந்திருந்தன. உபயம்: சீனா. 19 செப்டெம்பர் 1962 அன்று இந்தியாவின் வடகிழக்கு எல்லைப் பகுதி மற்றும் லடாக் பகுதி இரண்டிலும் சீனப் படைகள் தாக்கு தலைத் தொடங்கின. பிரம்மாண்டமான படை. அச்சுறுத்தும் ஆயுதங்கள். திகைக்க வைத்த தாக்குதல். நிலைகுலைந்து போனது இந்திய ராணுவம்.

இந்தியாவுக்கு ஆபத்து ஏற்பட்டுள்ள சூழலில் ஒட்டுமொத்த தேசமும் மத்திய அரசுக்கு ஆதரவாக இருக்கவேண்டும் என்று கோரினார் பிரதமர் நேரு. இந்தியா இக்கட்டான சூழலில் இருக்கும் போது பிரிவினை கோஷம் எழுப்புவது சரியாக இருக்குமா என்ற கேள்வியை திமுக தனக்குள்ளே எழுப்பியது. ஆழமான ஆலோ சனைகளுக்குப் பிறகு அதிரடியாக முடிவெடுத்தது.

சீனாக்காரன் எடுத்துவைத்த காலடி திருப்பி எடுக்கப்படும்வரை அந்த ஒரு துறையில் பிரதமர் நேருவின் கரத்தை வலுப்படுத்தியே தீருவோம்; சீன ஆக்கிரமிப்பை நசுக்கி ஒடுக்குவதற்கு இந்திய அரசு மேற்கொள்ளும் எல்லா முயற்சிகளுக்கும் திமுக ஆதரவளிக்கும். அறிவிப்பு வெளியிட்டார் அண்ணா. அத்தோடு நிறுத்திக்கொள்ளவில்லை. திமுக சார்பில் யுத்த நிதி திரட்டி நாடு காக்கும் பணியில் ஈடுபடுவோம் என்றும் சொன்னார். திரண்ட நிதி முதலமைச்சர் காமராஜரிடம் ஒப்படைக்கப்பட்டது.

திராவிட நாடு வேண்டும் என்று ஒருபக்கம் கேட்டுக்கொண்டு, இன்னொரு பக்கம் இந்தியாவைப் பாதுகாக்க நிதி திரட்டுவது திமுகவின் இரட்டை நிலைப்பாட்டுக்குப் பொருத்தமான உதாரணம் என்ற விமரிசனம் எழுந்தது. அதற்கு அண்ணா கேட்ட எதிர்க்கேள்வி சுவாரஸ்யமானது.

'வீடு இருந்தால்தானே ஓடு மாற்றமுடியும்? வீட்டுக்கே அல்லவா ஆபத்து வந்திருக்கிறது?'

இந்தியா மீது திடீர் யுத்தம் தொடுத்த சீனாவுக்கு உலக நாடுகள் பலவற்றில் இருந்தும் கண்டனக் கணைகள் வந்து சேர்ந்தன. எதிர்ப்புகள் வலுக்கவே 21 நவம்பர் 1962 அன்று போர் நிறுத்தம்

செய்தது சீனா. உண்மையில் அந்த யுத்தத்தில் இந்தியாவுக்கு மிகப்பெரிய தோல்வி. அது, இந்தியாவின் வெளியுறவுக் கொள்கைக்குக் கிடைத்த தோல்வி; பிரதமர் நேருவுக்குக் கிடைத்த தோல்வி.

தோல்வியால் வருத்தும் ஏற்படுவது வாடிக்கை. மாறாக, காங் கிரஸ் தலைமைக்கு கோபம் தலைக்கேறியது. அந்தக் கோபத்தை யார் மீது காட்டியது தெரியுமா காங்கிரஸ் கட்சி? திமுகவின் மீது! நியாயமாக நேருவுக்கு சீனா மீதுதான் கோபம் வரவேண்டும். காரணம், நம்பிக்கை துரோகம் செய்தது அவர்கள்தான். ஆனால் நாடு காக்கும் விஷயத்தில் நல்ல பிள்ளையாக நடந்துகொண்ட திராவிட முன்னேற்றக் கழகத்தின் மீது கோபம் வந்தது. குறிப்பாக, திராவிட நாடு கோரிக்கை மீது!

அந்தக் கோபத்துக்கான காரணத்தை அரசியல் தெரிந்த அத்தனை பேருமே சுலபத்தில் யூகித்துவிடுவார்கள். ஏற்கெனவே திமுக வின் வளர்ச்சி மீது காங்கிரஸ் கட்சித் தலைமைக்கு ஒருவித அசூயை. கிடுக்கிப்பிடி போடுவதற்குக் காரணம் தேடிக் கொண்டிருந்தது. இப்போது வசதியாக வந்துசேர்ந்தது யுத்த விவகாரம். இந்தியா பாதுகாப்பாக இருக்க வேண்டும் என்றால் நாம் எல்லோரும் ஒற்றுமையாக இருக்கவேண்டும்; தேசத்தின் எந்தப் பகுதியிலும் பிரிவினை கோஷம் கேட்கக்கூடாது; அப்படிப் கேட்பது இந்தியாவுக்கே ஆபத்து என்று சொன்னது மத்திய அரசு.

வெறுமனே வாய்வார்த்தையாகச் சொன்னால் எடுபடாது என்பதால் புதிய சட்டம் ஒன்றைக் கொண்டுவர முடிவு செய்தது. முதல் கட்டமாக சர். சி.பி. ராமசாமி அய்யர் தலைமையில் தேசிய ஒருமைப்பாட்டுக் குழுவை அமைத்தது மத்திய அரசு. அந்தக் குழுவினர் நாடு தழுவிய அளவில் பல கட்சிகளிடம் கருத்துகளைக் கேட்டனர். ஆனால் பிரிவினையைப் பிரதான மாகப் பேசும் திமுகவிடம் மட்டும் கருத்து கேட்கவில்லை. அதற்காக அந்தக் குழுவினர் சொன்ன காரணம் விநோதமானது.

நாங்கள் வந்தபோது அவர்கள் சிறையில் இருந்தார்கள்!

விலைவாசிப் போராட்டத்தில் ஈடுபட்டதன் காரணமாக அண்ணா உள்ளிட்ட திமுக தலைவர்கள் சிலர் சிறையில் அடைக்கப்பட்டிருந்தனர். ஆனால் அத்தனை திமுகவினருமே சிறையில் இல்லை. வெளியே பல முக்கியத் தலைவர்கள்

இருந்தனர். ஆனாலும் அந்தக் குழுவினர் திமுகவை அலட்சியம் செய்துவிட்டனர்.

தேசிய ஒருமைப்பாட்டுக் குழுவினர் செய்த பரிந்துரைகளின் அடிப்படையில் புதிய சட்ட மசோதா தயார் ஆனது. அதன் பெயர் பிரிவினைத் தடைச் சட்ட மசோதா.

முழுக்க முழுக்க திமுகவைக் குறிவைத்துக் கொண்டுவரப்பட்ட மசோதா என்பதை மாநிலங்களவையில் புட்டுப்புட்டு வைத்தார் அண்ணா. திமுகவின் முன்னேற்றத்தைத் தடுத்து நிறுத்தும் நோக்கத்துடன் மட்டுமே புதிய மசோதா கொண்டு வரப் பட்டுள்ளது; சிறிய கட்சியாக இருக்கும் எங்களை அடக்குவதற்கு வேறு வழி ஏதும் கிடைக்காததால் சட்டத்தின் துணையை நாடியுள்ளீர்கள் என்று சாடினார்.

நாடாளுமன்றத்தில் காங்கிரஸ் கட்சிக்கு இருக்கும் எண்ணிக்கைக்கு முன்னால் திமுகவின் எதிர்ப்புகள் செல்லுபடியாகவில்லை. பிரிவினைத் தடைச் சட்டம் பிரச்னை ஏதுமின்றி நாடாளு மன்றத்தில் நிறைவேறியது!

இனி, இந்தியாவைப் பிரிக்க வேண்டும் என்றோ தனி திராவிட நாடு வேண்டும் என்றோ எவரேனும் கோஷம் எழுப்பினால் அவர்கள் மீது பிரிவினைத் தடைச் சட்டம் பாயும்; கோரிக்கை எழுப்பும் இயக்கம் சட்டவிரோத இயக்கம் என்று அறிவிக்கப் படும்; அதன்மூலம் அந்த இயக்கம் தேர்தலில் நிற்பதற்குத் தடை விதிக்கப்படும்! முக்கியமாக, நாடாளுமன்றம் மற்றும் சட்ட மன்றத்துக்குப் போட்டியிடும் வேட்பாளர்கள் தேசிய ஒருமைப் பாட்டில் நம்பிக்கை வைப்பதாக உறுதிமொழி எடுக்க வேண்டும்; வெற்றிபெற்ற பிறகு இந்திய அரசியல் சட்டத்துக்கு விசுவாசமாக இருப்பதாக உறுதிமொழி எடுக்கவேண்டும் என்பன போன்றகெடுபிடிகள் வந்துசேர்ந்தன.

திமுகவின் எதிர்காலத்தைக் கேள்விக்குறியாக்கியது பிரிவினைத் தடைச் சட்டம். கட்சியின் மூத்தவர்கள் தொடங்கி முக்கியஸ்தர் கள் வரை அத்தனைபேரிடமும் ஆலோசனை நடத்தினார் அண்ணா. பிரிவினைச் சட்டத்தால் திமுகவுக்கு ஏற்பட்டுள்ள நெருக்கடிகள், சவால்கள், சிக்கல்கள் என்று அனைத்து கோணங் களிலும் ஆராய்ச்சிகள் நடந்தன. இறுதியாக, கட்சியின் குறிக் கோளில் ஒரு திருத்தத்தை மேற்கொள்ளத் தயாரானது திமுக.

'திராவிட நாடு அமையப் பாடுபடுவது' என்று இருக்கும் கட்சியின் குறிக்கோள் கீழ்க்கண்டபடி திருத்தப்பட்டது.

தமிழகம், ஆந்திரம், கேரளம், கர்நாடகம் ஆகிய நான்கு மொழிவழி மாநிலங்களும் இந்திய அரசுரிமை, ஒருமைத் தன்மை, அரசியலமைப்புச் சட்டம் ஆகியவற்றுக்குள், இயன்ற அளவு கூடுதலான அதிகாரங்களைப் பெற்று, நெருங்கிய திராவிடக் கூட்டமைப்பாக நிலவப் பாடுபடுவது!

சவால்களை எதிர்த்துச் சளைக்காமல் போராடும் குணம் கொண்ட கட்சி திமுக என்பதுதான் பொதுவான கருத்து. ஆகவே, பிரிவினைத் தடைச் சட்டத்தை எதிர்த்துத் திமுக போராடும்; திராவிட நாடு கொள்கையைத் தொடர்ச்சியாக வலியுறுத்தும்; அதையே சாக்காக வைத்து திமுகவை அரசியல் களத்தில் இருந்தே அப்புறப்படுத்தி விடலாம் என்ற கணக்குகள் எல்லாம் 'திருத்தம்' என்ற ஒற்றைவார்த்தையால் ஓரங்கட்டப் பட்டன. சட்டத்தின் கோரப்பிடியில் சிக்கிச் சின்னாபின்ன மாகாமல் திமுக தன்னை லாவகமாகத் தற்காத்துக் கொண்டது.

27

காமராஜர் திட்டம்

இடைத்தேர்தலுக்கு இன்னொருபெயர் எடைத்தேர்தல். ஆளுங் கட்சியின் செயல்பாடுகளை எடைபோட்டுப் பார்த்து மதிப் பெண் கொடுக்க மக்களுக்குக் கிடைக்கும் வாய்ப்பு இடைத் தேர்தல்கள். சில சமயங்களில் அரசியல் திருப்புமுனைகளுக்கும் இடைத்தேர்தல்கள் அடித்தளம் போட்டுவிடுவது வழக்கம். அந்த வகையில் திருவண்ணாமலை இடைத்தேர்தல் ஒரு திருப்புமுனைத் தேர்தல்.

1963 ஆம் ஆண்டு ஜூன் மாதத்தில் திருவண்ணாமலை சட்ட மன்றத் தொகுதிக்கு இடைத்தேர்தல் அறிவிப்பு வெளியாகி யிருந்தது. தொகுதியைத் தேர்தல் மேகங்கள் சூழ்ந்திருந்தன. காங்கிரஸ் வேட்பாளருக்கு ஆதரவாக முதலமைச்சர் காமராஜரே கிட்டத்தட்ட பத்து நாள்களுக்குப் பிரசாரம் செய்தார். கிராமப் பகுதிகள் ஒவ்வொன்றுக்கும் நேரில் சென்று வாக்கு சேகரித்தார். போதாக்குறைக்கு, ஐந்து அமைச்சர்களை வேறு தேர்தல் வேலைகளில் ஈடுபடுத்தியிருந்தார்.

காமராஜருக்கு திருவண்ணாமலை இடைத்தேர்தல் கடுமையான சவாலாக இருந்தது. காரணம், வீரியத்துடன் வளர்ந்துவரும் இயக்கமான திமுகவும் இடைத்தேர்தல் களத்தில் இறங்கி யிருந்தது. ப.உ. சண்முகம்தான் திமுகவின் வேட்பாளர். இவர், பின்னாளில் கருணாநிதி மற்றும் எம்.ஜி.ஆர் அமைச்சரவைகளில் இடம்பெற்றார்.

இடைத்தேர்தல் என்றாலே ஆளுங்கட்சிக்குத்தான் வெற்றி என்ற சரித்திரத்தைப் புரட்டிப் போடவேண்டும் என்பது அண்ணாவின்

ஆசை. அதை சமீபத்தில் நடந்த திருச்செங்கோடு மக்களவைத் தொகுதி இடைத்தேர்தலில் செய்து காட்டி ஆளுங்கட்சிக்கு அதிர்ச்சி வைத்தியம் கொடுத்திருந்தது திமுக. அந்தத் தேர்தலில் பிரதான கோஷமாக இருந்தது திராவிட நாடு வேண்டுமா, வேண்டாமா என்பதுதான். இறுதியில் திமுகவுக்கே வெற்றி கிடைத்தது.

ஆளுங்கட்சிக்கு எதிரான அந்த வெற்றியைத் திருவண்ணாமலை இடைத்தேர்தலிலும் தொடரச்செய்யவேண்டும் என்ற வெறி திமுகவின் முக்கியத் தலைவர்களை உசுப்பேற்றியிருந்தது. ஆர்வம் உள்ள அத்தனை பேரும் தீவிரம் குறையாமல் பிரசாரத் தில் ஈடுபட்டனர்.

காங்கிரஸ் வேட்பாளரை திராவிடர் கழகம் ஆதரித்துப் பிரசாரம் செய்யும் என்று அறிவித்தார் பெரியார். காரணம் ஒன்றும் புதியதல்ல; பச்சைத்தமிழர் அறிவித்த வேட்பாளர் களத்தில் இருக்கிறார்; அதுபோதும் பெரியாருக்கு.

காமராசரால்தான் தமிழ் மக்களுக்கு முன்னேற்றம் ஏற்பட்டு வருகிறது; இனியும் ஏற்படும்; ஆச்சாரியாரின் (ராஜாஜி) அடிவருடிகளான கண்ணீர்த்துளிகளால் (திமுகவினர்) என்ன சாதிக்கமுடியும் என்று கேள்வி எழுப்பினார் பெரியார். அந்தக் காலகட்டத்தில் ராஜாஜியும் அண்ணாவும் அரசியல் ரீதியாக நெருக்கம் காட்டிவந்தனர். அதைத்தான் பெரியார் காட்டமாகக் குத்திக்காட்டினார்.

தந்தை பெரியார் காங்கிரஸ் கட்சிக்குப் பிரசாரம் செய்யும்போது தனயன் மட்டும் அமைதியாக ஒதுங்கிவிடுவாரா என்ன? தமிழ்த் தேசிய கட்சியின் நிறுவனர் ஈ.வெ.கி. சம்பத் தன்னுடைய கட்சியின் சார்பில் வேட்பாளரை நிறுத்தவில்லை. மாறாக, காங்கிரஸ் வேட்பாளருக்கு ஆதரவாகப் பிரசாரம் செய்ய முடிவெடுத்தது. தானே நேரில் சென்று காங்கிரஸ் ஆதரவுப் பிரசாரத்தில் ஈடுபட்டார். அதன்மூலம் தமிழ்த் தேசிய கட்சி என்பது குட்டி காங்கிரஸ் என்று திமுகவினர் செய்த விமரிசனத்துக்கு ஈ.வெ.கி. சம்பத்தே வலியவந்து சாட்சியம் அளித்திருந்தார்.

காங்கிரஸ் கட்சிக்கும் திமுகவுக்கும் இடையேயான நேரடிப் போட்டியாகக் கருதப்பட்ட அந்த இடைத்தேர்தல் 29 ஜூன் 1963 அன்று நடைபெற்றது. மறுநாள் முடிவுகள் அறிவிக்கப்பட்ட

போது காங்கிரஸ் தலைவர்கள் சோகத்தின் உச்சிக்குச் சென்று விட்டனர். காரணம், திருவண்ணாமலை வாக்காளர்கள் திமுக வேட்பாளர் ப.உ. சண்முகத்துக்கே வெற்றிவாய்ப்பை வழங்கி யிருந்தனர். மீண்டும் ஒரு அதிர்ச்சித் தோல்வியைச் சந்தித்தது காங்கிரஸ் கட்சி.

அந்த அதிர்ச்சி காமராஜரை உரத்த சிந்தனையில் ஆழ்த்தியது. தொடக்கத்தில் திமுகவின் தேர்தல் பிரவேசம் குறித்து அவர் அதிகம் கவலைப்படவில்லை. அமைதியாகவே இருந்தார். 1957 தேர்தலில் அந்தக் கட்சி பெற்ற வெற்றியும் அவரைக் கலவரப் படுத்தவில்லை. நிதானமாகவே இருந்தார். திமுகவின் வெற்றி என்பது வெறும் வீக்கம்தான்; விரைவில் வடிந்துவிடும் என்று தான் கணித்தார். ஆனால் அடுத்த தேர்தலிலும் திமுக வெற்றி வாகை சூடியபோது காமராஜரின் கணிப்புகள் எல்லாம் பொய்த்துப் போயின. அரசியல் காற்று எந்தப் பக்கம் அடிக்கிறது என்பது அவருக்குப் புரிந்துபோனது.

திமுகவுக்கு செல்வாக்கு உயர்கிறது என்றால் காங்கிரஸ் சரிந்து கொண்டிருக்கிறது என்ற அரசியல் யதார்த்தம் காமராஜரை அசைத்துப் பார்த்தது. போதாக்குறைக்கு, இடைத்தேர்தல் களிலும் திமுகவுக்கே வெற்றிகள் கிடைத்தன. மக்கள் மனத்தில் இருந்து காங்கிரஸ் கரையத் தொடங்கியிருக்கிறது என்ற உண்மை காமராஜருக்குப் புரியத் தொடங்கியது. புரிய வைத்தது திரு வண்ணாமலை இடைத்தேர்தல்.

சரிவைத் தடுத்து நிறுத்தத் தன்னுடைய பதவியையே காவு கொடுக்கத் தயாரானார் காமராஜர். முதலமைச்சர் பதவியில் இருந்து விலகவேண்டும்; தமிழக மக்களுடன் நெருக்கமான தொடர்புகளை ஏற்படுத்திக் கொள்ளவேண்டும்; நேரடியாகக் கட்சி வளர்ச்சிப் பணிகளில் ஈடுபடவேண்டும்; அவற்றின்மூலம் காங்கிரஸ் கட்சியைக் கடைத்தேற்றவேண்டும். இதுதான் காமராஜர் மனத்தில் தோன்றிய திட்டம்.

அப்போது பிரதமர் நேரு ஹைதராபாத்துக்கு வந்திருந்தார். உடனடியாக புறப்பட்ட காமராஜர் அங்கேயே வைத்துத் தன்னுடைய திட்டத்தை விவரித்தார். திட்டத்தின் அம்சங்கள் நேருவை வெகுவாகக் கவர்ந்துவிட்டன. சிந்தனைகள் விரியத் தொடங்கின. அந்தத் திட்டத்தை தமிழ்நாட்டுடன் மட்டும் குறுக்கிக்கொள்ள நேரு விரும்பவில்லை. ஒட்டுமொத்த இந்தியாவுக்குமான திட்டமாகப் பார்த்தார்.

காரணம், காங்கிரஸ் கட்சி தமிழ்நாட்டில் மட்டும் பின்னடைவைச் சந்திக்கவில்லை. உத்தரபிரதேசம், குஜராத் உள்ளிட்ட பல மாநிலங்களிலும் காங்கிரஸ் கட்சிக்கு சரிவு ஏற்படத் தொடங்கி யிருந்தது. தவிரவும், தனது அமைச்சரவையில் இருக்கும் சில மூத்த தலைவர்கள் தனக்குக் கட்டுப்பட மறுக்கிறார்கள் என்று நினைத்தார் நேரு.

மேலும், சில மாநில காங்கிரஸ் முதல்வர்களும் அவரைச் சுற்றி யிருப்பவர்களும் நிர்வாகத்தில் அக்கறை காட்டாமல் அதிகார அத்துமீறலில் ஈடுபடுகிறார்கள். லைசென்ஸ், பர்மிட் போன்ற விஷயங்களுக்கு அடிமையாகிக் கொண்டிருக்கிறார்கள். அவர்களை எல்லாம் அப்புறப்படுத்திவிட்டு, கட்சிக்குப் புது ரத்தம் பாய்ச்ச வேண்டியது அவசியம் என்ற சிந்தனை நேருவின் மனத்துக்குள் நிழலாடிக் கொண்டிருந்தது.

எல்லாவற்றுக்கும் காமராஜர் சொன்ன யோசனை தீர்வைக் கொடுக்கும் என்று நம்பினார் நேரு. மறுநொடியே அந்தத் திட்டத்துக்குப் பெயர் வைத்துவிட்டார். காமராஜர் திட்டம். ஆங்கிலத்தில் K. Plan. பதவியில் இருக்கும் மூத்த தலைவர்கள் உடனடியாக ராஜினாமா செய்துவிடவேண்டும். கட்சி வளர்ச்சிப் பணிகளில் ஈடுபடவேண்டும்.

காமராஜர் திட்டத்துக்கு காங்கிரஸ் காரியக் கமிட்டியில் நல்ல வரவேற்பு. ஆனால் அந்தத் திட்டத்தின் தொடக்கமாக நானே என்னுடைய பதவியை ராஜினாமா செய்கிறேன் என்று பிரதமர் நேரு அறிவித்தது கட்சிக்குள் சலசலப்பை ஏற்படுத்தியது. காமராஜர் உள்ளிட்ட பலரும் நேருவின் முடிவை எதிர்த்தனர். நேரு ராஜினாமா செய்தால் தேசமே நிலைகுலைந்துவிடும்; அரசின் ஸ்திரத்தன்மைக்கே ஆபத்து; ஆகவே, நேரு மட்டும் பிரதமர் பதவியில் தொடரட்டும்; சம்மதித்தார் நேரு.

காமராஜர் திட்டத்தின்படி மூத்த அமைச்சர்கள் தொடங்கி முதலமைச்சர்கள் வரை அத்தனைபேரும் ராஜினாமா கடிதங் களைக் கொடுத்துவிடலாம். பிறகு நேருவின் விருப்பப்படி கட்சிப்பணி அல்லது ஆட்சிப்பணியைத் தொடரலாம் என்று முடிவுசெய்தனர் மூத்த தலைவர்கள். முக்கியமாக, தமிழ்நாடு முதலமைச்சர் பதவியில் இருந்து விலகுவதாக காமராஜர் அறிவித்தார்.

மேலும், ஒரிசா முதல்வர் பிஜு பட்நாயக், காஷ்மீர் முதல்வர் பட்சி குலாம் முகமது, உத்தர பிரதேச முதல்வர் சி.பி. குப்தா, பிகார் முதல்வர் பினோதானந்தா, மத்திய பிரதேச முதல்வர் பி.ஏ. மண்டலாய் ஆகிய ஐந்து முதலமைச்சர்களின் ராஜினாவை பிரதமர் நேரு ஏற்றுக்கொண்டார். அதேபோல, மத்திய அமைச்சர்கள் மொரார்ஜி தேசாய், லால் பகதூர் சாஸ்திரி, ஜெகஜீவன் ராம், எஸ்.கே. பாட்டீல், பி. கோபாலரெட்டி, கே.எல். ஸ்ரீமாலி ஆகிய ஆறு பேரின் ராஜினாமா கடிதங்களையும் நேரு ஏற்றுக்கொண்டார். அவர்கள் அனைவரும் ஆட்சிப் பணியில் இருந்து விலகி கட்சிப் பணிக்குச் சென்றனர்.

காமராஜரின் விலகல் முடிவு தமிழ்நாட்டில் பலத்த அதிர்ச்சிகளை ஏற்படுத்தியது. காங்கிரஸ் கட்சிக்கு சரிவுகள் ஏற்பட்டுள்ள சூழலில் காமராஜர் பதவியில் இருந்து விலகுவது விஷப்பரீட்சை என்று கணித்தனர் அரசியல் பார்வையாளர்கள். இல்லை யில்லை, காமராஜர் கணிப்பு தப்பிப்போகாது. அவர் மீண்டும் களத்துக்கு வந்துவிட்டால் காங்கிரஸ் கட்சி விஸ்வரூபம் எடுத்துவிடும் என்றனர் காமராஜர் ஆதரவாளர்கள்.

விஷயம் பெரியாருக்குச் சென்றது. காமராஜருக்கு ஆதரவு தெரிவிக்கவேண்டும் என்பதற்காகத் தன்னுடைய கட்சிப் பத்திரிகையான விடுதலை நாளிதழை ஏறக்குறைய காங்கிரஸ் கட்சியின் பிரசார பீரங்கியாக மாற்றியவர் பெரியார். காமராஜரின் முடிவு தற்கொலைக்கு ஒப்பானது என்று அறிக்கை வெளி யிட்டார். தந்தி ஒன்றையும் காமராஜருக்கு அனுப்பிவைத்தார்.

சொன்னபடியே காந்தி பிறந்த தினமான 2 அக்டோபர் 1963 அன்று முதலமைச்சர் பதவியில் இருந்து விலகினார் காமராஜர். இனி கட்சியை தானே பார்த்துக்கொள்ள இருப்பதாகச் சொல்லி விட்டார் காமராஜர். எனில், ஆட்சியை நிர்வகிக்கப் போவது யார்? காமராஜர் என்ற மக்கள் முதலமைச்சரின் இடத்தை நிரப்பப்போவது யார்?

கேள்விகள் அடுத்தடுத்து எழுந்தன. எல்லாவற்றுக்கும் ஒரே பதில்தான். அந்தப் பதிலையும் காமராஜரே தயாராக வைத்திருந் தார். ஆம். காமராஜரின் விருப்பப்படி மூத்த அமைச்சர் எம். பக்தவத்சலம் அடுத்த நாளே தமிழ்நாட்டின் முதலமைச்சராகப் பதவிப் பிரமாணம் எடுத்துக்கொண்டார். காமராஜர் தவிர்த்த எட்டு பேரும் பக்தவத்சலம் அமைச்சரவையில் நீடித்தனர்.

தமிழ்நாட்டில் காங்கிரஸ் கட்சியின் செல்வாக்கு சரிந்துகொண்டிருக்கிறது; அதைத் தடுத்து நிறுத்தவே பதவி விலகுகிறேன்; இனி, தமிழக மக்களுடன் மேலும் நெருக்கமாகப் பழகுவேன்; காங்கிரஸ் கட்சிக்குப் புத்துணர்வு ஊட்டுவேன் என்று வாக்குறுதிகளை வரிசையாக வழங்கிவிட்டுப் பதவி விலகிய காமராஜர் ஆறே நாளில் அறவே மாறிப் போனார்.

28

நேருவின் இடத்தில் சாஸ்திரி

அகில இந்திய காங்கிரஸ் கட்சியின் அடுத்த தலைவர் யார் என்ற கேள்வி எழுந்தபோது நேருவின் பரிசீலனையில் இருந்தவர்கள் மூவர் மட்டுமே. லால் பகதூர் சாஸ்திரி, அதுல்ய கோஷ், காமராஜர். அரசியல் அனுபவம், மக்கள் செல்வாக்கு, நிர்வாகத் திறன் ஆகியவற்றை வைத்துப் பார்த்ததில் அந்த மூன்று பேர்தான் முன்னணியில் இருந்தனர்.

தலைவர் பதவியை ஏற்றுக்கொள்வதில் லால் பகதூர் சாஸ்திரிக்கு விருப்பமில்லை; அதுல்ய கோஷ் மீது நேருவுக்கு அத்தனை நம்பிக்கை இல்லை; எனில், காமராஜரைவிடக் காத்திரமான நபர் வேறு யாரும் இல்லை. அதை வெளிப்படையாகவே சொல்லி விட்டார் நேரு. காமராஜரும் ஒப்புக்கொண்டார்.

காமராஜர்தான் அடுத்த தலைவர் என்பதை 9 அக்டோபர் 1963 அன்று காங்கிரஸ் காரியக் கமிட்டி ஏற்றுக்கொண்டது. முதலமைச்சர் பதவியில் இருந்து ராஜினாமா செய்த மூன்று மாதங்களில் அகில இந்தியத் தலைவர் பதவி காமராஜரின் கரங்களில் வந்துசேர்ந்தது. ஒருவேளை, தேசியத் தலைவராக இருந்துகொண்டே தமிழ்நாடு காங்கிரஸ் கட்சிக்குப் புத்துணர்வு ஊட்ட முடியும் என்று காமராஜர் நம்பியிருக்கக்கூடும்.

எது எப்படி இருந்தாலும் காமராஜர் அகில இந்தியத் தலைவ ராகத் தேர்ந்தெடுக்கப்பட்டதில் தமிழக காங்கிரஸ் தொண்டர் களுக்கு அதிகபட்ச பெருமை. சேலம் விஜயராகவாச்சாரியார், சீனிவாச அய்யங்கார் ஆகியோருக்குப் பிறகு தமிழ்நாட்டைச் சேர்ந்தவர் அகில இந்திய தலைவர் பதவிக்கு வருவது அதுதான்

முதன்முறை. இன்றுவரைகூட அப்படியொரு வாய்ப்பு தமிழ் நாட்டைச் சேர்ந்த ஒருவருக்கும் கிடைக்கவில்லை.

தலைமைப் பொறுப்பை ஏற்றுக்கொண்ட பிறகு காமராஜர் தலைமையில் காங்கிரஸ் கட்சியின் தேசிய மாநாடு புவனேஸ்வரில் நடந்தது. பிரம்மாண்டமாக ஏற்பாடு செய்யப்பட்டிருந்த அந்த மாநாட்டுக்குப் பிரதமர் நேரு வரவில்லை. அவருடைய உடல்நிலை அந்த அளவுக்குப் பலவீனம் அடைந்திருந்தது. நெஞ்சு கொள்ளாத வருத்தத்துடன்தான் அந்த மாநாட்டுக்குத் தலைமை வகித்தார் காமராஜர். எனினும், காங்கிரஸ் கட்சியின் தேசிய மாநாட்டில் தமிழ்க்குரல் உரத்து ஒலித்தது. உபயம்: பச்சைத்தமிழர் காமராஜர்.

கட்சியின் நிர்வாகப் பொறுப்பைத் தகுந்த நபரிடம் ஒப்படைத்து விட்ட பிறகும்கூட நேருவால் அமைதியாக இருக்கமுடியவில்லை. காஷ்மீர் விவகாரம் அவருடைய மனத்தை அரித்துக் கொண்டிருந்தது. சுதந்தரம் அடைந்து பதினேழு ஆண்டுகள் கடந்தபிறகும்கூட காஷ்மீர் விவகாரம் தீர்க்கப்படாமல் தொடர்ந்து நிலுவையிலே இருந்தது. காஷ்மீர் சிங்கம் என்று அழைக்கப் பட்ட ஷேக் அப்துல்லாவுடன் பலமுறை பேச்சுவார்த்தைகள் நடத்தியும் பலன் கிட்டவில்லை.

பிரச்னைகளும் நோய்களும் சேர்ந்து நேருவின் உடலை உருக்கிக் கொண்டே இருந்தன. உச்சக்கட்டமாக 27 மே 1964 அன்று பிரதமர் நேரு மரணமடைந்தார். நாடு தழுவிய அளவில் பலத்த அதிர்வுகளை ஏற்படுத்தியது நேருவின் மரணம். முக்கியமாக, காங்கிரஸ் கட்சியினர் கலங்கிப்போனார்கள்.

காங்கிரஸ் கட்சியின் காப்பாளர் என்பதைக் காட்டிலும் இந்தியா என்ற மாபெரும் தேசத்தின் பாதுகாவலராக விளங்கியவர் நேரு. அவருடைய இடத்தை யாரைக் கொண்டு நிரப்புவது என்ற மில்லியன் டாலர் கேள்வி எழுந்தது. அதற்கான பதிலை அனைத்து உலக நாடுகளும் ஆவலுடன் எதிர்பார்த்துக் கொண்டிருந்தன. வெறுமனே எதிர்பார்ப்புகளோடு நின்றுவிடவில்லை. கணிப்புகளும் கற்பனைகளும் சிறகடித்துப் பறந்தன.

நேரு என்ற ஜனநாயகவாதி மறைந்துவிட்டார். இனி, இந்தியாவில் ராணுவ ஆட்சி வந்துவிடும் என்றது ஒரு ஊடகம். மூத்த தலைவர்களுக்குள் முட்டல் மோதல் ஏற்படும்; முடிவில் ஆட்சி கவிழும் என்றது இன்னொரு ஊடகம். உண்மையில் அப்படி

எதுவுவே நடக்கவில்லை. தாற்காலிக பிரதமராக குல்சாரிலால் நந்தா தேர்வு செய்யப்பட்டார்.

கட்சித் தலைவர் காமராஜருக்குக்கூடத் தெரியாமல் காரியம் முடிந்துவிட்டது. முதலில் அதிர்ச்சியடைந்தாலும் தாற்காலிக ஏற்பாடு என்பதால் சுதாரித்துக் கொண்டார் காமராஜர். எனினும், புதிய பிரதமரைத் தேர்வு செய்வதில் கூடுதல் கவனத்துடன் இயங்கினார்.

ஐந்நூறுக்கும் மேற்பட்ட நாடாளுமன்ற உறுப்பினர்கள், பத்துக் கும் மேற்பட்ட மாநில முதலமைச்சர்கள், மாநில தலைவர்கள், மூத்த மற்றும் முக்கியத் தலைவர்கள் என்று ஏராளமான நபர் களிடம் பேசினார் காமராஜர். பிரதமர் பதவிக்கான போட்டியில் அப்போது மொரார்ஜி, சாஸ்திரி உள்ளிட்ட தலைவர்கள் இருந்தனர். குறிப்பாக, நேருவின் மகள் இந்திரா காந்தி.

மொரார்ஜி தேசாய் பிரதமர் பதவிக்கான போட்டியில் முன்னணி யில் இருப்பவர். பழுத்த அனுபவஸ்தர். ஆனால் பிடிவாதம் அவருடைய பிறவிகுணம். நேருவின் சொல்லுக்கே கட்டுப் படாதவர் அவருடைய இடத்தைப் பூர்த்தி செய்வது சாத்திய மில்லை என்பது காமராஜரின் கணிப்பு. அதை தேசாயிடமே பக்குவமாகச் சொல்லிவிட்டதால் ஒதுங்கிக்கொண்டார். அனுபவசாலியான மொரார்ஜி தேசாய்க்கே வாய்ப்பில்லை என்ற நிலையில் அனுபவத்தைத் தேடிக்கொண்டிருந்த இந்திராவுக்கு எங்கே வாய்ப்பு தருவது? ஆக, சாஸ்திரிதான் சரியான நபர் என்ற முடிவுக்கு வந்தார் காமராஜர்.

கட்சித் தலைவர் பதவியை ஏற்க விருப்பம் இல்லாத சாஸ்திரிக்கு பிரதமர் பதவியை ஏற்றுக்கொள்வதில் எந்தத் தயக்கமும் இருக்கவில்லை. காரணம், கட்சித் தலைவர் பதவியை ஏற்கச் சொன்னபோது நேரு உயிருடன் இருந்தார்; பிரதமர் பதவியை ஏற்கச் சொன்னபோது நேரு உயிருடன் இல்லை. ஆறு நாள் ஆலோசனைகளின் பலனாக அடுத்த பிரதமர் கிடைத்துவிட்டார். 2 ஜூன் 1964 அன்று சுதந்தர இந்தியாவின் இரண்டாவது பிரதமராக லால் பகதூர் சாஸ்திரி பொறுப்பேற்றுக் கொண்டார்.

புதிய பிரதமரான லால் பகதூர் சாஸ்திரிக்கும் தமிழ்நாட்டுக்கும் விநோதமான தொடர்பு ஒன்று உண்டு. 1956 ஆம் ஆண்டு நவம்பர் மாதத்தில் தமிழ்நாட்டுப் பகுதிகளுள் ஒன்றான அரியலூரில் நெஞ்சை உலுக்கும் மாபெரும் ரயில் விபத்து நடந்தது.

இருநூற்றைம்பது உயிர்களைப் பலிகொண்ட அந்தக் கொடூர விபத்து நடந்த சமயத்தில் மத்திய ரயில்வே அமைச்சராக இருந்தவர் லால் பகதூர் சாஸ்திரி.

விபத்து பற்றிய செய்திகள் ரயில்வே அமைச்சர் சாஸ்திரியின் கவனத்துக்குச் சென்றன. அதிர்ச்சியில் உறைந்து போனவர் அரியலூர் விபத்துக்கு நானே தார்மீகப் பொறுப்பேற்றுக் கொள் கிறேன். பதவி விலகிக் கொள்கிறேன் என்று முடிவெடுத்தார். அதே வேகத்தில் மத்திய ரயில்வே துணை அமைச்சரான தமிழ்நாட்டைச் சேர்ந்த ஓ.வி. அளகேசனும் ராஜினாமா கடிதம் அனுப்பினார்.

ஏன் அத்தனை அவசரமாக ராஜினாமா செய்யவேண்டும்? அரியலூர் விபத்து நடப்பதற்குச் சில மாதங்களுக்கு முன்புதான் ஹைதராபாத்தில் ஒரு ரயில் விபத்து நடந்தது. நூற்றுக்கும் மேற் பட்டோர் அந்த விபத்தில் பலியாகி இருந்தனர். விபத்துக்குப் பொறுப்பேற்று அமைச்சர் பதவியை ராஜினாமா செய்தார் சாஸ்திரி. விபத்துக்கும் அமைச்சருக்கும் நேரடித் தொடர்பு ஏதும் இல்லை என்று சொல்லி அந்த ராஜினாமாவை நிராகரித்து விட்டார் பிரதமர் நேரு.

விபத்துகளைத் தவிர்க்கும் வகையில் பாலங்களையும் பாதை களையும் சரிசெய்துவிடுவதாக உத்தரவாதம் கொடுத்து விட்டுத் தான் பதவியில் நீடித்தார் சாஸ்திரி. சொன்னதைச் செய்யத் தொடங்குவதற்குள் அரியலூர் அவலம் நடந்து முடிந்துவிட்டது. இம்முறை அந்த ராஜினாமாவை ஏற்றுக் கொள்வதில் பிரதமர் நேரு தயக்கம் காட்டவில்லை.

இப்போதும்கூட விபத்துக்கும் அமைச்சருக்கும் நேரடித் தொடர்பு ஏதும் இல்லைதான். ஆனாலும் அவருடைய மனச்சாட்சி உறுத்தி யது. ராஜினாமா செய்துவிட்டார். அத்தகைய நேர்மை நிறைந்த மனிதரான லால் பகதூர் சாஸ்திரியை பிரதமர் பதவிக்குக் கொண்டுவந்ததில் காமராஜருக்கு நெஞ்சு கொள்ளாத பெரு மிதம். அந்த உற்சாகத்தில் கட்சியைப் பலப்படுத்த பகிரங்க அழைப்பு ஒன்றை விடுத்தார்.

நேரு மறைந்துவிட்ட சூழ்நிலையில் இந்தியாவை வலுப்படுத்த வேண்டியது அவசியம். அந்தக் காரியத்தைச் செய்வதற்கு வசதி யாக அனைத்து சோஷலிச சக்திகளும் காங்கிரஸ் கட்சியில் இணையவேண்டும்!

தமிழ்த் தேசிய கட்சியின் தலைவர் ஈ.வெ.கி. சம்பத் அந்த அழைப்பை கவனமாக உள்வாங்கிக் கொண்டார்.

தனிக்கட்சி தொடங்கி விட்டாரே தவிர தேர்தல் வெற்றிகள் எதையும் ஈ.வெ.கி. சம்பத்தால் ருசிக்கமுடியவில்லை. தேர்தல் நேரத்தில் காங்கிரஸ் கட்சிக்கு வக்காலத்து வாங்குவதே வேலையாகிப் போனது. பொருளாதாரத்தில் சிரமப்பட்டுக்கொண்டே ஒரு கட்சியை இழுத்துக்கொண்டு போவதில் சம்பத்துக்கு சங்கடங்கள் இருந்ததாக சம்பத்துக்கு நெருக்கமான கவிஞர் கண்ணதாசனும் தன்னுடைய புத்தகத்தில் பதிவுசெய்திருக்கிறார்.

ஆக, காமராஜரின் அழைப்பை ஏற்றுக்கொள்வதாக அறிவித்துவிட்டு காங்கிரஸ் கட்சியில் ஐக்கியமாகிவிடலாம். இதைத்தவிர இப்போதைக்கு வேறு வழியில்லை என்ற முடிவுக்கு வந்தார் சம்பத். அப்படி காங்கிரஸ் கட்சிக்குள் அடைக்கலம் புகுந்த ஈ.வெ.கி. சம்பத்தின் மகன்தான் இன்றைய ஈ.வி.கே.எஸ். இளங்கோவன்!

இத்தனைக்கும், இந்தியத் துணைக்கண்டத்திலேயே மிகவும் குழம்பிப் போன மேதை பண்டித நேரு என்றும் இந்தியாவிலேயே கொள்கைக் குழப்பங்களுக்குப் பெயர் போன பெரிய மனிதர் அவர்தான் என்றும் 1956ல் நடந்த திமுக மாநாட்டில் நேருவைக் காட்டமான மொழியில் விமரிசித்தவர் சம்பத். தற்போது எல்லாவற்றையும் வசதியாக மறந்துபோனார். அரசியல் எதிர்காலம் குறித்த கவலைகள் அவரை அந்த நிலைக்கு அழைத்துவந்திருந்தன. 6 செப்டெம்பர் 1964 அன்று தமிழ்த் தேசிய கட்சியை காங்கிரஸ் கட்சியுடன் இணைத்துவிட்டார் ஈ.வெ.கி. சம்பத்.

பிரதமர் பதவிக்கு சாஸ்திரி வந்துவிட்டார்; தமிழக முதலமைச்சர் நாற்காலி பக்தவத்சலம் வசம் பத்திரமாக இருக்கிறது; கட்சியையும் ஆட்சியையும் வழிநடத்தும் காரியத்தைக் கச்சிதமாகச் செய்வதற்கு காமராஜர் காத்திருக்கிறார்! ஆக, காங்கிரஸ் கட்சிக்கு ஏற்பட்டிருந்த அனைத்து நெருக்கடிகளுக்கும் தீர்வுகள் வந்திருந்தன. காங்கிரஸ் முகாமில் உற்சாகம் திரும்பியிருந்தது.

29

கம்பிக்குள் வளர்ந்த கம்யூனிஸ்டுகள்

எங்கெல்லாம் காங்கிரஸ் கட்சி தவறு செய்கிறதோ அங்கெல்லாம் நாங்கள் களமிறங்குவோம். தவறுகளைத் தட்டிக் கேட்போம். தேவைப்பட்டால் குட்டிக்கேட்போம்; காங்கிரஸ் கொள்கைகளில் இருக்கும் அபாயங்களை மக்களுக்கு எடுத்துச் சொல்வோம்; காங்கிரஸ் அமல்படுத்தும் திட்டங்களில் உள்ள ஓட்டைகளை அம்பலப்படுத்துவோம். மொத்தத்தில் காங்கிரஸ் கட்சிக்கு சிம்ம சொப்பனமாக இருப்போம்!

காங்கிரஸ் கட்சியைத் தம்முடைய முழுமுதல் எதிரியாக வரித்துக்கொண்ட கம்யூனிஸ்டுகளின் அபிலாஷைகள்தான் மேலே இருப்பவை. காங்கிரஸ் கட்சிக்கான கண்ணியமான மாற்று நாங்கள்தான் என்று மேடைக்கு மேடை கோஷம் எழுப்பியவர்கள் கம்யூனிஸ்டுகள். உண்மையில் அந்த கோஷத்தை எழுப்புவதற்கான அத்தனைத் தகுதிகளும் அவர்களுக்கு உண்டு.

கம்யூனிஸ்ட் கட்சிக்கென்று தீர்க்கமான கொள்கைகள், வலுவான கட்டமைப்பு, போர்க்குணம் கொண்ட தலைவர்கள், தியாகம் செய்யக் காத்திருக்கும் தொண்டர்கள், புரட்சிக்கு ஏங்கும் போராளிகள், ஆதரவாளர்கள், அபிமானிகள், அனுதாபிகள் என்று அத்தனை பேரும் இருக்கின்றனர். அனுதாபம்? அதுவும் உண்டு. அரசாங்கத்தின் அடக்குமுறைக்கு அதிகம் ஆளான கட்சி எது என்று கேட்டால் கண்ணைமூடிக் கொண்டு சொல்லிவிடலாம், கம்யூனிஸ்ட் கட்சி என்று.

பிரிட்டிஷார் காலத்தில் தொடங்கிய அடக்குமுறை நேருவின் காலத்திலும் தொடர்ந்தது. பேசுவதற்குத் தடை. எழுதுவதற்குத்

தடை. நடமாடுவதற்குத் தடை. கூட்டம் கூட்டுவதற்குத் தடை. தடைகளைத் தகர்க்கத் தயாரானார்கள் கம்யூனிஸ்டுகள். தடையை மீறிய கம்யூனிஸ்டுகளைக் கம்பிக்குள் அடைத்தனர் ஆட்சியாளர்கள். அதுவும் போதாது என்று நினைத்தார்களோ என்னவோ, கட்சியையே தடை செய்தனர். தடையில் இருந்து மீள்வதற்கு அவர்கள் பட்ட பாடு சொல்லி மாளாது.

தமது வாழ்நாளின் பெரும்பாலான பகுதியை சிறையிலேயே கழித்த கம்யூனிஸ்டுகள் அநேகம். தலைவர்கள்கூட தலைமறைவாக இருந்துதான் கட்சியை வழிநடத்த வேண்டியிருந்தது. அடிக்க அடிக்கப் பழுத்துக் கொண்டே இருந்தது கம்யூனிஸ்ட் கட்சி.

இந்தியாவுக்குச் சுதந்தரம் வாங்கிக்கொடுத்தவர்கள் நாங்கள் தான் என்று தியாகத் தழும்புகளைக் காட்டி காங்கிரஸ் கட்சியினர் பிரசாரம் செய்தபோதும்கூட கம்யூனிஸ்ட் கட்சிக்கென்று கௌரவமான வெற்றி கிடைக்கவே செய்தது. அதற்குக் காரணம் கம்யூனிஸ்ட் கட்சியின் மீது இந்திய வாக்காளர்களுக்கு இருந்த மதிப்பு, மரியாதை, நம்பிக்கை, அனுதாபம். தேசிய அளவில் மட்டுமல்ல; சில மாநிலங்களில் ஆளுங்கட்சிக்கு சவால் விடும் வகையில் கம்யூனிஸ்டுகள் வெற்றி பெற்று இருந்தனர். பெருமைக்குரிய உதாரணம், சென்னை மாகாணம்.

சுதந்தரத்துக்குப் பிறகான முதல் தேர்தல் முடிந்தபிறகு அமைந்த சென்னை மாகாண சட்டமன்றத்தில் பிரதான எதிர்க்கட்சி அந்தஸ்து கம்யூனிஸ்ட் கட்சிக்குத்தான் கிடைத்தது. ப. ஜீவானந்தம், பி. ராமமூர்த்தி, மணலி கந்தசாமி போன்ற கம்யூனிஸ்ட் தலைவர்கள் முதலமைச்சர் ராஜாஜிக்கு உண்மையிலேயே சிம்ம சொப்பனமாக இருந்தனர். மக்கள் பிரச்னைகளை சட்டமன்றத்தில் எழுப்பினர். தவறுகளைத் தட்டிக்கேட்டனர்.

அவற்றின்மூலம் தமிழ்நாட்டில் கம்யூனிஸ்ட் கட்சியின் செல்வாக்கு உயர்ந்ததா என்றால் இல்லை என்பதுதான் யதார்த்தம். முதல் தேர்தலில் கிடைத்ததைப் போன்ற வெற்றி அடுத்த தேர்தலில் கிடைக்கவில்லை. அதற்கான காரணத்தை ஆராயப் புகுந்தால் ஒரு விஷயம் பளிச்சென்று புரிகிறது. தமிழகத்து கம்யூனிஸ்டுகளின் வரலாறு என்பது தவறவிட்ட வாய்ப்புகளின் வரலாறு!

காங்கிரஸ் கட்சியே தன்னுடைய எதிரி என்று துல்லியமாகத் தீர்மானித்துவிட்ட கம்யூனிஸ்ட் கட்சிக்கு, தன்னுடைய தோழர்களை அடையாளம் காண்பதில் சிக்கல். ஆள்பலத்தில் ஆகப் பெரிய கட்சி காங்கிரஸ்; பணபலத்துக்குப் பஞ்சமில்லாத கட்சி காங்கிரஸ்; அப்படிப்பட்ட வல்லாதிக்கம் கொண்ட எதிரியைத் தனியே சென்று வீழ்த்துவது சாத்தியமில்லை என்பது கம்யூனிஸ்டுகளுக்கு நன்றாகவே தெரியும். ஆனாலும் காங்கிரஸை எதிர்க்க மற்ற கட்சிகளை அணிசேர்த்துக் கொள்வதில் அவர்களுக்குத் தயக்கம்.

உதாரணம், 1952 தேர்தலின்போது திமுகவின் ஆதரவைப் பெற மேற்கொண்ட முயற்சி. முதலில் பேச்சுவார்த்தை நடத்தினர் கம்யூனிஸ்ட் தலைவர்கள். குறிப்பாக, ஜீவானந்தம். பிறகு திராவிட நாடு கோரிக்கையைக் காரணம் காட்டி ஒதுங்கிக் கொண்டனர். ஆனால், அதே கோரிக்கையை வலியுறுத்திய திராவிடர் கழகம், கம்யூனிஸ்டுகளை ஆதரிக்கும் என்று பெரியார் சொன்னபோது எவ்வித எதிர்ப்பையும் கம்யூனிஸ்டுகள் காட்டவில்லை.

ஒருவேளை, திமுகவின் ஆதரவைப் பெற்றிருந்தால் கூடுதல் இடங்கள் கம்யூனிஸ்ட் கட்சிக்குக் கிடைத்திருக்கும். காங்கிரஸ் ஆட்சி அமைப்பதில் சிக்கல்கள் அதிகரித்திருக்கும். இவ்வளவு ஏன்? கம்யூனிஸ்டுகளின் பரமவைரியாகக் கருதப்படும் ராஜாஜி மீண்டும் முதல்வராகவே ஆகியிருக்க முடியாது. கிடைத்த வாய்ப்பைத் தவறவிட்டது கம்யூனிஸ்ட் கட்சி.

1957 தேர்தலிலும் இதே பிரச்னைதான். காங்கிரஸ் கட்சியே எதிரி என்பதில் கவனம் கலையாமல் இருந்த கம்யூனிஸ்டுகள், நண்பர்களை ஒருங்கிணைப்பதற்கு மீண்டும் ஒருமுறை தவறிவிட்டனர். முக்கியமாக, பெரியார் என்ற நண்பரை காமராஜரிடம் பறிகொடுத்துவிட்டனர். திமுகவுடன் அணி அமைக்கவும் முயற்சி செய்யவில்லை. விளைவு, எதிர்க்கட்சிகளின் வாக்குகள் சிதறின. காங்கிரஸ் கட்சி கஷ்டப்படாமல் ஆட்சி அமைத்துவிட்டது.

உண்மையில் இந்தத் தேர்தல் முடிவு கம்யூனிஸ்ட் கட்சிக்கு மிகப் பெரிய பின்னடைவைக் கொடுத்திருந்தது. பிரதான எதிர்க்கட்சி என்ற அந்தஸ்து கம்யூனிஸ்டு கட்சியிடம் இருந்து பறிபோனது. அந்த இடத்துக்கு காங்கிரஸ் கட்சியில் இருந்து பிரிந்துபோன

காங்கிரஸ் சீர்திருத்த கமிட்டி வந்திருந்தது. இன்னொரு அதிர்ச்சி என்னவென்றால் கம்யூனிஸ்ட் கட்சியைக் காட்டிலும் கூடுதல் இடங்களைப் பெற்றிருந்தது தேர்தல் அரசியலுக்குப் புதுமுகமான திமுக.

காங்கிரஸ் என்ற அசுரபலம் கொண்ட கட்சியை அப்புறப்படுத்த வேண்டும் என்றால் அதற்கு திமுக போன்ற கட்சிகளுடன் அணி அமைப்பது அவசியம் என்ற நிதர்சனம் கம்யூனிஸ்டுகளுக்குப் புரிந்தது. சென்னை மாநகராட்சியை திமுக கைப்பற்றுவதற்கு கம்யூனிஸ்ட் கட்சி தோள் கொடுத்ததன் பின்னணியும் அதுதான். அதற்குப் பிரதிபலனாக கோவை நகராட்சியில் திமுகவின் ஆதரவைப் பெற்றுக்கொண்டனர்.

அதன் தொடர்ச்சியாக நடந்த தமிழக மேலவைத் தேர்தல், மாநிலங்களவைத் தேர்தல், தூத்துக்குடி இடைத்தேர்தல் ஆகியவற்றில் கம்யூனிஸ்ட் கட்சியும் திமுகவும் இணைந்து செயல் பட்டன. இருவருக்குமே இலக்கு ஒன்றுதான். காங்கிரஸ் கட்சி தோற்கவேண்டும். குறைந்தபட்சம் பலத்த நெருக்கடியை யாவது காங்கிரசுக்குக் கொடுக்கவேண்டும். அந்த முயற்சியில் இரண்டு கட்சிகளுக்குமே கணிசமான வெற்றி கிடைத்தது.

இருவருக்கும் இணக்கம் ஏற்பட்டிருக்கும் சூழலில் 1962 தேர்தல் வந்து சேர்ந்தது. நிச்சயம் கம்யூனிஸ்ட் கட்சியும் திமுகவும் கைகோத்துக் களமிறங்குவார்கள் என்ற எதிர்பார்ப்பு இருந்தது. அதற்கேற்ப பரஸ்பர பேச்சுவார்த்தைகள் தொடங்கின. ஆனால் தொகுதிப் பங்கீட்டில் சிக்கல் எழுந்தது. கடந்த காலங்களில் கொள்கை பிரச்னை; இம்முறை இடப் பிரச்னை. விளைவு, கூட்டணி ஏற்படவில்லை.

திமுகவுடன் அணி அமைக்க முடியாமல் போனதில் திமுகவைக் காட்டிலும் அதிகம் அதிருப்தி அடைந்தவர் கம்யூனிஸ்ட் கட்சியின் மூத்த தலைவர்களுள் ஒருவரான எம். கல்யாணசுந்தரம். கனவு கலைந்தது போல இருந்தது அவருக்கு. கூட்டணிதான் இல்லை என்றாகிவிட்டது; குறைந்தபட்சம் திருச்சி மாவட்டத்தில் மட்டுமாவது தொகுதி உடன்பாடு செய்துகொள்ளலாம் என்றார் அவர். சம்மதித்தார் அண்ணா. தேர்தலின் முடிவில் கம்யூனிஸ்ட் கட்சிக்குக் கிடைத்த சொற்ப வெற்றிக்கும் திமுக உரிமை கொண்டாடிவிட்டது.

மாநிலத் தலைமை சரியான நிலைப்பாட்டை எடுக்கமுடியாமல் திணறுகிறது. அவர்களுக்கு வழிகாட்ட வேண்டிய தேசியத் தலைமை என்ன செய்துகொண்டிருந்தது? அவர்கள் அதைவிட பெரிய குழப்பத்தில் சிக்கியிருந்தனர். உபயம்: இந்தியா மீது சீனா தொடுத்த யுத்தம்.

கம்யூனிசக் காற்று வீசுகின்ற - சோஷலிசத்தை சுவாசிக்கின்ற சீனா, அதன் நட்பு நாடான இந்தியாவின் மீது திடீரென யுத்தம் தொடுத்தது. அது, இந்திய கம்யூனிஸ்ட் கட்சிக்குள் கொள்கைக் கொந்தளிப்பை ஏற்படுத்தியது. கட்சியின் ஒரு பிரிவினர் சீனாவின் அத்துமீறலைக் கண்டித்தனர்; சீனாவுக்கு எதிராக இந்திய அரசுக்கு ஆதரவு கொடுத்தனர். இன்னொரு பிரிவினரோ சீனாவின் நிலையை பகிரங்கமாக ஆதரித்தனர். இந்திய மக்களை இந்திய பூர்ஷ்வாக்களிடம் இருந்து விடுவிக்கும் புரட்சிகர நடவடிக்கையின் தொடக்கம்தான் சீனா தொடுத்துள்ள யுத்தம் என்பது அவர்கள் தரப்பு விளக்கம்.

விளைவு, இந்திய கம்யூனிஸ்ட் கட்சிக்குள் இரண்டு பிரிவுகள் முளைத்தன. எஸ்.ஏ. டாங்கே தலைமையில் ஒரு பிரிவு. இந்திய அரசுக்கு (காங்கிரஸ் கட்சிக்கு) ஆதரவானவர்கள் அனைவரும் எஸ்.ஏ. டாங்கே தலைமையில் அணிவகுத்தனர். மாறாக, சீனாவுக்கு ஆதரவான பிரிவினர் பி.டி. ரணதிவே தலைமையில் திரண்டனர். இரு பிரிவினருக்கும் இடையே கருத்து யுத்தங்கள் கட்டுக்கடங்காமல் சென்றுகொண்டிருந்தன.

இந்தியக் குழப்பம் போதாதென்று சர்வதேசக் குழப்பம் வேறு சேர்ந்துகொண்டது. சோவியத் கம்யூனிஸ்ட் கட்சிக்கும் சீன கம்யூனிஸ்ட் கட்சிக்கும் இடையே யார் பெரியவர் என்பதில் பிரச்னை. சிலபல ஆண்டுகளாக நீடித்துவரும் பிரச்னைதான். தற்போது உச்சக்கட்டத்தை எட்டியிருந்தது. இந்தப் போட்டி இந்திய கம்யூனிஸ்ட் கட்சிக்கு சிக்கலை ஏற்படுத்தியது.

இருவரில் யாரை வழிகாட்டியாக வரித்துக்கொள்வது? சீன கம்யூனிஸ்டு கட்சியையா? அல்லது சோவியத் கம்யூனிஸ்டு கட்சியையா? எஸ்.ஏ. டாங்கே பிரிவினருக்கு சோவியத் கம்யூனிஸ்டுகள் மீதுதான் விருப்பம். பி.டி. ரணதிவே பிரிவினருக்கு சீன கம்யூனிஸ்ட் கட்சியின் மீதுதான் காதல். ஒருவரையொருவர் விமரிசனம் செய்துகொள்ளத் தொடங்கினர். டாங்கே பிரிவினரை மாஸ்கோவின் ஏஜெண்டுகள் என்றும் ரணதிவே பிரிவினரை

பீகிங்கின் ஏஜெண்டுகள் என்றும் பரஸ்பரம் கேலிசெய்து கொண்டனர்.

மோதல் வலுத்தது. கட்சி பிளந்தது. சீன ஆதரவாளர்கள் இந்திய கம்யூனிஸ்ட் கட்சியில் இருந்து விலகினர். இந்திய கம்யூனிஸ்ட் கட்சி (மார்க்சிஸ்ட்) என்ற பெயரில் செயல்பட முடிவு செய்தனர். சோவியத் ஆதரவாளர்கள் இந்திய கம்யூனிஸ்ட் கட்சி என்ற பெயரிலேயே தொடர்ந்து செயல்பட்டனர். சுருக்கமாகச் சொல்வதென்றால் காங்கிரஸ் கட்சியுடன் நட்பு கொண்டவர்கள் இந்திய கம்யூனிஸ்ட் கட்சியினர். காங்கிரஸை எதிர்ப்பவர்கள் மார்க்சிஸ்டுகள்.

தேசிய அளவில் ஏற்பட்ட பிளவு தமிழ்நாட்டிலும் எதிரொலித்தது. பி. ராமமூர்த்தி, எம்.ஆர். வெங்கட்ராமன், என். சங்கரய்யா உள்ளிட்ட தலைவர்கள் இந்திய கம்யூனிஸ்ட் கட்சியில் இருந்து விலகினர். இந்திய கம்யூனிஸ்ட் (மார்க்சிஸ்ட்) கட்சி அவர்களுடைய தலைமையில் செயல்படத் தொடங்கியது.

சீனாவால் இந்தியாவுக்கே ஆபத்து என்ற சூழ்நிலை வந்துவிட்ட பிறகு இந்திய கம்யூனிஸ்ட் கட்சியை வானத்திலா ஆணி அடித்துத் தொங்கப்போட முடியும் என்று கேள்வி எழுப்பியவர் தோழர் ப. ஜீவானந்தம். அவரும் எம். கல்யாணசுந்தரம், ப. மாணிக்கம், பாலதண்டாயுதம் போன்றவர்களும் இந்திய கம்யூனிஸ்ட் கட்சியிலேயே தொடர்ந்து நீடித்தனர். இதுவரை இடதுசாரிகள் என்று அழைக்கப்பட்ட கம்யூனிஸ்ட் கட்சியினருக்கு தமிழ்நாட்டில் புதிய சுருக்கப் பெயர்கள் தரப்பட்டன. வலது கம்யூனிஸ்ட் (சி.பி.ஐ), இடது கம்யூனிஸ்ட் (சி.பி.எம்).

சித்தாந்தத்தை முன்வைத்து கம்யூனிஸ்ட் கட்சி பிளவுபட்ட சமயத்தில் மொழியை முன்வைத்து தமிழகத்தில் ஒரு மாபெரும் மக்கள் போராட்டம் தொடங்கியிருந்தது!

30

சின்னச்சாமி கொளுத்திய நெருப்பு

சின்னச்சாமிக்கு வயது இருப்பத்தியேழு. திருச்சி மாவட்டம் கீழப்பழுவூர் கிராமத்தைச் சேர்ந்தவர். திமுக தொண்டரான இவருக்கு மனைவியும் திராவிடச் செல்வி என்ற இரண்டு வயது மகளும் இருந்தனர். சொந்த வேலை காரணமாக திருச்சியில் இருந்து ரயில் மூலம் சென்னை சென்றிருக்கிறார் சின்னச்சாமி.

முதலமைச்சர் பக்தவத்சலமும் அதே ரயிலில்தான் பயணம் செய்கிறார் என்ற செய்தி காற்றுவாக்கில் காதில் விழுந்தது. உற்சாகம் வந்துவிட்டது சின்னச்சாமிக்கு. எப்படியாவது முதலமைச்சரைப் பார்த்துவிடவேண்டும் என்று நினைத்துக் கொண்டார். ரயில் சென்னை மாம்பலம் ரயில் நிலையத்தில் வந்து நின்றதும் முதலமைச்சரை நோக்கி ஓடினார்.

பாதுகாவலர்கள் புடைசூழ எதிரே வந்துகொண்டிருந்தார் முதலமைச்சர் பக்தவத்சலம். அவரைப் பார்த்த மாத்திரத்தில் மனத்துக்குள் எழுந்த கேள்வியைக் கேட்டார் சின்னச்சாமி.

'அய்யா, நீங்கள் தமிழைக் காப்பதற்காக இந்தித் திணிப்பைத் தடுக்கக்கூடாதா?'

ஏற்கெனவே திமுக நடத்திக்கொண்டிருந்த இந்தி எதிர்ப்புப் போராட்டங்களைக் கண்டு எரிச்சலில் இருந்தார் பக்தவத்சலம். சின்னச்சாமியின் கேள்வியை அலட்சியம் செய்துவிட்டு மின்னல் வேகத்தில் நகர்ந்து விட்டார்.

மறுநொடி சின்னச்சாமியை சூழ்ந்துகொண்டனர் காவலர்கள். கையோடு எழும்பூர் காவல்நிலையத்தில் வைத்து விசாரிக்கத்

தொடங்கினர். பிறகு விடுவித்துவிட்டனர். என்றாலும் முதலமைச்சர் காட்டிய அலட்சியம் சின்னச்சாமியை அதிருப்தியில் ஆழ்த்தியது. இந்தித் திணிப்பைத் தடுத்து நிறுத்த வேண்டும். அதற்குத் தன்னால் ஆன காரியத்தைச் செய்யவேண்டும். சட்டென்று ஒரு முடிவுக்கு வந்தவர் தன்னுடைய நண்பருக்குக் கடிதம் எழுதினார். அந்தக் கடிதத்தின் முக்கியப்பகுதி இதோ:

ஏ, தமிழே! நீ வாழவேண்டும் என்பதற்காக நான் துடியாத் துடித்துச் சாகப்போகிறேன்.. காலை 11 மணிக்குள் என் உடல் மீது பெட்ரோல் ஊற்றிக்கொண்டு செத்துவிடுவேன். இதைப் பார்த்தபிறகாவது ஏன் இந்தி? எதற்காக இந்தி? என்று மக்கள் கேட்கட்டும்.

எழுத்தில் சொன்னதைச் செயலில் காட்டத் தயாரானார் சின்னச்சாமி. 25 ஜனவரி 1964 அன்று காலை திருச்சி ரயில் நிலையத்துக்கு வந்த சின்னச்சாமி தன்னுடைய உடலுக்குத் தீவைத்துக்கொண்டார். இந்தி ஒழிக! தமிழ் வாழ்க! என்ற கோஷம் எழுப்பியபடியே எரியத் தொடங்கினார். சில நிமிடங்களில் கோஷம் நின்றது. உயிர் பிரிந்தது. இந்தித் திணிப்பைக் கண்டித்து முதல் களபலியாக மாறியிருந்தார் சின்னச்சாமி!

சின்னச்சாமியின் தீக்குளிப்பு தமிழ்நாடு முழுக்க பலத்த அதிர்வலைகளை ஏற்படுத்தியது. மாணவர்கள் மத்தியில் உணர்ச்சிக் கொந்தளிப்பு. தீக்குளிப்புச் சம்பவம் தேசிய அளவில் விவாதப் பொருளாக மாறியது. ஏன் இந்தத் தீக்குளிப்பு? அப்படியென்ன ஆபத்து வந்துவிட்டது தமிழுக்கு? இந்தித் திணிப்பு விஷயத்தில் ஏன் மத்திய அரசு இத்தனை மூர்க்கம் காட்டுகிறது?

அத்தனைக்கும் பின்னணியில் இருந்தது ஆட்சிமொழி சட்டம் 1963. இன்னும் நுணுக்கமாகச் சொல்லவேண்டும் என்றால் அந்தச் சட்டத்துக்கான ஷரத்துகளில் இடம்பெற்ற May, Shall என்ற இரண்டு ஆங்கில வார்த்தைகள்.

அந்த ஷரத்துகள் இவைதான்:

மத்திய அரசின் ஆணைகள், அவசரச் சட்டங்கள், விதிமுறைகள் இந்தியில் மொழிபெயர்க்கப்பட்டால் அவை அதிகாரப் பூர்வமானவையாகக் கருதப்படவேண்டும் (Shall be). நாடாளுமன்றத்தின் இரு அவைகளிலும் முன்மொழியப் படும் மசோதாக்கள், திருத்தங்களுக்கு இந்தி மொழிபெயர்ப்

பும் இணைக்கப்படவேண்டும் (Shall be). மாநில சட்டமன்றங் களில் நிறைவேற்றப்படும் சட்டங்களும்கூட ஆங்கிலத் தோடு இந்தியிலும் மொழிபெயர்க்கப்பட வேண்டும் (Shall be). அந்த மொழிபெயர்ப்பும் அதிகாரப்பூர்வமானதாகக் கருதப்படும் (Shall be).

அரசியல் சாசனம் தொடங்கி பதினைந்து ஆண்டுகள் கழிந்த பிறகும் மத்திய அரசின் அனைத்து அதிகாரப்பூர்வ நோக்கங் களுக்கும் நாடாளுமன்ற நடவடிக்கைகளுக்கும் இந்தியோடு சேர்த்து ஆங்கில மொழியும் தொடர்ந்து பயன்படுத்தப் படலாம் (May be).

இந்தி மொழி பற்றிய ஷரத்தில் Shall be என்ற வார்த்தை அழுத்தம் திருத்தமாகப் பயன்படுத்தப்பட்டது. ஆனால் ஆங்கில மொழி பற்றிய ஷரத்தில் Shall be என்ற வார்த்தைக்குப் பதிலாக May be என்ற வார்த்தை மிகுந்த கவனத்துடன் பயன்படுத்தப் பட்டது. இந்தியைக் கட்டாயமாகப் பயன்படுத்தவேண்டும் என்று சொன்ன அந்தச் சட்டம், ஆங்கில விஷயத்தில் போனால் போகட்டும் என்ற ரீதியில் 'பயன்படுத்தப்படலாம்' என்று சொன்னது.

அதன் அர்த்தம் வெளிப்படையானது. இந்திய அரசியலமைப்புச் சட்டம் அமலாகி பதினைந்து ஆண்டுகள் கழிந்த பிறகு (26 ஜனவரி 1965) இந்தியாவின் ஒரே ஆட்சி மொழியாக இந்தி மட்டுமே இருக்கும். இணை ஆட்சி மொழியாக ஆங்கிலம் பயன்படுத்தப்படலாம் அல்லது பயன்படுத்தப்படாமலும் போகலாம். இதன்மூலம் இந்தியைத் தவிர மற்ற தேசிய மொழிகளின் எதிர்காலம் கேள்விக்குறியாக மாறியது.

பாதிப்பின் உச்சத்தைப் புரிந்துகொள்ள ஒரே ஒரு உதாரணம் பார்க்கலாமா? இந்தியாவின் ஒரே ஆட்சி மொழியாக இந்தி அறி விக்கப்பட்டால் மத்திய அரசுப் பணிகளுக்கான தேர்வுகளை தமிழ் உள்ளிட்ட தேசிய மொழிகளில் எழுதுவதற்கான கதவுகள் முற்றிலுமாக அடைபட்டுவிடும். பொங்கி எழுந்துவிட்டனர் தமிழர்கள்.

ஆட்சிமொழி சட்டத்தில் இருக்கும் May, Shall என்ற வார்த்தை கள் இந்தி பேசாத மக்களை அவமதிக்கிறது; தவிரவும், இந்தி மொழி புழக்கத்தில் இல்லாத பிராந்தியங்களின் மக்கள் விரும்பும் வரை ஆங்கில மொழியை அகற்றமாட்டேன்; ஆங்கிலம் இணை

ஆட்சி மொழியாக நீடிக்கும் என்ற நேருவின் வாக்குறுதி காற்றில் பறக்கவிடப்பட்டுள்ளது என்று கண்டித்தார் அண்ணா.

இந்தியை ஆட்சிமொழியாக அறிவிக்கும் இந்திய அரசியல் சாசனத்தின் பதினேழாவது பிரிவை நீக்கவேண்டும்; தமிழ் உள்ளிட்ட இந்தியாவின் பதினான்கு தேசிய மொழிகளையும் ஆட்சிமொழியாக்கும் வகையில் புதிய சட்டப் பிரிவு இணைக்கப் படவேண்டும். இவைதான் எங்களுடைய பிரதான கோரிக்கைகள். அவற்றை வலியுறுத்தி 17 நவம்பர் 1963 தொடங்கி 26 ஜனவரி 1965 வரை இந்தித் திணிப்பு எதிர்ப்புப் போராட்டங்கள் நடத்தப் படும் என்று அறிவித்தது திமுக.

பேரணிகள் நடத்துவது, ஊர்வலம் செல்வது, மறியல் செய்வது, கறுப்புக்கொடி காட்டுவது, கறுப்பு பேட்ஜ் அணிவது, கறுப்புக் கொடி ஏற்றுவது என்று போராட்டங்கள் தொடங்கின.

அண்ணா, கே.ஏ. மதியழகன், மு. கருணாநிதி, க. அன்பழகன் உள்ளிட்ட முக்கியத் தலைவர்கள் நேரடியாகக் களத்தில் இறங்கினர். தலைமை அறிவித்த அத்தனை வகையான போராட்டங்களும் அட்சரம் பிழகாமல் நடந்தன. சட்ட நகல் எரிப்புப் போராட்டம் பெரிய அளவில் நடந்தது. அதில் ஈடுபட்டவர்கள் ஆறுமாதம், ஒருவருடம் என்று சிறைத் தண்டனை பெற்றனர்.

திமுக நடத்திய மொழிப்போரின் தாக்கம் தமிழ் இளைஞர்களை உசுப்பேற்றியது. தமிழ் காக்கும் போராட்டத்தில் தங்களையும் ஈடுபடுத்திக்கொள்ளத் தயாராகினர். அவர்களில் ஒருவர்தான் இந்த அத்தியாயத்தின் தொடக்கத்தில் பார்த்த கீழப்பழூர் சின்னச்சாமி.

சின்னச்சாமியின் மரணம் கனன்று கொண்டிருந்த இந்தி எதிர்ப்பு நெருப்பை வேகமாக விசிறிவிட்டது. திமுக நடத்திய போராட்டத்துக்கு ஆதரவு பெருகத் தொடங்கியது. பள்ளி, கல்லூரி மாணவர்கள் வந்தார்கள். தமிழ் ஆர்வலர்கள் வந்தார்கள். முக்கியமாக, இந்தித் திணிப்பு எதிர்ப்பாளர்கள். இந்தி ஆட்சி மொழியாக அவதாரம் எடுக்க இருக்கும் 26 ஜனவரி 1965 நெருங்க நெருங்க போராட்டத்தின் வேகம் கூடிக்கொண்டே சென்றது.

இன்றைய அத்தியாவசியப் பிரச்னை சோற்றுப் பிரச்னைதானே தவிர மொழிப்பிரச்னை அல்ல என்று சொல்லும் அளவுக்கு

ஆத்திரத்தின் உச்சத்துக்குச் சென்றிருந்தார் காங்கிரஸின் தேசியத் தலைவர் காமராஜர்.

சோற்றுப்பிரச்னைதான் பிரதானம் என்றால் எதற்காக பிரதமர் லால் பகதூர் சாஸ்திரி இந்தித் திணிப்பு விஷயத்தில் கவனம் செலுத்தவேண்டும்; பேசாமல் தமிழையும் ஆட்சிமொழியாக அறிவித்துவிட்டு, சோற்றுப் பிரச்னையைத் தீர்க்கும் விஷயத்தில் கவனம் செலுத்தலாமே என்று கேள்வி எழுப்பினார் அண்ணா.

26 ஜனவரி 1965 நெருங்கிக்கொண்டே இருந்தது. சாஸ்திரி சலனமின்றி அமர்ந்திருந்தார். அதிகாரவர்க்கம் காட்டிய அசாத்திய மௌனம் திமுகவை உசுப்பேற்றியது. 8 ஜனவரி 1965 அன்று கூடிய திமுக செயற்குழு, ஜனவரி 26 அன்று குடியரசு நாளை துக்க நாளாக அனுசரிக்க முடிவுசெய்தது.

சுதந்தர தினத்தை இன்ப நாளாகக் கொண்டாடிய அண்ணா, குடியரசு தினத்தைத் துக்கநாளாக அனுசரிப்பது துரோகச் செயல் இல்லையா? என்று கேள்வி எழுப்பினர் காங்கிரஸ் தலைவர்கள். விருட்டென்று பதில் வந்தது அண்ணாவிடம் இருந்து.

உண்மைதான். குடியரசு தினம் முக்கியத்துவம் வாய்ந்த தினம் தான். அந்த நாளில் இந்தி எதிர்ப்பை ஒத்திவைத்தால் என்ன செய்வீர்கள்? இந்திதான் ஆட்சிமொழி என்பதை திமுகவும் தென்னக மக்களும் ஏற்றுக் கொண்டார்கள் என்று மூலைக்கு மூலை பொய்ப் பிரசாரம் செய்வீர்கள். அதைத் தடுக்கவே குடியரசு நாளை அமைதியான முறையில் துக்கநாளாக அனுசரிக்கிறோம்!

திமுக நடத்திய மொழிப்போருக்கு மாற்றுமுகாமில் இருந்தும் மாலைகள் வந்துவிழுந்தன. கடந்த காலங்களில் இந்தியின் காவலராக அடையாளம் காணப்பட்ட ராஜாஜி, தற்போது இந்தியை எதிர்க்கத் தயாராகி இருந்தார். மொழிப் பிரச்னை என்பது இந்திக்கும் ஆங்கிலத்துக்கும் இடையேயான யுத்தமே தவிர இந்திக்கும் தமிழுக்கும் இடையில் நடக்கும் யுத்தம் அல்ல என்பது ராஜாஜியின் வாதம். தற்போது இந்தியை ஆட்சிமொழியாக மாற்றிவிட்டு, ஆங்கிலத்தை அப்புறப்படுத்தும் மத்திய அரசின் முயற்சிகளை ராஜாஜி எதிர்த்தார்.

நல்ல நாட்டுப் பற்றுள்ள, நுண்ணறிவுள்ள இந்தியக் குடிமக்கள் மூன்று கோடி பேரை கோபம் கொண்ட பிரிவினைக் காரர்களாக

மாற்றும் சட்டமே ஆட்சிமொழி சட்டம் என்று தன்னுடைய சுயராஜ்யா இதழில் எழுதிய ராஜாஜி, இந்தி எதிர்ப்புப் போராட்டத்தில் ஈடுபடும் திமுகவுக்கு நேசக்கரம் நீட்டினார்.

17 ஜனவரி 1965 அன்று நீதிக்கட்சித் தலைவர் பி.டி.ராசன் தலைமையில் திருச்சி தேவர் மன்றத்தில் கூடிய இந்தித் திணிப்பு எதிர்ப்பு மாநாடு கூடியது. மாநாட்டைத் தொடங்கி வைத்தவர் ராஜாஜி.

வட நாட்டவரின் கையில் இருக்கும் மத்திய அரசு இந்தியை மட்டும் ஆட்சிமொழியாக்கினால் இந்தியத் துணைக் கண்டம் பதினைந்து கூறுகளாகப் பிரிந்துவிடும். பிரிவினை கூடாது என்று மத்திய அரசினர் முன்பு சட்டம் செய்தனர். இப்போது பிரிவினை மனப்பான்மையை உண்டாக்குவதற்குச் சட்டம் செய்துள்ளார்கள். அரசமைப்புச் சட்டத்தின் 17வது பிரிவு, இந்தியை ஆட்சி மொழி ஆக்குவதற்கு வழி செய்கிறது. அந்தப் பிரிவைத் தூக்கிக் கடலில் போடுங்கள்!

திமுக - ராஜாஜி என்ற திடீர் கூட்டணி முதலமைச்சர் பக்தவத்சலத்தைக் கலவரம் அடையச் செய்தது. அதே மனநிலையில் சட்டமன்றத்தில் பேசினார்.

திமுக குடியரசு தினத்தை அமைதியான முறையில் துக்க நாளாகக் கொண்டாடினாலும் அதனைப் பார்த்துக் கொண்டு அரசாங்கம் சும்மா இருக்காது. திருமண வீட்டில் யாராவது அழுதுகொண்டிருந்தால் அதைத் திருமண வீட்டார் அனுமதிக்கமாட்டார்கள். அழுதுகொண்டிருப்பவர்களை வெளியே பிடித்துத் தள்ளி விடுவார்கள். திமுகவினர் தமது வீடுகளில் கறுப்புக்கொடி ஏற்றுவதை அரசாங்கம் அனுமதிக்காது. கலவரமே ஏற்பட்டாலும் திமுகவினருக்கு அரசு பாதுகாப்பு தராது. பொதுமக்களே அவர்களுடைய அடாத செயலைத் தடுத்து நிறுத்திவிடுவார்கள்.

31

வீறுகொண்ட மாணவர்கள்

இந்தியைத் திணிக்கும் இந்திய அரசுக்குப் பாடம் புகட்ட மாணவர்கள் முன்வந்தனர். சென்னை, மதுரை, தஞ்சை, திருச்சி, கோவை என்று பல பகுதிகளில் அவர்கள் திரண்டனர். கண்டன ஊர்வலங்கள் நடத்தலாம் என்றனர் சிலர். இந்திப் புத்தகங்களை எரித்து எதிர்ப்பைக் காட்டலாம் என்றனர் சிலர். இன்னும் சில தீவிர சிந்தனை கொண்ட மாணவர்களோ திமுகவைப் போல நாமும் இந்திய அரசியல் அமைப்புச் சட்டத்தின் பதினேழாவது பிரிவு நகலைக் கொளுத்த வேண்டும் என்றனர். வாதப் பிரதிவாதங்கள் நடந்தன. சட்ட நகல் எரிப்பைத் தவிர மற்ற அனைத்துக்கும் ஆதரவு இருந்தது.

இந்தித் திணிப்புக்கு எதிராகத் தன்னுடைய உயிரைக் கொடுத்து உணர்வுத் தீயைப் பரப்பிய கீழப்பழூர் சின்னச்சாமியின் முதலாம் ஆண்டு நினைவுநாள் 26 ஜனவரி 1965. ஆக, நடக்க இருக்கும் மாணவர்கள் போராட்டம் சிங்கத்தமிழன் சின்னச்சாமி யின் நினைவுகளுடன் தொடங்கும்!

பங்கம் விளைந்திடில் தாய்மொழிக்கே - உடற் பச்சை ரத்தம் பரிமாறிடுவோம் - புரட்சிக் கவிஞர் பாரதிதாசன் எழுதிய வரிகள். போராட்ட அறிவிப்பு பற்றி மாணவர்கள் தயார் செய்த அறிக்கை யில் அந்த வரிகளும் சேர்த்துக்கொள்ளப்பட்டன. பரந்த அளவில் போராட்டத்தை நடத்தும் வகையில் அனைத்து கல்லூரிகளுக் கும் அறிக்கை அனுப்பும் பொறுப்பை ஆர்வம் கொண்ட சில மாணவர்கள் ஏற்றுக்கொண்டனர். போராட்டத்துக்கான களப் பணிகளைக் கடிதங்கள் மூலம் செய்யமுடியும் என்பதை நிரூபித்த

மாணவர்களுள் தஞ்சை சரபோஜி கல்லூரியில் படித்துக் கொண் டிருந்த ம.நடராசன் முக்கியமானவர். ஜெயலலிதாவின் உடன்பிறவா சகோதரி சசிகலாவின் கணவர் நடராசன்.

கடிதங்கள் அனுப்பதில் பிரச்னை இல்லை. அதேசமயம் அனைத்து கல்லூரிகளுக்கும் நேரில் சென்று மாணவர்களைச் சந்தித்துப் பேசலாம். உணர்வுகளை உணரவும் முடியும். ஊட்டவும் முடியும். ஆர்வத்துடன் ஆலோசனை கொடுத்தனர் மாணவர்கள். அந்தப் பணியில் சென்னை சட்டக்கல்லூரி, பச்சையப்பன் கல்லூரி, லயோலா கல்லூரி, மதுரை தியாகராசர் கல்லூரி, அமெரிக்கன் கல்லூரி, தஞ்சை மருத்துவக் கல்லூரி, மன்னர் சரபோஜி கல்லூரி என்று பல கல்லூரிகளைச் சேர்ந்த தமிழ் உணர்வு கொண்ட மாணவர்கள் இறங்கினர்.

எப்போது எந்த ஊரில் ஊர்வலம் தொடங்கவேண்டும்; எந்தெந்த பாதைகளில் செல்லவேண்டும்; என்ன மாதிரியான கோஷங் களை எழுப்பவேண்டும்; என்னென்ன கட்டுப்பாட்டு நெறி முறைகளைப் பின்பற்றவேண்டும்; காவல் துறையினரின் அடக்குமுறையை எப்படி எதிர்கொள்ள வேண்டும் என்று ஒவ்வொரு அம்சத்தையும் பார்த்துப் பார்த்து செய்தனர். பகிரங்கக் கூட்டங்கள் நடத்துவதில் சிக்கல்கள் எழுந்தபோது ரகசியக் கூட்டங்கள் நடத்துவதற்கும் மாணவர்கள் தயங்க வில்லை.

எல்லாம் தயார் என்ற நிலையில் 25 ஜனவரி 1965 அன்று போராட்டம் தொடங்கியது. இந்திப் புத்தகங்களை எரித்து போராட்டத்தைத் தொடங்க வேண்டும் என்பது மதுரை மாணவர் களின் விருப்பம். திடீரென இரண்டு மாணவர்கள் ஆவேசத் துடன் வந்தனர். கைகளில் சில காகிதங்கள். வந்த வேகத்தில் அவற்றுக்குத் தீவைத்தனர். கண்ணுக்கு எதிரே காகிதங்கள் கருகி யது அந்த மாணவர்களை உற்சாகப்படுத்தியது. எரிக்கப்பட்ட காகிதங்கள் இந்திய அரசியல் சட்டத்தின் பதினேழாவது பிரிவின் நகல்கள். பின்னாளில் சபாநாயகரான டாக்டர் கா. காளிமுத்துவும் திரைப்படக் கவிஞராகப் புகழ்பெற்ற நா. காமராசனும்தான் சட்ட நகலை எரித்த அந்த இரண்டு மாணவர்கள். சட்ட நகலை எரித்ததும் அவர்களைக் காவலர்கள் கைது செய்தனர்.

கைது பற்றிக் கவலைப்படாமல் கண்டன ஊர்வலத்தில் கலந்து கொண்டனர் மற்ற மாணவர்கள். அப்போது அவர்களுடைய

கண்களில் சில அலங்கார வளைவுகள் தென்பட்டன. மறுநாள் நடக்க இருந்த குடியரசு தினக் கொண்டாட்டத்துக்காக காங்கிரஸ் கட்சியினர் உருவாக்கியவை. அடுத்த சில நொடிகளில் அலங்கார வளைவுகள் அலங்கோலமாகின. அடுத்தநொடி அந்தப் பகுதியே போர்க்களமாக மாறியது. திடுதிப்பென நுழைந்த வன்முறையாளர்கள் ஊர்வலத்தில் வந்த மாணவர்களை ஆவேசத்துடன் தாக்கினர்.

உண்மையில் மாணவர்கள் போராட்டத்துக்குத் தேதி குறித்து விட்டார்கள் என்றதும் காங்கிரஸ் கட்சியினர் உஷாராகினர். போராட்டத்தைத் தடுக்கத் தயாராகினர். கறுப்புக்கொடியைப் பொசுக்குவோம்; சுவரொட்டிகளைக் கிழித்தெறிவோம் என்பன போன்ற கோஷங்களுடன் சில குழுக்கள் உருவாகின. அந்தக் குழுக்களின் பெயர்கள் சுவாரஸ்யமானவை. காமராஜர் இளைஞர் படை, பச்சைசட்டைத் தொண்டர் படை, நேரு படை, இத்யாதி இத்யாதிகள்.

அலங்கார வளைவுகளைத் தாக்கியதும் அந்த இயக்கங்களைச் சேர்ந்தவர்கள்தான் மாணவர்கள் மீது தாக்குதல் நடத்தினர் என்பது பின்னாளில் தெரியவந்தது. வன்முறையைத் தடுத்து நிலைமையைக் கட்டுக்குள் கொண்டுவரும் வகையில் கண்ணீர்ப் புகை குண்டுகளை வீசியது காவல்துறை. அது, தடியடிப் பிரயோகத்தில் வந்து முடிந்தது. அப்போது மதுரை மாவட்ட ஆட்சியராக இருந்தவர் டி.என். சேஷன்.

மதுரையில் மட்டுமல்ல, கோவை, திருச்சி, மேலூர், மாயவரம், தஞ்சாவூர், சிதம்பரம், கும்பகோணம், விருதுநகர், திருநெல்வேலி, ஈரோடு, திருப்பூர், நாகப்பட்டினம் உள்ளிட்ட தமிழ் நாட்டின் ஒவ்வொரு அங்குலத்தையும் மாணவர் போராட்டங்கள் ஆக்கிரமித்தன. முக்கியமாக, சென்னையில் நடந்த மாணவர் போராட்டம் பலத்த அதிர்வுகளை ஏற்படுத்தியது.

சென்னையில் இருக்கும் பெரும்பாலான கல்லூரி மாணவர்களும் களத்தில் இறங்கிவிட்டதால் ஊர்வலம் வலுவடைந்தது. கண்டன ஊர்வலம் நேராக நேப்பியர் பூங்கா நோக்கிச் செல்ல வேண்டும். அதன்பிறகு கலைந்துவிட வேண்டும். இதுதான் மாணவர் அமைப்பின் தலைவர் ரவிச்சந்திரன் கொடுத்த அறிவுரை. ஆனால் மாணவர்களோ திடீரென கோட்டை நோக்கிப் புறப்பட்டனர்.

முதலமைச்சர் பக்தவத்சலத்தைச் சந்தித்துப் பேசவேண்டும்; இந்தித் திணிப்பைக் கைவிடவேண்டும் என்று கோரிக்கை வைக்கவேண்டும் என்பதுதான் திட்டம். ரவிச்சந்திரன், நாவளவன், சீனிவாசன் உள்ளிட்ட பிரதிநிதிகள் முதல்வரைச் சந்திக்கச் சென்றனர். சுவற்றில் அடித்த பந்துபோல விருட்டென திரும்பவந்தனர் அவர்கள்.

எங்களை முதல்வர் சந்திக்காவிட்டால் இனிமேல் கல்லூரிக்குச் செல்லமாட்டோம் என்றனர் மாணவர்கள். அதற்கு முதல்வர் பக்தவத்சலம் கொடுத்த பதில் அலட்சியத்தின் உச்சம். 'நான் எதற்காக மாணவர்களைச் சந்திக்கவேண்டும்? மாணவர்கள் கல்லூரிக்கு வராவிட்டால் போகட்டும்; எனக்கு ஐந்து கோடி ரூபாய் மிச்சம்!'

உண்மையில் ஜனவரி 25 அன்று மட்டும் கண்டன ஊர்வலம் நடத்தலாம் என்பதுதான் மாணவர்கள் எடுத்த முடிவு. அந்த எண்ணம் தற்போது மாறியிருந்தது.

26 ஜனவரி 1965. குடியரசு நாள். இனி இந்தியே இந்தியாவின் ஏகபோக ஆட்சிமொழி என்று அரசியல் சட்டம் அறிவிக்கப் போகும் நாள். அன்று அதிகாலை அதிகாலை நான்கு மணி இருக்கும். பரபரப்புச் செய்தி ஒன்று சென்னை மக்களைப் பதற்றம் கொள்ளச் செய்தது. கோடம்பாக்கத்தைச் சேர்ந்த சிவலிங்கம் என்ற இளைஞர் இந்தித் திணிப்பைக் கண்டித்துத் தீக்குளித்துவிட்டார் என்பதுதான் அந்ச் செய்தி. பெட்ரோல் அவருடைய உடலை உருக்குலைத்து, உயிரைக் குடித்திருந்தது. சிவலிங்கம் ஒரு திமுக தொண்டர் என்பது பின்னர் தெரியவந்தது.

மணமாகாத சிவலிங்கத்தின் தீக்குளிப்பு மணமாகி மூன்று குழந்தைகளுக்குத் தகப்பனாகியிருந்த விருகம்பாக்கம் அரங்க நாதனை உந்தித்தள்ளியது. மறுநாளே அவரும் தன்னுடைய உடலை பெட்ரோல் ஊற்றி எரித்துக்கொண்டார். இவரும் ஒரு திமுக தொண்டர். தீக்குளிப்பதற்கு முன்னால் நான்கு மடல்களை எழுதியிருக்கிறார் அவர். அண்ணா, நெடுஞ்செழியன், காமராஜர், ராஜாஜி ஆகியோருக்காக எழுதப்பட்ட அந்தக் கடிதங்களில் இடம்பெற்ற சங்கதி ஒன்றே ஒன்றுதான். இந்தி ஆதிக்கம் ஒழிக!

இந்தித் திணிப்பை எதிர்த்து தற்கொலைச் சம்பவங்கள் தொடர்ந்தன. அய்யம்பாளையம் வீரப்பன், சத்தியமங்கலம்

முத்து, மயிலாடுதுறை சாரங்கபாணி, விராலிமலை சண்முகம், கீரனூர் முத்து, சிவகங்கை ராஜேந்திரன், பீளமேடு தண்டபாணி என்று தமிழுக்காகத் தம்மைப் பலிகொடுத்தவர்கள் பட்டியல் நீண்டுகொண்டே சென்றது. தயவுசெய்து தீக்குளிப்புகளைத் தவிருங்கள் என்று திமுக அறிக்கை வெளியிட்ட சமயத்தில் வறுமை, வயிற்றுவலி காரணமாக அவர்கள் செத்திருக்கலாம் அல்லது யாரேனும் நரபலி கொடுப்பதற்காக அவர்களைக் கொலை செய்திருக்கலாம் என்று பேசினார் முதலமைச்சர் பக்தவத்சலம்.

ஜனவரி 26 அன்றுதான் போராட்டம் நடத்தப்படும் என்று அறிவித்திருந்தபோதும் முன்னெச்சரிக்கை நடவடிக்கை என்ற பெயரில் முந்தைய நாளில் இருந்தே திமுகவின் முக்கியத் தலைவர்கள் பலரையும் கைது செய்தது பக்தவத்சலம் அரசு. அண்ணா, நெடுஞ்செழியன், கருணாநிதி, மதியழகன், அன்பழகன் உள்ளிட்டோர் சிறையில் அடைக்கப்பட்டனர். ஆனாலும் போராட்டம் தடைபடவில்லை. திமுகவினர் தமது வீடுகளில் கறுப்புக்கொடி ஏற்றினர். சட்டையில் கறுப்பு பேட்ஜ் அணிந்தனர்.

போராட்டம் நடந்த இடங்களில் எல்லாம் திமுக பொறுப் பாளர்கள் கைது செய்யப்பட்டனர். கறுப்புக்கொடி ஏற்றிய இடங் களில் எல்லாம் காங்கிரஸ் தொண்டர்களுக்கும் திமுகவினருக் கும் இடையே மோதல் மூண்டது. கட்சிகளின் கொடிக்கம்பங்கள் வெட்டிச் சாய்க்கப்பட்டன. ஆங்காங்கே கத்திக்குத்துகளும் நடந்தன. திமுகவின் தலைமை நிலையம், கிளைக் கழக அலுவலகங்கள், திமுக ஆதரவு பத்திரிகை அலுவலகங்கள் ஆகியனவும் தாக்குதலுக்குத் தப்பவில்லை.

திமுகவினரைக் கைது செய்வதன்மூலம் மொழிப் போராட் டத்தை முடக்கிவிடலாம் என்று நினைத்த தமிழக அரசின் கனவைத் தகர்த்து எறிந்தனர் மாணவர்கள். சிதம்பரம் அண்ணா மலைப் பல்கலைக்கழக மாணவர்கள் அமைதி ஊர்வலம் நடத்தத் தயாராகினர். அப்போது மாணவர்களுக்கும் காவலர்களுக்கும் இடையே ஏற்பட்ட மோதலில் ராஜேந்திரன் என்ற மாணவர் போலீஸாரின் துப்பாக்கிச் சூட்டுக்குப் பலியானார். கண்ணில் பட்ட பேருந்து ஒன்றை எரித்துப் பதிலடி கொடுத்தனர் மாணவர்கள்.

வன்முறையில் ஈடுபட்ட மாணவர்களை வளைத்து வளைத்துக் கைது செய்யத் தொடங்கினர் காவலர்கள். இந்தி எதிர்ப்புப் போராட்டத்தில் ஈடுபட்ட மாணவர்களை அடையாளம் காட்டும் பொறுப்பை காங்கிரஸ் மாணவர்கள் ஏற்றுக்கொண்டனர். மதுரை, திருச்சி, கோவை என்று எங்கு பார்த்தாலும் தடியடி. கண்ணீர்ப்புகை. துப்பாக்கிச் சூடு. கைது நடவடிக்கை.

மாணவர்கள் நடத்திய போராட்டங்கள், தீக்குளிப்புகள் பற்றிய செய்திகள் பிரதமர் லால் பகதூர் சாஸ்திரியை ஆத்திரப்படுத்தின. திமுகவின் தூண்டுதல்கள் காரணமாகவே மாணவர்கள் சாலைக்கு வந்துள்ளனர்; தீக்குளிப்புகளின் பின்னணியிலும் திமுகவினரின் கரங்கள் இருக்கின்றன என்றார் சாஸ்திரி. போராட்டத் தேதிக்கு முன்பே திமுகவின் முக்கியத் தலைவர்களையும் தொண்டர்களையும் கைது செய்துவிட்ட சூழலில் மாணவர்களை திமுக தூண்டுகிறது என்பது குற்றச்சாட்டு அல்ல; குழப்பம் விளைவிக்கும் முயற்சி என்று சொல்லிவிட்டார் அண்ணா.

மாணவர் போராட்டத்தின் சூட்டைத் தணிக்கிறேன் என்ற பெயரில் வானொலியில் பேசினார் மத்திய அமைச்சர் குல்சாரிலால் நந்தா. அரசு வேலையில் சேர்வதற்கு முன்னால் இந்தி தெரிந்திருக்கவேண்டும் என்ற அவசியம் இல்லை; வேண்டுமானால் வேலையில் சேர்ந்தபிறகு இந்தி படித்துக் கொள்ளுங்கள்!

தமிழர்கள் மீது நந்தா காட்டிய கருணை மாணவர்களுக்கு ஆத்திரமூட்டியது. அதன்பிறகுதான் புகைவண்டி நிலையங்களில் இருக்கும் இந்தி எழுத்துகளைத் தார் கொண்டு அழிக்கத் தொடங்கினர். தமிழகத்துத் திரையரங்குகளில் இந்திப் படங்கள் ஓடக்கூடாது என்று தடுத்தனர்.

32

திமுகவைத் தடை செய்யுங்கள்

தீக்குளிப்பு, தடியடி, துப்பாக்கிச்சூடு என்று தமிழகம் கொந் தளித்துக் கொண்டிருந்த சூழ்நிலையில் பெங்களூரில் நடந்த விழா ஒன்றில் கலந்துகொண்டிருந்தார் காங்கிரஸ் தலைவர் காமராஜர். அது, மூத்த காங்கிரஸ் தலைவர் நிஜலிங்கப்பா இல்லத்தில் நடந்த பிறந்தாள் விழா. ஆந்திராவின் சஞ்சீவ ரெட்டி வந்திருந்தார். வங்காளத்தின் அதுல்ய கோஷ் வந்திருந் தார். இன்னும் சில மூத்த தலைவர்களும் வந்திருந்தனர்.

பிறந்தாள் விழா என்றபோதும் தமிழகத்தில் நடந்த மொழிப் போராட்டம் பற்றிய சிந்தனைதான் காமராஜருக்கு. இந்தித் திணிப்பு விஷயத்தில் மத்திய அரசையும் விட்டுக்கொடுக்க மனம் வரவில்லை; தமிழர்களுக்கு ஆதரவாகவும் கருத்து தெரிவிக்க முடியவில்லை. இருதலைக்கொள்ளி எறும்பின் நிலை. இந்தி பேசாத மக்கள் மீது இந்தியை வலுவில் திணிப்பது நாட்டின் ஒற்றுமையைக் குலைத்துவிடும் என்ற தன்னுடைய ஆழ்மனக் கவலையை வெளிப்படுத்திவிட்டார்.

காமராஜர் சொன்னதை தமிழகத்தில் உள்ள காங்கிரஸ் தலைவர் கள் சிலரும் வழிமொழியத் தொடங்கினர். முதலமைச்சர் பக்த வத்சலத்துக்கு ஆத்திரம் வந்துவிட்டது. அதை அப்படியே தமிழ் நாடு காங்கிரஸ் கமிட்டியின்மீது திருப்பினார். தமிழ்நாடு காங் கிரஸ் கமிட்டி, தொண்டர்களுக்கு வழிகாட்டவில்லை; காங் கிரஸின் மொழிக்கொள்கையை மக்களிடம் எடுத்துச்சொல்ல வில்லை; காங்கிரஸ் கட்சியின் பேச்சாளர்களுக்கு மொழிப் பிரச்னை பற்றிய உரிய விளக்கங்களைத் தரவில்லை என்று புகார்ப்பட்டியல் வாசித்தார்.

அதன்பிறகும் ஆத்திரம் தீரவில்லை அவருக்கு. இந்தியை வரவிட மாட்டோம் என்று ஓரிரு காங்கிரஸ்காரர்கள் அர்த்தமின்றிச் சொல்லிக்கொண்டிருந்தார்களே தவிர தமிழ்மொழிக்கு காங்கிரஸ் எந்த விதங்களில் எல்லாம் ஏற்றம் தந்தது என்பது பற்றிப் பேசவில்லை; ஆங்கிலம் மத்திய ஆட்சி மொழியாக ஏன் நிரந்தரமாக நீடிக்கமுடியாது என்பது பற்றிப் பேசவில்லை. ஒரே வரியில் சொல்வதென்றால் தமிழ்நாடு காங்கிரஸ் கமிட்டி ஸ்தம்பித்துக் கிடக்கிறது!

முதல்வர் பக்தவத்சலத்தின் கருத்தைத்தான் மூத்த அமைச்சர் மொரார்ஜி தேசாயும் முன்வைத்தார். தமிழர்கள், இந்தியைக் கற்பதன் மூலம் இந்தியா முழுவதும் தங்கள் செல்வாக்கை அதிகப்படுத்திக்கொள்ளலாம்; மதராஸில் உள்ள காங்கிரஸ் தலைவர்கள் தமிழர்களிடம் எடுத்துச்சொல்லி, இந்தியை எதிர்க்கும் தவறைச் செய்யாமல் தடுத்து, அவர்களைத் தங்கள் பக்கம் கொண்டுவர வேண்டும் என்பதுதான் மொரார்ஜி கொடுத்த யோசனை.

மத்திய அரசு மசிவதாகத் தெரியவில்லை; மாணவர்களும் மனம் மாறுவதாகத் தெரியவில்லை; நிலைமையோ கட்டுக்கடங்காமல் சென்றுகொண்டிருக்கிறது. திடீரென்று ஒரு யோசனை வந்தது முதலமைச்சருக்கு. கல்லூரிகள் இருந்தால்தானே போராடுவீர்கள், கொஞ்ச நாளைக்கு இழுத்துப் பூட்டிவிட்டால்? தமிழ்நாட்டில் உள்ள அனைத்து கலைக்கல்லூரிகள், தொழிற் கல்லூரிகள், தொழில்நுட்பப் பயிற்சிக் கல்லூரிகள் அனைத்தும் 8 பிப்ரவரி 1965 வரை மூடப்படும். அதிரடியாக வந்து சேர்ந்தது அறிவிப்பு.

கல்லூரிகள் இல்லை. ஆகவே, விடுதிகளும் இல்லை. கல்லூரி மாணவர்கள் தத்தமது சொந்த ஊருக்குத் திரும்பினர். அங்கே அவர்களுக்கு அற்புதமான பணி காத்திருந்தது. நேற்றுவரை போராட்டத்தில் கலந்துகொள்ளாமல் இருந்த உயர்நிலைப் பள்ளி மாணவர்களைப் போராட்டக் களத்துக்குத் தயார்படுத்தத் தொடங்கினர். விளைவு, மொழிப்போரில் மாணவர்களின் பங்களிப்பு அடுத்த கட்டத்தை அடைந்தது.

தமிழுக்குக் கண்ணைத் தருவோம், இந்திக்கு மண்ணைத் தருவோம்! என்று மாணவர்கள் எழுப்பிய கோஷம் வீரத்தின் உச்சம் என்றால் தாய்த் தமிழ் இருக்க, நாய் இந்தி எதற்காக? என்ற கோஷம் ஆத்திரத்தின் உச்சமாக இருந்தது. கல்லூரிகளை

இழுத்துமூடி, நகரங்களில் இருந்த மாணவர்களை கிராமங் களுக்கு அனுப்பி, போராட்டத்தைத் தமிழ்நாட்டின் அனைத்து பகுதிகளுக்கும் விரிவுபடுத்தும் காரியத்தைத் தன்னையும் அறியாமல் செய்திருந்தார் முதலமைச்சர் பக்தவத்சலம்.

தமிழ் மன்றம், மாணவர் மன்றம், இலக்கிய மன்றம் என்று பல பெயர்களில் மாணவர்கள் தனித்தனித் தீவுகளாக இயங்கிய காலகட்டம் அது. போராட்டத்தைத் தீவிரப்படுத்தவேண்டும் என்றால் மாநில அளவிலான மாணவர் அமைப்பு ஒன்றை உருவாக்கவேண்டும் என்பதுதான் மாணவர் தலைவர்களின் விருப்பம். அதற்கான ஆலோசனைக் கூட்டங்களை நடத்தலாம் என்றால் முடியவில்லை. கழுகுக் கண்கள் கொண்ட காவலர்கள் மாணவர்களைக் கண்கொட்டாமல் கண்காணித்துக் கொண் டிருந்தனர்.

சென்னை மூர்மார்க்கெட்டின் பின்பக்கம் இருந்த மிருகக்காட்சி சாலையில் மாணவர்களுக்கான ரகசியக் கூட்டங்கள் நடந்தன. மாநிலம் முழுக்க சுற்றுப்பயணம் செய்யலாம்; கல்லூரி மாணவர் களைச் சந்தித்துப் போராட்டத்தின் அவசியத்தை எடுத்துச் சொல்லலாம்; மாநில அளவிலான அமைப்பு உருவாவதன் அவசியத்தை விளக்கிச் சொல்லலாம். முடிவுகள் எட்டப் பட்டன. அந்தப் பணியில் ஈடுபட நால்வர் குழு அமைக்கப் பட்டது. எல். கணேசன் (மதிமுக அவைத்தலைவரானவர்), விருதுநகர் பெ. சீனிவாசன் (விருதுநகர் தொகுதியில் காம ராஜரைத் தோற்கடித்தவர்), நாவளவன், துரைமுருகன் (திமுக அமைச்சரவையில் பலமுறை இடம்பெற்றவர்).

சுற்றுப்பயணம் செல்வது என்று முடிவாகிவிட்டது. வழிச் செலவுகளுக்குப் பணம்? அப்போது மாணவர் தலைவர்களுக்கு நினைவுக்கு வந்தவர் தஞ்சாவூரைச் சேர்ந்த எஸ்.டி. சோம சுந்தரம். திராவிட மாணவர் முன்னேற்றக் கழகத்தின் பொதுச் செயலாளராக இருந்தவர். (பின்னாளில் அமைச்சரானவர்) மாணவர்கள் கேட்டதும் தனது மனைவியின் தங்கச்சங்கிலியை அடகுவைத்துப் பணம் கொடுத்தார். மாணவர் தலைவர்களின் சுற்றுப்பயணம் தொடங்கியது.

3 பிப்ரவரி 1965 அன்று தமிழ்நாடு மாணவர் இந்தி ஆதிக்க எதிர்ப்புக் குழு உருவாக்கப்பட்டது. கட்சி சார்புள்ள மாணவர் கள் பலர் அமைப்புக்குள் இருந்தபோதும் எந்தவித கட்சி

சாயமும் இல்லாத ரவிச்சந்திரன் குழுவின் தலைவராகத் தேர்ந்தெடுக்கப்பட்டார். உடனடியாகப் போராட்டத் திட்டங்கள் வகுக்கப்பட்டன. பிறகு மாணவர் அமைப்பின் சார்பில் முதலமைச்சர் பக்தவத்சலத்தைச் சந்திக்கச் சென்றனர்.

ஜனவரி மாத இறுதியில் மாணவர்களை சந்திக்க மறுத்த முதலமைச்சர் இப்போது கொஞ்சம் இறங்கிவந்திருந்தார். அப்போதே சந்தித்திருந்தால் எத்தனையோ உயிரிழப்புகளைத் தவிர்த்திருக்கமுடியும். சேதங்களைத் தடுத்திருக்க முடியும். முதல்வர் - மாணவர் சந்திப்பு நடந்தது. ஆனால் அப்படியொரு சந்திப்பே நடந்திருக்க வேண்டாம் என்ற அளவுக்கு மாணவர் தலைவர்களை அவமதித்து அனுப்பினார் முதல்வர். போதாக் குறைக்கு, இந்தித் திணிப்பை வாபஸ்பெற முடியாது என்று திட்டவட்டமாக அறிவித்தார் பிரதமர் சாஸ்திரி.

போராட்டத்தைத் தீவிரப்படுத்துவதைத் தவிர வேறு வழி யில்லை என்ற முடிவுக்கு வந்தனர் மாணவர் அமைப்பினர். வடபழனி கோயில், மயிலாப்பூர் தெப்பக்குளம், சென்னை மிருகக்காட்சிசாலை, தனியார் விடுதிகள், ஹோட்டல்கள் என்று அடிக்கடி இடங்களை மாற்றிமாற்றி ரகசிய ஆலோசனைகள் நடத்தினர் மாணவர் தலைவர்கள். பெயரைக்கூட மாற்றிக் கொண்டு மாறுவேடங்களில் உலா வந்தனர்.

குறிப்பாக, எல்.கணேசன், பெ. சீனிவாசன் போன்ற தலைவர்கள் தலைமறைவாக இருந்தபடியே போராட்டத்தை வழிநடத்தினர். அப்போது கணேசனுக்கும் சீனிவாசனுக்கும் தகவல் பரிமாற்றம் செய்யும் வேலையைச் செய்ய ஒரு இளைஞர் ஆர்வத்துடன் வந்தார். அவர் பெயர், வை. கோபால்சாமி. இன்றைய மறு மலர்ச்சி திமுகவின் பொதுச்செயலாளர்.

அதைத் தொடர்ந்து மாணவர்கள் போராட்டம் தீவிரமடைந்தது. ரயில் மறியல் போராட்டம், உண்ணாவிரதப் போராட்டம், இந்தி எழுத்துகள் அழிப்பு, கடையடைப்பு என்று போராட்டம் தொடர்ச்சியாக நடந்துகொண்டிருந்தது. மாணவர்களின் போராட்டத்தை அடக்கும் நோக்கத்துடன் ஏராளமான மாணவர் களைக் கைது செய்தனர். ராணுவம் வரவழைக்கப்பட்டது.

தேவைப்பட்டால் துப்பாக்கிச்சூடு நடத்தவும் தயாராக இருங்கள் என்று காவல்துறையினருக்கு முதலமைச்சர் உத்தரவிட்டுள்ள தாக ஒரு செய்தி அண்ணாவை வந்தடைந்தது. ஜனவரி 25 அன்று

சிறையில் அடைத்திருந்த அண்ணா, மதியழகன், கருணாநிதி உள்ளிட்ட திமுக தலைவர்களை இப்போது விடுதலை செய்திருந்தது அரசு. திட்டமிட்டபடி துப்பாக்கிச்சூடு நடத்தினால் அது எத்தனை அபாயகரமான விளைவுகளை ஏற்படுத்தும் என்பது அண்ணாவை யோசிக்கவைத்தது. உடனடியாக மாணவர் தலைவர்களான எல்.கணேசனையும் நாவளவனையும் அழைத்துப் பேசினார்.

ஒரு போராட்டத்துக்குத் தேவையான அனைத்து உத்திகளையும் நீங்கள் பயன்படுத்திவிட்டீர்கள்; உங்கள் ஆயுதக் கிடங்களில் இருக்கும் பெரும்பாலான ஆயுதங்கள் தீர்ந்துவிட்டன; எனினும், தமிழுக்கு இழைக்கப்படும் அநீதியை உலகறியச் செய்வதில் மாணவர் போராட்டம் வெற்றிபெற்றுவிட்டது. நேரடி நடவடிக்கையை உடனே நிறுத்துங்கள். இதுதான் அண்ணா கொடுத்த யோசனை.

ஆட்சியாளர்களின் அடக்குமுறைகளைப் பலமுறை எதிர்கொண்ட அனுபவத்தின் காரணமாகத் தரப்பட்ட ஆலோசனை. ஆனால் மாணவர் தலைவர்கள் அதனை ஏற்கவில்லை. மாணவர் போராட்டத்தை நிறுத்துவது தனிமனிதர்களின் கைகளில் இல்லை; இந்தி ஆதிக்க எதிர்ப்புக் குழு தீர்மானிக்கவேண்டிய விஷயம் இது என்று பதில் சொல்லிவிட்டார் எல். கணேசன்.

ஆனாலும் மாணவர்களைக் கைவிட அண்ணா விரும்பவில்லை. போராட்டத்தை நிறுத்திவிடுங்கள் என்று பகிரங்க அறிக்கை வெளியிட்டார். இதற்காகவே காத்துக்கொண்டிருந்தவர் போலக் களத்தில் இறங்கினார் பெரியார். திமுகவின் தூண்டுதல் காரணமாகவே மாணவர்கள் போராட்டம் நடத்துகிறார்கள் என்பதுதான் பெரியாரின் கருத்து. பதவியைப் பிடிப்பதற்காகக் கண்ணீர்த்துளிகள் (திமுக) செத்த பாம்பை இந்தித் திணிப்பு எடுத்து ஆட்டுகின்றனர் என்று விமரிசித்தார்.

அத்துடன் நிறுத்திக்கொள்ளவில்லை. அடக்குமுறை இல்லாத ஆட்சி அநாகரிக ஆட்சி. ஜனவரி 26 அன்று கண்ணீர்த் துளிகளை (திமுகவை) லட்சியம் செய்யாமல் விட்டுவிடுங்கள் என்று அரசுக்குச் சொன்னேன். இல்லாவிட்டால் கடினமான அடக்கு முறை நடவடிக்கைகளை மேற்கொள்ளச் சொன்னேன். இரண்டையுமே செய்யவில்லை என்று வருத்தப்பட்டார். போராட்டத்தை முன்வைத்து திமுக வளர்ந்துவிடும்; அது வரும் தேர்தலில் காங்கிரஸ் கட்சியின் வெற்றியைப் பாதிக்கும் என்று

காங்கிரஸ் தலைவர்கள் அச்சப்படுவதாக நினைத்த பெரியார், அதற்கும் ஒரு யோசனை கொடுத்தார். விளைவுகளைப் பற்றிக் கவலைப்படாத விபரீதமான யோசனை அது.

தேர்தலைப் பற்றி இப்போதே நீங்கள் கவலைப்படவேண்டாம். சுதந்திராக் கட்சி, கண்ணீர்த்துளிக் கட்சி இரண்டையும் சட்ட விரோதம் என்று தடை செய்யுங்கள். பத்திரிகைகளுக்கு வாய்ப் பூட்டு சட்டம் போடுங்கள். அதேசமயம், இந்தி விஷயமாக அரசாங்கத்தின் கொள்கை இன்னதுதான் என்று தெளிவாக வெளி யிடுங்கள்.

கடந்த காலங்களில் நடந்த மூன்று மொழிப்போராட்டங்களில் முன்னிலையில் இருந்த பெரியார் தற்போது ஏன் மாறுபடுகிறார் என்ற கேள்வி எழுந்தது. அதற்கும் பதிலைத் தயாராக வைத்திருந்தார் பெரியார்.

இப்போதும் நான் இந்தியை எதிர்க்கத்தான் செய்கிறேன். ஆனால், நீங்கள் சொல்வது போல, தமிழ் கெட்டுவிடுமே என்று அல்ல; இனிமேல் கெட தமிழில் என்ன பாக்கி இருக்கிறது? ஆனால், நமக்கு ஆங்கில அறிவு தேவை என்பதால் இந்தியை எதிர்க்கிறேன். இந்தி எதிர்ப்பு மொழிப்பிரச்னை அல்ல; அரசியல் பிரச்னைதான் என்றார் பெரியார்.

அண்ணாவின் தலையீட்டுக்குப் பிறகும் மாணவர்கள் அமைதி யடையவில்லை. போராட்டம் தொடர்ந்தது. விளைவு, துப் பாக்கியைத் தூக்கினர் காவலர்கள். ஏழு இடங்களில் நடந்த துப்பாக்கிச் சூட்டில் இருபத்தைந்து பேர் கொல்லப்பட்டனர். இது அரசாங்கம் சொன்ன கணக்கு. ஆனால் அசல் கணக்கு இன்னும் அதிகம் என்றனர் மாணவர் தலைவர்கள்.

திடீர் திருப்பமாக இந்தித் திணிப்பைக் கண்டித்தும் ஆங்கில நீட்டிப்பு குறித்த உத்தரவாதத்தைக் கோரியும் 11 பிப்ரவரி 1965 அன்று தமிழ்நாட்டைச் சேர்ந்த மத்திய அமைச்சர்கள் சி. சுப்ர மணியமும் ஓ.வி. அளகேசனும் தமது பதவியை ராஜினாமா செய்தனர். பிரதமர் சாஸ்திரி, தேசியத் தலைவர் காமராஜர், முதல்வர் பக்தவத்சலம் என்ற மூன்று முக்கிய அதிகார மையங் களை ஆலோசிக்காமல் எடுத்த ராஜினாமா முடிவு மூவரையுமே தர்மசங்கடத்தில் ஆழ்த்தியது. பிறகு என்ன நடந்ததோ தெரிய வில்லை, இருவருமே ராஜினாமா கடிதங்களைத் திரும்பப் பெற்றுக்கொண்டனர்.

33

ஐம்பது தினங்கள், ஐநூறு பிணங்கள்

இந்தித் திணிப்புக்கு எதிரான போராட்டத்தில் ஈடுபட்ட மாணவர்கள் மத்தியில் நிலவிய ஒற்றுமை உணர்வுகள் மெல்ல மெல்லக் குறைந்துகொண்டே வந்தன. யார் பெரியவர் என்பதில் போட்டி. விளம்பரம் தேடுவதில் போட்டி. பிரபலம் அடைவதில் போட்டி. போராளிகளை நெருங்கக்கூடாத சங்கதிகள் அனைத்தும் நெருக்கம் காட்டத் தொடங்கின.

உண்மையில் இந்தித் திணிப்புக்கு எதிராகப் போராடிய மாணவர்கள் தனித்தனியே இயங்கினால் போராட்டம் வலுப்பெறாது என்பதால்தான் ஒருங்கிணைப்பு முயற்சிகள் எடுக்கப்பட்டன. அப்போது மாணவர் அமைப்புகளில் கட்சி சார்புள்ளவர்களே அதிகம். குறிப்பாக, திமுக சார்பு அமைப்பான திராவிட மாணவர் முன்னேற்றக் கழகத்தைச் சேர்ந்தவர்கள். கட்சி சார்பற்று இயங்கக்கூடிய மாணவர்களும் கணிசமான எண்ணிக்கையில் இருந்தனர்.

அனைவரையும் ஒருங்கிணைத்து தமிழ்நாடு இந்தி எதிர்ப்பு மாணவர் அமைப்பு உருவானது. அதன் தலைமைப் பொறுப்பு கட்சி சார்பற்ற முறையில் இயங்கிய ரவிச்சந்திரன் வசம் வந்தது. தலைவர் கட்சி சார்பற்றவர்; ஆனால், தளபதிகளோ சந்தேகத்துக்கே இடமில்லாத கட்சிக்காரர்கள். பேசத் தெரிந்தவர்கள். செய்யத் துணிந்தவர்கள். எல். கணேசன், கா. காளிமுத்து, பெ. சீனிவாசன், நாவளவன், துரைமுருகன், எஸ்.டி. சோமசுந்தரம், ரகுமான்கான், ராஜா முகம்மது என்று அமைப்பில் இருந்த திமுகவினரின் பட்டியல் வெகுநீளமானது.

அமைப்பில் இருக்கும் கட்சி சார்பற்றவர்களுக்கும் கட்சி சார்புள்ளவர்களுக்கும் இடையே அவ்வப்போது கருத்து வேறு பாடுகள் முளைத்தன. போராட்டத்தைத் தீவிரம் குறையாமல் நடத்துவதற்கு அந்தக் கருத்துகள் பயன்பட்டதால் விரிசல் விரிவடையவில்லை. ஆனால் சில மாணவர் தலைவர்கள் தங்களுடைய வசீகரிக்கும் பேச்சு, அசரவைக்கும் ஆளுமை, நம்ப முடியாத துணிச்சல் காரணமாகப் பெரிய அளவில் விளம்பரம் பெற்றனர். சிலருக்கு மட்டும் பத்திரிகைகள் கூடுதல் முக்கியத் துவம் கொடுத்தன. அந்த வாய்ப்பைப் பெறாத மாணவர் தலைவர்கள் மனத்தில் அதிருப்தி ரேகைகள் படரத் தொடங்கின.

மாணவர் போராட்டத்துக்குத் திரண்ட நிதியை நிர்வகிப்பதில் வெளிப்படைத்தன்மை இல்லை என்ற குற்றச்சாட்டு எழுந்த போது ஒற்றுமை உணர்வில் ஓட்டை விழத் தொடங்கியது. சென்னை மாணவர்கள் எடுத்த முடிவை திருச்சி மாணவர்கள் ஏற்கத் தயங்கினர்; கோவை மாணவர்கள் எடுக்கும் முடிவை திருச்சி மாணவர்கள் அங்கீகரிக்கவில்லை. போதாக்குறைக்கு, மாணவர்கள் நடத்தும் போராட்டத்துக்கு மறைமுகமாக நேசக் கரம் நீட்டிய திமுக தலைவர் அண்ணாவோ போராட்டத்தை நிறுத்தச்சொல்லி நெருக்கடி கொடுக்கத் தொடங்கியிருந்தார்.

இத்தனைக்கும், கிளர்ச்சி என் தலைமையில் நடைபெறவும் இல்லை. கழகக் கிளர்ச்சியும் அல்ல அது - நான் வாபஸ் பெற. எங்கள் கிளர்ச்சி 26ம் நாள் மட்டும் துக்கநாள் நடத்துவது. 25ம் நாள் நள்ளிரவே நாங்கள் கைது செய்யப்பட்டு, பிப்ரவரி இரண்டாம் நாள்தான் விடுதலை செய்யப்பட்டோம் என்று சொன்னவர் அண்ணா. மாணவர்கள் நடத்திய போராட்டத் துக்கும் திமுகவுக்கும் எந்தவிதமான தொடர்பும் இல்லை என்று வலியுறுத்த விரும்பியவர் அண்ணா. தற்போது மாணவர் விஷயத்தில் திடீரென தலையிட்டு, போராட்டத்தை நிறுத்தச் சொன்னது ஏன்?

அதற்கான பின்னணி முக்கியமானது. போராட்டம் நடத்துவது என்னவோ மாணவர்கள்தான். ஆனால் காவல் துறையினர் திமுகவினரை மட்டும்தான் குறிவைத்துக் கைது செய்தனர்; மாணவர் நடத்தும் போராட்டத்தைச் சாக்காக வைத்து திமுக வினரை ஒடுக்கத் தொடங்கிவிட்டார் பக்தவத்சலம் என்பது அண்ணாவின் வாதம்.

இன்னொருபக்கம், மாணவர்கள் நடத்தும் தொடர் போராட்டங் கள் மக்கள் மத்தியில் அதிருப்தியை ஏற்படுத்தக் கூடும். அது, எதிர்காலத்தில் திமுகவைப் பாதிக்கும் என்பது அண்ணாவின் கணிப்பு. ஆனால், மாணவர் தலைவர்களோ அண்ணா சொல்கிறார் என்பதற்காகப் போராட்டத்தை நிறுத்தமுடியாது என்று சொல்லிவிட்டனர். அவர்களில் பெரும்பாலானோர் கட்சி சார்பற்ற முறையில் செயல்பட்டவர்கள். அவர்களுக்குத் தமிழும் இந்தி எதிர்ப்பும்தான் முக்கியம், அண்ணா அல்ல.

போராட்டம் தொடங்கி இருபது நாள்கள் கடந்த நிலையில் திடீரென சென்னைக்கு வருகை தந்தார் ஒரு மத்திய அமைச்சர். பலரிடமும் பேசினார். தமிழர்களின் உணர்வுகளை மத்திய அரசுக்கு எடுத்துச் சொல்வதாகச் சொல்லிவிட்டுப் புறப்பட்டார். உண்மையில் அந்த அமைச்சர் திடீரென சென்னை செல்வார் என்று பிரதமர் சாஸ்திரி கொஞ்சமும் எதிர்பார்க்கவில்லை. உணர்ச்சிப்பூர்வமான விவகாரத்தில் முன் அனுமதி பெறாமல் என்னைத் தாண்டிச் சென்றது குற்றம் என்று ஆவேசப்பட்டார். பிரதமரின் ஆத்திரம் பொதிந்த வார்த்தைகள் அந்த அமைச்சரின் கவனத்துக்குச் சென்றன. அமைதியாக பதில் வந்தது அவரிட மிருந்து.

மக்களுக்குப் பிரச்னை என்றால் எத்தனை முறை வேண்டு மானாலும் பிரதமரைத் தாண்டிச் செல்வேன்! - துணிச்சலின் மொத்த உருவமாக வந்த பதிலுக்குச் சொந்தக்காரர் இந்திரா காந்தி. நேருவின் மகள். மத்திய தகவல் ஒலிபரப்புத்துறை அமைச்சர்!

16 பிப்ரவரி 1965. திடீரென திமுக பொருளாளர் கருணாநிதி கைது செய்யப்பட்டார். அதிலும், இந்தியப் பாதுகாப்புச் சட்டத்தின் கீழ். பாளையங்கோட்டைத் தனிமைச் சிறை அவரை வரவேற் றது. இந்தித் திணிப்புக்கு எதிராகப் போராட்டம் நடத்த மாணவர் களைத் தூண்டிவிட்டவர் கருணாநிதி என்பதுதான் அரசு முன் வைத்த குற்றச்சாட்டு. ஆனால் இந்தித் திணிப்பை எதிர்த்து உயிர்த்தி யாகம் செய்தவர்களைப் பார்த்து முதலமைச்சர் பக்தவத்சலம் திருப்திப்படுவதாக முரசொலியில் கார்ட்டூன் வெளியிட்டது தான் கைதுக்குக் காரணம் என்பது கருணாநிதியின் வாதம்.

கொந்தளிப்பு அதிகரித்திருந்த சூழலில் 22 பிப்ரவரி 1965 அன்று காங்கிரஸ் கட்சியின் செயற்குழு கூடியது. ஆட்சி மொழிச்

சட்டத்தில் திருத்தம் கொண்டுவர வேண்டும் என்றனர் இந்திரா, பிஜு பட்நாயக், எஸ்.கே. பாட்டீல் உள்ளிட்டோர். ஆனால் திருத்தத்துக்கான தேவையே எழவில்லை என்றனர் மொரார்ஜி தேசாய், ஜெகஜீவன் ராம் போன்றோர். சிக்கல் நீடித்தது. பிறகு முதல்வர்கள் மாநாட்டுக்கு அழைப்பு விடுத்தார் பிரதமர் சாஸ்திரி. பிரச்னை பற்றி ஆராய்ச்சி செய்ய துணைக்குழு அமைத்ததோடு கடமையை முடித்துக் கொண்டது அந்த மாநாடு.

காங்கிரஸ் கட்சி கூட்டிய செயற்குழு செயலற்றுப் போயிருந்தது; முதலமைச்சர்கள் நடத்திய மாநாட்டிலும் முடிவுகள் எட்டப் படவில்லை; எதிர்பார்ப்புகள் அனைத்தும் பொய்த்துப் போயிருந்தன. அதிருப்திகள் சூழ்ந்த நிலையில் முதலமைச்சர் பக்தவத்சலத்தைச் சந்தித்துப் பேசினார் மாணவர் தலைவர் ரவிச்சந்திரன்.

இந்தி பேசாத மாநிலங்களின் சம்மதம் இல்லாமல் ஆட்சி மொழி விஷயத்தில் மத்திய அரசு எந்தவித முடிவையும் எடுக்காது; ஆங்கிலம் இணை ஆட்சிமொழியாக நீடிக்கும் என்ற நேருவின் உத்தரவாதம் காப்பாற்றப்படும் என்று பிரதமர் சாஸ்திரி உறுதி கொடுத்துள்ளார். அதை நிறைவேற்ற என்னால் ஆனதைச் செய்வேன் என்று உத்தரவாதம் கொடுத்தார் முதலமைச்சர் பக்தவத்சலம்.

அப்போது போராட்டத்தில் ஈடுபட்ட மாணவர்களுக்கு மிரட்டல் விடுக்கவும் பக்தவத்சலம் தவறவில்லை. இனியும் மாணவர்கள் கூடிநின்று கிளர்ச்சி செய்தால் விமானத்தில் இருந்து துப்பாக்கி யால் சுடச்சொல்வேன்! மிரட்டலுக்குப் பயந்தாரா அல்லது உத்தரவாதம் திருப்தியளித்ததா என்பது தெரியாது. ஆனால் அறிக்கை வந்துவிட்டது ரவிச்சந்திரனிடம் இருந்து. மாணவர் போராட்டம் தாற்காலிகமாக ஒத்திவைக்கப்படுகிறது!

தலைவர் ஒதுங்கிக் கொண்டாலும் தளபதிகள் அசரவில்லை. நிலைமையை சீராக்கும் வகையில் தஞ்சாவூருக்கு அருகில் இருக்கும் பசுமடம் என்ற இடத்தில் வைத்து ஆலோசனைக் கூட்டம் நடத்த ஏற்பாடு செய்யப்பட்டது. உபயம்: ம. நடராசன்.

காவல்துறையின் கண்களுக்குச் சிக்காதவகையில் நடந்த ரகசியக் கூட்டத்தில் ரவிச்சந்திரன், எல். கணேசன், பெ. சீனிவாசன், நாவளவன், க.ப. அறவாணன் உள்ளிட்ட பலரும் கலந்துகொண் டனர். தன்னிச்சையாக அறிக்கை வெளியிட்ட ரவிச்சந்திரன் மீது

கண்டனக் கணைகள் பொழிந்தன. பிறகு தீர்மானம் நிறைவேறியது. மத்திய அரசு, இந்தித் திணிப்பு விஷயத்தில் மாணவர்களுக்கு மன நிறைவு தரக்கூடிய தீர்வைக் கொடுக்கும் வரையில் போராட்டம் தொடரும்!

தன்னிச்சையான அறிக்கை வெளியிட்ட ரவிச்சந்திரன் நீக்கப்பட்டார். அந்த இடத்துக்கு விருதுநகர் பெ. சீனிவாசன் வந்தார். அரசாங்கத்தின் அடக்குமுறைகளை மீறிப் போராட்டத்தைத் தொடர்வதற்கு வசதியாக எல். கணேசன் போன்ற சில தளகர்த்தர்கள் மட்டும் தலைமறைவாக இருந்தபடியே ஆலோசனைகள் கொடுத்தனர். உளவுத் துறையினர் கொடுக்கும் தகவல்களைக் கொண்டு ஆங்காங்கே மாணவர் தலைவர்கள் கைது செய்யப்படுவதும் தொடர்ச்சியாக நடந்தது.

மதுரை மாவட்டம் கூடலூரில் நடந்த துப்பாக்கிச்சூட்டில் மட்டும் இருபத்தியெட்டு உயிர்கள் பலியாகின. மாணவர்களைக் கொத்துக் கொத்தாகக் கைது செய்து சிறையில் அடைத்தனர். இனியும் போராட்டம் தொடர்வது அபாயகரமான விளைவுகளை ஏற்படுத்தும் என்று மீண்டும் எச்சரிக்கை விடுத்தார் அண்ணா. மொழிப்பிரச்னையைப் பெரியவர்களிடம் விட்டு விடுங்கள்; கல்வியில் கவனம் செலுத்துங்கள்!

அண்ணாவின் கோரிக்கையை மீண்டும் ஒருமுறை மாணவர்கள் புறக்கணித்த நிலையில் மூடிக்கிடந்த கல்லூரிகளைத் திறப்பதற்காக மாநில அரசு அறிவித்திருந்த 8 மார்ச் 1965 நெருங்கிக் கொண்டிருந்தது. மாணவர்கள் போராட்டத்தை ஒத்திவைத்துவிட்டுக் கல்லூரிக்குத் திரும்பிவிட்டதாக வானொலியில் செய்திகள் ஒலிபரப்பாகின. ஆனால் மாணவர் அமைப்பின் சார்பில் அப்படியொரு அறிவிப்பு எதுவும் வரவில்லை. மாணவர்கள் போராட்டத்தைச் சிதைக்கும் நோக்கத்துடன் அரசு பரப்பும் பொய்ச்செய்தி என்றனர் மாணவர் தலைவர்கள்.

அடுத்த ஆயுதமாக பல்கைக் கழகத் தேர்வுத் தேதிகளை அறிவித்து பெற்றோர்களைப் பயமுறுத்தியது மாநில அரசு. ஏற்கெனவே போராட்டத்தில் ஈடுபட்டதன் காரணமாகப் கல்வி பாதிக்கப்பட்டுள்ள சூழலில் தேர்வையும் எழுதாமல் விட்டால் எதிர்காலம் கேள்விக்குறியாகிவிடுமோ என்ற அச்சம் பெற்றோர்களிடம் ஏற்பட்டது. அரசியல் கட்சிகள் நடத்திய கூட்டங்களில் மாணவர்களுக்கு வேண்டுகோள்கள் விடுக்கப்பட்டன.

போதாக்குறைக்கு, பத்திரிகைகள் மாணவர்களுக்கு எதிரான நிலைப்பாட்டை எடுக்கத் தொடங்கின. எந்தப் பத்திரிகைகள் எல்லாம் மாணவர் போராட்டத்துக்கு முக்கியத்துவம் கொடுத்து, போராட்ட நெருப்பை விசிறி விட்டனவோ அவையெல்லாம் தடம் புரண்டன. சாதாரண விஷயங்களை எல்லாம் ஊதிப் பெரிதாக்கிய ஊடகங்கள் இப்போது இரும்பு போன்ற விஷயங்களையே துரும்பாக நினைத்துப் புறக்கணித்தன. மாணவர்களின் செயல்களை வன்முறைச் செய்திகளாகச் சித்திரிக்கும் வேலையில் இறங்கின.

பின்னால் நடக்கப்போவதை எல்லாம் முன்கூட்டியே கணித்து விட்ட காரணத்தால்தான் போராட்டத்தை நிறுத்தச் சொல்லிப் பலமுறைகோரிக்கை விடுத்தார் அண்ணா. அப்போது அலட்சியம் செய்தவர்கள் இப்போது அலட்சியப்படுத்தப்பட்டனர். இனியும் போராட்டம் தொடர்வது ஆபத்து என்ற நிலையில் மாணவர்கள் போராட்டத்தை ஒத்திவைக்கும் மனநிலைக்கு வந்தனர். 14 மார்ச் 1965 அன்று அதிகாரப்பூர்வமாக அறிவிப்பு வெளியானது. இந்தித் திணிப்புக்கு எதிரான மாணவர் போராட்டம் தாற்காலிகமாக ஒத்திவைக்கப்படுகிறது!

34

அடித்தது வாடை, தொலைந்தது தூக்கம்

மொழிப்போரில் பற்றி எரிந்த நெருப்பு மக்கள் மனத்தில் கனன்று கொண்டே இருக்கிறது. அதில் காங்கிரஸ் கட்சி கருகப் போவது நிச்சயம். அதற்கான களம்தான் தர்மபுரி சட்டமன்றத் தொகுதி இடைத்தேர்தல். இதுதான் திமுக உள்ளிட்ட அனைத்து எதிர்க்கட்சிகளின் நம்பிக்கை. பிப்ரவரி இறுதி வாரத்தில் நடந்திருக்க வேண்டிய தேர்தல். மாணவர்கள் போராட்டம் உச்சத்தில் இருந்ததால் 10 ஏப்ரல் 1965க்குத் தள்ளிவைக்கப்பட்டது.

அதிருப்திகள் சூழ்ந்த நிலையில் காங்கிரஸ் கட்சியின் மானத்தைக் காப்பாற்றவேண்டிய பொறுப்பு காமராஜர் வசம் வந்துசேர்ந்தது. ஒத்தாசைக்கு வந்தார் பெரியார். ஆளுங்கட்சி மீதான எதிர்ப்பின் வீரியம் எந்த அளவுக்கு இருக்கிறது என்பதை நிரூபிக்க வேண்டிய கட்டாயத்தில் இருந்தது திமுக. அதற்கு அனுசரனையாக என்னால் ஆனதைச் செய்கிறேன் என்று ஆர்வத்துடன் முன் வந்தார் ராஜாஜி.

புதிதாக உருவாகியிருந்த மார்க்சிஸ்ட் கம்யூனிஸ்ட் கட்சி திமுகவுக்கு ஆதரவு கொடுத்தது. ஆனால், இந்திய கம்யூனிஸ்ட் கட்சி வேட்பாளரை நிறுத்தியது. அதிகார அத்துமீறல், சினிமா கவர்ச்சி இரண்டையும் எதிர்த்துக் களமாடுவதாக அந்தக் கட்சி சொன்ன போதும் களத்தில் காங்கிரஸ் கட்சிக்கும் திமுகவுக்குமே நேரடிப் போட்டி.

காமராஜர் களத்தில் இறங்கி பிரசாரம் செய்தார். மாநில அமைச்சர்கள் உள்ளிட்ட அத்தனை முக்கியத் தலைவர்களும் தீவிர பிரசாரத்தில் ஈடுபட்டனர். பல வாக்குறுதிகளை வாரி

வழங்கினர். முக்கியமாக, தர்மபுரியைத் தலைநகராக மாற்று வோம் என்றது காங்கிரஸ் கட்சி. ஒருவேளை, காங்கிரஸ் கட்சி தோல்வி அடைந்துவிட்டால் தர்மபுரியை என்ன செய்வீர்கள்? என்று கேள்வி எழுப்பியது கம்யூனிஸ்ட் கட்சி. அந்தக் கேள்வி யில் தேர்தல் பிரசாரம் சூடுபிடித்தது. அப்போது திராவிடர் கழகத்தின் விடுதலை பத்திரிகையில் எச்சரிக்கை ஒன்று வெளியானது.

தருமபுரி வோட்டர்களே, உஷார்! கலவரக்காரர்களை ஆதரிக்கா தீர்! கண்ணீர்த்துளிகள் கூட்டுச்சதிக்கு இடந்தராதீர்!

திமுகவுக்கு வாக்களித்தால் கலவரம்தான் நடக்கும் என்பது பெரியாரின் பிரசாரம். காங்கிரஸ் வேட்பாளருக்கு ஆதரவாகப் பெரியார் வந்ததும் திமுகவுக்குத் தோள் கொடுக்க ராஜாஜி வந்துசேர்ந்தார். வந்த வேகத்தில் பிரசாரத்திலும் ஈடுபட்டார்.

பிராமணர்களே! பூணூலைப் பிடித்துக்கொள்ளுங்கள். கண்ணை மூடிக்கொள்ளுங்கள். உதயசூரியனில் முத்திரை போடுங்கள். திமுக, முஸ்லிம் லீக், சுதந்தரா ஆகிய மூன்றுமே ஒன்றுதான்!

அண்ணா உள்ளிட்ட அத்தனைத் தலைவர்களும் திமுக வேட் பாளரை ஆதரித்து ஓட்டுவேட்டையில் ஈடுபட்டனர். எம்.ஜி.ஆர் வந்தார். எஸ்.எஸ்.ஆர் வந்தார். இன்னும் இன்னும் பல நட்சத் திரங்களும் தலைவர்களும் மின்னல் வேகப் பிரசாரத்தில் ஈடு பட்டனர். முக்கியமாக, மொழிப்போரில் ஈடுபட்ட மாணவர் தலைவர்கள் பலரும் திமுகவுக்குத் துடிப்பு குறையாமல் தேர்தல் வேலைகள் செய்தனர்.

மொழிப்போரில் நடந்த அடக்குமுறைகளுக்கான எதிரொலி தேர்தல் முடிவுகளில் கேட்கும் என்ற எதிர்பார்ப்பு எழுந்திருந் தது. ஆனால் அத்தனைக் கணிப்புகளையும் பொய்யாக்கும் வகையில் தர்மபுரி இடைத்தேர்தலில் காங்கிரஸ் வேட்பாளர் அபார வெற்றியைப் பெற்றிருந்தார். திமுக வேட்பாளரைக் காட்டிலும் சுமார் பதினைந்தாயிரம் வாக்குகள் அதிகம் கிடைத் திருந்தது அவருக்கு. கம்யூனிஸ்ட் வேட்பாளருக்குக் கிடைத்தது வெறும் இரண்டாயிரத்து சொச்சம் வாக்குகளே.

கடந்த இடைத்தேர்தல்களில் ஆளுங்கட்சியைத் தொடர்ச்சியாகத் தோற்கடித்திருந்த திமுகவுக்கு, தர்மபுரி வாக்காளர்கள் அதிர்ச்சி வைத்தியம் கொடுத்திருந்தனர். தேர்தல் முடிவு தர்மபுரியை

அதர்மபுரியாக மாற்றிவிட்டது என்று மாணவர் தலைவர்கள் வருந்தும் அளவுக்கு இருந்தது திமுகவுக்குக் கிடைத்த தோல்வி.

நீண்ட இடைவெளிக்குப் பிறகு தமிழக காங்கிரஸ் முகாமில் உற்சாக வெள்ளம் திரும்பிய நிலையில் அகில இந்திய காங்கிரஸ் கட்சி தீவிர யோசனையில் மூழ்கியிருந்தது. காரணம், இந்தியாவுக்கு ஏற்பட்ட திடீர் நெருக்கடி. உபயம்: பாகிஸ்தான் தொடங்கிய யுத்தம்.

தர்மபுரி தேர்தல் பிரசாரம் இங்கே களைகட்டியிருந்த சமயத்தில் காஷ்மீரின் பாரமுல்லா பகுதிக்குள் ஊடுருவிய பாகிஸ்தான் ராணுவத்தினர் ஆகஸ்டு மாதத்தில் தாக்குதல் நடத்தத் தொடங்கினர். திடீர்த் தாக்குதல் என்றபோதும் வீரியத்துடன் தாக்கியது இந்திய ராணுவம்.

பாகிஸ்தானை ஓடஓட விரட்டவேண்டும் என்பதுதான் ஒட்டுமொத்த இந்தியர்களின் விருப்பமாக இருந்தது. அனைத்து கட்சிகளும் அதைத்தான் விரும்பின. திராவிட நாடு பிரிவினை கோரிக்கையைக் கைவிட்டிருந்த சூழ்நிலையில் திமுகவின் தற்போதைய நிலைப்பாடு என்ன என்ற கேள்வி தேசிய அளவில் எழுந்தது. உடனடியாக பதில் வந்தது அண்ணாவிடம் இருந்து.

> கட்சிகளுக்குள் உள்ள கருத்துவேறுபாடுகளை எடுத்துப் பேசிக்கொண்டிருப்பது இப்போது பொருத்தமற்றது. பொருளற்றது. பொல்லாங்கை விளைவிக்கக்கூடியது. மக்களுடைய நேரமும் நினைப்பும் நாட்டுக்கு வந்துள்ள ஆபத்தை முறியடித்திடும் கடமைக்காகவே பயன்படுத்தப்பட வேண்டும். இப்போது நமக்குள்ள ஒரே பணி, நாட்டைக் காத்திடும் பணி. அதிலே எனது கழகம் லால் பகதூர் சர்க்காருடன் முழு அளவில் ஒத்துழைக்கும்.

போர் உச்சத்தை எட்டிய நிலையில் ரஷ்ய பிரதமர் கோசிஜின் களத்தில் இறங்கினார். போரை நிறுத்துங்கள்; பேச்சைத் தொடங்குங்கள்! 3 ஜனவரி 1966 அன்று அமைதிப் பேச்சு வார்த்தைக்கு அழைப்புவிடுத்தார் கோசிஜின். தாஷ்கண்ட் நகரில் சந்திப்பு நடந்தது. இந்திய பிரதமர் சாஸ்திரி சென்றார். அவருக்கு உதவியாக இந்திய பாதுகாப்புத் துறை அமைச்சர் ஒய்.பி. சவாண் மற்றும் வெளியுறவுத் துறை அமைச்சர் ஸ்வரண் சிங் இருவரும் சென்றனர். பாகிஸ்தான் பிரதமர் அயூப்கான் வந்திருந்தார்.

அவருக்கு உதவியாக அந்த நாட்டின் வெளியுறவுத் துறை அமைச்சர் ஜுல்ஃபிகர் அலி புட்டோ.

நீண்ட பேச்சுவார்த்தைகளுக்குப் பிறகு 10 ஜனவரி 1966 அன்று சமரச உடன்பாடு கையெழுத்தானது. சாஸ்திரி, அயூப்கான் இடையேயான உடன்பாட்டில் கோசிஜின் சாட்சிக் கையெழுத்து போட்டிருந்தார். ஒப்பந்தம் கையெழுத்தான திருப்தியுடன் படுக்கைக்குச் சென்ற பிரதமர் சாஸ்திரிக்கு நள்ளிரவு இரண்டு மணிக்கு திடீரென நெஞ்சுவலி. மருத்துவர்கள் அவசர சிகிச்சைகள் கொடுத்தனர். ஊசி போட்டனர். எதுவும் பலன் கொடுக்கவில்லை. உயிர் பிரிந்தது.

நேருவின் திடீர் மறைவு காரணமாக ஏற்பட்ட நெருக்கடியைச் சமாளிப்பதற்காகப் பதவிக்கு வந்தவர் சாஸ்திரி. ஆனால் பாகிஸ்தான் மூலமாக மிகப்பெரிய நெருக்கடி உருவாகியிருந்த சூழ்நிலையில் திடீரென சாஸ்திரி மரணம் அடைந்தது மற்றொரு நெருக்கடியை உருவாக்கியது. சாஸ்திரியின் இடத்தை யாரைக் கொண்டு நிரப்புவது என்ற கேள்வி காமராஜர் உள்ளிட்ட அத்தனைத் தலைவர்களையும் உலுக்கியெடுத்தது. வழக்கம் போல தாற்காலிக பிரதமராகத் தேர்வு செய்யப்பட்டார் குல்சாரிலால் நந்தா.

அகில இந்திய காங்கிரஸ் தலைவர் என்ற பொறுப்பை ஏற்ற பிறகு மீண்டும் ஒரு சிக்கலைத் தீர்க்கவேண்டிய பொறுப்பு காமராஜரின் கரங்களில் வந்து விழுந்தது. புதிய பிரதமரைத் தேர்வு செய்யவேண்டும். அந்தத் தேர்வு சிறப்பாகவும் இருக்கவேண்டும்; நிலையான தேர்வாகவும் இருக்கவேண்டும்; கட்சிக்குள் குழப்பத்தை ஏற்படுத்தாமலும் இருக்கவேண்டும். மாநில முதலமைச்சர்கள் உள்ளிட்ட பல தலைவர்களையும் சந்தித்துக் கருத்துகளைக் கேட்டார் காமராஜர். சாஸ்திரியைத் தேர்வு செய்வதற்கு முன்னர் இந்திரா காந்தியைக் கணக்கில்கூட எடுத்துக்கொள்ளாத காமராஜர், தற்போது சாஸ்திரிக்கு மாற்று இந்திராவே என்ற முடிவுக்கு வந்திருந்தார்.

நாற்பத்தியெட்டு வயது. உலகத் தலைவர்கள் மத்தியில் நல்ல அறிமுகம் பெற்றவர். பாரம்பரியமிக்க குடும்ப வாரிசு. பொது மக்களின் நன்மதிப்பைப் பெற்றவர். முக்கியமாக, பெரியவர்கள் சொல்பேச்சு கேட்டு நடக்கக் கூடியவர். இந்திராவைப் பற்றி

இப்படித்தான் கணித்து வைத்திருந்தார் காமராஜர். மற்ற தலைவர்கள் மறுப்பேதும் சொல்லவில்லை. ஆனால் மொரார்ஜி முரண்டு பிடித்தார். எனக்கே தகுதி.. எனக்கே பதவி என்றார். காமராஜர் செய்த சமாதானங்களை ஏற்க அவர் தயாராக இல்லை. எனில், வாக்குப்பெட்டி பதிலளிக்கும் என்று சொல்லாமல் சொல்லிவிட்டுப் புறப்பட்டார் காமராஜர்.

பிரதமர் பதவிக்கு யாரைக் கொண்டுவருவது என்பது பற்றிய சிந்தனையில் மூழ்கியிருந்தபோது இரண்டு கேள்விகள் காமராஜரிடம் கேட்கப்பட்டன. முதல் கேள்வி, நீங்கள் ஏன் பிரதமர் பதவியை ஏற்கக்கூடாது என்பது. வெறும் புன்னகையை மட்டும் சிந்திவிட்டு நகர்ந்துவிட்டார் காமராஜர். ஆனால் அடுத்த கேள்வி அவரை ஆத்திரப்படுத்தியது.

பிரதமர் பதவிக்கு யாரைக் கொண்டுவருவது என்ற பிரச்னையில் எதற்காக மாநில முதல்வர்களிடம் எல்லாம் கருத்து கேட்கிறீர்கள்? அகில இந்திய பிரச்னையில் மாநில முதல்வர்களுக்கு என்ன வேலை? விருட்டென்று பதில் வந்தது காமராஜரிடம் இருந்து. மாநிலங்கள் இல்லாமல் இந்தியா இல்லை; மாநில அரசுகள் இல்லாமல் மத்திய அரசு இல்லை. ஆகவே, பிரதமரைத் தேர்வு செய்வதில் மாநில முதல்வர்களின் கருத்து அத்தியாவசியமானது!

19 ஜனவரி 1966 அன்று தேர்தல் நடந்தது. மூத்த தலைவர் மொரார்ஜிக்கும் இளைய தலைமுறையின் இந்திரா காந்திக்கும் பலத்த போட்டி. இந்திரா காந்திக்கு 355 வாக்குகள் கிடைத்தன. எதிர்த்துப் போட்டியிட்ட மொரார்ஜிக்கு 169 வாக்குகள். காமராஜர் வகுத்த வியூகம் வெற்றிபெற்றிருந்தது.

அந்த மகிழ்ச்சியோடு இந்திரா காந்தியைத் தமிழகத்துக்கு அழைத்துவந்தார் காமராஜர். வரவேற்பு ஏற்பாடுகள் தடபுடலாக இருந்தன. ஒரு நாள் சுற்றுப்பயணம்தான். ஆனால் கலந்து கொண்டதோ ஏராளமான நிகழ்ச்சிகள். சென்னையில் கட்டப்பட்ட இரண்டு ராணுவத் தளவாடத் தொழிற்சாலைகளைத் திறந்துவைத்தார் பிரதமர் இந்திரா. முக்கியமாக, சென்னை கடற்கரையில் பிரம்மாண்டப் பொதுக் கூட்டத்துக்கு ஏற்பாடு செய்யப்பட்டது. காமராஜர் உன்னதமான தலைவர் என்றார். திறமையான நிர்வாகி என்றார். பலத்த கைத்தட்டல்கள். புன்னகை தோய்ந்த முகத்துடன் புறப்பட்டுவிட்டார் இந்திரா.

நடப்பதை எல்லாம் உன்னிப்பாகக் கவனித்துக் கொண்டிருந்த அண்ணாவுக்கு தேர்தல் வாடை அடித்தது. எப்படியும் ஏழெட்டு மாதங்களில் தேர்தல் வந்துவிடும். மற்ற கட்சிகள் சுதாரித்துத் தேர்தல் களத்தில் இறங்குவதற்குள் நாம் இறங்கிவிட்டால் பந்தயத்தில் முந்திவிடலாம் என்பது காமராஜர் போட்ட கணக்கு. அதைத்தான் சரியான சமயத்தில் சுதாரித்திருந்தார் அண்ணா. உண்மையில் அப்போது காங்கிரஸ் அரசுக்கு ஏகப்பட்ட பிரச்னைகள். அத்தியாவசியப் பொருள்களின் விலைவாசி உச்சத்தில் இருந்தது. ரேஷன் கடைகளில் மக்கள் மணிக்கணக்கில் காத்திருக்க வேண்டிய நிலை உருவாகியிருந்தது. கடுமையான அரிசிப் பஞ்சம். பொதுச்சந்தையில் அரிசியின் விலை தாறுமாறாக உயர்ந்து கிடந்தது. எல்லாவற்றையும் பார்த்துப் பார்த்துப் பட்டியல் போட்டுப் பரபரப்பை ஏற்படுத்தத் தொடங்கினார் அண்ணா.

திமுகவினர் ஆட்சிக்கு வந்துவிட்டால் பெண்கள் நகைகளுடன் நடமாடமுடியாது என்று யாரோ ஒரு காங்கிரஸ் தலைவர் போகிறபோக்கில் சொல்லிவிட்டார். அதையே வசமாகப் பிடித்துக் கொண்டு காங்கிரஸ் அரசின் சட்டம் ஒழுங்கு சீர்கேட்டை சுக்குநூறாகக் கிழிக்கத் தொடங்கினார் அண்ணா. காங்கிரஸ் ஆட்சியில் கொலைகள் எத்தனை விழுந்தன, கொள்ளைகள் எத்தனை நடந்தன, வழிப்பறி எத்தனை, கன்னம் வைத்துக் களவுசெய்த இடங்கள் எத்தனை, கடத்தப்பட்ட பெண்கள் எத்தனைபேர் என்று ஆண்டுவாரியாகப் பட்டியல் போட்டுப் புயலைக் கிளப்பினார் அண்ணா. கடிதங்கள் மூலமாக வெளிவந்த புள்ளிவிவரங்களை மேடை போட்டு மக்கள் மத்தியில் கொண்டுசென்றனர் திமுக பேச்சாளர்கள்.

35

படுத்துக்கொண்டே ஜெயிப்பேன்

விலைவாசியை நினைத்துப் பார்க்கவே அச்சமாக இருந்தது காமராஜருக்கு. அரிசி விலை ஏறிவிட்டது. பருப்பு விலை, எண்ணெய் விலை என்று அத்தியாவசியப் பொருள்கள் அத்தனையுமே விலையேறிக்கிடந்தன. போதாக்குறைக்கு, மக்களைக் கவரக்கூடிய முதலமைச்சராக பக்தவத்சலம் செயல்படவில்லை. மக்களை மதிக்கக்கூடிய மனிதராக இல்லை என்ற விமரிசனங்கள் காங்கிரஸ் கட்சிக்குள்ளேயே இருந்தன.

ஒருவேளை வரும் தேர்தலிலும் பக்தவத்சலத்தையே முதலமைச்சர் வேட்பாளராக முன்னிறுத்தினால் அது காங்கிரஸ் கட்சியின் எதிர் காலத்தைக் கேள்விக்குறியாக்கிவிடும் என்பதில் உறுதியாக இருந்தார் காமராஜர். அதேசமயம் தமிழ்நாடு காங்கிரஸ் கமிட்டி தலைவர் கிருஷ்ணசாமி நாயுடுவையும் முதலமைச்சராக முன்னிறுத்த காமராஜர் தயாராக இல்லை. மனத்தில் தோன்றிய கருத்தை வெள்ளோட்டம் விட்டுப் பார்க்கும் வகையில் சாத்தூரில் நடந்த பொதுக்கூட்டம் ஒன்றில் பேசினார்.

வரும் தேர்தல் மூலம் உங்களுக்குப் புதிய முதலமைச்சர் கிடைக்கப் போகிறார்!

அது காங்கிரஸ் தலைவர்களுக்குப் புரிந்ததா என்று தெரியாது. திமுக உள்ளிட்ட எதிர்க்கட்சிகள் அத்தனை பேருக்குமே புரிந்து போனது. காமராஜரின் அதிரடி வியூகம் எதிர்க்கட்சிகளுக்கு அதிர்ச்சியைக் கொடுத்தது. கூடவே, பயத்தையும்.

பக்தவத்சலமே முதல்வர் வேட்பாளர் என்றால் அவரை எதிர்த்துப் பிரசாரம் செய்வது சுலபம். மாறாக, காமராஜர்

என்றால் விமரிசனத்துக்கான வாய்ப்புகள் அடிபட்டுவிடும். எதிர்க்கட்சிகளை யோசிக்கவைத்துவிட்டு அடுத்த வேலையைக் கவனிக்கப் போய்விட்டார் காமராஜர்.

உண்மையில் தேர்தல் அறிவிப்பு வெளியாவதற்கு முன்பிருந்தே கூட்டணி அமைத்துத் தேர்தலைச் சந்திக்கும் முடிவுக்கு வந்திருந்தார் அண்ணா. ஏற்கெனவே ராஜாஜியுடன் இணக்கம் இருந்தது. மார்க்சிஸ்ட் கட்சியுடனும் தொடர்புகள் இருந்தன. காயிதே மில்லத்துடன் கரிசனம் குறையாமல் பழகினர். ஆதித்தனாரை அரவணைக்கத் தவறவில்லை. தேர்தல் என்று வந்தால் எல்லோரையும் ஓரணியில் திரட்டுவதற்குத் தேவையான அத்தனை அச்சாரங்களையும் பக்குவமாகப் போட்டுவைத்திருந்தார் அண்ணா.

கட்சித் தொண்டர்களுக்குச் சொல்லவேண்டிய செய்திகள், அறிவுரைகள் அனைத்தையும் கொண்டுசேர்ப்பதற்கு வசதியாக தம்பிக்குக் கடிதம் என்ற பகுதியை திராவிட நாடு மற்றும் காஞ்சி இதழ்களில் தொடர்ச்சியாக எழுதிக்கொண்டிருந்தார் அண்ணா. அவற்றின்மூலம் தேர்தல் வெற்றிக்குக் கூட்டணியின் அவசியத்தை எடுத்துச் சொல்லித் தொண்டர்களைத் தயார்ப்படுத்தி வைத்திருந்தார் அண்ணா. ஒரே ஒரு உதாரணம் பார்க்கலாம்:

> என் வீட்டில் ஒரு திருடன் திடீரென புகுந்துவிட்டால் அவனை அடிக்க எந்தத் தடி அகப்பட்டாலும் அதை எடுத்து அடிப்பேன். அப்போது, சுதந்தரா தடியென்றோ, கம்யூனிஸ்டு தடியென்றோ பார்க்கமாட்டேன். எல்லாத் தடிகளையும் உபயோகிப்பேன். காங்கிரஸ் கட்சியை வீழ்த்துவதற்காக மற்ற கட்சிகளுடன் உடன்பாடு செய்துகொள்வது தவறாகாது. கொள்கையில் பற்றும் இலட்சியத்தில் வலுவும் இருப்பவர்கள் யாருடன் சேர்ந்தாலும் அழிந்துவிடமாட்டார்கள். இதில் எனக்குத் துணிவும் நம்பிக்கையும் இருந்துவருகிறது

1967 பிப்ரவரி மாதத்தில் பொதுத்தேர்தல் நடத்தப்படும் என்று அறிவிப்பு வெளியானது. அடுத்த நொடியே அரசியல் கட்சிகள் துள்ளியெழுந்துவிட்டன. தமிழ்நாடு சட்டமன்றத் தொகுதிகளின் எண்ணிக்கை 206ல் இருந்து 234 ஆக அதிகரித்திருந்தது. அதற்கேற்ப தொகுதி உடன்பாடுகளைச் செய்யவேண்டும்; வேட்பாளர்களைத் தேர்வு செய்ய வேண்டும். காங்கிரஸ் கட்சிக்குப்

பிரச்னை இல்லை. ஆனால் திமுக போன்ற வளர்ந்துவரும் கட்சிகளுக்கு நிறைய வேலைகள் காத்திருந்தன.

விலைவாசி உயர்வு, அரிசிப் பஞ்சம், மாணவர் போராட்டத்தைக் கையாளுவதில் காட்டிய கடுமை, துப்பாக்கிச்சூடு சம்பவங்கள், முதலமைச்சர் மீதான விமரிசனங்கள் என்று ஆயிரத்தெட்டு அதிருப்திகள் இருந்தபோதும் காங்கிரஸ் கட்சி துளியும் நம்பிக்கை இழக்கவில்லை. தனித்துக் களம் காணத் தயாராகியிருந்தது. ஆச்சரியம் என்னவென்றால் விருதுநகர் சட்டமன்றத் தொகுதி வேட்பாளராக காமராஜர் பெயர் அறிவிக்கப்பட்டது.

காங்கிரஸ் கட்சியின் அகில இந்தியத் தலைவர் பதவியை ஏற்றபிறகும், இரண்டு பிரதமர்களை உருவாக்கிய பிறகும் கூட அவருக்கு மாநில அரசியல் மீதான காதல் குறையவில்லை. முக்கியமாக, தமிழ்நாட்டில் காங்கிரஸைக் காப்பாற்ற இதைத் தவிர வேறு வழியில்லை என்ற முடிவுக்கு வந்திருந்தார். அதைத் தான் சாத்தூர் பொதுக்கூட்டத்தில் கோடிட்டுக் காட்டியிருந்தார்.

கூட்டணி அமைப்பது தொடர்பான பேச்சுவார்த்தைகளைத் தொடங்கும்போதே திமுகவுக்கு மிகப்பெரிய சவால் ஒன்று காத்திருந்தது. அது, சுதந்தரா மற்றும் மார்க்சிஸ்ட் கம்யூனிஸ்ட் கட்சியை ஓரணியில் திரட்டுவது. இரண்டு கட்சிகளுமே எதிரெதிர் துருவங்கள். கொள்கை அடிப்படையில் இருவருமே பரம வைரிகள். தீவிர யோசனைக்குப் பிறகு புதிய யோசனை ஒன்றை முன்வைத்தார் அண்ணா. சுதந்தரா கட்சி போட்டியிடும் இடத்தில் மார்க்சிஸ்ட் கம்யூனிஸ்ட் விரும்பினால் போட்டி யிட்டுக் கொள்ளலாம். ஆட்சேபனை இல்லை.

பெரிய கட்சிகளை வழிக்குக் கொண்டுவந்த பிறகு சிறிய கட்சிகளை அழைக்கத் தொடங்கினார் அண்ணா. முதலில் காயிதே மில்லத்தின் முஸ்லிம் லீக். பிறகு மூக்கையா தேவரின் ஃபார்வர்ட் ப்ளாக், பிரஜா சோஷலிஸ்ட் கட்சி ஆகியனவும் திமுக அணியில் இணைந்தன. சி.பா. ஆதித்தனாரின் நாம் தமிழர் கட்சியையும் அணியில் சேர்க்க விரும்பினார் அண்ணா. காரணம் ஒன்றுதான். தினத்தந்தி மூலம் விளம்பரம் கிடைக்கும். ம.பொ.சிவஞானத்தின் தமிழரசு கழகத்தில் நறுக்கென்று பேசக்கூடிய நான்கைந்து பேச்சாளர்கள் இருந்தனர். அவர்களைக் குறிவைத்தே ம.பொ.சியையும் சேர்த்துக் கொண்டார் அண்ணா.

ஒருவழியாக திமுக தலைமையிலான கூட்டணி அமைந்தது. அதன் பெயர், ஜனநாயக முற்போக்குக் கூட்டணி. உண்மையில் அது கூட்டணி அல்ல, வெறும் தொகுதி உடன்பாடுதான் என்று சில கட்சிகள் பின்னாளில் சொல்லிக் கொண்டபோதும் காங்கிரஸ் கட்சிக்கு எதிராக திமுக தலைமையில் பிரம்மாண்டமான அணி உருவெடுத்திருந்தது.

மொத்தமுள்ள 234 தொகுதிகளில் திமுக 174 தொகுதிகளில் போட்டியிட்டது. திமுக கூட்டணியில் சுதந்தராவும் ஃபார்வர்ட் ப்ளாக்கும் சேர்த்து 28 தொகுதிகள் ஒதுக்கப்பட்டன. மார்க்சிஸ்ட் கம்யூனிஸ்ட் கட்சிக்கு 22 தொகுதிகள். பிரஜா சோஷலிஸ்ட் கட்சிக்கு 4 தொகுதிகள். மயிலாப்பூர் தொகுதியில் ம.பொ.சியும் திருவைகுண்டம் தொகுதியில் சி.பா. ஆதித்தனாரும் உதய சூரியன் சின்னத்தில் போட்டியிட்டனர்.

திமுகவின் வேட்பாளர் பட்டியலில் பல சுவாரஸ்யங்கள் இருந்தன. விருதுநகர் சட்டமன்றத் தொகுதியில் காமராஜரை எதிர்த்து நிறுத்தப்பட்ட வேட்பாளர் மொழிப்போராட்டத் தளபதிகளுள் ஒருவரான பெ. சீனிவாசன். இன்னொரு தளபதியான எல். கணேசன் ஒரத்தநாடு தொகுதியில் நிறுத்தப்பட்டார். தஞ்சாவூர் மக்களவைத் தொகுதியில் நிறுத்தப்பட்ட எஸ்.டி. சோமசுந்தரமும் மொழிப்போரில் முக்கியப்பங்காற்றியவர். எல்லாவற்றைக் காட்டிலும் அதிர்ச்சியூட்டும் சங்கதி ஒன்று இருந்தது. அண்ணாவின் பெயர் வேட்பாளர் பட்டியலில் இல்லை.

காங்கிரஸ் ஆட்சிக்கு முற்றுப்புள்ளி வைத்தே தீருவோம் என்று மேடைக்கு மேடை முழங்கிய திமுகவின் நிறுவனர் அண்ணா தமிழ்நாடு சட்டமன்றத் தேர்தலில் போட்டியிடவில்லை. மாறாக, தென்சென்னை மக்களவைத் தொகுதி வேட்பாளராகப் போட்டியிட்டார். பெரும்பான்மைத் தொகுதிகளைத் திமுக கைப்பற்றினால் யார் முதல்வர் என்ற கேள்விக்கு திமுக தரப்பில் இருந்து எந்தப் பதிலும் இல்லை. அப்படியொரு கேள்வியை எழுப்ப காங்கிரஸ் கட்சியும் தயாராக இல்லை.

தமிழகத்தின் முக்கியக் கட்சிகள் அனைத்துமே கூட்டணிக் கடலுக்குள் குதித்துவிட்ட நிலையில் இந்திய கம்யூனிஸ்ட் கட்சி மட்டும் தனித்தே இருந்தது. உண்மையில் இந்திய கம்யூனிஸ்ட் கட்சிக்கு காங்கிரஸ் கட்சியுடன் தேசிய அளவில் நல்ல உறவு இருந்தது. ஆனாலும் தமிழக அளவில் தேர்தல் கூட்டணி

அமைத்துக்கொள்வதில் இரண்டு கட்சிகளுமே ஆர்வம் செலுத்த வில்லை. திமுகவுடன் அணி அமைக்கும் முயற்சிகளும் பலனளிக்கவில்லை. கேரளாவிலும் மேற்குவங்கத்திலும் அமைந்தது போல இரண்டு கம்யூனிஸ்ட் கட்சிகளுக்கு இடையிலும் உடன்பாடு ஏற்படவில்லை. விளைவு, முப்பத்தியிரண்டு தொகுதிகளில் தனித்துப் போட்டியிட்டது இந்திய கம்யூனிஸ்ட் கட்சி.

அனைத்தையும் கவனித்துக் கொண்டிருந்தார் பெரியார். உண்மையில் காமராஜர் தேசிய அரசியலுக்குச் செல்லும்போதே பெரியார் எதிர்ப்பு தெரிவித்தார். தற்கொலைக்குச் சமமான செயல் என்று எச்சரித்தார். அதையும் மீறித்தான் தேசிய அரசியலுக்குச் சென்றார் காமராஜர். அதன்பிறகு தமிழக காங்கிரஸ் தலைவர்களிடம் இருந்து கொஞ்சம் விலகியே இருந்தார் பெரியார். ஆனால் சட்டமன்றத் தேர்தலில் காமராஜர் போட்டி யிடுகிறார் என்றதும் மீண்டும் உற்சாகம் வந்துவிட்டது அவருக்கு.

தேர்தல் முடியும்வரை காங்கிரஸ் கட்சியை நிபந்தனை எதுவு மின்றி ஆதரித்து, காங்கிரஸ் முழுவெற்றி அடையப் பாடுபட வேண்டும் என்பதுதான் என்னுடைய கட்டளை போன்ற விருப்பம் என்று விடுதலையில் எழுதி திராவிடர் கழகத் தொண்டர்களைத் தேர்தல் பிரசாரத்துக்கு முடுக்கிவிட்டார் பெரியார்.

கூட்டணிகள் தயார். பிரசார பீரங்கிகள்கூட தயார். காமராஜருக்கு சிவாஜி; அண்ணாவுக்கு எம்.ஜி.ஆர். பிரசாரம் செய்யவேண்டி யது மட்டும்தான் பாக்கி. காங்கிரஸ் கட்சிக்கு எதிராக திமுக தலைமையில் பல கட்சிகள் கொண்ட கூட்டணி உருவானது காமராஜரை பெரிய அளவில் பாதிக்கவில்லை. காரணம், அந்தக் கட்சிகளால் காங்கிரஸ் கட்சிக்கு சிறிய சிராய்ப்பைக்கூட ஏற் படுத்த முடியாது என்பது காமராஜரின் கணிப்பு.

அந்த எண்ணம் அவர் பிரசாரத்தில் பயன்படுத்திய வார்த்தை களில் பிரதிபலித்தது. எட்டு நொண்டிகளைக் கொண்ட கூட்டணியை எதிர்த்து படுத்துக் கொண்டே ஜெயிப்பேன் என்றார் காமராஜர். கேலி நிறைந்த பிரசாரத்துக்கு ராஜாஜி ஆற்றிய எதிர்வினை இதுதான். காமராஜர் படுப்பது நிச்சயம்; ஆனால் ஜெயிப்பது சாத்தியமல்ல!

சமதர்ம சமுதாயத்தை அமைப்போம் என்று பிரசாரம் செய்யும் திமுக, தனியார் ஆதிக்கத்தை வலியுறுத்தும் சுதந்தரா கட்சியுடன் கூட்டணி சேர்ந்தது எப்படி சரியான செயலாக இருக்கும் என்று கேள்வி எழுப்பியது காங்கிரஸ் கட்சி. பொருந்தாத கொள்கை களைக் கொண்ட இவர்களால் நிலையான ஆட்சியைத் தர முடியுமா என்ற கேள்வியை எழுப்பியது காங்கிரஸ். பகுத் தறிவை வளர்ப்பது, தமிழை வளர்ப்பது, திராவிடப் பொது வுடைமைப் பூங்காவைச் சமைப்பது ஆகியவற்றை சுதந்தரா கட்சியுடன் சேர்ந்து சாதிப்பது சாத்தியமில்லாத சங்கதி என்று விமரிசித்தது இந்திய கம்யூனிஸ்ட் கட்சி.

அத்தனைக் கேள்விகளுக்கும் எதிர்க்கேள்விகள் எழுப்பியது திமுக. அவை மக்கள் மத்தியில் பலத்த அதிர்வுகளை ஏற் படுத்தின. ‘சோறு போடு என்று கேட்கும் மக்களைப் பார்த்து, எலிக்கறியைத் தின்னுங்கள் என்றார்களே, அவர்களுக்கா மீண்டும் ஓட்டு?’ என்று கேட்டது ஒரு சுவரொட்டி. இந்திப் போரில் பூவையும் பொட்டையும் அழித்தவர்களுக்கா உங்கள் ஓட்டு? என்று கேள்வி கேட்டது பிரசாரப் பதாகை ஒன்று.

சர்வீஸ் கமிஷன் தேர்வு தமிழ் மொழியிலேயே இருக்கவேண்டும் என்று தீர்மானம் கொண்டுவந்தோம்; பதினான்கு மொழிகளை யும் மத்திய ஆட்சி மொழியாக ஆக்கவேண்டும்; சென்னைக்குத் தமிழ்நாடு என்று பெயர் வைக்க வேண்டும் என்று அடுத்தடுத்து தீர்மானங்கள் கொண்டுவந்தோம். ஆனால் அனைத்துமே தோற்கடிக்கப்பட்டன. இவற்றில் எந்தத் தீர்மானம் தேவை யில்லை என்று சொல்லுங்கள் என்று வாக்காளர்களிடம் கேள்வி கேட்டது திமுக.

36

காமராஜருக்காக ஒரு கொலைமுயற்சி

ஆயிரம் ஆண்டுகளுக்கு ஒருமுறை காய்த்துக் கனிகிற நெல்லிக் கனிதான் எம்.ஜி.ஆர். அந்தக் கனி யார் மடியில் விழும் என்று எல்லா அரசியல்வாதிகளும் காத்திருந்தார்கள். அது என் மடியில் விழுந்தது. அதை எடுத்து என் இதயத்தில் வைத்துக்கொண் டேன்... இந்தத் தேர்தல் நிதிக்கு எம்.ஜி.ஆர் பல லட்ச ரூபாய் தருவதாகக் கூறுகிறார். எனக்குப் பணம் முக்கியமல்ல. அவர் முகத்தைக் காட்டினாலே போதும், முப்பதாயிரம் ஓட்டு கிடைக்கும். அவர் தெருவில் ஊர்வலம் வந்தால் போதும், காங் கிரஸ் கட்சியைத் தூள் தூளாக்கிக் காட்டுவேன்!

எம்.ஜி.ஆரைப் பற்றி அண்ணாவுக்கு இருந்த மதிப்பீடு இதுதான். அண்ணாவின் நம்பிக்கை நட்சத்திரமாக இருந்தவர் எம்.ஜி. ஆர். 1957 தேர்தலில் இருந்தே திமுகவுக்காகத் தமிழகம் முழுக்க பிரசாரம் செய்த எம். ஜி. ஆருக்கு 1967 சட்டமன்றத் தேர்தலில் போட்டியிட வாய்ப்பு கொடுத்தார் அண்ணா. பரங்கிமலை சட்டமன்றத் தொகுதியில் போட்டியிட எம். ஜி. ஆர் முடிவு செய்திருந்தார்.

தேர்தல் அறிவிப்பு வெளியானதும் வழக்கம்போல பிரசாரப் பயணத்தைத் தொடங்கினார் எம். ஜி. ஆர். செல்ல வேண்டிய தொகுதிகளின் பட்டியல் வெகுநீளம். அண்ணா, கருணாநிதி, நெடுஞ்செழியன், மதியழகன், செழியன் என்று அழைப்பு மேல் அழைப்புகள். ஆனாலும் அலுப்பு குறையாமல் பிரசாரம் செய் தார். முதல் கட்டப் பிரசாரம் முடிந்தது. கொஞ்சம் ஓய்வெடுக்க விரும்பினார். ராமாவரம் தோட்டத்துக்கு வந்துவிட்டார்.

12 ஜனவரி 1967. மாலை ஐந்து மணி இருக்கும். எம்.ஜி.ஆரின் மணப்பாக்கம் இல்லத்துக்கு இரண்டு பேர் வந்தனர். ஒருவர், பெற்றால்தான் பிள்ளையா என்ற படத்தின் தயாரிப்பாளர் கே.கே.என். வாசு. இன்னொருவர், எம்.ஆர். ராதா. வழக்கம் போல வரவேற்றுப் பேசிக் கொண்டிருந்தார் எம்.ஜி.ஆர். சில நிமிடங்களில் ஒரு அலறல் சத்தம். எழுப்பியவர் எம்.ஜி.ஆர். தனது கையால் காதைப் பிடித்துக்கொண்டே வரவேற்பறையில் இருந்து ரத்தம் சொட்டச் சொட்ட வெளியே வந்தார் எம்.ஜி.ஆர்.

சில நிமிடங்களில் எம்.ஆர்.ராதாவும் வெளியே வந்தார். அவருடைய நெற்றிப் பொட்டிலும் தோளிலும் ரத்தக்கறை. மணப்பாக்கம் தோட்டமே பரபரப்படைந்தது. என்ன நடந்தது என்பதை யாராலும் ஊகிக்க முடியவில்லை. அடுத்த சில நிமிடங்களில் இருவரும் ராயப்பேட்டை மருத்துவமனையில் அனுமதிக்கப்பட்டனர். வலம்வரத் தொடங்கிய வதந்தி இது தான். எம்ஜிஆரைத் துப்பாக்கியால் சுட்டுவிட்டுத் தன்னையும் சுட்டுக்கொண்டார் எம்.ஆர். ராதா!

தேர்தல் பிரசாரம் உச்சக்கட்டத்தில் இருந்த சமயத்தில் திடீரென நடந்த துப்பாக்கிச்சூட்டுக்குக் காரணம் தேடவேண்டும் என்றால் முதலில் எம்.ஆர். ராதாவைப் புரிந்துகொள்ள வேண்டியது அவசியம்.

நாடக நடிகரான ராதாவுக்கு இளமையில் இருந்தே பெரியார் மீதும் அவரது சுயமரியாதைச் சிந்தனைகள்மீதும் பகுத்தறிவுக் கருத்துகள்மீதும் நாட்டம் இருந்தது. தனது நாடகங்களில் பெரியாரின் முற்போக்குச் சிந்தனைகளை நகைச்சுவை கலந்து பயன்படுத்தினார். விதவை மறுமணத்தை ஆதரிப்பார். மூட நம்பிக்கையை கேலி செய்வார். பெரியாரின் புரட்சிகர சிந்தனைகள் ராதாவின் நாடகங்களில் பிரதிபலித்தது திராவிடர் கழகத்தினரைக் கவர்ந்தது. ராதாவின் நாடகங்களை ரசிக்கத் தொடங்கினர். விளைவு, திராவிடர் கழக மேடைகளில் ராதாவின் நாடகங்கள் அரங்கேறின.

திராவிடர் கழகத்தின் உறுப்பினராக இல்லை என்றாலும்கூட பெரியார், அண்ணா, ஈ.வெ.கி. சம்பத், பாரதிதாசன், நெடுஞ்செழியன், கருணாநிதி போன்ற முக்கியஸ்தர்களுடன் நெருக்கம் காட்டினார் ராதா. அதன் பலனாக திராவிடர் கழக மேடைகளில் ராதாவின் குரல் ஒலித்தது. பெரியாரின் கருத்தைத் தனது அதிரடி

பாணியில் பேசினார் ராதா. திராவிடர் கழக மாநாட்டு ஊர்வலங்களை குதிரை மீது அமர்ந்தபடி வழிநடத்தும் அளவுக்கு திராவிடர் கழகத்தில் ராதாவின் செல்வாக்கு உச்சத்தில் இருந்தது.

சி.பி. சிற்றரசுவின் போர்வாள், கருணாநிதியின் தூக்குமேடை நாடகங்கள் ராதாவைப் பிரபலமாக்கின. ரத்தக்கண்ணீர் நாடகம் அவரை உச்சாணிக் கொம்பில் உட்கார வைத்தது. திருவாரூர் தங்கராசுவின் வசனத்தில் ராதா நடித்த ராமாயாணம் நாடகம் சர்ச்சைகளின் உச்சம். இந்துக்களின் உணர்வுகளைப் புண்படுத்துவதாகக் கூறி நாடகத்துக்குத் தடை விதித்தது அரசு. ராதா கைது செய்யப்பட்டார்.

நாடக மேடையில் மட்டுமல்ல; வெள்ளித்திரையிலும் ராதா ஏகப்பிரபலம். பாகப்பிரிவினை, பலே பாண்டியா, ரத்தக் கண்ணீர் என்று ராதா நடித்த படங்கள் பெருவெற்றி பெற்றவை. எம்.ஜி.ஆர், சிவாஜி என்று உச்சநட்சத்திரங்கள் அத்தனை பேருமே ராதாவின் சீனியாரிட்டியை மதிக்கக்கூடியவர்கள். யார் தவறு செய்தாலும் கேள்விகேட்கக்கூடிய நபராக விளங்கினார் எம்.ஆர். ராதா.

ராதாவின் நாடகங்களுக்குத் தடை விதித்தது காமராஜர் அரசு. அவரைக் கைது செய்ததும் அதே அரசுதான். ஆனாலும் ராதாவுக்குக் காமராஜர் மீது மிகுந்த மதிப்பு. ஒரே காரணம்தான். பெரியாருக்கு காமராஜரைப் பிடிக்கும். அதே அளவு கோலைத்தான் திமுக விஷயத்திலும் கடைப்பிடித்தார் ராதா. திராவிடர் கழகத்தில் இருந்தபோது அண்ணா, சம்பத், கருணாநிதி உள்ளிட்டோருடன் நன்கு பழகினார். அவர்கள் பெரியாரிடம் இருந்து விலகியபிறகு பெரியாரைப் போலவே திமுகவினரை விமரிசித்தார் ராதா. அது எந்த அளவுக்குச் சென்றது என்றால் அண்ணாவின் அவசரம் என்ற தலைப்பில் புத்தகம் போட்டு அண்ணாவைக் கண்டிக்கும் அளவுக்கு.

அண்ணாவையே விமரிசனம் செய்தவர் எம்.ஜி.ஆரை விட்டு வைப்பாரா என்ன? எம்.ஜி.ஆரும் எம்.ஆர். ராதாவும் இணைந்து நடித்த படம் ஒன்றில் உதயசூரியன் என்ற வார்த்தையைப் பயன்படுத்த விரும்பினார் எம்.ஜி.ஆர். அது ராதாவுக்குப் பிடிக்கவில்லை. கட்சி விஷயத்தை எல்லாம் சினிமாவில் திணிக்காதே ராமச்சந்திரா என்று கண்டித்தார். ராதா சொன்னபிறகு மறுபேச்சு பேசவில்லை எம்.ஜி.ஆர். உதயசூரியனையும் உச்சரிக்கவில்லை.

1967 தேர்தல் நெருங்கிய சமயத்தில் காமராஜரிடம் இருந்து அழைப்பு வந்தது ராதாவுக்கு. வந்தவர் திரைப்படத் தயாரிப்பாளர் வாசு. காங்கிரஸ் பிரமுகரும்கூட. காங்கிரஸ் கட்சிக்கு ராதா பிரசாரம் செய்யவேண்டும் என்பது காமராஜரின் விருப்பம். வீட்டுக்குத் திரும்பியதும் ராதாவிடம் காசோலை ஒன்றை நீட்டினார் வாசு. பத்தாயிரம் ரூபாய். தேர்தல் பிரசாரத்துக்காகக் காமராஜர் கொடுக்கச் சொன்னார் என்றார் வாசு. ஆத்திரம் வந்துவிட்டது ராதாவுக்கு. பெரியாருக்காகத்தான் பிரசாரம்; பத்தாயிரத்துக்கு அல்ல; அவரிடமே காசோலையைத் திருப்பிக் கொடுத்துவிடுங்கள்!

பளிச்சென்று சொல்லிவிட்டுப் பிரசாரத்துக்குப் புறப்பட்டு விட்டார் ராதா. பிரசாரம் ஒருபக்கம் இருந்தாலும் இன்னொரு பக்கம் படப்பிடிப்பு வேலைகளிலும் கவனம்செலுத்திக் கொண்டிருந்தார் ராதா. அப்போது பவானி என்ற படத்துக்காக ஒப்பந்தமாகியிருந்தார் ராதா. படப்பிடிப்புத் தளத்துக்கு வந்த ராதாவின் முகத்தில் பரபரப்பு.

ஒரு பெரிய சாதனை செய்யப்போகிறேன். இந்த சினிமா உலகத்தில் ஒரு புரட்சி செய்யப்போகிறேன் என்று உரத்த குரலில் பேசினார். அது படத்தின் இயக்குனர் டி.ஆர். ராமண்ணாவின் காதுகளில் விழுந்தது. எதற்காக அப்படிச் சொல்கிறார் என்பது ராமண்ணாவுக்குப் புரியவில்லை. ராதாவிடம் கேட்கவும் தைரியம் இல்லை. அன்றைய படப்பிடிப்பு முடிந்தது. மறுநாள், 12 ஜனவரி 1967. ஆம். எம்.ஜி.ஆர் சுடப்பட்ட நாள்!

திமுகவின் வெற்றிக்காக காமராஜரைக் கொலை செய்ய எம்.ஜி.ஆர் சதிசெய்தார். அதைத் தடுத்து நிறுத்தவே எம்.ஜி.ஆரைத் துப்பாக்கியால் சுட்டார் எம்.ஆர். ராதா என்பது தான் அப்போது சொல்லப்பட்ட செய்தி. எம்.ஜி.ஆரின் சதிச் செயல் பற்றி 1965 ஆம் ஆண்டு நாத்திகம் என்ற பத்திரிகையில் எழுதியிருந்தார் ராதா. அதைத்தான் இப்போது சாட்சியமாக வைத்துக்கொண்டு வதந்திகள் பரவிக் கொண்டிருந்தன.

உண்மையில் காமராஜரைக் கொல்லவேண்டிய அவசியம் எதுவும் எம்.ஜி.ஆருக்கு இல்லை. திமுகவின் முக்கியத் தலைவர்களுள் ஒருவராக வளர்ந்துகொண்டிருந்த சமயத்திலேயே காமராஜர்தான் என்னுடைய தலைவர்; அண்ணா என்னுடைய வழிகாட்டி மட்டுமே என்று பேசி கட்சிக்குள் சர்ச்சைகளைக்

கிளப்பியவர் எம்.ஜி.ஆர். எது எப்படியோ, துப்பாக்கிச்சூடு அரங்கேறிவிட்டது. பரபரப்பு தொற்றிக்கொண்டது.

திமுக பொருளாளர் கருணாநிதியின் முரசொலி பத்திரிகையில் வெளியான தலைப்புச் செய்தி இதுதான். புரட்சி நடிகர் உயிர் தப்பினார். துப்பாக்கிக்குப் பலியாக்கிடச் செய்த முயற்சி பலிக்கவில்லை!

சுட்டவர் பெரியாரின் போர்வாள், சுடப்பட்டவர் அண்ணாவின் அன்புத்தம்பி; பிரச்னையின் மையப்புள்ளி காமராஜர்! தமிழகமே கொந்தளிக்கத் தொடங்கியது. சென்னையில் சிதறிய தோட்டாக்களின் தாக்கம் தமிழகம் முழுக்க எதிரொலித்தது. உணர்ச்சி வசப்பட்டனர் எம்.ஜி.ஆர் ரசிகர்கள். அது கலவரத்திலும் வன்முறையிலும் வந்துமுடிந்தது. அந்த வன்முறையைக் காலித்தனம் என்று கண்டித்தார் பெரியார்.

தமிழகத்தின் அனைத்து பகுதிகளிலும் இருந்து எம்.ஜி.ஆர் ரசிகர்கள் சென்னை ராயப்பேட்டை மருத்துவமனையை நோக்கிக் குழுமத் தொடங்கினர். பெரியார், காமராஜர் வீடுகளில் பாதுகாப்பு பலப்படுத்தப்பட்டது. ராதா, எம்.ஜி.ஆர் இருவரில் யாருக்கு ஆபத்து என்றாலும் வன்முறை வெடிக்கக்கூடும் என்ற நிலை. ஆனால் அறுவை சிகிச்சைகளின் பலனாக இருவருமே உயிர்பிழைத்தனர்.

தேர்தல் நெருங்கிக் கொண்டிருந்தது. ஆனால் பரங்கிமலைத் தொகுதியின் வேட்பாளரான எம்.ஜி.ஆர் தனது வேட்பு மனுவைத் தாக்கல் செய்யவில்லை. நேரில் செல்வதை மருத்துவர்கள் அனுமதிக்கவில்லை. பிறகு தேர்தல் அதிகாரியையே மருத்துவமனைக்கு அழைத்து வந்தனர். படுக்கையில் இருந்த படியே வேட்புமனுவைத் தாக்கல் செய்தார் எம்.ஜி.ஆர்.

பிரசார பீரங்கியாக மின்னல் வேகச் சுற்றுப்பயணத்தில் இருக்க வேண்டிய தன்னை ஒரே இடத்தில் முடக்கிப் போட்டு விட்டார்களே என்ற வருத்தம் எம்.ஜி.ஆருக்கு. அதைக் களையும் வகையில் எம்.ஜி.ஆரின் சகோதரர் சக்கரபாணியும் எம்.ஜி.ஆரின் மேலாளர் ஆர்.எம்.வீரப்பனும் இணைந்து ஒரு காரியத்தைச் செய்தனர். கழுத்தில் கட்டுடன் இருக்கும் எம்.ஜி.ஆர் மக்களைப் பார்த்துக் கையெடுத்துக் கும்பிடுவது போன்ற புகைப்படம் ஒன்றை எடுக்கலாம். அந்தப் படத்தைக் கொண்டு சுவரொட்டி

களை அச்சிடலாம். உங்களுக்குப் பதிலாக உங்கள் படம் பொறித்த சுவரொட்டி தமிழகம் முழுக்கப் பிரசாரம் செய்யும். என்ன சொல்கிறீர்கள்?

தமிழ் சினிமாவின் உச்சநட்சத்திரம் எம்.ஜி.ஆர். இமேஜ் விஷயத்தில் அதீத பிடிவாதக்காரர். முதுமை காரணமாக விழுந்த வழுக்கையைக்கூட தொப்பி அணிந்து தனது கவர்ச்சியை செழுமைப்படுத்திக் கொண்டவர். ஆனாலும் திமுகவின் வெற்றிக்காகத் தன்னால் ஆன அனைத்தையும் செய்யத் தயாராக இருந்தார். புகைப்படத்துக்குத் தயாரானார். விறுவிறுவென சுவரொட்டிகள் தயாராகின.

எம்.ஜி.ஆர் செல்ல இருந்த இடங்களுக்கெல்லாம் சுவரொட்டி கள் சென்றன. எங்கு பார்த்தாலும் சுவரொட்டிகள். குண்டடி பட்ட எம்.ஜி.ஆரின் புகைப்படம் பாமர மக்களின் கண்களைக் குளமாக்கியது. அது திமுகவுக்கு ஆதரவான அனுதாப அலை யாக மாறத் தொடங்கியது.

உதயசூரியனும் உச்சிக்குடுமியும்

மூளுகின்ற பசி என்றால் என்ன என்பதை நான் முழுமையாக அறிந்தவன். பசியின் கொடுமையை என்னுடைய குடல் அறியும்; என்னுடைய உயிர் அறியும்; எனக்கு நேர்ந்த கதி என் பிள்ளைகளுக்கு நேரக்கூடாது; உண்ணச் சோறு கிடைக்கும் நிலை முதலில் உருவாகவேண்டும்!

திமுகவுடன் தேர்தல் கூட்டணி அமைத்து தியாகராய நகர் சட்டமன்றத் தொகுதியில் உதயசூரியன் சின்னத்தில் போட்டி யிட்டார் தமிழரசுக் கழகத்தின் தலைவர் ம.பொ.சிவஞானம். அப்போது நடந்த தேர்தல் பிரசாரக் கூட்டத்தில் அவர் ஆற்றிய உரையின் உணர்ச்சிமிகு பகுதிதான் மேலே இருப்பது. மனத்தில் உருவான ரணத்தை வார்த்தைகளில் வடித்திருந்தார் ம.பொ.சி. அந்த அளவுக்கு உச்சத்தில் இருந்தது அரிசிப் பிரச்னை. கடுமை யான தட்டுப்பாடு. ரேஷன் கடைகளில் கால்கடுக்கக் காத்திருந் தால் கூட அரிசி கிடைக்காத நிலை. சமாளிக்க முடியாமல் திணறினார் முதலமைச்சர் பக்தவத்சலம்.

அரிசிப் பற்றாக்குறையையும் அதைச் சமாளிக்கத் திணறிய பக்தவத்சலத்தையும்தான் அண்ணா குறிவைத்துத் தாக்கினார். அள்ளிப் போட்டார்கள் உலையில்; பிறகு காங்கிரஸ் ஆட்சியில் அளந்து போட்டார்கள்; பிறகு பிடித்துப் போட்டார்கள்; இப் போது எண்ணிப் போடுகிறார்கள் அரிசியை என்று காங்கிரஸ் அரசின் அரிசி விநியோகத்தைக் கேலி செய்தார் நாவலர் நெடுஞ்செழியன். நியாயமாக மக்களுக்கு ரூபாய்க்கு மூன்று படி அரிசி கொடுக்கவேண்டும். அதற்கு காங்கிரஸ் ஆட்சியாளர்கள்

சம்மதித்தால் இந்தக் கணமே திமுக தேர்தல் களத்தில் இருந்து விலகிக் கொள்ளும் என்றார் அண்ணா. உடனடியாக எதிர் வினை ஆற்றினார் காங்கிரஸ் தலைவர் டி.டி. கிருஷ்ண மாச்சாரி.

ரூபாய்க்கு மூன்றுபடி அரிசியைப் போடுவது என்பது இயலாத காரியம். வேண்டுமானால் ஒரு படி போடலாம் என்றார். அப்படி என்றால், இப்போதே ரூபாய்க்கு ஒரு படி போட லாமே! ஏன் போடவில்லை என்று கேள்வி எழுப்பினார் அண்ணா. அன்றைய தேதியில் ஒரு படி அரிசியின் விலை ஒன்றே முக்கால் ரூபாய். என்ன பதில் சொல்வது என்று தெரிய வில்லை. உங்களால் போட முடியுமா? என்று திமுகவைப் பார்த்து சவால் விட்டனர்.

அதற்காகவே காத்துக்கொண்டிருந்த அண்ணா சட்டென்று களத்தில் இறங்கினார். திமுக ஆட்சிக்கு வந்தால் ரூபாய்க்கு மூன்றுபடி அரிசி லட்சியம், ஒருபடி நிச்சயம் என்ற வாக் குறுதியை அளித்தார். ஏதோ ஒரு மேடையில் சொல்லி விட்டார் அண்ணா. கவர்ச்சிகரமான வாக்குறுதி. வாக்குகளை வாரி வழங்கும் வாக்குறுதி. அதைத் தமிழகம் முழுக்க எப்படிக் கொண்டுசெல்வது?

களத்தில் இறங்கினார் தினத்தந்தி அதிபரும் நாம் தமிழர் இயக்கத் தின் நிறுவனருமான சி.பா. ஆதித்தனார். அண்ணாவின் வாக் குறுதியை 'படி அரிசித் திட்டம்' என்ற பெயரில் பட்டிதொட்டி யெல்லாம் கொண்டுசேர்க்கும் காரியத்தைக் கச்சிதமாகச் செய்து முடித்தது தினத்தந்தி. விளம்பரங்கள் தூள் கிளப்பின. ஆதித்த னாரை அணியில் சேர்த்துக் கொண்டது ஏன் என்று கேள்வி கேட்ட கட்சியின் இரண்டாம் கட்டத் தலைவர்களுக்கு அண்ணா அளித்த பதில் இதுதான். படி அரிசித் திட்டம் மக்கள் மனத்தில் பளிச்சென்று ஒட்டிக்கொண்டது.

திமுக ஆட்சிக்கு வந்தால் அது பிராமணர்களுக்கு ஆபத்தாக முடியும் என்ற கருத்து தேர்தல் மேடை ஒன்றில் பேசப்பட்டதாக ராஜாஜியின் கவனத்துக்கு வந்தது. அதை மறுக்கவேண்டிய கட்டாயம் அவருக்கு உருவாகியிருந்தது.

12 பிப்ரவரி 1967 அன்று திருவல்லிக்கேணியில் நடந்த பிரசாரக் கூட்டத்தில் பேசினார் ராஜாஜி.

முன்னேற்றக் கழகம் ஆட்சிக்கு வந்தால் உச்சிக்குடுமியை அறுக்கமாட்டார்கள்; அப்படி யாராவது அறுத்தால் அவர்களை ஜெயிலுக்கு அனுப்பிவிடுவார்கள். பிராமணர்களை அழிக்க பிரம்மாவினால்கூட முடியாது. ஆகவே, யாரும் பயப்படவேண்டியதில்லை. திமுககாரர்களுக்கு ஓட் செய்யவும்!

15 பிப்ரவரி அன்று முதல் கட்டத் தேர்தல். 21 பிப்ரவரி அன்று இரண்டாம் கட்டத்தேர்தல். பலத்த எதிர்பார்ப்புகளுக்கு மத்தியின் தேர்தல் முடிவுகள் வெளியாகத் தொடங்கின. முதல் முடிவு அறிவிக்கப்பட்டது. காங்கிரஸ் கட்சி வேட்பாளர் டி.என். அனந்தநாயகி தோல்வி. அந்த நொடியில் தொடங்கியது காங்கிரஸின் சரிவு. பல தொகுதிகளில் திமுக கூட்டணி வேட்பாளர்கள் வெற்றிபெறத் தொடங்கினர். அவ்வப்போது அதிர்ச்சியூட்டும் முடிவுகளும் வந்த வண்ணம் இருந்தன.

திருப்பெரும்புதூர் தொகுதியில் போட்டியிட்ட முதலமைச்சர் பக்தவத்சலம் தோல்வி அடைந்தார். அமைச்சர் கக்கன் மேலூர் தொகுதியில் தோல்வி. தமிழ்நாடு காங்கிரஸ் கமிட்டி தலைவர் கிருஷ்ணசாமி நாயுடு தோல்வி. சி. சுப்பிரமணியம் தோல்வி. ஆர். வெங்கட்ராமன் தோல்வி. அனைத்தையும் தூக்கிச் சாப்பிடும் வகையில் வந்து சேர்ந்தது விருதுநகர் தேர்தல் முடிவு. காங்கிரஸ் தலைவர் காமராஜர், மாணவர் தலைவரான திமுக வேட்பாளர் பெ.சீனிவாசனிடம் சுமார் 1200 வாக்குகள் வித்தியாசத்தில் தோல்வி அடைந்தார். விருத்தாசலத்தில் போட்டியிட்ட பூவராகனைத் தவிர மற்ற அனைத்து காங்கிரஸ் அமைச்சர்களுக்கும் தோல்வி மட்டுமே எஞ்சியது. காமராஜரின் தோல்வி காங்கிரஸ் தலைவர்களைக் கதிகலங்கச் செய்துவிட்டது.

மாறாக, திமுக கூட்டணி பெரும்பாலான தொகுதிகளைக் கைப்பற்றியிருந்தது. தென் சென்னை மக்களவைத் தொகுதியில் அண்ணா வெற்றி. சைதாப்பேட்டையில் கருணாநிதி வெற்றி. திருவல்லிக்கேணியில் நெடுஞ்செழியன் வெற்றி. பரங்கிமலையில் எம்.ஜி.ஆர் வெற்றி. ஒரத்தநாட்டில் எல். கணேசன் வெற்றி. திமுக கூட்டணிக் கட்சித் தலைவர்களான ஆதித்தனார் திருவைகுண்டத்தில் வெற்றி. தியாகராய நகரில் ம.பொ.சி வெற்றி. உசிலம்பட்டியில் மூக்கையா தேவர் வெற்றி. பின்னாளில் அமைச்சர்களாக அவதாரம் எடுத்த ஆற்காடு வீராசாமி, வீரபாண்டி ஆறுமுகம், பண்ருட்டி ராமச்சந்திரன்,

ஆலடி அருணா போன்றோரும் இந்தத் தேர்தலில் வெற்றி பெற்றனர்.

மக்களவை வேட்பாளர்களாகப் போட்டியிட்ட க. அன்பழகன், இரா. செழியன், சிட்டிபாபு, நாஞ்சில் மனோகரன், எஸ்.டி. சோமசுந்தரம், க. ராசாராம் உள்ளிட்டோர் வெற்றிபெற்றனர். தனித்துப் போட்டியிட்ட இந்திய கம்யூனிஸ்ட் கட்சிக்கு வெறும் இரண்டு இடங்களே கிடைத்தன. அந்தக் கட்சியின் தலைவர் எம். கல்யாணசுந்தரத்துக்கு திருச்சி - 2 தொகுதியில் மூன்றாம் இடமே கிடைத்தது.

அனைத்து முடிவுகளும் வெளியானபோது திமுகவுக்கு நூற்றி முப்பத்தியேழு இடங்கள் கிடைத்தன. நேற்றுவரை ஆளுங்கட்சியாக இருந்த காங்கிரஸ் கட்சிக்கு வெறும் ஐம்பத்தியோரு இடங்கள் ராஜாஜியின் சுதந்தரா கட்சிக்கு இருபது, மார்க்சிஸ்ட் கம்யூனிஸ்ட் கட்சிக்கு பதினொன்று, பிரஜா சோஷலிஸ்டுக்கு நான்கு, முஸ்லிம் லீக்குக்கு மூன்று, இந்திய கம்யூனிஸ்டுக்கு இரண்டு, சுயேட்சைகளும் மற்றவர்களும் இணைந்து ஒன்பது முடிவுகள் வந்தன.

சுயேட்சையாக வெற்றிபெற்றவர்களுள் பின்னாளில் அமைச்சர், சபாநாயகர் பொறுப்புகளை ஏற்ற பி.டி.ஆர். பழனிவேல்ராஜனும் ஒருவர். திண்டிவனம் தொகுதி இடைத்தேர்தல் தள்ளி வைக்கப்பட்டிருந்தது. தேர்தல் பற்றிய புள்ளிவிவரங்கள் அனைத்தும் இந்தியத் தேர்தல் ஆணையத்தின் அதிகாரபூர்வ இணையத்தளத்தில் இருந்து எடுக்கப்பட்டவை என்பது இங்கே கவனிக்கத்தக்கது.

மக்களவைத் தேர்தலைப் பொறுத்தவரை தமிழகத்தில் இருபத்தைந்து மக்களவைத் தொகுதிகளில் போட்டியிட்ட திமுக அனைத்தையுமே கைப்பற்றியது. சுதந்தரா கட்சிக்கு ஆறு, மார்க்சிஸ்டு கம்யூனிஸ்டுக்கு நான்கு, காங்கிரஸ் கட்சிக்கு மூன்று, முஸ்லிம் லீக்குக்கு ஒன்று என்ற அளவில் தேர்தல் முடிவுகள் வந்திருந்தன. மார்க்சிஸ்ட் கம்யூனிஸ்ட் கட்சி சார்பில் பி. ராமமூர்த்தி மதுரையில் இருந்தும் உமாநாத் புதுக்கோட்டையில் இருந்தும் வெற்றிபெற்றிருந்தனர்.

தமிழ்நாட்டு அளவில் திமுகவுக்குச் சாதகமான முடிவுகள் வந்திருந்தபோதும் தேசிய அளவில் காங்கிரஸ் கட்சிக்கே

வெற்றி. 281 இடங்களைக் கைப்பற்றி ஆட்சியைத் தக்க வைத்துக்கொண்டது காங்கிரஸ் கட்சி. இந்திரா காந்தியே மீண்டும் பிரதமர் ஆனார். இந்திய கம்யூனிஸ்ட் கட்சிக்கு 23, மார்க்சிஸ்ட் கம்யூனிஸ்டுக்கு 19, ஜனசங்கத்துக்கு 35, ராஜாஜியின் சுதந்தரா கட்சிக்கு 42 என்ற அளவில் தேர்தல் முடிவுகள் வந்திருந்தன.

காங்கிரஸ் கட்சியின் மீது மக்களுக்கு அதிருப்தி ஏற்பட்டுள்ளதையே தேர்தல் முடிவுகள் காட்டுகின்றன. மக்கள் மாற்றத்தை விரும்பி திமுகவுக்கு வாக்களித்துள்ளனர். மக்கள் தீர்ப்பைத் தலைவணங்கி ஏற்றுக்கொள்கிறேன் - தேர்தல் தோல்விக்குப் பிறகு காமராஜர் வெளியிட்ட அறிக்கையின் சாரம் இதுதான். ஆனால் பக்தவத்சலத்தின் கருத்து முற்றிலும் நேர் மாறானது. தமிழ்நாடு முழுவதும் வைரஸ் பரவியிருப்பதைப் பார்க்கிறேன். மக்களைக் கடவுள்தான் காப்பாற்றவேண்டும்!

சுதந்தரம் வாங்கிக் கொடுத்த கட்சி என்ற ஆகப்பெரிய ஆளுமையுடன் ஆதிக்கம் செலுத்திய காங்கிரஸ் கட்சியை வெறும் பதினெட்டு வயது நிரம்பிய திராவிட முன்னேற்றக் கழகம் ஆட்சியில் இருந்து அப்புறப்படுத்தியிருந்தது. இந்திய அரசியல் சரித்திரத்தில் அதிசய நிகழ்வை ஏற்படுத்திய திமுக நிறுவனர் அண்ணாவுக்கு அப்போது மற்ற எதுவுமே நினைவுக்கு வரவில்லை. பெரியாரைச் சந்திக்கவேண்டும் என்றார். அப்போது திருச்சியில் இருந்தார் பெரியார். உடனே புறப்பட்டார் அண்ணா. கூடவே நெடுஞ்செழியனும் கருணாநிதியும். வெற்றிபெற்றதற்கு ஆசியும் ஆட்சி நடத்துவதற்கு ஆலோசனையும் பெறவேண்டும் என்பதுதான் பயணத்தின் நோக்கம். வாழ்த்தி அனுப்பினார் பெரியார்.

இப்போது அதிமுக்கியத்துவம் வாய்ந்த பணி ஒன்று காத்திருந்தது. திமுகவின் சட்டமன்றக் குழுவின் தலைவர் யார் என்பதை முடிவுசெய்யவேண்டும். தமிழகத்தின் அடுத்த முதல்வரைத் தீர்மானிக்கவேண்டும். அந்தப் பதவிக்கு வரவேண்டிய அண்ணா தென்சென்னை மக்களவை உறுப்பினராக இருந்தார். முதலமைச்சராக ஆகவேண்டும் என்றால் அவர் தமிழக சட்டமன்ற அல்லது மேலவை உறுப்பினராக இருக்கவேண்டும். பதவியேற்ற ஆறு மாதங்களுக்குள் ஏதேனும் ஒரு அவையின் உறுப்பினராகத் தேர்வுபெற வேண்டும். திமுகவின் சட்டமன்றக்

குழுவின் தலைவராக அண்ணா முறைப்படி தேர்ந்தெடுக்கப் பட்டார்.

அடுத்தது, அமைச்சரவை அமைக்கும் பணி. கட்சி தொடங்கிய காலத்தில் இருந்து கழகத்துக்காகக் களப்பணி ஆற்றியவர்கள்; அடக்குமுறைகளை எதிர்கொண்டவர்கள்; தியாகத் தழும்புகளை ஏற்றவர்கள்; உயிரைக் கொடுத்து உழைத்தவர்கள்; இன்னும் இன்னும் எத்தனையோ பேர். இவர்களில் யார்யாருக்கெல்லாம் பதவி கொடுப்பது?

38

ஆட்சியைப் பிடித்தது திமுக

அமைச்சர் பதவி வேண்டும் என்று ஆளாளுக்கு முட்டிமோதிக் கொண்டிருந்த சமயத்தில் எனக்கு அமைச்சரவையில் இடம் வேண்டாம் என்றார் நெடுஞ்செழியன். அமைச்சர் பதவி கேட்டு என்று நச்சரிப்பவர்களை என்னை உதாரணம் காட்டியே அமைதிப்படுத்திவிடலாம் என்பது நெடுஞ்செழியன் கொடுத்த யோசனை. கட்சிப்பணியே எனக்குப் போதும், அமைச்சர் பதவி வேண்டாம் என்று சொன்னார் கருணாநிதி.

தீவிர பரிசீலனைகளுக்குப் பிறகு ஒன்பது பேர் கொண்ட அமைச்சரவைப் பட்டியலைத் தயார் செய்தார் அண்ணா. நெடுஞ் செழியனுக்குக் கல்வித்துறை கிடைத்தது. காவல்துறையை நிர்வகிக்கும் பொறுப்பு கருணாநிதிக்குக் கிடைக்கும் என்று கிசுகிசுக்கப்பட்ட சமயத்தில் அவருக்கு பொதுப்பணித் துறையைக் கொடுத்தார் அண்ணா. உணவுத்துறையை கே.ஏ. மதியழகனிடம் கொடுத்தார். பெண்கள் பிரதிநிதி மற்றும் தாழ்த்தப்பட்ட சமுதாயத்தைச் சேர்ந்தவர் என்ற அடிப்படையில் சத்தியவாணி முத்துவுக்கு இடம் கிடைத்தது.

போராட்டங்களில் ஈடுபட்டு, கட்சியின் முக்கியத் தலைவர்கள் பலரும் சிறைபட்டிருந்த சமயத்தில் கட்சியை வழிநடத்தியவர் ஏ. கோவிந்தசாமி. மாற்றுக் கட்சியில் இருந்து விலகி வந்தவர் என்றபோதும் திமுகவுக்கு அவர் காட்டிய விசுவாசம் அண்ணா உள்ளிட்ட அத்தனைபேரையுமே பிரமிக்கவைத்தது. அதற் காகவே அவரை அமைச்சராக்கிக் கௌரவப்படுத்தி இருந்தார் அண்ணா. இஸ்லாமியர்களின் பிரதிநிதியாக சாதிக் பாட்சாவுக்கு

இடம் கொடுத்தார். இவர்கள் தவிர, செ. மாதவன், முத்துசாமி ஆகியோருக்கும் அமைச்சரவையில் இடம் கிடைத்தது.

திமுகவின் வெற்றியில் கால் பங்கு உரிமை தினத்தந்திக்குச் சொந்தம் என்பது ராஜாஜியின் கணிப்பு. அந்தப் பின்னணியில் ஆதித்தனாரை அமைச்சராக்க வேண்டும் என்பது அண்ணாவின் விருப்பம். எம்.ஜி.ஆரின் எதிர்ப்பு காரணமாக அந்த முடிவை அண்ணா கைவிட்டுவிட்டார். இந்தத் தகவலை எம்.ஜி.ஆர் தனது சுயசரிதையான நான் ஏன் பிறந்தேன்? புத்தகத்தில் பதிவு செய்துள்ளார். (ஆனந்த விகடனில் தொடராக வெளிவந்தது.)

எதிர்க்கட்சித் தலைவராக காங்கிரஸ் கட்சியின் பி.ஜி. கருத் திருமன் தேர்ந்தெடுக்கப்பட்டார். சபாநாயகர் பொறுப்புக்கு யாரைக் கொண்டுவருவது என்ற கேள்வி எழுந்தது. சிலம்புச் செல்வர் ம.பொ.சியே பொருத்தமான நபர் என்பது ராஜாஜியின் வாதம். வசீகரிக்கும் பேச்சுக்குச் சொந்தக்காரரான ம.பொ.சிக்கு, பேசவே வாய்ப்பில்லாத சபாநாயகர் பதவி பொருத்தமற்றது என்று சொல்லிவிட்டார் அண்ணா. அந்தப் பதவி ஆதித்தனா ருக்கு வந்துசேர்ந்தது. துணை சபாநாயராக புலவர் கோவிந்தன் தேர்ந்தெடுக்கப்பட்டார்.

சபாநாயகர் வாய்ப்பு மறுக்கப்பட்ட அதிருப்தியா என்று தெரி யாது. சட்டமன்றத்தில் எதிர்க்கட்சி வரிசையில்தான் அமர்வேன் என்று பிடிவாதம் பிடித்து அப்படியே அமர்ந்தார் ம.பொசி. இத்தனைக்கும் தனது மானசீக குரு ராஜாஜி கண்ட நட்சத்திரம் சின்னத்தில் போட்டியிடவில்லை. திமுகவின் உதயசூரியன் சின்னத்தில் போட்டியிட்டு வெற்றி பெற்றிருந்தார் ம.பொ.சி. காரணம், குருவைக் காட்டிலும் வெற்றி முக்கியம்; நட்சத் திரத்தைக் காட்டிலும் உதயசூரியனுக்கு வீரியம் அதிகம்.

6 மார்ச் 1967. சென்னை ராஜாஜி மண்டபத்தில் அண்ணா தலைமை யில் திமுக அமைச்சரவை பதவியேற்றது. கடந்த காலங்களில் பதவிப் பிரமாணம் எடுத்துக்கொள்பவர்கள் ஆண்டவன் பெய ரால் உறுதி எடுப்பது வழக்கம். பகுத்தறிவுவாதிகளான திமுக வினர் தமிழ்மொழியில் உளமார என்று சொல்லி உறுதி எடுத்துக் கொண்டனர். ஆட்சி அமைத்த பிறகும் கூட முதலமைச்சர் அண்ணா அத்தனை மகிழ்ச்சியாக இல்லை. நெஞ்சு கொள்ளாத அதிருப்தியுடன் இருந்தார். தம்பிக்கு எழுதிய கடிதத்தில் அது அம்பலத்துக்கு வந்தது.

சிலர் தங்களுக்கு அமைச்சர் பதவி அளிக்கவேண்டும் என்று வற்புறுத்தினார்கள்; என்னிடம் காரசாரமாகக் கூடப் பேசினார்கள். வெளியே போய் என்னைக் கண்டபடித் திட்டினார்கள். சிலர் என் வீட்டுக்கு முன்னால் நின்று, மண்ணை வாரித் தூற்றினார்கள். சிறிதுகாலம் பொறுத்து, நாமெல்லாம் பக்குவப்பட்டதற்குப் பிறகு இந்த ஆட்சி நமக்குக் கிடைத்திருக்கலாம். மிகச் சீக்கிரமாகவே இந்த ஆட்சி நமக்குக் கிடைத்திருக்கிறது. எதிர்காலத்தில் நாம் மகிழ்ச்சியை விடத் தொல்லைகளையும் துயரங்களையும்தான் அதிகமாகத் தாங்க வேண்டிவரும் என்று நான் கருதுகிறேன்.

ஆட்சிப் பொறுப்புக்கு வந்ததும் அண்ணா செய்த முதல் காரியம் தமிழக எல்லைப் பகுதிகளில் பாதுகாப்பைப் பலப்படுத்தியது. திராவிட நாடு கோரிக்கை மறுபிரவேசம் செய்கிறதோ என்று நினைக்கவேண்டாம். இந்த இடத்தில் எல்லையில் பாதுகாப்பு என்பது அரிசி உள்ளிட்ட உணவுப் பொருள்கள் தொடர்பானது. தமிழகத்தில் விளைந்த அரிசி உள்ளிட்ட தானியங்கள் பிற மாநிலங்களுக்குக் கடத்தப்படுவது காங்கிரஸ் ஆட்சியில் அதிக அளவில் இருந்தது. ஆட்சிக்கு வந்ததும் அதைத்தான் முதலில் கவனித்தார் அண்ணா. பறக்கும் படைகளை அமைத்து அரிசிக் கடத்தலைத் தடுக்க உத்தரவிட்டார். கடத்தலைத் தடுக்க எடுத்துள்ள நடவடிக்கையை அண்ணா விவரித்த விதம் சுவையானது.

பெட்டிச்சாவி பூட்டாமல் விட்டுவிட்டால் யார் வேண்டுமானாலும் பெட்டிக்குள் கைபோடுவார்கள். அதுபோல எல்லைகளை மூடாவிட்டால் உணவுப் பொருள்கள் தமிழக எல்லையைத் தாண்டிப் போய்விடும், லாபநோக்கம் கொண்ட வியாபாரிகளால்!

மாநில அரசு என்பது மத்திய அரசை நம்பி நடத்தப்படுவது. அவர்கள் ஒதுக்கித் தருகின்ற நிதியில்தான் மாநில அரசு இயங்க வேண்டும். அதற்கு வசதியாக மாநில முதலமைச்சர்கள் டெல்லி சென்று பிரதமர் உள்ளிட்டோரை மரியாதை நிமித்தம் சந்தித்துப் பேசுவது வழக்கம். அண்ணாவும் டெல்லி சென்றார். பிரதமர் இந்திரா காந்தி உள்ளிட்ட முக்கியத் தலைவர்களை சந்தித்துப் பேசினார். செய்தியாளர்களைச் சந்தித்தார். திடீரென்று ஒரு கேள்வி எழுந்தது.

திமுக - சுதந்தரா இரண்டு கட்சிகளுக்கும் இடையேயான தேனிலவு முடிந்துவிட்டதாகக் கூறியிருக்கிறாரே ராஜாஜி. அதுபற்றி நீங்கள் என்ன சொல்கிறீர்கள்?

தமிழக சட்டமன்ற சபாநாயகர் தேர்வு விஷயத்தில் தனது சிபாரிசை அண்ணா புறக்கணித்திருந்தது ராஜாஜிக்கு பலத்த அதிருப்தி. அந்த வேகத்தில்தான் தேனிலவு முடிந்துவிட்டது என்று சொல்லியிருந்தார் ராஜாஜி. இப்போது அதற்கு பதில் சொல்லவேண்டிய நிர்பந்தம் அண்ணாவுக்கு. திமுகவின் கௌரவத்தையும் விட்டுக்கொடுத்துவிடக்கூடாது; ராஜாஜியை யும் தாக்கிவிடக்கூடாது. கூட்டணி தர்மத்துக்குப் பங்கம் வராத வகையில் நாசூக்காகப் பதில் சொன்னார் அண்ணா.

ஆம். ராஜாஜி சொல்வது உண்மைதான். எங்கள் இருவருக்கு மான தேனிலவு முடிந்துவிட்டது; தற்போது பொறுப்புள்ள குடும்ப வாழ்க்கையைத் தொடங்கி இருக்கிறோம்!

அதிகாரத்தைக் கைப்பற்றிய உற்சாகத்தில் திமுகவினர் இருந்த போது காங்கிரஸ் முகாம் களையிழந்து காணப்பட்டது.

காங்கிரஸ் கட்சிக்குத் தமிழ்நாட்டில் செல்வாக்கு குறைந்துவரு கிறது என்பதை சரியான தருணத்தில் கணித்துவிட்டார் காம ராஜர். அந்தச் சரிவைத் தடுத்துநிறுத்த அவர் உருவாக்கிய திட்டம் தான் கே. ப்ளான் என்ற பெயரில் அகில இந்தியாவுக்கும் பயன் படுத்தப்பட்டது. ஆனால் நடந்துமுடிந்த தேர்தலில் காங்கிரஸ் கட்சி ஆறு மாநிலங்களில் ஆட்சியை இழந்தது. குறிப்பாக, தமிழ கத்தில் படுதோல்வி. காங்கிரஸ் கட்சிக்கு மறுமலர்ச்சி கொடுக் கும் திட்டம் என்று கருதப்பட்ட கே.பிளான் தளர்ச்சியைக் கொடுத்ததில் காமராஜருக்கு வருத்தம்.

தேசிய அளவில் தோல்வி என்றபோதும் தமிழகத்தில் ஏற்பட்ட தோல்விக்குக் காரணம் கண்டுபிடிக்கும் முயற்சியில் காமராஜர் இறங்கினார். தமிழகத்தின் பல மாவட்டங்களுக்கும் நேரில் சென்று காங்கிரஸ் தொண்டர்களைச் சந்தித்துப் பேசினார். ஆளுக்கொரு காரணம் சொன்னார்கள். தலைவர்கள் மக்களை அலட்சியம் செய்ததுதான் தோல்விக்கு வித்திட்டது என்றார்கள். பர்மிட், லைசென்ஸ் மாயையில் கட்சிக்காரர்கள் மூழ்கியதுதான் காரணம் என்றார்கள். நீங்கள் (காமராஜர்) தமிழக அரசியலை விட்டுவிட்டு, டெல்லி அரசியலுக்குச் சென்றதுதான் தோல்வி யின் தோற்றுவாய் என்றார்கள்.

எல்லாவற்றையும் உன்னிப்பாகப் பரிசீலனை செய்தபிறகு இரண்டு முக்கிய முடிவுகளை எடுக்கும் எண்ணத்துக்கு வந்திருந்தார் காமராஜர். தமிழ்நாடு காங்கிரஸ் கமிட்டியின் தலைமையை உடனடியாக மாற்றவேண்டும். இரண்டாவது, தேசிய அரசியலில் இருந்து விலகி மாநில அரசியலுக்கு முழுமையாகத் திரும்ப வேண்டும்.

அகில இந்திய காங்கிரஸ் தலைவர் பதவிக்கான காலக்கெடு முடிந்ததும் தமிழக அரசியலில் தீவிரம் காட்டுவது என்று முடிவுசெய்தார் காமராஜர். அந்த முடிவுக்கு வந்ததற்கு இந்திரா காந்தியும் ஒரு காரணம். இந்திராவை முதல்முறை பிரதமர் பதவிக்குக் கொண்டுவந்தவர் காமராஜர். ஆனால் தேர்தலில் வெற்றிபெற்ற பிறகு புதிய அமைச்சரவை அமைக்கும் விஷயத்தில் காமராஜரிடம் கலந்துபேசவில்லை என்ற விமரிசனம் இந்திராவின் மீது எழுந்தது. அமைச்சர்களைத் தேர்வுசெய்வது பிரதமரின் தனி விருப்பம் என்ற அடிப்படையில் தன்னுடைய அமைச்சர்களைத் தேர்வு செய்திருந்தார் இந்திரா.

குறிப்பாக, துணைப் பிரதமர் பதவியைக் கோரினார் மொரார்ஜி தேசாய். மறுத்துவிட்டார் இந்திரா. காங்கிரஸ் கட்சி பல மாநிலங்களில் தோல்வி அடைந்துள்ள நெருக்கடியான சூழ்நிலையில் மொரார்ஜி போன்ற அனுபவஸ்தர்களை அலட்சியம் செய்வது ஆபத்து என்ற எச்சரிக்கைக்குப் பிறகே அவரைத் துணைப் பிரதமராக்கினார் இந்திரா. அப்போதும் மொரார்ஜி கேட்ட உள்துறைக்குப் பதில் நிதித்துறையைக் கொடுத்திருந்தார். ஆக, மூத்த தலைவர்களை மதிக்கும் விஷயத்தில் இந்திரா தடம் புரண்டுவிட்டார் என்பது அப்பட்டமாகப் புரிந்தது காமராஜருக்கு.

அகில இந்திய காங்கிரஸின் அடுத்த தலைவராக கர்நாடகத்தைச் சேர்ந்த மூத்த தலைவர் நிஜலிங்கப்பாவைக் கொண்டுவர விரும்பினார் காமராஜர். தலைவர் பதவி விஷயத்தில் இந்திராவின் முடிவு என்னவாக இருக்கும் என்று எதிர்பார்க்கப்பட்ட சூழலில் நிஜலிங்கப்பாவுக்கு ஆதரவு தெரிவித்தார் இந்திரா. சிக்கல் எதுவும் இல்லாமல் நிஜலிங்கப்பா காங்கிரஸ் கட்சியின் அகில இந்திய தலைவரானார்.

அடுத்தது, தமிழ்நாடு காங்கிரஸ் கமிட்டி. தலைவர் பதவியில் இருந்த கிருஷ்ணசாமி நாயுடு விடுவிக்கப்பட்டார். அந்த இடத்துக்கு மூத்த தலைவர் சி. சுப்பிரமணியம் வந்துசேர்ந்தார்.

39

ஆறு மாத அவகாசம்

போராட மட்டுமே தெரிந்த தொண்டர்கள்; எதிர்நீச்சல் அடித்தே பழக்கப்பட்ட தலைவர்கள்; ஆட்சி அதிகாரத்தின் அரிச்சுவடி தெரியாத அமைச்சர்கள். ஆட்சிக்கு வந்துள்ள திமுக வின் எதிர்மறை அம்சங்களைப் பட்டியல் போட்டுப் பார்த்த போது காங்கிரஸ் தலைவர்களுக்கு அடக்கமுடியாத மகிழ்ச்சி.

தாங்க முடியாத தோல்வியைக் கொடுத்த திமுகவை மூச்சுத்திணற வைக்கவேண்டும் என்ற வேகம் ஒவ்வொரு காங்கிரஸ் தலை வரையும் ஆக்கிரமித்திருந்தது. ஆனால் அத்தனை வேகத்தையும் ஒரே வாக்கியத்தில் தடுத்து நிறுத்தினார் காமராஜர்.

ஆறு மாதங்களுக்கு அமைதியாக இருப்போம்!

திமுக முதன்முறையாக ஆட்சிக்கு வந்துள்ளது; நிர்வாக விஷயத் தில் அண்ணா உள்ளிட்ட அத்தனை பேருமே புதியவர்கள்; திமுக ஆட்சி செய்யும் விதத்தை அமைதியாக கவனிப்போம்; எந்தவித மான விமரிசனத்தையும் இப்போதைக்கு முன்வைக்கவேண் டாம்; ஆறுமாதங்களுக்கு வெறும் பார்வையாளர்களாக இருப் போம். காமராஜரின் அறிவிப்பு அரசியல் நாகரிகத்தின் உச்சம்.

உற்சாகத்துடன் பதவியை ஏற்ற அண்ணா, அரசின் சார்பில் ஆகவேண்டிய காரியங்கள் குறித்து அதிகாரிகளுடன் பேசத் தொடங்கினார். முதலில் கவனிக்க வேண்டியது படி அரிசி வாக்குறுதி. திமுகவின் தேர்தல் வெற்றியை உறுதிசெய்த வாக் குறுதி என்பதால் அதை நிறைவேற்றும் ஆர்வம் அண்ணாவை ஆக்கிரமித்திருந்தது.

சென்னையிலும் கோவையிலும் தொடங்கலாம். பிறகு மெல்ல மெல்ல மற்ற மாவட்டங்களுக்கு விரிவுபடுத்தலாம் என்று முடிவு செய்யப்பட்டது. 1 மே 1967 அன்று படி அரிசித் திட்டம் தொடங்கப்பட்டது.

பெரியார் கடுமையாக விமரிசித்தார். ரூபாய்க்கு ஒரு படி அரிசி போடுவது தவறு; மிகுந்த நட்டம் ஏற்படும். சிந்தித்துச் செயல் பட வேண்டும். இந்த அரிசிவிலைக் குறைப்பே, ஒரு நியூசென்ஸ்.

பெரியார் கணித்ததுதான் நடந்தது. படி அரிசித் திட்டம் அடுத் தடுத்த பகுதிகளுக்கும் விரிவுபடுத்தப்படும் என்ற எதிர்பார்ப்பு நிறைவேறவில்லை. நிதி நெருக்கடி. திட்டத்தின் நோக்கம் விழுமியதாயினும் அதனால் ஏற்பட்ட நட்டத்தை ஈடுகட்ட அரசால் முடியவில்லை என்று விளக்கம் சொன்னார் அமைச்சர் கருணாநிதி.

இதற்கிடையில், முக்கியப் பணி ஒன்று காத்திருந்தது அண்ணா வுக்கு. அது, தமிழக சட்டமன்றத்துக்குள் அதிகாரப்பூர்வமாக நுழைந்து, முதல்வர் பதவியைத் தக்கவைத்துக்கொள்வது.

புதிய சட்டமன்றம் அமைந்துள்ள சூழ்நிலையில் சட்டமன்றத் தொகுதிக்கு இடைத்தேர்தல் என்பது சாத்தியமில்லை; மேலவை மட்டுமே ஒரே வாய்ப்பு. சட்டமன்ற மேலவையில் சென்னை மாநகராட்சிக்கு ஒதுக்கப்பட்ட இடம் ஒன்று அப்போது காலியாக இருந்தது. வெற்றிடத்தை நிரப்ப 22 ஏப்ரல் 1967 அன்று இடைத்தேர்தல் நடந்தது. அதில் அண்ணா நின்றார். வென்றார். பிறகு தென்சென்னை மக்களவை உறுப்பினர் பதவியை ராஜினாமா செய்துவிட்டார்.

1952ல் சட்டமன்ற உறுப்பினராக இல்லாத ராஜாஜி, மேலவை உறுப்பினராகி தனது முதல்வர் பதவியைத் தக்கவைத்து கொண் டார். அப்போது ராஜாஜியை கொல்லைப்புறமாக வந்தவர் என்று விமரிசித்தார் பெரியார். கம்யூனிஸ்டு தலைவர்களும் கண்டித் தனர். தற்போது முதலமைச்சர் அண்ணாவும் அதே பாணியைத் தான் கடைப்பிடித்தார். ஆனால் திமுகவின் கூட்டணிக் கட்சி யான மார்க்சிஸ்ட் கம்யூனிஸ்ட் கட்சியிடம் இருந்து எவ்வித விமரிசனமும் இல்லை. காரணம், கூட்டணி தர்மம். பெரியாரும் அப்படியே.

திமுக அரசை விமரிசிக்கும் விஷயத்தில் காட்டிய பெருந் தன்மையை இன்னொரு முக்கியமான விஷயத்தில் கடைப் பிடிக்கத் தவறியிருந்தார் காமராஜர். அது, சென்னை மாநிலத்தின் பெயரை தமிழ்நாடு என்று பெயர் மாற்றும் கோரிக்கை.

பெயர் மாற்றத்தை தியாகி சங்கரலிங்கனார் மட்டும் வலியுறுத்த வில்லை; திமுகவும் தொடர்ச்சியாக வலியுறுத்தியது. சட்ட மன்றத்தில் தீர்மானம் கொண்டுவந்தது. ஆளுங்கட்சியுடன் போராடியது. ஆனால் காங்கிரஸ் கட்சி அசைந்து கொடுக்க வில்லை. மாறாக, ஏன் பெயர் மாற்றமுடியாது என்பதற்குக் காரணம் சொன்னது.

தமிழ்நாடு என்று பெயர் வைத்தால் வெளிநாடுகளில் உள்ள வர்கள் அறிந்துகொள்ள மாட்டார்கள். பெயரை மாற்றினால் பிற மாநிலத்துடனோ அல்லது வெளிநாட்டுடனோ போடப்பட்ட ஒப்பந்தங்களைத் திருத்தவேண்டி இருக்கும். அது தேவையற்ற சிக்கல்களை ஏற்படுத்தும் என்பது அமைச்சர் ஆர். வெங்கட் ராமன் கொடுத்த விளக்கம்.

கோல்ட் கோஸ்ட் என்ற நாடு கானா என்று பெயர் மாற்றம் அடைந்தபோது எந்தவித பிரச்னையும் எழவில்லை. ஒரு நாட்டுக்கே எந்தப் பிரச்னையும் இல்லை என்றால் மாநிலத்துக்கு எப்படி பிரச்னை எழும் என்ற கேள்வியை எதிர்க்கட்சிகள் எழுப்பின. எனினும், பெயர் மாற்ற விவகாரம் கிடப்பிலேயே இருந்தது.

தற்போது ஆளுங்கட்சியாக திமுக வந்துவிட்ட நிலையில் தமிழ் நாடு பெயர்மாற்ற விவகாரம் மீண்டும் எழுந்தது. நம்முடைய மாநிலம் இந்தியாவில் இருந்து பிரிந்து தனி நாடாக மாறி, அதற்கு தமிழ்நாடு என்று பெயர் வைத்துக் கொள்ளவில்லை. இந்தியாவின் ஒருபகுதியாக இருந்துகொண்டே தமிழ்நாடு என்று பெயர்வைத்துக் கொள்கிறோம். ஆகவே, எந்தவிதமான சர்வதேசப் பிரச்னையும் எழாது என்பது திமுகவின் வாதம்.

இனி நம்முடைய மாநிலத்தின் பெயர் மதராஸ் அல்ல; தமிழ்நாடு என்பதை அதிகாரப்பூர்வமாக அறிவிக்கும் வகையில் தீர்மானம் ஒன்று தயாரானது. 18 ஜூலை 1967 அன்று முதலமைச்சர் அண்ணா கொண்டுவந்த அந்தத் தீர்மானம் சட்டமன்றத்தில் ஒருமனதாக நிறைவேறியது. இந்திய அரசியல் அமைப்புச்

சட்டத்தின்படி இனி இந்த மாநிலத்தின் பெயர் மதராஸ் அல்ல, தமிழ்நாடு!

பெயர் மாற்ற உத்தரவு அரசியல் கட்சிகள் மத்தியில் ஆனந்த அலைகளை ஏற்படுத்தியிருந்தது. இனி நாம் எங்கு சென்றாலும் மற்றவர்கள் நம்மைத் தமிழன் என்றுதான் அழைக்கவேண்டும். மதராசி என்று அழைக்கக்கூடாது என்று சொல்லி உணர்ச்சி வசப்பட்டார் இந்திய கம்யூனிஸ்ட் கட்சி உறுப்பினர் பாலசுப்பிரமணியன். பெயர் மாற்றத் தீர்மானத்தை உணர்ச்சிப் பூர்வமாக - உயிர்ப்பூர்வமாக ஆதரிக்கிறேன்; திமுக ஆட்சியில்தான் இப்படித் தீர்மானம் வரவேண்டும் என்பது கடவுள் செயலாக இருக்கலாம் என்று நெகிழ்ந்து போய் பேசினார் ம.பொ.சி.

தாம் உருவாக்கிய இயக்கத்தின் உயிர்நாடிக் கோரிக்கை ஒன்றுக்கு சட்டப்பூர்வ அங்கீகாரம் பெற்றுக் கொடுத்ததில் அண்ணாவுக்கு அளவற்ற மகிழ்ச்சி. அதே உற்சாகத்துடன் தன்னுடைய அரசியல் ஆசானின் ஆகப்பெரிய ஆசை ஒன்றை நிறைவேற்றத் தயாரானார். அது, சுயமரியாதைத் திருமணச் சட்ட மசோதா.

சுயமரியாதை இயக்கத்தைத் தொடங்கிய காலத்தில் இருந்து பெரியார் வலியுறுத்திப் பிரசாரம் செய்துவரும் விஷயங்களுள் முக்கியமானது சுயமரியாதைத் திருமணம். சுயமரியாதை இயக்கம், திராவிடர் கழகம், திமுக உள்ளிட்ட கட்சியினர் செய்த பிரசாரத்தின் பலனாக சுயமரியாதை - சீர்திருத்தத் திருமணங்களுக்கு மக்கள் மத்தியில் நல்ல வரவேற்பு இருந்தது. திராவிட இயக்கத் தலைவர்கள் தலைமையில் ஏராளமான சுயமரியாதைத் திருமணங்கள் அனுதினமும் நடந்தன. நடக்கின்றன.

மக்களால் ஏற்றுக்கொள்ளப்பட்ட சுயமரியாதை திருமணத்துக்கு சட்டப்பூர்வ அங்கீகாரம் கிடைக்கவில்லை. குறிப்பாக, 1934ல் பெரியார் தலைமையில் நடந்த சுயமரியாதைத் திருமணம் ஒன்றை 1953ல் செல்லாத திருமணமாக அறிவித்தது சென்னை உயர்நீதிமன்றம்.

சுயமரியாதைத் திருமணம் தொடர்பான மசோதா ஒன்று சட்ட மன்றத்தில் தாக்கல் செய்யப்பட்டது முதலமைச்சர் ராஜாஜி, 'இதுவரை நடைபெற்ற சீர்திருத்த / சுயமரியாதைத் திருமணங்களுக்குப் புதிய மசோதா பொருந்தாது; இனி நடக்க இருக்கும் திருமணங்களே சட்டப்பூர்வமானவை' என்றார்.

போராட்டத்தின் நோக்கமே நடைபெற்று முடிந்த திருமணங் களை செல்லுபடியாக்கவேண்டும் என்பதுதான். முதலுக்கே மோசம் ஏற்படுத்தும் ராஜாஜியின் திட்டத்தை பெரியார் ஏற்கவில்லை. கடுமையாகக் கண்டித்தார்.

ராஜாஜி இறங்கி வருவதற்குத் தயாரானார் ஆட்சி மாறி, அதற்குள் பெரியாருக்கு அணுக்கமான காமராஜர் ஆட்சிக்கு வந்தார். ஆனால் அவரும் சுயமரியாதைத் திருமணத்துக்கு அங்கீகாரம் தரும் நடவடிக்கையை எடுக்கவில்லை.

பொது மேடையில் பெரியார் வைத்த கோரிக்கையை சட்ட மன்றத்துக்குள் வலியுறுத்தும் பொறுப்பை திமுக எடுத்துக் கொண்டது. திமுக உறுப்பினர் செ. மாதவன் தனிநபர் மசோதா கொண்டுவந்து மசோதாவை நிறைவேற்றுங்கள் என்றார். முடியாது என்றது அரசு. ஏன் என்று கேட்டதற்கு அமைச்சர் பக்தவத்சலம் கொடுத்த விளக்கம் இதுதான்.

சம்பிரதாயமான சடங்குகள் இல்லாத முறையில் சுயமரியாதை / சீர்திருத்தத் திருமணங்கள் நடத்தப்படுகின்றன. வேண்டுமானால் சுயமரியாதைத் திருமணத்தை பதிவு செய்துவிடுங்கள். தானாகவே சட்ட அங்கீகாரம் வந்துவிடும்.

சுயமரியாதைத் திருமண விஷயத்தில் காங்கிரஸ் அரசு காட்டிய பாரபட்சம் திமுக தலைவர்களின் மனத்தில் உறுத்திக் கொண்டே இருந்தது. ஆட்சிக்கு வந்ததும் ஆகவேண்டிய காரியங்களைக் கவனிக்கத் தொடங்கினர். சுயமரியாதைத் திருமணங்களுக்குச் சட்டப்பூர்வ அங்கீகாரம் அளிப்பதற்கான வரைவு மசோதா தயாரிக்கும் பணி தொடங்கியது. தயாரானதும் விடுதலை ஆசிரியர் கி.வீரமணி மூலம் பெரியாரின் பார்வைக்கு அனுப்பப்பட்டது. அதில்... And Tying of Thali என்ற வாக்கியம் பெரியரின் கவனத்தைக் கலைத்தது. அந்த வாக்கியத்தில் ஒரு திருத்தத்தைச் சொன்னார். Or Tying of Thali என்று மாற்றப் பட்டது. தாலி கட்ட விரும்பினால் கட்டலாம்; கட்டாயமில்லை என்பதுதான் பெரியார் சொன்ன திருத்தம். ஏற்றுக்கொண்டார் அண்ணா.

1967 ஜூலை மாதம் சட்டமன்றத்தில் தாக்கல் செய்யப்பட்ட சுயமரியாதைத் திருமணச் சட்டமசோதா விவாதங்கள், ஆய்வு கள் எல்லாம் முடிந்தபிறகு 27 நவம்பர் 1967 அன்று நிறை

வேறியது. அங்கீகாரம் வழங்குவதற்கு முன்னால் சுயமரியாதைத் திருமணம் செய்துகொண்ட கணவன், மனைவி, குழந்தை களுக்கு சட்டம் கொடுத்த பெயர் என்ன தெரியுமா? சட்டப் பூர்வமற்ற கணவன்/மனைவி/குழந்தை. புதிய சட்டத்தின்மூலம் இழிவுகள் அகன்றன.

நன்றி சொல்லியே தீரவேண்டும் என்று ஆசைப்பட்டார் பெரியார். இனி திராவிடர் கழகத்தினர் கலந்துகொள்ளும் சுய மரியாதைத் திருமணக் கூட்டங்கள் அனைத்தும் அண்ணாவுக்கு வணக்கம் சொன்னபிறகே தொடங்கும்!

40

வந்தது ஜெயபேரிகை

பிறந்த பதினெட்டே ஆண்டுகளில் திமுக ஆட்சியைப் பிடித்த தற்கு பத்திரிகைகள் ஒரு முக்கியக் காரணம். திமுகவின் கொள்கைகளை, கருத்துகளை, வாக்குறுதிகளை மக்களிடம் நேரடியாகக் கொண்டுசேர்க்கும் பணியை பத்திரிகைகள்தான் அதிகம் செய்தன. கட்சி சார்பு கொண்ட திராவிட நாடு, காஞ்சி, நம்நாடு, முரசொலி என்பது தொடங்கி வெகுஜனப் பத்திரிகை யான தினந்தந்தி வரை அந்தப் பட்டியலில் அடங்கும்.

பத்திரிகைகளின் பலத்துடன் ஆட்சிக்கு வந்துள்ள திமுகவை எதிர்த்து அரசியல் செய்யவேண்டும் என்றால் அதேபோன்ற பத்திரிகைகள் காங்கிரஸ் கட்சியின் சார்பில் ஆரம்பிக்கப்பட வேண்டும் என்ற எண்ணம் கட்சிக்குள் எழுந்தது. ஏற்கெனவே நவசக்தி போன்ற பத்திரிகைகள் இருந்தன. ஆனாலும் ஏதோ ஒன்று குறைவது போல இருந்தது காமராஜருக்கு. அதைக் குறிப்பால் உணர்ந்துகொண்டு, பணிகளைத் தொடங்கினார் காமராஜரின் நம்பிக்கைக்குரிய தளபதியாக மாறியிருந்த ஈ.வெ.கி. சம்பத்.

குடி அரசு, விடுதலை, புரட்சி, நம் நாடு என்று பல பத்திரிகை களில் அனுபவம் பெற்றவர்; திமுகவைத் திட்டுவதைக் காட்டிலும் தித்திப்பான விஷயம் எதுவும் இல்லை என்று நினைப்பவர்; ஆகவே, திமுக அரசுக்கு எதிரான பத்திரிகையைத் தொடங்கும் பணியில் உற்சாகத்துடன் ஈடுபட்டார். அதேசமயம் தன்னை முன்னிலைப்படுத்தாமல், பத்திரிகையைப் பின்னணி யில் இருந்து இயக்க விரும்பினார்.

புதிய பத்திரிகைக்கான ஆசிரியர் திமுகவைப் போர்க்குணத் துடன் எதிர்ப்பவராக இருக்கவேண்டும் என்பதுதான் ஒரே இலக்கு. அப்போது சம்பத்தின் நினைவுக்கு வந்தவர் எழுத்தாளர் ஜெயகாந்தன். கம்யூனிசத்தை சுவாசித்தவர்; காமராஜரை நேசித்தவர்; முக்கியமாக, அண்ணா உள்ளிட்ட திமுகவினரை முழு மூச்சுடன் வெறுத்தவர்; தடித்த வார்த்தைகளைப் பயன்படுத்தத் தயங்காதவர்; வாதங்களை வல்லமையுடன் எடுத்துவைப்பவர். திமுகவைப் பற்றி ஜெயகாந்தனின் மதிப்பீடு இதுதான்:

> திமுக என்பது ஓர் அரசியல் இயக்கம் அல்ல; அது மனித மரியாதைகளுக்கும் சமுதாய வளர்ச்சிக்கும் இந்திய நாகரிகத்துக்கும் நமது கலாசாரத்துக்கும் ஏற்பட்டிருக்கின்ற ஒரு பேரழிவின் அறிகுறி! திமுகவின் வளர்ச்சியைக் கண்டு ஒவ்வொரு விநாடியும் நான் மனம் பொருமினேன்; வயிறு எரிந்தேன்!

ஈ.வெ.கி. சம்பத் -ஜெயகாந்தன் சந்திப்பு நடந்தது. பத்திரிகை நிர்வாகத்தை சம்பத் பார்த்துக் கொள்வார். ஆசிரியர் பணியை ஜெயகாந்தன் பரிபூரண சுதந்தரத்துடன் செய்யலாம். விறுவிறு வென காரியங்கள் நடந்தன. திமுக அரசை விமரிப்பதற்கு காமராஜர் கொடுத்திருந்த கெடு தேதியான 15 ஆகஸ்டு 1967 அன்று ஜெயகாந்தனை ஆசிரியராகக் கொண்ட புதிய பத்திரிகை களத்துக்கு வந்தது. அதன் பெயர், ஜெயபேரிகை.

தமிழ்நாடு காங்கிரஸ் கமிட்டியின் தலைமை அலுவலகமான சத்தியமூர்த்தி பவனில் வெளியீட்டு விழா நடந்தது. அன்றைய தினம்தான் ஆறுமாதகால மௌனத்தைக் கலைத்துவிட்டுப் பொதுக்கூட்டத்தில் பேசினார் காமராஜர்.

தேர்தல் தோல்விக்குப் பிறகு, பிரம்மாண்டமாக நடந்தது கூட்டம். காமராஜர் உள்ளிட்ட பல தலைவர்கள் பேசினர். காங்கிரஸ் தொண்டர்களுக்கு நம்பிக்கை கொடுக்கும் வகையில் இருந்தது அந்தக் கூட்டம்.

கூட்டத்துக்கு வந்த காங்கிரஸ்காரர்களுக்கும் திமுகவினருக்கும் இடையே திடீரென மோதல் வெடித்தது. பரஸ்பரம் தாக்கிக் கொண்டனர். கற்கள் பறந்தன. ரத்தம் தெறித்தது. அந்த நிகழ்வைக் காட்டமான மொழியில் கண்டித்தது ஜெயபேரிகை தலையங்கம். காங்கிரஸ் கட்சிக்கு உத்வேகத்தையும் திமுகவுக்கு

எச்சரிக்கையையும் ஒருசேரக் கொடுத்தது அந்தத் தலையங்கம். அத்துடன் நிறுத்திக்கொள்ளவில்லை. ஈ.வெ.கி. சம்பத்தின் ஜெயபேரிகை - கருணாநிதியின் முரசொலி இடையேயான வார்த்தை யுத்தத்தையும் சேர்த்து தொடங்கி வைத்தது.

ஆட்சி அமைந்து எட்டு மாதங்களே ஆன நிலையில் திமுக அரசுக்கு மதிப்பெண் கொடுக்கும் வாய்ப்பு வந்தது. அது, அண்ணா ராஜினாமா செய்த தென் சென்னை மக்களவைத் தொகுதிக்கான இடைத்தேர்தல். பொதுத்தேர்தலின்போது வாக்காளர்கள் கொடுத்த ஆதரவைத் தக்கவைத்துக் கொள்ளும் முயற்சியில் திமுக இறங்கியது. மக்கள் காங்கிரஸை முழுமையாக நிராகரிக்கவில்லை என்பதை நிரூபிக்க வேண்டிய கட்டாயத்தில் இருந்தது காங்கிரஸ்.

திமுக வேட்பாளராக கருணாநிதியின் மருமகன் முரசொலி மாறன் அறிவிக்கப்பட்டார். அவரை எதிர்த்து காங்கிரஸ் சார்பில் சி.ஆர். ராமசாமி போட்டியிட்டார். திமுக அரசின் மீதுள்ள அதிருப்தியை வெளிப்படுத்த இடைத்தேர்தலைப் பயன்படுத்திக் கொள்ளுங்கள் என்று பிரசாரம் செய்தார் காமராஜர். திமுகவின் கூட்டணிக் கட்சித் தலைவர்கள் மாறனுக்கு ஆதரவாகப் பிரசாரம் செய்தனர். பெரியார் ஆதரித்துப் பிரசாரம் செய்த முதல் திமுக வேட்பாளர் முரசொலி மாறன் என்பது குறிப்பிடத்தக்கது.

7 நவம்பர் 1967 அன்று நடந்த தேர்தலில் ஒரு லட்சத்தும் அதிகமான வாக்குகள் வித்தியாசத்தில் வெற்றிபெற்றார் முரசொலி மாறன். அந்த இடைத்தேர்தல் தமிழக அரசியலில் எவ்விதத் திருப்பத்தையும் ஏற்படுத்தவில்லை. மாறாக, திமுகவின் எதிர்கால டெல்லி அரசியலைத் தீர்மானிக்கும் சக்தியை அறிமுகம் செய்துவைத்தது. ஈ.வெ.கி. சம்பத், அண்ணா, நாஞ்சில் மனோகரன் வரிசையில் முரசொலி மாறன் திமுகவின் டெல்லி முகமாகப் பிற்காலத்தில் மாறினார்.

தென்சென்னை வெற்றி கொடுத்த மகிழ்ச்சியில் புதிய அறிவிப்பு ஒன்றை வெளியிட்டார் முதலமைச்சர் அண்ணா. இரண்டாவது உலகத் தமிழ் மாநாட்டை தமிழக அரசு சென்னையில் நடத்தும்! உண்மையில் பக்தவத்சலம் முதல்வராக இருந்தபோதே மாநாட்டை சென்னையில் நடத்துவதற்கான நடவடிக்கைகள் தொடங்கிவிட்டன. அண்ணா முதல்வரான பிறகு முறைப்படியான அறிவிப்பு வெளியானது.

மின்னல் வேகத்தில் பணிகள் தொடங்கின. மாநாட்டுக் குழு உருவாக்கப்பட்டது. தலைமையேற்றவர் முதலமைச்சர் அண்ணா. மாநாட்டுப் பணிகளைப் பக்குவமாகச் செய்துமுடிக்க இரண்டு அமைச்சர்களைத் தேர்ந்தெடுத்திருந்தார் அண்ணா. ஒருவர் நெடுஞ்செழியன். மற்றொருவர், கருணாநிதி. மாநாட்டுக் குழுவில் திருக்குறள் முனுசாமி, மயிலை சீனி. வேங்கடசாமி, கவிஞர் சுரதா, குன்றக்குடி அடிகளார், டாக்டர் மு. வரதராசனார், சி. இலக்குவனார் உள்ளிட்ட தமிழ் ஆர்வலர்கள் பலரும் இடம் பெற்றனர்.

4 ஜனவரி 1968 முதல் மாநாட்டை நடத்த முடிவுசெய்யப்பட்டது. நாற்பதுக்கும் மேற்பட்ட நாடுகளில் இருந்து நானூற்றைம்பதுக்கும் மேற்பட்ட அறிஞர்கள் வரவழைக்கப்பட்டனர். மாநாட்டைத் தொடங்கி வைக்க இந்திய குடியரசுத் தலைவர் ஜாகீர் உசேன் அழைக்கப்பட்டிருந்தார். மாநாட்டை ஒட்டி சென்னையில் பதினோரு சிலைகள் திறப்பதற்கு ஏற்பாடுகள் செய்யப்பட்டன.

சில சிலைகளை சென்னை மாநகராட்சி உருவாக்கிக் கொடுத்தது. தென்னிந்திய திருச்சபையின் சார்பில் சில சிலைகள். மைலாப்பூர் ஆர்ச் பிஷப் ஒரு சிலையை அன்பளிப்பாகக் கொடுத்தார். திருவள்ளுவர் சிலையை நடிகர் சிவாஜி கணேசன் வழங்கினார். அண்ணாவின் சிலையை நடிகர் எம்.ஜி.ஆர் கொடுத்தார். தமிழக ஆசிரியர்களும் மாணவர்களும் இணைந்து கண்ணகி சிலையை அன்பளிப்பாகக் கொடுத்தனர்.

அறிஞர்கள் கூடி ஆய்வுக்கட்டுரைகளைப் பற்றி விவாதிக்க சென்னைப் பல்கலைக் கழக வளாகத்தில் ஆராய்ச்சி அரங்கம் ஒன்று பிரத்யேகமாக உருவாக்கப்பட்டது. இந்தியா மற்றும் வெளிநாடுகளில் இருந்து வரும் தமிழ் அறிஞர்களும் புலவர்களும் உரை நிகழ்த்துவதற்கு வசதியாக சென்னை தீவுத் திடலில் பொது அரங்கம் ஒன்று அமைக்கப்பட்டது.

கலைத்துறையினரின் உதவியைக் கச்சிதமாகப் பயன்படுத்திக் கொண்டனர் திமுக அமைச்சர்கள். குறிப்பாக, ஜெமினி அதிபர் எஸ்.எஸ்.வாசன், ஏ.வி.மெய்யப்ப செட்டியார், நாகி ரெட்டி, ஏ.எல். சீனிவாசன் ஆகியோர் ஆர்வத்துடன் ஒத்துழைப்பு கொடுத்தனர். கலையரங்குகள் உருவாக்குவது, அலங்கார ஊர்தி

களை வடிவமைப்பது போன்றவற்றில் கலைத்துறையினரின் பங்களிப்பு அதிகம்.

1 ஜனவரி 1968 அன்று முதலமைச்சர் அண்ணாவின் சிலையை ஏ. ராமசாமி முதலியார் திறந்துவைத்தார். மறுநாள் திருவள்ளுவர், அவ்வையார், கண்ணகி, கம்பர், வீரமா முனிவர், ஜி.யு. போப், கால்டுவெல், வ.உ.சி, பாரதியார், பாரதிதாசன் ஆகியோருடைய சிலைகள் சென்னை கடற்கரையில் திறக்கப்பட்டன. திருவள்ளு வர் சிலையைத் திறந்துவைத்தவர் கி.ஆ.பெ. விசுவநாதம். கம்பர் சிலையை முன்னாள் முதல்வர் பக்தவத்சலம் திறந்து வைத்தார். கண்ணகி சிலையைத் திறந்துவைக்கும் பெருமை ம.பொ.சிக்குக் கிடைத்தது. 3 ஜனவரி அன்று கலைப் பொருட் காட்சியை ராஜாஜி திறந்துவைத்தார்.

4 ஜனவரி அன்று குடியரசுத் தலைவர் ஜாகீர் உசேன் மாநாட்டைத் திறந்துவைத்தார். வரவேற்புரை ஆற்றியவர் காமராஜர். மாநாட்டு மலரை ஆளுநர் உஜ்ஜல்சிங் வெளியிட்டார். தமிழ்த் தாய் வாழ்த்து, அலங்கார வண்டிகளின் ஊர்வலம், மாணவர் களின் அணிவகுப்பு, கருத்தரங்கம், ஆய்வரங்கம், கண்காட்சி என்று பிரம்மாண்டமான முறையில் நடந்த உலகத் தமிழ் மாநாட்டில் சர்ச்சை ஒன்றும் கிளம்பியது.

உலகத் தமிழ் மாநாட்டை ஒட்டி நினைவுத் தபால் தலை ஒன்றை வெளியிட முதலமைச்சர் அண்ணா விரும்பினார். அதற்காக மத்திய அரசின் உதவி கோரப்பட்டது. புதிய தபால் தலையைத் தயாரித்துக் கொடுத்தது மத்திய அரசு. புதிய தபால் தலையில் இடம்பெற்ற வார்த்தைகள் எதுவும் தமிழில் இல்லை; எல்லாமே இந்தி வார்த்தைகள்.

உலகத் தமிழ் மாநாட்டுக்கான தபால் தலையில் தமிழ் இல்லை என்பதைக் காட்டிலும் இந்தி இடம்பெற்றது பலரையும் சங்கடப்படுத்தியது. மத்திய அரசு கொடுத்த தபால் தலை விழா வின் புனிதத் தன்மையைக் களங்கப்படுத்துகிறது; மாநாட்டுக்கு வந்திருக்கும் பிரதிநிதிகளுக்கு இது வேதனை உண்டாக்கும்; ஆகவே, தபால் தலை வெளியிடும் நிகழ்ச்சியை நிறுத்திக் கொள்கிறோம் என்று அறிவித்தார் முதலமைச்சர் அண்ணா.

முதலமைச்சரின் கருத்தை மாநில காங்கிரஸ் கமிட்டி தலைவர் சி. சுப்பிரமணியமும் ஆமோதித்தார். நியாயமாக யாதும் ஊரே

யாவரும் கேளிர் என்ற வாக்கியத்தைத் தமிழில் பொறித்திருக்க வேண்டும்; தமிழ் மாநாட்டை ஒட்டி வெளியிடப்படும் தபால் தலையில் தமிழ் இருக்கவேண்டும்; அப்படி இல்லாததால் தபால் தலையை வெளியிடாதது சரியான முடிவுதான் என்றார் சி. சுப்பிரமணியம்.

தபால் தலை தொடர்பாக சர்ச்சைகள் உருவானதை அடுத்து மத்திய தபால் தந்தித் துறை அமைச்சர் ராம்சுபாக் சிங் களத்தில் இறங்கினார். தபால் தலையை அச்சடிப்பதற்கு முன்னால் அதன் மாதிரியை முதலமைச்சர் அண்ணாதுரைக்கு அனுப்பிவிட்டோம். அதைப் பார்த்துவிட்டு, தனது அங்கீகாரத்தையும் அனுப்பி விட்டார் முதலமைச்சர். ஆகவே, தபால் தலை விஷயத்தில் மத்திய அரசைக் குற்றம்சாட்டுவது ஏற்கமுடியாத ஒன்று என்பது அவருடைய விளக்கம்.

அமைச்சரின் விளக்கத்துக்கு முதலமைச்சர் அண்ணாவிடம் இருந்து மறுப்பு வந்தது. தபால் தலையில் இடம்பெற வேண்டிய வார்த்தைகள் குறித்து நான் எவ்வித முடிவையும் எடுக்கவில்லை. தவறு நடந்ததற்குக் காரணம் தமிழக அரசு அதிகாரிகளின் கவனக்குறைவுதான். எங்கே தவறு நடந்தது? யார் கவனக்குறைவாக இருந்தார்கள்? என்ற கேள்விகளுக்கு விடை கிடைக்காமலேயே தபால் தலை விவகாரம் முடிவுக்கு வந்தது.

ஆளுங்கட்சி, எதிர்க்கட்சி, கூட்டணிக் கட்சி என்று அனைத்துக் கட்சிகளும் பாராட்டிய உலகத் தமிழ் மாநாடு குறித்து பெரியாரின் கருத்து வித்தியாசமானது. குறிப்பாக, கம்ப ராமாயணத்தைக் கடுமையாக விமரிசித்தவர் அண்ணா. அவர் எழுதிய கம்பரசம் புத்தகம் கண்டனத்தின் உச்சம். அப்படிப்பட்ட அண்ணாவின் ஆட்சியில், தமிழின் பெயரால் கம்பர் சிலை திறக்கப்பட்டதை பெரியார் விமரிசிக்காமல் விடுவாரா என்ன? வெளுத்துவாங்கிவிட்டார்.

> *நமது இழிவை, சூத்திரத் தன்மையை நிலைநாட்ட விழாவா? மடமை இலக்கியங்களுக்கெல்லாம் விழாவா? மூட நம்பிக்கைகள் கொண்ட கதாப்பாத்திரங்களுக்கு வரிசையாகச் சிலைகளா? இதெல்லாம் மக்கள் பணத்தைப் பாழாக்கும் வீண் செலவுதானே?*

41

மத்திய அரசை மிரட்டிய திமுக

திமுக எப்போது சறுக்கும் என்று காத்துக்கொண்டிருந்தது காங்கிரஸ். வசதியாக வந்துசேர்ந்தது மாணவர்கள் போராட்டம். எங்கு பார்த்தாலும் வன்முறை. கலவரம். ஊர்வலம். ரயில் எரிப்பு. பின்னணியில் இருந்தது மத்திய அரசு கொண்டுவந்த ஆட்சிமொழி சட்டத் திருத்தம்.

ஆட்சிமொழிச் சட்டம் உருவானபோது தொடங்கிய போராட்டம் தான். தற்போது அதில் புதிய திருத்தம் ஒன்றைக் கொண்டு வந்திருந்தது மத்திய அரசு. 1967 டிசம்பரில் அமலுக்கு வந்த திருத்தம் இந்தி பேசுபவர்களின் கழுத்தில் மாலையாக விழுந்தது; மற்ற மொழி பேசுபவர்களில் தலையில் சுமையாக வந்து அமர்ந்தது.

அந்தத் திருத்தத்தின் முக்கிய சங்கதிகள் என்று மூன்றைச் சொல்லலாம். முதலாவது, எட்டாம் அட்டவணையில் இடம்பெற்றுள்ள அனைத்து மொழிகளையும் அவற்றின் கல்வி, பண்பாட்டு நலன் கருதி அவற்றின் வளர்ச்சிக்கு உறுதியான நடவடிக்கை எடுக்கவேண்டும். இரண்டாவது, இந்தி பேசாத மக்கள் மத்திய அரசுப் பணிகளுக்காகத் தேர்ந்தெடுக்கப்படும் முதல் கட்டத்தில் இந்தி அறிவு அவசியம் இல்லை. மூன்றாவது, தேசிய ஒருமைப் பாட்டை வளர்க்கும் வகையில் மாநில அரசுகளின் ஆலோசனை களுடன் மும்மொழித் திட்டத்தை அமல்படுத்தவேண்டும்.

கல்வி, பண்பாட்டு நலனுக்காக அவற்றை மற்ற மொழிகளை வளர்க்கவேண்டும் என்று சொன்ன அந்தத் திருத்தம், அந்த மொழிகளை இந்தியாவின் ஆட்சிமொழியாக ஆக்குவது பற்றி எந்த உறுதிமொழியையும் கொடுக்கவில்லை. அதேபோல,

மத்திய அரசுப் பணிகளில் சேர்வதற்கு முதல் கட்டத்தில் இந்தி அறிவு அவசியம் இல்லை என்றால், அடுத்தடுத்த கட்டங்களில் அவர்களுடைய பணிகளுக்கு என்ன உத்தரவாதம்? குறிப்பாக, பதவி உயர்வு என்று வரும்போது இந்தி தெரிந்தவர்களுக்கு மட்டும்தான் வாய்ப்புகள் தரப்படுமா? இந்தி படிக்காதவர்களின் கதி என்ன? இதைப்பற்றி அந்தத் திருத்தம் எதுவும் சொல்ல வில்லை. பிராந்திய மொழி, ஆங்கிலம் மற்றும் இந்தி ஆகிய வற்றைக் கொண்ட மும்மொழித்திட்டத்தை அமல்படுத்த சொல்வதன்மூலம் இந்தியை எல்லா மாநிலங்களிலும் கட்டாயப் படுத்தி நுழைக்கிறது அந்தத் திருத்தம்.

மத்திய அரசு கொண்டுவந்துள்ள மொழிகள் பற்றிய திருத்தம் தென்னாட்டுக்குப் பெரும் தீங்கு விளைவிக்கக்கூடியது என்றார் பேராசிரியர் க. அன்பழகன். அப்போது அவர் திருச்செங்கோடு தொகுதி மக்களவை உறுப்பினர். திமுகவின் நாடாளுமன்றக் குழுவின் தலைவரும்கூட. திருத்தத்தின் பின்னணி காமராஜரைக் கவலைகொள்ளச் செய்தது. எந்த நோக்கத்துக்காக ஆட்சி மொழிகள் சட்டம் கொண்டுவரப்பட்டதோ அந்த நோக்கம் நிறைவேறாது என்பது காமராஜரின் கருத்து.

மத்திய அரசின் இந்தித் திணிப்புக்கு எதிராக மாணவர்கள் கொதிப்படைந்தனர். மத்திய அரசு அலுவலகங்களைத் தாக்கி னர். இந்தி எழுத்துகளைத் தார்பூசி அழித்தனர். ரயில் பெட்டி களுக்குத் தீவைத்தனர். சென்னை, திருச்சி, மதுரை, கோவை என்று தமிழகத்தில் பெரும்பாலான இடங்களில் மாணவர்கள் சாலை மறியல், ரயில் மறியல், ஊர்வலம் என்று போராடத் தொடங்கினர்.

கலவரத்தை எப்படித்தான் கட்டுக்குள் கொண்டுவருகிறார்கள் என்பதைப் பார்ப்போம் என்று காங்கிரஸ் கட்சி கண்காணிப்பில் இறங்கியது. போராட்டம் வலுவடைவதைத் தடுக்கும் நோக்கத் துடன் கல்வி அமைச்சர் நாவலர் நெடுஞ்செழியன் மாணவர் களைச் சந்தித்துப் பேசினார். நடப்பது திமுக அரசு; மாணவர் களின் கோரிக்கைகளை மதிக்கும் அரசு; மொழி விஷயத்தில் நல்ல முடிவு எடுப்போம்; அமைதியாக இருங்கள் என்றார் நெடுஞ்செழியன்.

திடீரென சென்னை சென்ட்ரல் ரயில் நிலையத்தை மாணவர்கள் எரிக்கப்போவதாகத் தகவல் வந்தது. உடனடியாக அங்கே

சென்று மாணவர்களைச் சந்தித்தார் பொதுப்பணித்துறை அமைச்சர் கருணாநிதி. வன்முறை எப்போது நடக்கும்; அதை வைத்து திமுக அரசைக் கலைக்கலாம் என்று சில விஷமிகள் விரிக்கும் வலையில் மாணவர்கள் விழுந்துவிடக் கூடாது என்ற கருணாநிதியின் கோரிக்கைக்குப் பலன் கிடைத்தது.

ஆனால், வன்முறைச் செயல்கள் தொடர்ந்து நடந்தன. இத்தனைக் கூத்துகளுக்கும் மத்தியில்தான் சென்னையில் இரண்டாவது உலகத் தமிழ் மாநாடு நடந்துகொண்டிருந்தது. தபால் தலை வெளியீட்டு விழாவை அண்ணா ரத்து செய்ததன் பின்னணியில் இருந்தது இந்த மாணவர் போராட்டம்தான்.

கடந்த ஆட்சிக்காலத்தில் முதலமைச்சர்- மாணவர் சந்திப்பு நடைபெறாததுதான் போராட்டத்துக்குக் காரணம் என்பது திமுக முன்வைத்த முக்கியக் குற்றச்சாட்டு. தற்போது மீண்டும் போராட்டம் வலுத்திருக்கும் நிலையில் உடனடியாக மாணவர்களைச் சந்தித்துப் பேச விருப்பம் தெரிவித்தார் முதலமைச்சர் அண்ணா. 5 ஜனவரி 1968 அன்று மாநில சட்ட அமைச்சர் செ. மாதவனின் இல்லத்தில் முதல்வர் - மாணவர்கள் சந்திப்பு நடந்தது. அமைச்சர்கள் நாவலர் நெடுஞ்செழியன், கருணாநிதி, மக்களவை உறுப்பினர் க. அன்பழகன், விருதுநகர் பெ. சீனிவாசன் உள்ளிட்டோரும் வந்திருந்தனர்.

சுமார் ஐந்து நாள்களுக்கும் மேலாகப் பேச்சுவார்த்தைகள் நீடித்தன. மொழிச்சிக்கலுக்கு முடிவு காணும் பொறுப்பை தமிழக அரசிடம் ஒப்படைத்துவிட்டு, போராட்டத்தைக் கைவிடுங்கள் என்று மாணவர்களைக் கேட்டுக் கொண்டார் அண்ணா. இறுதியாக, சில தீர்மானங்கள் நிறைவேற்றப்பட்டன. இந்தித் திணிப்பு காரணமாகத் தமிழக மாணவர்களுக்கு இழைக்கப் பட்டுள்ள அநீதிகளைக் களைவதற்கு அண்டை மாநில அரசுகளுடன் கலந்துபேசி சட்ட நடவடிக்கைகள் எடுக்கப்படும்; கல்லூரிகளில் பயிற்றுமொழியாக தமிழைக் கொண்டுவருவதற்குத் தேவையான நடவடிக்கைகளைத் தமிழக அரசு எடுக்கும்.

மாணவர்களுக்குக் கொடுத்த வாக்குறுதியை செயல்வடிவத்துக்குக் கொண்டுவரும் முயற்சியில் இறங்கியது திமுக அரசு. தமிழ்நாடு சட்டமன்றத்தின் சிறப்புக்கூட்டம் 23 ஜனவரி 1968 அன்று கூடியது. எதிர்க்கட்சித் தலைவர் பி.ஜி. கருத்திருமன் எழுந்தார்.

இப்போது மாணவர்கள் கேட்கிறார்கள் என்பதற்காக சட்ட மன்றத்தை அவசரம் அவசரமாகக் கூட்டவேண்டுமா?

மாணவர்கள் யார்? நம்முடைய ரத்தத்தின் ரத்தம். நம் குடும்பத்துப் பிள்ளைகள். நம் எதிர்காலத்தின் உருவங்கள் என்பதுதான் அண்ணா அளித்த பதில். (அந்த பதிலில் இருக்கும் ரத்தத்தின் ரத்தத்தைத்தான் பின்னாளில் எம்.ஜி.ஆர் தன்னுடைய மேடைப் பேச்சின் தொடக்க வாக்கியமாக அமைத்துக்கொண்டார்)

மாணவர்கள் நடத்திய போராட்டத்தின்போது புகைவண்டிகள் கொளுத்தப்பட்டதை அரசு வேடிக்கை பார்த்துக் கொண்டிருந்ததா என்று கேள்வி எழுப்பியது காங்கிரஸ் கட்சி. பத்துப் பெட்டிகள் எரிந்து விட்டால் அவற்றைத் திரும்பப் பெற்றுக் கொள்ளலாம். ஆனால் மாணவர்களின் உயிரை அப்படி நினைக்க முடியாது என்று பதில் கொடுத்தார் அண்ணா. பிறகு இந்தி ஒழிப்புத் தீர்மானம் ஒன்று சட்டமன்றத்தில் நிறைவேறியது. அதன் சாரம் இதுதான்.

மத்திய அரசின் இந்தித் திணிப்புத் திட்டத்தை இந்த மன்றம் ஏற்க மறுக்கிறது. தமிழகத்தின் எல்லா பள்ளிகளிலும் மும்மொழித் திட்டத்தை அகற்றிவிட்டு, தமிழ் மற்றும் ஆங்கிலம் என்ற இருமொழிகளுக்கு இடமளித்து, இந்தியை அறவே நீக்கிட இந்த மன்றம் தீர்மானிக்கிறது. தேசிய மாணவர் படை உள்ளிட்ட அணிகளில் பயன்பாட்டில் இருக்கும் இந்தி கட்டளைச் சொற்களை நீக்கிவிடுவது என்றும் இதற்கு மத்திய அரசு ஒப்புதல் அளிக்க மறுத்தால் அத்தகைய அணிகளைக் கலைத்துவிடுவது என்றும் இந்த மன்றம் தீர்மானிக்கிறது.

இந்தி ஒழிப்புத் தீர்மானம் நிறைவேறியதன் எதிரொலியாக மாணவர்கள் போராட்டம் முடிவுக்கு வந்தது. இந்த ஐந்தாவது மொழிப்போராட்டத்தில் தீவிரமாகக் கலந்துகொண்ட மாணவர்களுள் ஒருவர் பின்னாளில் சபாநாயகரான சேடப்பட்டி முத்தையா.

ஆட்சி மொழி விஷயத்தில் மத்திய அரசின் முடிவை மறுக்கும் வகையில் தீர்மானம் நிறைவேற்றியதால் திமுக அரசு கலைக்கப்படுமோ என்ற சந்தேகம் எழுந்தது. அதைப் பற்றிய ஊகத்தின் அடிப்படையிலான செய்திகளும் அரசியல் வட்டாரத்தில் பரவிக் கொண்டிருந்தன. அப்படியொரு சந்தேகம் அண்ணாவுக்கும் இருந்தது. அதை இப்படி எதிரொலித்தார்.

தமிழக அரசு கலைக்கப்பட்டுவிட்டால் அடுத்த நூறு அல்லது நூற்றைம்பது நாள்களில் மத்திய அரசு கவிழ்ந்துவிடும் நிலைமை ஏற்பட்டாலும் ஆச்சரியப்படுவதற்கில்லை. இப்போதே மத்திய அரசு வலுவில்லாமல் இருப்பது அவர்களுக்கே தெரியும். மத்திய அரசைக் கவிழ்க்கவேண்டும் என்று நினைப்பவர்களுடன் நாங்களும் ஒத்துழைத்தால் நிலைமை என்னவாகும்?

இருபத்தைந்து மக்களவை உறுப்பினர்களைத் தம் வசம் வைத்துக்கொண்டு மத்திய அரசுக்கு எச்சரிக்கை விடுத்த நிலையில் திமுக அரசின் மீது நம்பிக்கையில்லாத் தீர்மானம் ஒன்றைக் கொண்டுவர முடிவுசெய்தது காங்கிரஸ் கட்சி. ஆட்சிக்கு வந்த பதினெட்டு மாதங்களில் தன்னுடைய கொள்கைகளுக்குப் பெருமைசேர்க்கும் வகையில் பல திட்டங்களைக் கொண்டுவந்திருந்தபோதும் ஆங்காங்கே உருவாகிக் கொண்டிருந்த நெருக்கடிகளைச் சமாளிக்கத் திணறிக் கொண்டிருந்தது திமுக அரசு.

அரசுக்கு நெருக்கடி கொடுப்பதற்குச் சரியான தருணம் பார்த்துக் கொண்டிருந்த காங்கிரஸ் கட்சி 23 ஆகஸ்டு 1968 அன்று திமுக அமைச்சரவை மீது நம்பிக்கையில்லாத் தீர்மானத்தைக் கொண்டு வந்தது. அதற்காக காங்கிரஸ் கட்சி முன்வைத்த குற்றச்சாட்டுகளின் பட்டியல் இங்கே:

- தொழில்தகராறுகளைத் தீர்த்துவைப்பதில் தோல்வி
- விவசாயத்தில் தவறான கொள்முதல் கொள்கை
- தீவிபத்துச் சம்பவங்களில் இருந்து பொதுமக்களைக் காப்பதில் தோல்வி
- மாணவர்கள் - போக்குவரத்து ஊழியர்கள் இடையேயான மோதலைத் தவிர்ப்பதில் தோல்வி
- இளைஞர் காங்கிரஸ் நடத்திய ஊர்வலத்தின் மீது நடத்தப் பட்ட தாக்குதல்
- உலகத்தமிழ் மாநாடு தொடர்பான வரவுசெலவுக் கணக்குகளை முறையாகப் பராமரிக்காதது
- அரசின் அன்றாட நடவடிக்கைகளில் ஆளுங்கட்சியினரின் தலையீடுகளைத் தடுக்கத் தவறியது

- மருத்துவமனை கட்டுவதற்கு கூட்டுறவு அமைச்சர் சர்ச்சைக் குரிய வகையில் நிதி வசூலித்தது
- தமிழ் சேனா போன்ற சமூகவிரோத அமைப்புகளின் வளர்ச்சியைத் தடுக்கத் தவறியது
- அரசு அலுவலகங்களில் இருந்த கடவுளர் படங்களை நீக்கி, மக்களின் உணர்வுகளைக் காயப்படுத்தியது

உண்மையில் ஆட்சியைக் கவிழ்க்கும் எண்ணம் எதுவும் காங் கிரஸ் கட்சிக்கு இல்லை. திமுக அரசுக்கு மாநில சட்டமன்றத்தில் பிரம்மாண்ட பலம் இருக்கும் சூழ்நிலையில் ஆட்சிக் கவிழ்ப்பு என்பது சாத்தியம் இல்லாத சங்கதியும்கூட. ஆனாலும் நம்பிக்கை யில்லாத் தீர்மானத்தைக் கொண்டுவந்ததற்கு காரணம், அவ் வாறு விமரிசிப்பதற்கு காங்கிரசுக்கு உரிமை இருந்தது என்பது தான்.

42

கலங்க வைத்த கீழவெண்மணி

இப்போது வாக்கெடுப்பு நேரம். குரல் வாக்கெடுப்புக்குப் பதிலாக நபர்களை எண்ணி முடிவெடுக்கக் கோரினார் எதிர்க் கட்சித் தலைவர் பி.ஜி. கருத்திருமன். சுதந்தரா, மார்க்சிஸ்ட் கம்யூனிஸ்ட், முஸ்லிம் லீக் உள்ளிட்ட ஆளுங்கட்சி ஆதரவு கட்சிகளிடம் ஏதேனும் மனமாற்றம் இருக்கிறதா என்பதைத் தெரிந்துகொள்ள காங்கிரஸ் கடைப்பிடித்த அணுகுமுறை என்றும் சில ஊகங்கள் இருந்தன. எனினும், எதிர்க்கட்சித் தலைவரின் கோரிக்கையை ஏற்றுக்கொண்டார் சபாநாயகர்.

நம்பிக்கையில்லாத் தீர்மானத்துக்கு ஆதரவாக வெறும் முப்பத்தியேழு வாக்குகளே கிடைத்தன. மாறாக, தீர்மானத்தை எதிர்த்து 156 வாக்குகள். எதிர்பார்த்தபடியே நம்பிக்கையில்லாத் தீர்மானம் தோல்வி.

ஆனால் திமுக முகாமில் கனத்த அமைதி. காரணம், முதலமைச்சர் அண்ணாவின் உடல்நிலை. ஆட்சிப் பொறுப்பேற்ற சில மாதங்களிலேயே அண்ணாவின் உடல்நிலை பாதிக்கப்பட்டது. வயிற்றுவலி காரணமாக சில அரசு நிகழ்ச்சிகளில்கூட கலந்துகொள்ள முடியாத சூழல். வயிற்று வலிக்கான காரணத்தை ஆராய்ந்தபோது புற்றுநோய் தாக்கியதற்கான ஆரம்ப அறிகுறிகள் தட்டுப்படுவதாகக் கூறினர் மருத்துவர்கள்.

சிகிச்சைக்கு அமெரிக்கா புறப்பட்டார் அண்ணா. அவருக்கு உதவியாக மக்களவை உறுப்பினர்கள் இரா. செழியன், க. ராசாராம் ஆகியோரும் சென்றனர். நியூயார்க் மருத்துவமனையில் வைத்து அண்ணாவுக்கு அறுவை சிகிச்சை செய்தார் டாக்டர்

தியோடர் மில்லர். மாநாடு விஷயமாக அமெரிக்கா வந்த பிரதமர் இந்திரா, முதலமைச்சர் அண்ணாவைச் சந்தித்து நலம் விசாரித்தார்.

அமெரிக்காவிலேயே தங்கி சில நாள்களுக்கு ஓய்வெடுத்த முதலமைச்சர் அண்ணா, நவம்பர் மாதத் தொடக்கத்தில் தமிழகம் திரும்பினார். அதற்கடுத்த மாதமே தமிழகத்தில் அதிர்ச்சியூட்டும் சம்பவம் ஒன்று நடந்தது. அது, அன்றைய ஒருங்கிணைந்த தஞ்சை மாவட்டத்தின் நாகப்பட்டிணத்துக்கு அருகில் இருக்கும் கீழவெண்மணி என்ற கிராமத்தில் நடந்த விவசாயிகள் படு கொலை.

படுகொலைக்கான பின்னணியைப்புரிந்துகொள்ளவேண்டும் என்றால் தஞ்சை மாவட்டத்தில் நிலவிய விவசாயப் பிரச்னைகள் பற்றித் தெரிந்துகொள்வது அவசியம். ஒருங்கிணைந்த தஞ்சை மாவட்டத்தில் இருக்கும் நிலங்கள் மூன்று பிரிவினருக்குச் சொந்தமானவை. மாவட்டத்தின் வடபகுதி மடாதிபதிகளின் வசம். தெற்குப் பகுதி ஜமீன்தார்கள் வசம். மத்தியப் பகுதியில் உள்ள நிலங்கள் பண்ணையார்களின் ஆதிக்கத்தில் இருந்தன.

விவசாயிகளுக்குக் கொடுக்கவேண்டிய கூலி தொடர்பாக பண்ணையார்களுக்கும் விவசாயிகளுக்கும் இடையே அடிக்கடி மோதல் நடப்பது வழக்கம். கேட்கும் கூலியைக் கொடுக்க மாட்டார்கள்; கொடுக்கும் கூலியைத்தான் வாங்கிக்கொள்ள வேண்டும். வாங்குவதற்கு உள்ளூர் விவசாயி மறுக்கும் பட்சத்தில் அவருக்குப் பதிலாக வேலை செய்ய வெளியூரில் இருந்து ஆட்களை அழைத்துவந்துவிடுவார்கள்.

பண்ணையார்களின் அடாவடிப் போக்குகள் உள்ளூர் விவசாயிகளின் வாழ்வாதாரத்தைப் பாதித்தன. நிலைமையை சமாளிக்க விவசாயிகள் சங்கம், பண்ணையார்கள் மற்றும் விவசாயக் கூலித் தொழிலாளர்கள் இடையே முத்தரப்பு பேச்சுவார்த்தை நடத்தினர். உள்ளூர் ஆளுக்கு வேலை கொடுக்கவேண்டும்; அறுபது படி நெல்லுக்கு ஆறு படி நெல் கூலியாகக் கொடுக்கவேண்டும் என்பது கூலித் தொழிலாளர்களின் கோரிக்கை.

அதில் பண்ணையார்களுக்கு விருப்பமில்லை. ஒரு புதிய சங்கத்தை உருவாக்கினர். அதன் பெயர், நெல் உற்பத்தியாளர்கள் சங்கம். நெல் உற்பத்தியாளர்களில் தொண்ணூறு சதவிகிதம் பேர் சாதி இந்துக்கள். கூலித்தொழிலாளர்களின் தொண்ணூறு

சதவிகிதம் பேர் தாழ்த்தப்பட்ட மக்கள். ஆக, நெல் உற்பத்தியாளர்கள் சங்கம் என்பது சாதி இந்துக்களின் சங்கமாக செயல்படத் தொடங்கியது. அந்தச் சங்கத்தின் பெயரால் விவசாயத் தொழிலாளர்களான தாழ்த்தப்பட்ட மக்களின் வாழ்க்கையின் மீது தங்கள் அரசியல் விளையாட்டை நடத்தத் தொடங்கினர் பண்ணையார்கள்.

கூலி உயர்வு கேட்கும் விவசாயிகளைக் கூப்பிட்டுவைத்து மிரட்டுவார்கள்; அடியாட்களை ஏவிவிட்டுத் தாக்குவார்கள். மோதல்கள் அடிக்கடி நடப்பதைத் தடுக்கும் வகையில் திமுக ஆட்சியில் விவசாயப் பிரச்னைகளைக் கவனிப்பதற்கென்றே பிரத்யேக காவல் பிரிவு ஏற்படுத்தப்பட்டது. அதன் பெயர், கிஸான் காவலர்கள். துப்பறியும் காவலர்கள், மதுவிலக்கு காவலர்கள் போன்றதொரு பிரிவு இது. அதன்பிறகும் நிலைமை கட்டுக்குள் வரவில்லை.

இருஞ்சூர் சின்னப்பிள்ளை, திருவாரூர் ராமச்சந்திரன், பக்கிரிசாமி என்று தொடர்ச்சியாக நடந்த படுகொலைகள் நாகப்பட்டினத்தைச் சுற்றியுள்ள பகுதியில் பதற்றத்தை ஏற்படுத்தின. குறிப்பாக, கீழவெண்மணி கிராமத்தில். கூலி உயர்வுகேட்ட கீழவெண்மணி கிராம மக்களைக் கொன்றுவிடுவதாகவும் அழித்துவிடுவதாகவும் பண்ணையார் தரப்பில் இருந்து மிரட்டல்கள் வருவதாக தமிழக அரசுக்குக் கடிதம் ஒன்று விவசாயிகள் சார்பாக அனுப்பப்பட்டது.

25 டிசம்பர் 1968. அரசுக்குக் கடிதம் அனுப்பிய பதினைந்தாவது நாள், கீழவெண்மணி கிராமத்துக்குள் போலீஸ் வாகனங்கள் நுழைந்தன. கதவைத் திறந்துகொண்டு இறங்கியவர்கள் பண்ணையார் இருஞ்சூர் கோபாலகிருஷ்ண நாயுடுவின் அடியாள்கள். வந்த வேகத்தில் மக்களை நோக்கி துப்பாக்கியால் சுடத் தொடங்கினர். பயங்கர ஆயுதங்களைக் கொண்டு தாக்கினர். அழித்துவிடுவோம் என்று முன்பு சொன்னதை நிறைவேற்ற வந்திருக்கிறார்கள் என்பது புரிந்ததும் பொதுமக்கள் கும்பலாகச் சென்று ராமையா என்பவரின் வீட்டுக்குள் மறைந்துகொண்டனர்.

இவர்கள் அனைவரும் ஓரிடத்தில் குவிந்தது அடியாட்களுக்கு வசதியாகிப் போனது. ராமையாவின் வீட்டுக் கதவுக்கு வெளித் தாழ்ப்பாள் போட்டனர். கையில் கொண்டுவந்திருந்த

பெட்ரோலை கூரை உள்ளிட்ட பகுதிகளில் ஊற்றினர். அடுத்த சில நொடிகள் குடிசை பற்றி எரியத் தொடங்கியது.

குடிசைக்குள் ஒதுங்கியவர்கள் உயிரைக் காப்பாற்றிக் கொள்ள வெளியே ஓடிவர எத்தனித்தனர். முடியவில்லை. தப்பிக்க முடியாமல் குடிசைக்குள்ளேயே அழுது, அலறி, கருகிச் செத்து மடிந்தனர். ஆண்கள், பெண்கள், குழந்தைகள் என்று நாற்பத்தி நான்கு பேர் அந்த வீட்டுக்குள் பலியாகியிருந்தனர். தன்னுடைய குழந்தையின் உயிரைக் காப்பாற்றும் முயற்சியாக தாய் ஒருவர் குழந்தையைத் தூக்கி வெளியே எறிய, அதைப் பார்த்த அடியாட்கள் அந்தக் குழந்தையை எடுத்து, அரிவாளால் வெட்டி, மீண்டும் குடிசைக்குள்ளே வீசினர். நெருப்புக்கு இரையானதில் இருபத்தைந்து பெண்களும் பதினான்கு குழந்தைகளும் அடக்கம்.

உயிரை உறையவைக்கக்கூடிய கொடூரம் குறித்த செய்திகள் முதலமைச்சரின் கவனத்துக்குச் சென்றன. தஞ்சாவூர் பகுதியில் நடைபெறுகிற விவசாயிகள் பிரச்னையில் மிராசுதார்களுக்கும் சாகுபடியாளர்களுக்கும் இடையே கூலியில் சச்சரவு ஏற் பட்டால், அதை இரவோடு இரவாகத் தீர்த்துவைக்க நாங்கள் காத்துக்கொண்டிருக்கிறோம் என்று சட்டமன்றத்திலேயே அறிவித்திருந்தார் அண்ணா. அதேசமயம் மிராசுதார்களின் வீடுகளுக்கு முன்னால் நின்றுகொண்டு மாரடித்துக்கொண்டு அழுவதையும் சாபமிடுவதையும் அண்ணா ரசிக்கவில்லை. அப்படிச் செய்வதன்மூலம் மிராசுதார்களின் வன்மம் அதிகரிக் குமே தவிர பிரச்னை தீராது என்பது அண்ணாவின் கணிப்பு. அதைத்தான் தொழிற்சங்கத் தலைவர்களிடம் வலியுறுத்தினார். எனினும், விரும்பத்தகாத சம்பவம் நடந்துவிட்டது என்ற செய்தி அண்ணாவை அயற்சியடையச் செய்துவிட்டது.

உடல்நிலை பாதிக்கப்பட்ட நிலையில் இருந்ததால் அண்ணா வுக்குப் பதிலாக அமைச்சர்கள் கருணாநிதி, மாதவன், சத்திய வாணி முத்து ஆகியோர் கீழவெண்மணி கிராமத்துக்கு விரைந் தனர். பாதிக்கப்பட்ட மக்களைச் சந்தித்துப் பேசினர். கொலை பாதகச் செயலில் ஈடுபட்டவர்கள் மீது சட்டப்பூர்வ நடவடிக்கை கள் எடுக்கப்படும் என்று உத்தரவாதம் கொடுத்தனர்.

கீழவெண்மணி கொடூரம் நடந்தபோது கேரள மாநிலம் எர்ணா குளத்தில் மார்க்சிஸ்ட் கம்யூனிஸ்ட் கட்சியின் மாநாடு நடந்து

கொண்டிருந்தது. விஷயம் கேள்விப்பட்டதும் மார்க்சிஸ்ட் மாநில செயலாளர் பி. ராமமூர்த்தி உடனடியாக வெண்மணிக்கு வந்தார். கிராம மக்களையும் தொழிலாளர்களையும் சந்தித்துப் பேசினார். நடந்த அக்கிரமங்களுக்குத் தகுந்த தண்டனைகள் கிடைக்க ஆவன செய்வதாகச் சொல்லிவிட்டு முதலமைச்சரைப் பார்ப்பதற்காக சென்னை வந்தார்.

நீதி விசாரணை நடத்துவதா அல்லது காவல்துறையினர் விசாரணைக்கு உத்தரவிடுவதா என்ற குழப்பத்தில் இருந்தார் அண்ணா. அவருடைய மனம் நீதிவிசாரணையின் பக்கமே இருந்தது. நீதி விசாரணை நடத்தினால் அது காலதாமதத்தை ஏற்படுத்தும். அது, குற்றவாளிகள் தப்பித்துக்கொள்வதற்கு வாய்ப்பாகப் போய்விடும். ஆகவே, துப்பறியும் இலாகாவில் உள்ள நல்ல, நேர்மையான அதிகாரிகளைத் தேர்வுசெய்து அவர்களிடம் வழக்கை ஒப்படையுங்கள்; விசாரணையும் விரை வில் முடியும்; குற்றவாளிகளும் தப்பமுடியாது என்பது ராம மூர்த்தி கொடுத்த யோசனை.

தீவிர ஆலோசனைகளுக்குப் பிறகு சம்பந்தப்பட்ட பகுதியில் பணியாற்றிய காவல்துறை அதிகாரிகள் பணிமாற்றம் செய்யப் பட்டனர். புதிய அதிகாரிகள் வசம் விசாரணைக்கு உத்தரவிடப் பட்டது. இதில் வேதனை என்னவென்றால் வழக்கின் முடிவில் முதல் குற்றவாளியான கோபாலகிருஷ்ண நாயுடு விடுதலை செய்யப்பட்டுவிட்டார். அத்தனை அடியாட்களை அழைத்துக் கொண்டு விவசாயிகளைக் கொலைசெய்யும் முயற்சியில் பண்ணையார் ஒருவரே நேரடியாக ஈடுபடுவது சாத்தியமில்லை என்ற ரீதியில் தீர்ப்பு வெளியானது.

அண்ணாவின் ஆட்சிக்காலத்தில் கீழவெண்மணி படுகொலை ஒரு கரும்புள்ளி என்றால் இந்தத் தீர்ப்பு தமிழக வரலாற்றில் ஒரு கரும்புள்ளி. நீதிமன்றத் தீர்ப்பின்மூலம் தண்டனையில் இருந்து தப்பிய பண்ணையார் கோபாலகிருஷ்ண நாயுடு சில ஆண்டு களில் பாதிக்கப்பட்ட மக்களால் கொலை செய்யப்பட்டார்.

43

அண்ணா மறைந்தார்

தமிழகத்தின் எல்லைப் பகுதிகளை மீட்டெடுக்கப் போராடியவர்களில் இருவரைப் பற்றிச் சொல்லவேண்டும். ஒருவர், வடக்கெல்லைப் போராட்டத் தளபதி ம.பொ.சி; மற்றொருவர், தெற்கெல்லைப் போராட்டத் தளபதி மார்ஷல் நேசமணி. முழுப் பெயர், கேசவன் அப்பாவு நேசமணி. காங்கிரஸ் கட்சியைச் சேர்ந்தவர். எல்லைப் போராட்ட விவகாரங்களில் நேசமணியின் பங்களிப்பு மிக அதிகம். தமிழகத்தின் தெற்கெல்லையைத் தீர்மானிக்க அவர் நடத்திய போராட்டங்கள் அநேகம். கேரள அரசின் கடுமையான அடக்குமுறைகளுக்கு மத்தியில் அவர் நடத்திய போராட்டங்கள் மக்கள் மத்தியில் நேசமணியின் செல்வாக்கை வெகுவாக உயர்த்தியிருந்தது.

நேசமணியை மூன்றுமுறை மக்களவைக்கு அனுப்பிவைத்தனர் நாகர்கோவில் தொகுதி வாக்காளர்கள். 1967ல் நடந்த தேர்தலிலும் அவர்தான் வெற்றிபெற்றிருந்தார். அவருடைய திடீர் மரணம் காரணமாக இடைத்தேர்தல் அறிவிப்பு வெளியானது. விருதுநகர் சட்டமன்றத் தொகுதியில் தோல்வி அடைந்திருந்த காமராஜரை டெல்லிக்கு அனுப்ப நாகர்கோவில் இடைத்தேர்தல் சரியான வாய்ப்பு என்று கருதினர் காங்கிரஸ் தலைவர்கள். காமராஜருக்கும் அதில் விருப்பம் இருந்தது.

விஷயம் கேள்விப்பட்ட நொடியில் இருந்தே ராஜாஜிக்கு கைகள் பரபரக்கத் தொடங்கிவிட்டன. இடைத்தேர்தல் மூலம் காமராஜருக்குக் கிடைக்கப் போகும் அரசியல் மறுமலர்ச்சியை அவர் துளியும் ரசிக்கவில்லை. சுயராஜ்யா பத்திரிகையில் ஆவேசக் கட்டுரை ஒன்றை எழுதினார்.

காமராஜரை இடைத்தேர்தலில் போட்டியிடச் செய்வதன் நோக்கம் தெளிவானது. நாகர்கோவில் தொகுதி வாக்காளர்கள் மூலம் தமிழகத்தில் தேர்ந்தெடுக்கப்பட்டுள்ள திமுக அமைச்சரவையை உதாசீனம் செய்து விடலாம் என்று முயற்சி மேற்கொள்ளப்படுகிறது. காமராஜருக்கு மத்திய அமைச்சரவையில் இடமளித்து தமிழகத் தலைமைக்குப் போட்டியான தலைமையை டெல்லியில் உருவாக்க முயற்சிக்கிறார்கள். மத்திய அமைச்சரவையில் காமராஜரை வைத்துக் கொண்டு தமிழக அமைச்சரவையை தங்கள் இஷ்டத்துக்கு ஆட்டிவைக்கலாம் என்று கருதுகிறார்கள்.

ராஜாஜி பயந்ததைப் போலவே நாகர்கோவில் இடைத்தேர்தலில் காங்கிரஸ் கட்சியின் வேட்பாளராக அறிவிக்கப்பட்டார் காமராஜர். உண்மையில் இது காமராஜர் எழுதிய விஷப்பரிட்சை என்றும் சொல்லலாம்.

ஆளுங்கட்சி பலம்பொருந்திய நிலையில் இருக்கும்போது, நாகர்கோவில் தொகுதியில் காமராஜர் தோல்வி அடைந்தால் அது தமிழ்நாடு காங்கிரஸ் கமிட்டிக்குப் பலவீனமாகப் போய் விடும்; ஏற்கெனவே விருதுநகர் தோல்வி காரணமாக டெல்லியில் காமராஜரின் செல்வாக்கு குறைந்துவிட்டது என்ற கருத்து நிலவிக் கொண்டிருந்தது. ஆனாலும் போட்டிக்குத் தயாராகியிருந்தார் காமராஜர்.

ஆளுங்கட்சியான திமுக என்ன செய்யப்போகிறது? பொதுத் தேர்தலில் சுதந்தரா கட்சி போட்டியிட்ட தொகுதி நாகர்கோவில். கூட்டணி தர்மத்தைக் கடைப் பிடிக்கும் வகையில் அந்தக் கட்சிக்கே இடைத்தேர்தலில் ஆதரவு அளிப்போம் என்று அறிவித்தது திமுக.

மாநிலத்தில் திமுக அரசு அமைந்துள்ள நிலையில் காமராஜர் போன்ற செல்வாக்கு நிரம்பிய தலைவர் டெல்லியில் முக்கியப் பதவியில் இருந்தால் அது தமிழகத்துக்கு நல்லதாக இருக்குமே. ஏன் நீங்கள் காமராஜரை ஆதரிக்கக்கூடாது என்ற கேள்வி எழுந்தபோது அண்ணா அளித்த பதில் அழகானது.

காமராஜர் தங்கக்காப்புதான். ஆனால் அதை இப்போது அணிந்து கொள்ள இயலாத நிலையில் இருக்கிறேன்!

காமராஜர் தேர்தலில் நிற்பதன் நோக்கத்தை விமரிசனம் செய்தாரே தவிர போட்டியில் இருந்து விலகும் திட்டம் எதுவும்

ராஜாஜிக்கு இல்லை. காமராஜரை எதிர்த்து தொழிலதிபர் டாக்டர் மத்தியாஸை நிறுத்துவது என்று முடிவு செய்தார். டாக்டர் மத்தியாஸ் பணபலம் உள்ளவர். தொகுதியில் செல்வாக்கு நிரம்பியவர். ஆனாலும், காமராஜருடன் ஒப்பீடு செய்து பார்த்தபோது மத்தியாஸின் வெற்றி அத்தனை சுலபமல்ல என்பது எல்லோருக்குமே புரிந்தது. முக்கியமாக, பொதுப்பணித் துறை அமைச்சர் கருணாநிதிக்கு. திமுக தேர்தலில் நிற்கவில்லை என்றபோதும் நாகர்கோவில் தொகுதியில் தேர்தல் பணிகளில் அவரே அதிக ஆர்வம் செலுத்தினார்.

கூட்டணிக் கட்சியான சுதந்தராவின் வேட்பாளரை வெற்றி பெற வைக்க மார்க்சிஸ்ட் கம்யூனிஸ்ட் கட்சியின் ஆதரவைப் பெற முயன்றார். சுதந்தரா கட்சியின் வேட்பாளருக்கு மார்க்சிஸ்டுகள் வாக்களிக்க மாட்டார்கள் என்பது எங்களுக்குத் தெரியும். மாற்று ஏற்பாடாக, டாக்டர் மத்தியாஸை சுயேட்சை வேட்பாளராக நிறுத்துகிறோம். நீங்கள் அவருக்கு ஆதரவு கொடுங்கள்.

மார்க்சிஸ்ட் தலைவர் பி. ராமமூர்த்தியிடம் அமைச்சர் கருணா நிதி முன்வைத்த யோசனை இதுதான். பளிச்சென்று பதில் வந்தது பி. ராமமூர்த்தியிடம் இருந்து.

டாக்டர் மத்தியாஸ் சுயேட்சையாகப் போட்டியிட்டாலும்கூட வெற்றிபெற்ற பிறகு சுதந்தரா கட்சி உறுப்பினராக மட்டுமே செயல்படுவார். ஆகவே, சுயேட்சையாகக் கருதி அவருக்கு வாக்களிக்க முடியாது. தவிரவும், மத்தியாஸ் ஒரு ரப்பர் தோட்ட முதலாளி. அவருடைய தோட்டத்தில் வேலைசெய்யும் தொழிலாளர்களுக்கு இழைக்கப்படும் கொடுமைகள் மோசமானவை. அநீதிகள் அநேகம். அப்படிப்பட்ட மனிதருக்கு நாங்கள் ஆதரவு கொடுத்தால் தோட்டத் தொழிலாளர்களே எங்களை அடிக்க வருவார்கள் என்று சொல்லிவிட்டார். அத்தோடு, மார்க்சிஸ்ட் கட்சி, எம்.எம்.அலியை வேட்பாளராகவும் அறிவித்தது.

போட்டி கடுமையாக இருந்தது. காமராஜரைத் தங்கக் காப்பு என்று வர்ணித்திருந்த அண்ணா, அவருக்கு எதிராகத் தேர்தல் பிரசாரம் செய்ய விரும்பவில்லை. ஆனாலும் தேர்தல் பொறுப் பாளரான கருணாநிதிக்குக் காமராஜரைத் தோற்கடித்தே தீருவது என்பதில் அலாதி ஆர்வம். பிரசாரப் படம் ஒன்றை எடுத்து அதில் அண்ணாவைப் பேசவைக்க விரும்பினார். கருணாநிதியின் வற்

புறுத்தல் காரணமாக கேமராவுக்கு முன்னால் நின்றார் அண்ணா. அந்தப் பிரசாரப் படம் இடைத்தேர்தலில் களப்பணி ஆற்றியது.

தேர்தல் முடிவு வெளியானபோது திமுகவுக்கு அதிர்ச்சி காத்திருந்தது. சுமார் இரண்டரை லட்சம் வாக்குகளைப் பெற்று வெற்றிபெற்றிருந்தார் காமராஜர். மாறாக, சுதந்தரா கட்சியின் வேட்பாளர் மத்தியாஸுக்கு சுமார் ஒன்றேகால் லட்சம் வாக்குகளே கிடைத்தன.மார்க்சிஸ்ட் வேட்பாளர் சொற்ப வாக்குகளையே பெறமுடிந்தது. உண்மையில், இடைத்தேர்தல் தோல்வி என்பது சுதந்தரா கட்சிக்கான தோல்வி அல்ல; திமுகவுக்கான தோல்வி என்பதுதான் உண்மை.

இடைத்தேர்தல் தோல்வியின் ரணம் ஆறுவதற்குள் அடுத்த அடி திமுகவின் மீது விழுந்தது. ஏற்கெனவே உடல்நிலை பாதிக்கப்பட்டிருந்த அண்ணா மேலும் பலவீனம் அடைந்தார். அண்ணாவுக்கு அமெரிக்காவில் அறுவை சிகிச்சை செய்த டாக்டர் மில்லர் வந்தால் அண்ணாவைக் காப்பாற்றிவிடலாம் என்ற கருத்து எழுந்தது. திமுக மக்களவை உறுப்பினர் க. ராசாராம் இந்தியன் எக்ஸ்பிரஸ் அதிபர் ராம்நாத் கோயங்காவைத் தொடர்பு கொண்டார். அவருடைய முயற்சியின் பலனாக அடுத்த விமானத்தில் சென்னை வந்திறங்கினார் டாக்டர் மில்லர்.

அறுவை சிகிச்சையே இறுதி முயற்சி என்றார் மில்லர். தலையசைத்துவிட்டு புத்தகம் வாசிக்கத் தொடங்கினார் அண்ணா. ஆனால் அறுவை சிகிச்சை நடப்பதற்குள் 3 பிப்ரவரி 1969 அன்று அண்ணாவின் உயிர் காற்றில் கரைந்துவிட்டது.

அண்ணாவின் மரணச் செய்தி ஒட்டுமொத்த தமிழகத்தையும் உலுக்கி எடுத்துவிட்டது. இறுதி ஊர்வலத்தில் கலந்துகொள்வதற்காகத் தமிழகத்தின் பட்டிதொட்டிகளில் இருந்தெல்லாம் மக்கள் சென்னையை நோக்கித் திரண்டனர். பேருந்துகள், ரயில்கள் என்று கிடைத்த வாகனங்களில் எல்லாம் பயணம் செய்தனர். அத்தனை வாகனங்களிலும் நெரிசல். மதுரையில் இருந்து சென்னைக்குப் புறப்பட்ட ஜனதா எக்ஸ்பிரஸிலும் அதுதான் நிலைமை. பெட்டிகளில் அமர்வதற்கு இடம் கிடைக்காத மக்கள் பெட்டிகளின் மேற்கூரையின் மீது அமர்ந்தபடி பயணம் செய்தனர்.

வல்லம்படுகை என்ற இடத்துக்கு அருகே உள்ள ஆற்றுப்பாலத்துக்கு அடியில் சென்றபோது ரயிலின் மேற்கூரையில் பயணம் செய்தவர்கள் பாலத்தின் இரும்புச் சட்டங்களில் மோதி. ரத்த

வெள்ளத்தில் மரணம் அடைந்தனர். சிலர் ஆற்றுக்குள் விழுந்தனர். அண்ணாவுக்கு இறுதி மரியாதை செலுத்துவதற்காக வந்த முப்பத்திரண்டு பேர் தங்களுடைய உயிரையே இழந்திருந்தனர்.

அடுத்தடுத்த சோகச் செய்திகள் ஆக்கிரமித்திருந்த சூழலில் தாற்காலிக முதலமைச்சராக திமுகவின் மூத்த தலைவரான நெடுஞ்செழியனை நியமனம் செய்திருந்தார் ஆளுநர் உஜ்ஜல்சிங். அதன் தொடர்ச்சியாக அண்ணாவின் இறுதி ஊர்வலம் நடந்தது. ராணுவ மரியாதையுடன் அடக்கம் செய்யப்பட்டார் அண்ணா.

அண்ணாவின் மரணம் ஆளுங்கட்சி, எதிர்க்கட்சி வித்தியாசங்கள் தாண்டிய தாக்கத்தை ஏற்படுத்தியிருந்தது. ஏராளமான அஞ்சலிக் கூட்டங்கள் நடந்தன. அதில் ஒன்று கவிஞர் கண்ணதாசன் ஏற்பாடு செய்த கூட்டம்.

காங்கிரஸ் கட்சியின் சார்பில் நடந்த அந்தக் கூட்டத்தில் பேசினார் எழுத்தாளர் ஜெயகாந்தன். அந்தப் பேச்சு அஞ்சலிக் கூட்டங்களின் அத்தனை மரபுகளையும் உடைத்து எறிந்தது. இத்தனை ஆவேசத்துடன் அன்று பேசிய ஜெயகாந்தனா இன்று இத்தனை தூரத்துக்கு மாறிப்போயிருக்கிறார்!

> காங்கிரஸ் எதிர்ப்பு, வடவர் எதிர்ப்பு எனும் கொச்சை அரசியலினால் ஏதோ ஒரு ஜனக் கும்பலை வசீகரிக்கிற அண்ணாதுரை எனது கவனத்தைக்கூடத் தன்பால் இழுத்ததில்லை...எல்லாவிதமான பலவீனங்களையும் தனக்கும், தனது கழகத்துக்கும் சாதகமாகப் பயன்படுத்திக்கொள்ளும் அளவுக்கு சமுதாய நாணயத்திலும் அரசியல் நாணயத்திலும் மிகவும் பலவீனப்பட்டுப்போன அண்ணாதுரையை, திமுகழகம் தனது தலைவராக வரித்துக் கொண்டதில் ஆச்சரியமில்லை... அண்ணாதுரை தனது வாழ்க்கை முழுவதிலும் புதிய புதிய தவறுகளையே செய்துகொண்டிருந்தார்.

அரசியல் ரீதியாகவும் மக்கள் செல்வாக்கு அடிப்படையிலும் பார்த்தால் அண்ணாவும் ஜெயகாந்தனும் இருவேறு துருவங்கள். ஆனாலும் திராவிட இயக்கங்களின் தீவிர விமரிசகர் என்ற முறையில் ஜெயகாந்தனின் கருத்துகள் ஒருகாலத்தில் பலத்த அதிர்வுகளை ஏற்படுத்தின.

44

வாரியாருக்கு வந்த ஆபத்து

கட்சி, ஆட்சி என்ற இரண்டையும் வழிநடத்தப்போவது யார்? அண்ணாவின் மறைவுக்குப் பிறகு திமுக முகாமில் மட்டுமல்ல; தமிழக அரசியல் களத்திலும் எழுப்பப்பட்ட அதிமுக்கியக் கேள்வி இதுதான். தாற்காலிக முதலமைச்சராக நாவலர் நெடுஞ் செழியன் நியமனம் செய்யப்பட்டிருந்தார். ஆளுநர் செய்த சம்பிரதாய நடவடிக்கை அது. விரைவில் திமுக சட்டமன்ற உறுப்பினர்கள் கூடுவார்கள்; நிரந்தரமான ஏற்பாடு முறைப்படி நடக்கும் என்ற எதிர்பார்ப்பு இருந்தது.

அதன்படியே நெடுஞ்செழியனிடம் இருந்து அறிவிப்பு வெளியானது. 9 பிப்ரவரி 1969 அன்று சென்னை அரசினர் தோட்டத்தில் திமுக சட்டமன்ற உறுப்பினர்கள் கூட்டம் நடைபெறும். ஊகங்களுக்கு சிறகுகள் முளைத்தன.

கட்சியிலும் ஆட்சியிலும் அண்ணாவுக்கு அடுத்த இடத்தில் இருந்தவர் நெடுஞ்செழியன்தான். தாற்காலிக முதல்வரும் அவரே. அனுபவம் நிறைந்தவர். அண்ணாவின் நம்பிக்கையைப் பெற்றவர். முதல்வர் பதவிக்கான அத்தனைத் தகுதிகளையும் பெற்றவர் அவர்தான் என்றது ஒரு தரப்பு. கடுமையான உழைப்பாளி என்று பெயர் பெற்றவர் கருணாநிதி. கட்சி வளர்ச்சிக்காக நிதி சேகரிப்பதில் வல்லவர். தொண்டர்கள் மத்தியில் செல்வாக்கு நிரம்பியவர். ஆகவே, அடுத்த முதல்வராகும் தகுதி கருணாநிதிக்கே அதிகம் என்றது இன்னொரு தரப்பு.

கட்சிக்குள் அணி சேர்க்கும் படலங்கள் தொடங்கின. நெடுஞ்செழியனுக்கு ஆதரவாக சில தலைவர்கள். கருணாநிதியின்

பக்கமும் சில தலைவர்கள். முக்கியமாக, எம்.ஜி.ஆர். திமுக எம்.எல்.ஏக்கள் பலரையும் அழைத்துப் பேசிக் கொண்டிருந்தார். கருணாநிதிக்கு ஆதரவு திரட்டும் விதத்தில் திமுக எம்.எல்.ஏக் களை ராமாவரம் தோட்டத்துக்கு அழைத்து விருந்து கொடுத்தார் எம்.ஜி.ஆர்; ஆதித்தனாரும் தன் பங்குக்கு நிறைய உதவிகளைப் பொருளாதார ரீதியாகச் செய்துகொடுத்தார் என்று தனது சுயசரிதத்தில் பதிவுசெய்திருக்கிறார் நெடுஞ்செழியன்.

நெடுஞ்செழியனையும் கருணாநிதியையும் முன்வைத்து திமுகவுக் குள் நடக்கும் குழப்பங்களை உன்னிப்பாகக் கவனித்துக் கொண் டிருந்தார் பெரியார். விடுதலை இதழில் திமுகவினருக்கு அறிவுரை வழங்கினார். திமுக என்ற பூட்டு கெட்டியான பூட்டுதான். ஆனால் யாரும் கள்ளச்சாவி போடாமல் பார்த்துக்கொள்வது அவசியம் என்று சுட்டிக்காட்டினார். இத்தனைக்கும் நெடுஞ்செழியன் தாற் காலிக முதல்வராக நியமிக்கப்பட்டதை ஆதரித்து எழுதியவர் பெரியார். ஆனாலும், தற்போது ஆட்சியை வழிநடத்தும் விஷயத்தில் கருணாநிதிக்கு ஆதரவான நிலைப்பாட்டையே எடுத்தார்.

சட்டமன்ற உறுப்பினர்களிடம் பேசியதில் கருணாநிதிக்கே ஆதரவு அதிகம் என்பது எம்.ஜி.ஆருக்குப் புரிந்தது. இந்தக் கருத்தைப் பின்னாளில் பதிவுசெய்திருக்கிறார் எம்.ஜி.ஆர். பிறகு கருணாநிதியிடம் சென்று பேசினார். ஆனால், கருணாநியிடம் இருந்து முதலில் மறுப்பே வந்தது. இருப்பினும் பெரும்பாலா னோரின் விருப்பத்தைத் தட்டிக்கழிக்கவே கூடாது என்ற எம்.ஜி.ஆரின் வாதம் கருணாநிதியைச் சம்மதிக்கவைத்தது.

திமுக சட்டமன்ற உறுப்பினர்கள் கூட்டம் கூடியது. ஆளுங்கட்சித் தலைவர் அதாவது முதல்வர் பொறுப்புக்கு கருணாநிதியின் பெயரை முன்மொழிந்தார் அமைச்சர் கே.ஏ. மதியழகன். அதை வழிமொழிந்தவர் அமைச்சர் சத்தியவாணி முத்து. பிறகு எஸ்.ஜே. ராமசாமி எழுந்தார். அவர், முதல்வர் பதவிக்கு நெடுஞ் செழியனின் பெயரை முன்மொழிந்தார். வழிமொழிந்தவர், வி.டி. அண்ணாமலை. போட்டி உருவானது. வாக்கெடுப்பு மட்டுமே பாக்கி.

முதல்வர் பதவிக்கு என்னை ஒருமனதாகத் தேர்ந்தெடுக்க வேண்டும்; யாருடனும் போட்டியிட விரும்பவில்லை. விலகிக் கொள்கிறேன் என்றார் நெடுஞ்செழியன். திமுக சட்டமன்றக்

குழுவின் தலைவராக மு. கருணாநிதி ஏகமனதாகத் தேர்ந் தெடுக்கப்பட்டார். இனி அவர்தான் முதலமைச்சர்.

கருணாநிதியின் அமைச்சரவையில் இடம்பெறப் போவது யார் என்ற கேள்வி எழுந்தபோது நெடுஞ்செழியனிடம் இருந்து அறிவிப்பு வெளியானது. நான் திமுக சட்டமன்ற உறுப்பினராகத் தொடர்ந்து பணியாற்றுவேன். கலைஞர் கருணாநிதி அமைக்கப் போகும் அமைச்சரவையில் இடம்பெற மாட்டேன். முதல்வர் பதவி விவகாரத்தில் பலத்த அதிருப்தியில் இருந்த நெடுஞ்செழி யனின் அதிரடி அறிவிப்பு கட்சிக்குள் தர்மசங்கடத்தை ஏற்படுத்தியது.

கட்சியின் மூத்த தலைவரான நெடுஞ்செழியனை சமாதானம் செய்தே தீரவேண்டிய நிலை. துணை முதல்வர் பதவியை ஏற்றுக்கொள்ளுங்கள் என்றார் கருணாநிதி. மறுத்துவிட்டார் நெடுஞ்செழியன். அது பெரியாரைக் கவலைகொள்ளச் செய்தது. இந்த நெருக்கடியான நேரத்தில் நாவலரும் மற்றவர்களும் கண்ணைமூடிக் கொண்டு கலைஞரை ஆதரிக்கவேண்டும் என்று அறிவுரை வழங்கினார். எதுவும் பலன் தரவில்லை. நான் அவசரப்பட்டு எந்த முடிவுக்கும் வரமாட்டேன்; ஒரு முடிவுக்கு வந்தால் மாறமாட்டேன் என்று திட்டவட்டமாகச் சொல்லி விட்டார் நெடுஞ்செழியன். ஆகவே, அவர் இல்லாத திமுக அமைச்சரவை பதவியேற்றுக் கொண்டது.

கே.ஏ. மதியழகன் உள்ளிட்ட பத்து பேரைத் தன்னுடைய அமைச் சரவையில் இணைத்துக்கொண்டார் கருணாநிதி. அவர்களில் நான்கு பேர் புதியவர்கள்.முக்கியமாக, சி.பா. ஆதித்தனார். அவரை அமைச்சராக்கக் கூடாது என்று அண்ணாவிடமே எதிர்ப்பு காட்டியவர் எம்.ஜி.ஆர். காரணம், இருவருக்கும் இருந்த உள்பகை. அதேசமயம் திமுகவின் வெற்றிக்கும் பிரசாரத்துக்கும் கணிசமான பங்களிப்பைச் செய்த, செய்யப்போகும் ஆதித்த னாரை அமைச்சராக்கிக் கௌரவப்படுத்த விரும்பினார் கருணா நிதி. அதன் தொடர்ச்சியாக ஆதித்தனார் வகித்த சபாநாயகர் பதவி, புலவர் கோவிந்தன் வசம் சென்றது.

ஏற்கெனவே, நெடுஞ்செழியன் ஆத்திரத்தில் இருந்தார். ஆதித்த னாரை அமைச்சராக்கியதன்மூலம் எம்.ஜி.ஆரின் மனத்திலும் அதிருப்தி உருவானது. இப்போது பேராசிரியர் க. அன்பழகனின் முறை. 9 மார்ச் 1969 அன்று சென்னை நேப்பியர் பூங்காவில் புதிய

முதலமைச்சர் கருணாநிதிக்குப் பாராட்டு விழா. தலைமை தாங்கியவர் க. அன்பழகன். திருச்செங்கோடு மக்களவை உறுப்பினராக இருந்த அவர், 'நான் கருணாநிதியைத் தலைவராக ஏற்றுக் கொண்டால் என் மனைவியே என்னை மதிக்கமாட்டார்' என்ற பொருள்படப் பேசிவிட்டதாக செய்திகள் கசியத் தொடங்கின. அந்த வார்த்தைகள் கட்சிக்குள் பலத்த கொந்தளிப்பை ஏற்படுத்தின.

உடனடியாக அறிக்கை மூலம் அன்பழகனைக் கண்டித்தார் பெரியார். அதிருப்தியாளர்கள் கட்சியில் இருந்து விலகி விடுவதே நல்லது. பெருந்தன்மையுமாகும். கட்சியில் இருக்கிற வரையில் தலைவருக்குக் கட்டுப்பட்டுத்தான் தீர வேண்டும். இன்றைக்குக் கருணாநிதி இடத்தில் அன்பழகன் இருந்து, கருணாநிதி தலைவரை மதிக்காமல் பேசினால் அவரையும் இப்படித்தான் நான் கண்டிப்பேன். உள்விவகாரம் என்ன என்பது எனக்குத் தெரியாது. கட்சியின் கௌரவத்தைக் காப்பது தலைவரின் கடமை என்றார் பெரியார். அன்று தொடங்கி இன்று வரை கருணாநிதிக்குப் பக்கபலமாகவே இருந்துவருகிறார் அன்பழகன்.

கருணாநிதி முதல்வரான சமயத்தில் கிருபானந்த வாரியார் தாக்கப்பட்ட செய்தி பரபரப்பை ஏற்படுத்தியது. அண்ணா மரணம் அடைந்திருந்த சமயத்தில் ஆன்மிக சொற்பொழிவாளர் கிருபானந்த வாரியார் நெய்வேலி பகுதியில் தொடர் சொற்பொழிவில் ஈடுபட்டிருந்தார். அப்போது ஒரு கூட்டத்தில், 'ஆண்டவனை நம்பாதவர்கள் அமெரிக்காவுக்கே போனாலும், டாக்டர் மில்லரே வந்தாலும் இப்படித்தான் முடிவு ஏற்படும்' என்று பேசியதாக செய்திகள் கசிந்தன.

அண்ணாவை இழிவுபடுத்தி விட்டார் வாரியார் என்றுகூறி திமுக தொண்டர்கள் கிருபானந்த வாரியார் மீது தாக்குதல் நடத்தினர். வன்முறை வளர்வதைத் தடுக்கும் வகையில் வாரியாரின் சொற்பொழிவுக் கூட்டங்கள் உடனடியாக ரத்து செய்யப்பட்டன. போலீஸாரின் தலையீட்டுக்குப் பிறகே வாரியார் மீட்கப்பட்டார்.

வாரியார் தாக்கப்பட்ட செய்தி சட்டமன்றத்தில் எதிரொலித்தது. வாரியாரைத் தாக்கியது தவறு என்று ஆவேசமாகப் பேசினார் காங்கிரஸ் கட்சியின் கொறடா விநாயகம். அண்ணாவை

இழிவுபடுத்தும் வகையில் வாரியார் பேசியது தவறுதானே என்று எதிர்க்கேள்வி எழுப்பினர் திமுகவினர். ரமண மகரிஷி புற்றுநோயால் மரணம் அடைந்ததற்கு வாரியார் என்ன விளக்கம் சொல்லப்போகிறார் என்று கேள்வியை சட்டமன்றத்துக்கு வெளியே எழுப்பினர் திமுகவினர். வாரியார் தாக்கப்பட்ட விவகாரம் தொடர்பாக ஒத்திவைப்புத் தீர்மானம் ஒன்றைக் கொண்டு வந்தார் ம.பொ.சி.

வாரியார் வேண்டுமென்றே பேசினாரா அல்லது அறியாமல் பேசினாரா என்பதை ஆராய்வதற்கு முன்னால் முக்கியமான வரலாற்றுச் சம்பவம் ஒன்றைப் பார்த்துவிடுவது நல்லது. நெய்வேலியில் வாரியார் தாக்கப்பட்டதற்கு இருபத்தைந்து ஆண்டுகளுக்கு முன்பு நடந்த சம்பவம் அது.

ஆன்மிக, புராண சொற்பொழிவில் கிருபானந்த வாரியார் தீவிரமாகப் பணியாற்றிக் கொண்டிருந்தார். அவருடைய கூட்டங்களுக்கு மக்கள் அதிக அளவில் திரள்வது வழக்கம். இன்னொரு பக்கம், பெரியாரின் சுயமரியாதை இயக்கம் பகுத்தறிவுப் பிரசாரத்திலும் சுயமரியாதைப் போராட்டங் களிலும் இயங்கிக் கொண்டிருந்தது.

1944 ஆம் ஆண்டில் நடந்த புராண சொற்பொழிவுக் கூட்டம் ஒன்றில் வாரியார் பேசும்போது, தமிழ்நாட்டில் பெரியார் என்றொரு நச்சு ஆறு ஓடுகிறது என்று பேசிவிட்டார். பெரியாரின் தளபதியாக விளங்கிய அண்ணாவுக்கும் தகவல் வந்தது. ஆவேசத்துடன் பேனாவை எடுத்தார். தன்னுடைய அரசியல் ஆசானை நச்சு ஆறு என்று விமரிசித்த கிருபானந்த வாரியாரைக் கண்டித்துக் கட்டுரை ஒன்றை எழுதினார். நச்சு ஆறாம், பெரியார்.. நாராசச் சேற்றிலே அமிழ்ந்து கிடக்கும் புராண வாயார் கூறுகிறார் என்று தொடங்கிய அந்தக் கட்டுரை, வாரி யாரையும் அவருடைய போக்கையும் கடுமையாகச் சாடியது. காலட்சேபம் ஒன்றில் வாரியார் அப்படிப் பேசியிருந்ததால் தன்னுடைய கட்டுரைக்கு கீலட்சேபம் என்று எதிர்மறைத் தலைப்பை வைத்திருந்தார் அண்ணா.

2 ஜூலை 1944 அன்று திராவிட நாடு இதழில் கீலட்சேபம் கட்டுரை வெளியானது.

ஆறுதான் அய்யா! பெரிய ஆறுதான்! குப்பைக் கூளத்தையும் மேட்டையும் காட்டையும் அடித்துச் செல்லும் ஆறுதான்.

ஆரியத்தின் அடிவேருக்கு நச்சுநீர் பாய்ச்சும் ஆறு.. பெரியாரின் உழைப்பில் இருந்து உதித்து ஓடி வருகிறது. அதைக்கண்டு ஆரியம் ஓலமிடுகிறது. உம்முடைய ஓட்டைப் படகிலேறி, அந்த ஆற்றைக் கடக்க நினைக்காதீர்.. ஜாக்கிரதை.. ஆபத்தை அணைத்துக் கொள்ளாதீர் என்று வாரியாருக்குக் கூறுகிறேன்.. பின்னர் போச்சே பிழைப்பு என்று மனம் கரையாதீர். காலட்சேபக்காரர்களின் போக்கு இந்த என்னுடைய கீலட்சேபத்தின் பலனாக மாறக்கூடும்.. மாறாவிட்டால் அவர்களின் போக்கு நாறிப்போகும். நான் அதைத் தடுக்கமுடியாது. சுயமரியாதைச் சக்தியோடு மோதிக்கொள்ள வேண்டாம்!

கட்டுரை வெளிவந்து கால் நூற்றாண்டு கடந்திருந்தது. எச்சரிக்கைகள் நிரம்பிய அண்ணாவின் கட்டுரைக்கான எதிர் வினையைத்தான் நெய்வேலியில் வைத்து ஆற்றியிருக்கிறார் வாரியார், அதுவும் அண்ணா மரணம் அடைந்த நிலையில் என்பதுதான் திராவிட இயக்கத்தினரின் குற்றச்சாட்டு. பதிவாகியிருக்கும் வரலாறு இப்படி இருக்க, வாரியாரைச் சமாதானம் செய்யும் முயற்சியில் இறங்கியிருந்தார் எம்.ஜி.ஆர். வாரியார் தாக்கப்பட்ட செய்தி எம்.ஜி.ஆரை வருத்தம் கொள்ளச் செய்திருந்தது.

ம.பொ.சியைத் தொடர்பு கொண்டு பேசிய எம்.ஜி.ஆர், 'வாரியார் பேசியது தவறுதான்; என்றாலும், அவரைத் தாக்கியது அதைவிட மோசமான காரியம்; அதன் காரணமாக அந்தப் பெரியவரின் மனம் புண்பட்டிருக்கும்; ஆகவே, அவரைச் சமாதானம் செய்யும் வகையில் ஏதேனும் செய்யவேண்டும்' என்றார்.

இதற்கிடையே கிருபானந்த வாரியாருக்கு உரிய பாதுகாப்பு கொடுக்க உத்தரவிட்டுள்ளதாக சட்டமன்றத்தில் அறிவித்தார் முதலமைச்சர் கருணாநிதி. அதனைத் தொடர்ந்து கிருபானந்த வாரியாரிடம் இருந்து அறிக்கை வெளியானது.

நெய்வேலி நிகழ்ச்சிகளுக்கும் அரசியலுக்கும் எந்தவித சம்பந்தமும் இல்லை. இதை சில அரசியல் கட்சிகள் தங்கள் நலனுக்காகப் பயன்படுத்துவதை நான் விரும்பவில்லை. முதலமைச்சர் தகுந்த நடவடிக்கை எடுத்திருப்பதாகவும் நல்ல பாதுகாப்பு கொடுக்கப்படுமென்றும் சட்டமன்றத்தில் அறிவித்துவிட்டபடியால் இதை முடிந்துபோன பிரச்னையாகக் கருத வேண்டுகிறேன்!

நெய்வேலி தாக்குதல் விவகாரம் முடிவுக்கு வந்தபிறகும்கூட வாரியாரை சமாதானம் செய்யும் முயற்சியை எம்.ஜி.ஆர் கைவிடவில்லை. 'எம்.ஜி.ஆருடன் எனக்கிருந்த தொடர்பு' என்ற தன்னுடைய புத்தகத்தில் அதைப் பற்றிப் பதிவுசெய்திருக்கிறார் ம.பொ.சி.

எம்.ஜி.ஆர் அவர்கள் தம் சொந்தச் செலவில் ஒரு கூட்டத்தை நடத்தி, வாரியாரையும் அழைத்துப் பேசச் செய்து, பொன் மனச் செம்மல் என்னும் பட்டத்தைத் தனக்குத் தரச் செய்தார். எம்.ஜி.ஆரின் ஒரே எண்ணம் வாரியார் மீது பக்தி செலுத்தும் ஆத்திகர்களுக்கும் அறிஞர் அண்ணாவிடம் பக்தி செலுத்தும் அரசியல்வாதிகளுக்கும் ஏற்பட்ட பகை தீரவேண்டும் என்பதுதான்!

45

இந்திரா செய்த துரோகம்

அதிகாரம் இல்லாத அலங்காரப் பதவி. இந்தியாவின் குடியரசுத் தலைவர் பதவிக்கு இப்படியும் ஒரு பெயர் உண்டு. ஆனால் அந்தப் பதவிக்கு யாரை நிறுத்துவது என்ற கேள்வி ஒரு மாபெரும் தேசியக் கட்சியை இரண்டாகப் பிளந்திருக்கிறது. இந்தியக் குடியரசுத் தலைவராக இருந்த ஜாஹீர் உசேன் மரணம் அடைந்ததை அடுத்து தேசிய அரசியலில் பரபரப்பு கிளம்பியது. காரணம், காங்கிரஸ் கட்சித் தலைவர்களுக்கு மத்தியில் நடந்து கொண்டிருந்த பனிப்போர்.

புதிய குடியரசுத் தலைவராக யாரை நிறுத்துவது என்பது குறித்து விவாதிக்க பெங்களூரில் கூடியது காங்கிரஸ் காரியக் கமிட்டி. 10 ஜூலை 1969 தொடங்கிய மாநாட்டில் பலரது பெயர்களும் பரிசீலிக்கப்பட்டன. சிண்டிகேட் தரப்பில் நீலம் சஞ்சீவ ரெட்டியை வேட்பாளராக்க விரும்பினர். பிரதமர் இந்திராவின் பட்டியலில் ஸ்வரண் சிங், வி.வி. கிரி, ஜெகஜீவன் ராம் என்று பல பெயர்கள் இருந்தன. ஆனால் யார் பெயரையும் பகிரங்கமாக அறிவிக்கவில்லை. அதேசமயம் சிண்டிகேட் வேட்பாளரை ஏற்கவும் தயக்கம். விளைவு, வேட்பாளர் விஷயத்தில் முடிவெடுக்க முடியாமல் கலைந்தது காங்கிரஸ் கமிட்டி.

அது என்ன சிண்டிகேட்? இந்தியா - சீனா யுத்தம் நடந்த சமயத்தில் கட்சியின் காரியக் கமிட்டி உறுப்பினர்களுடன் அடிக்கடி ஆலோசனை நடத்த விரும்பினார் நேரு. ஆனால் காரியக் கமிட்டியைக் கூட்டுவதற்கு அதிகம் நேரம் பிடித்தது. மாற்று ஏற்பாடாக, மூத்த தலைவர்கள் சிலரை மட்டும் உள்ளடக்கிய ஒரு

குழுவை உருவாக்கினார் நேரு. அந்தக் குழுவுக்குப் பத்திரிகைகள் வைத்த பெயர், சிண்டிகேட். நேருவின் மறைவுக்குப் பிறகு காமராஜர், நிஜலிங்கப்பா, மொரார்ஜி தேசாய் போன்ற மூத்த தலைவர்கள் அத்தனை பேருமே சிண்டிகேட்டுடன் தங்களை அடையாளப்படுத்திக் கொண்டனர். மாறாக, இளம் தலைவர்கள் சிண்டிகேட்டுடன் நெருக்கம் காட்டவில்லை. அதன் அர்த்தம், அவர்கள் இந்திராவின் ஆதரவாளர்கள்.

காரியக் கமிட்டியில் தீர்வு காணப்படாததால் ஆட்சிமன்றக் குழுவில் வாக்கெடுப்பு நடந்தது. நீலம் சஞ்சீவ ரெட்டியை சிண்டிகேட் ஆதரித்தது. இந்திரா காந்தியின் ஆதரவு ஜெகஜீவன் ராமுக்கு இருந்தது. அப்போது ஆட்சிமன்றக் குழுவில் சிண்டிகேட்டுக்கே அதிகம் செல்வாக்கு இருப்பது புரிந்தது. சட்டென்று முடிவை மாற்றிக்கொண்டார் இந்திரா. சிண்டிகேட் வேட்பாளரான நீலம் சஞ்சீவ ரெட்டியை ஆதரிப்பதாக அறிவித்தார். அவருடைய பெயரை முன்மொழிந்து கையெழுத்தும் போட்டார்.

இத்தனை நடந்தபிறகும் சிண்டிகேட் தலைவர்கள் சமாதானம் அடையவில்லை. சிண்டிகேட் வேட்பாளரை இந்திரா மனப்பூர்வமாக ஆதரிக்கவில்லை என்பது அவர்களுடைய சந்தேகம். சட்டென்று வியூகத்தில் ஒரு மாற்றத்தைக் கொண்டுவந்தனர். ஜனசங்கம், சுதந்தரா கட்சி போன்ற மாற்று சித்தாந்தம் கொண்ட கட்சிகளின் ஆதரவைப் பெறுவதற்குப் பேச்சுவார்த்தை நடத்தினர். ஆனால் சுதந்தரா கட்சியோ சி.டி. தேஷ்முக்கை நிறுத்தும் முடிவில் தீவிரம் காட்டியது.

குழப்பங்கள் அதிகரித்திருந்த சூழ்நிலையில் திடீரென குடியரசுத் துணைத்தலைவர் வி.வி. கிரி களத்தில் இறங்கினார். என்னுடைய பதவியை ராஜினாமா செய்துவிட்டு சுயேட்சையாகப் போட்டியிட இருக்கிறேன் என்றார் கிரி. பின்னணியில் இந்திரா காந்தி இருக்கிறார் என்பது அப்பட்டமாகப் புரிந்தது. அதை உறுதிசெய்வது போல இந்திரா அறிவிப்பு ஒன்றை வெளியிட்டார்.

நான் நீலம் சஞ்சீவ ரெட்டியை ஆதரிக்கவில்லை. காரணம், அவருடைய வெற்றிக்காக மாற்றுக்கொள்கை கொண்ட ஜனசங்கத்துடன் சுதந்தரா கட்சியுடனும் சிண்டிகேட் தலைவர்கள் பேரம் பேசிவிட்டார்கள். இது காங்கிரஸ் கொள்கைக்குச் செய்த துரோகம். ஆகவே, காங்கிரஸ் நாடாளுமன்ற உறுப்பினர்கள்

அவரவர் மனசாட்சிப்படி வாக்களிக்கவேண்டும் என்று விரும்புகிறேன்.

சஞ்சீவ ரெட்டியை ஆதரிக்காமல் போனதற்குக் காரணம் சிண்டிகேட்டின் அணுகுமுறைதான் என்று பழியைத் தூக்கி சிண்டிகேட்டின் மீதே போட்டிருந்தார் இந்திரா. ஆனால் ஜனசங்கத்தின் முக்கியத் தலைவர்களில் ஒருவரான அடல் பிகாரி வாஜ்பாய் வேறுவிதமாகச் சொன்னார். உண்மையில் குடியரசுத் தலைவர் தேர்தல் தொடர்பாக எங்களை முதலில் தொடர்பு கொண்டது இந்திரா காந்திதான். ஸ்வரண் சிங், ஜெகஜீவன் ராம் உள்ளிட்ட சிலரது பெயர்களை எங்களிடம் கூறினார். அதன்பிறகு பதினைந்து தினங்கள் கழித்தே காங்கிரஸ் தலைவர் நிஜ லிங்கப்பா எங்களைத் தொடர்புகொண்டார் என்பது வாஜ்பாயின் வாக்குமூலம்.

எது எப்படியோ போட்டி உருவாகிவிட்டது. எதிர்க்கட்சிகளின் சார்பில் சி.டி. தேஷ்முக் நிறுத்தப்பட்டபோதும் சஞ்சீவ ரெட்டிக் கும் வி.வி.கிரிக்கும் இடையில்தான் போட்டி. வெற்றியைத் தீர்மானிக்கும் சக்தியாக இந்த இடத்தில் உருவாகியிருந்தது திராவிட முன்னேற்றக் கழகம். காரணம், திமுகவின் வசம் நூற்று முப்பதுக்கும் மேற்பட்ட சட்டமன்ற உறுப்பினர்களும், இருபத் தைந்து மக்களவை உறுப்பினர்களும் இருந்தனர்.

குடியரசுத் தலைவர் தேர்தலில் யாரை ஆதரிப்பது என்று முடி வெடுப்பதற்காக டெல்லி புறப்பட்டார் முதலமைச்சர் கருணா நிதி. அதற்கு முன்னதாக குடியரசுத் தலைவர் தேர்தலில் கருணாநிதியை நிறுத்துவது பற்றி எதிர்க்கட்சிகள் தரப்பில் பேசப்பட்டதாக செய்திகள் வெளியாகின. ஆனால் அப்படி யொரு திட்டம் எதுவும் எனக்கு இல்லை; தமிழ்நாட்டு மக்க ளுக்கு அவர்களோடு நெருங்கியிருந்து ஆற்றவேண்டிய பணிகள் ஏராளம் இருக்கின்றன என்று மறுத்துவிட்டார் கருணாநிதி.

உண்மையில் ஜெயப்ரகாஷ் நாராயணனைக் குடியரசுத் தலைவ ராக்கவேண்டும் என்பதுதான் கருணாநிதியின் விருப்பம். ஆனால் தேர்தலில் போட்டியிட ஜெ.பி விரும்பவில்லை. பலத்த ஆலோ சனைகளுக்குப் பிறகு வி.வி. கிரியை திமுக ஆதரிக்கும் என்று அறிவித்தார் கருணாநிதி. இடைப்பட்ட காலத்தில் இந்திராவின் தூதர்கள் கருணாநிதியைச் சந்தித்து வி.வி. கிரிக்கு ஆதரவு கோரியதாக ஊகங்கள் வெளிவந்தன.

திமுகவின் அறிவிப்பைத் தொடர்ந்து வி.வி.கிரியின் வெற்றி ஏறக்குறைய உறுதியாகிப் போனது. இது காங்கிரஸ் கட்சியின் மூத்த தலைவர்கள் மத்தியில் கடும் கொந்தளிப்பை ஏற்படுத்தியது. அத்தனைபேரும் இந்திராவின் மீது எரிச்சலை உமிழ்ந்தனர். அதன் வீரியம் எந்த அளவுக்கு இருந்தது என்பதற்கு தீவிர காமராஜர் ஆதரவாளரான பழ.நெடுமாறனின் கருத்து ஒரு உதாரணம்.

சம்பிரதாயக் காரணங்களுக்காகவோ அல்லது விவி கிரி ஒரு சோஷலிஸ்டு என்பதற்காகவோ இந்திரா அவரை ஆதரித்தார் என்று கூறுவதைவிட, தன்னை எதிர்ப்பவர்களைப் பழி வாங்கவே விவி கிரியை ஆதரித்தார் என்று கூறுவது மிகவும் பொருந்தும்.. இந்திய சரித்திரமும் உலக சரித்திரமும் இது வரை காணாத மாபெருந் துரோகம் ஒன்று உண்டு என்றால் அது இந்திரா செய்த துரோகம்தான் என எவ்ரும் எளிதில் கூறுவர். துரோகம் என்று சொல்லுவதைவிட நம்பவைத்துக் கழுத்தறுத்த வேலை என்று அதைக் கூறுவது பொருத்தமாக இருக்கும்!

21 ஆகஸ்டு 1969 அன்று குடியரசுத் தலைவர் தேர்தல் நடந்தது. காங்கிரஸ் கட்சி அதிகாரப்பூர்வமாக அறிவித்த வேட்பாளரான நீலம் சஞ்சீவ ரெட்டியைத் தோற்கடித்திருந்தார் வி.வி. கிரி. அவர் பெற்ற வாக்குகள் 4,20, 077. சஞ்சீவ ரெட்டிக்கு 4,05,427 வாக்குகள் கிடைத்திருந்தன. சுமார் பதினைந்தாயிரம் வாக்குகள் வித்தியாசத்தில் வி.வி.கிரி பெற்ற வெற்றி இந்திராவுக்குக் கிடைத்த வெற்றியாகவே பார்க்கப்பட்டது. இது, காங்கிரஸ் கட்சிக்குள் பூகம்பத்தை ஏற்படுத்தியது.

கட்சியின் அதிகாரப்பூர்வ வேட்பாளரை ஆதரிக்க முடியாது என்று சொன்னபோதே இந்திராவுக்கு நோட்டீஸ் அனுப்பியிருந்தார் காங்கிரஸ் தலைவர் நிஜலிங்கப்பா. பதிலுக்கு, நிஜலிங்கப்பாவை உடனடியாகப் பதவி நீக்கம் செய்யவேண்டும்; அதற்காக காங்கிரஸ் காரியக் கமிட்டியை உடனடியாகக் கூட்டவேண்டும் என்றார் இந்திரா காந்தி.

இரு தரப்புக்கும் இடையே மோதல் ஒருபக்கம் வலுத்துக் கொண்டே இருந்தது. இன்னொரு பக்கம், சமாதான முயற்சிகளும் நடந்துகொண்டிருந்தன.

இனியும் தாங்கிக்கொள்ள முடியாது என்ற சூழலில் 12 நவம்பர் 1969 அன்று காங்கிரஸ் கட்சியின் அடிப்படை உறுப்பினர் உள்ளிட்ட அனைத்து பொறுப்புகளில் இருந்தும் நீக்கப்பட்டார் இந்திரா காந்தி. விரைவில் புதிய பிரதமர் தேர்வுசெய்யப்படுவார் என்றும் அறிவித்தது காங்கிரஸ் தலைமை. காங்கிரஸ் கட்சியில் இருந்து தன்னை முற்றிலுமாக விடுவித்துக் கொண்ட அவர், தனிக்கட்சி ஒன்றைத் தொடங்கினார்.

காமராஜர், நிஜலிங்கப்பா போன்ற தலைவர்களின் தலைமையில் இயங்கிய காங்கிரஸ் ஸ்தாபன காங்கிரஸ் என்று அழைக்கப் பட்டது. அதன் தலைவராக நிஜலிங்கப்பாவே செயல்பட்டார். இந்திரா காந்தியின் ஆசியுடன் உருவான காங்கிரஸ் கட்சிக்கு காங்கிரஸ் (ஆர்) என்று பெயர் வைக்கப்பட்டது. அதன் தலைவராக ஜெகஜீவன் ராம் தேர்ந்தெடுக்கப்பட்டார்.

மக்களவையில் இந்திராவுக்கே செல்வாக்கு அதிகம். 220 பேர் இந்திராவின் பக்கம் இருந்தனர். வெறும் அறுபத்தியெட்டு பேர் மட்டுமே சிண்டிகேட் பக்கும் இருந்தனர். அதேசமயம் இந்திரா வின் அரசு சிறுபான்மை அரசாக மாறியிருந்தது. இதற்காகவே காத்துக்கொண்டிருந்த ஸ்தாபன காங்கிரஸ் தலைவர்கள் இந்திரா காந்தி அரசின்மீது நம்பிக்கையில்லாத் தீர்மானம் கொண்டுவ ந்தனர்.

மீண்டும் ஒருமுறை திமுகவின் உதவி இந்திரா காந்திக்கு தேவைப்பட்டது. இருபத்தைந்து எம்.பிக்கள் ஆயிற்றே. முதலமைச்சர் கருணாநிதியைத் தொடர்புகொண்டு ஆதரவு கோரினார் பிரதமர் இந்திரா காந்தி.

ஏற்கெனவே குடியரசுத் தலைவர் தேர்தலின்போது இந்திரா வுக்கும் திமுகவுக்கும் உடன்பாடு ஏற்பட்டுவிட்டதாக செய்திகள் வெளியாகியிருந்தன. தற்போது அந்தச் செய்தி உறுதிசெய்யப் பட்டது. இந்திரா அரசுக்கு ஆதரவு கொடுக்கத் தயாரானது திமுக. அதன் தொடர்ச்சியாக இந்திய கம்யூனிஸ்ட் கட்சி போன்ற வேறு சில கட்சிகளின் உதவியுடன் நம்பிக்கையில்லாத் தீர்மானத்தைத் தோற்கடித்து தனது ஆட்சியைத் தக்கவைத்துக் கொண்டார் இந்திரா.

வி.வி.கிரியை வெற்றிபெற வைத்து முதல் சுற்றில் வெற்றி பெற்ற இந்திரா, நம்பிக்கையில்லாத் தீர்மானத்தைத் தோற்

கடித்ததன் மூலம் இரண்டாவது சுற்றிலும் வெற்றிபெற்றிருந்தார். இன்னும் ஒரேயொரு வேலை பாக்கி இருந்தது. அது, கட்சிக்குள் இருக்கும் தனது செல்வாக்கை நிரூபிப்பது. காங்கிரஸ் கட்சியின் காரியக் கமிட்டிக்கு அழைப்பு விடுத்தார். மொத்தமுள்ள 705 உறுப்பினர்களில் 446 பேர் இந்திராவின் பக்கம் திரண்டிருந்தனர்.

தேசிய அளவில் உடைந்ததைப் போலவே தமிழ்நாட்டிலும் காங்கிரஸ் கட்சி இரண்டாக உடைந்திருந்தது. ஸ்தாபன காங்கிரஸ் தலைவராக காமராஜர் ஆதரவாளரான பா. ராமச்சந்திரன் தேர்ந்தெடுக்கப்பட்டார். இந்திரா பிரிவின் தலைவராக சி. சுப்பிரமணியம் செயல்படத் தொடங்கினார். என்ன ஒன்று, தமிழ்நாட்டில் இந்திரா காந்தியைக் காட்டிலும் காமராஜருக்கே செல்வாக்கு அதிகம்.

46

கட்சி, ஆட்சி, கருணாநிதி

தோழர் நெடுஞ்செழியனைப் பெரியார் தமது மேற்பார்வையில் வைத்திருந்து பார்த்தார். அவரால் யார் மீதும் குற்றம் காணமுடியும். ஆனால் தோழர் நெடுஞ்செழியனிடம் அவராலும்கூட ஒருகுறைகூடக் கண்டறித்துக் கூற இயலவில்லை. அத்தகையை பணியாளர் நமக்குக் கிடைத்திருக்கிறார்.

நெடுஞ்செழியனுக்கு அண்ணா கொடுத்த சான்றிதழ்தான் மேலே இருப்பது. அதுதான் அவருக்குப் பல பதவிகளை வாங்கிக்கொடுத்தது. அண்ணா உயிருடன் இருந்தவரையில் முக்கியப்பதவி என்றால் நெடுஞ்செழியனுக்குத்தான் முன்னுரிமை. கட்சிப் பத்திரிகையின் ஆசிரியர் பொறுப்பைக் கொடுத்தார் அண்ணா. தம்பி வா, தலைமையேற்க வா என்று அழைத்து ஒருமுறை பொதுச்செயலாளர் பொறுப்பைக் கொடுத்தார்.

சட்டமன்றத்துக்கு முதன்முறையாகத் தேர்வானவர் என்றபோதும் எதிர்க்கட்சித் தலைவராக்கிக் கௌரவப்படுத்தினார். ஈ.வெ.கி. சம்பத் திமுகவில் இருந்து விலகியபோது அவர் வகித்த அவைத் தலைவர் பொறுப்பும் நெடுஞ்செழியன் வசமே வந்துசேர்ந்தது. திமுக அமைச்சரவையிலும் அண்ணாவுக்கு அடுத்த இடம் அவருக்கே தரப்பட்டது.

ஆக, வெவ்வேறு காலகட்டங்களில் நெடுஞ்செழியன் வகித்த பதவிகள் அனைத்துமே. மூத்தவர் என்ற அந்தஸ்து காரணமாகக் கிடைத்தவை. ஆனால் அண்ணாவின் மறைவுக்குப் பிறகும் அதேநிலை நீடிக்கும் என்பது நெடுஞ்செழியனின் கணிப்பு அல்லது எதிர்பார்ப்பு. தாற்காலிக முதல்வராக நியமனம் ஆன

போது அப்படித்தான் நினைத்தார். ஆனால் நிலைமை தலை கீழாக மாறியிருந்தது. முதலமைச்சர் பதவிக்குப் போட்டி ஏற் பட்டபோது நெடுஞ்செழியனுக்கு முதல் அதிர்ச்சி கிடைத்தது. அதிருப்தியில் இருந்த அவருக்கு தற்போது அடுத்த அதிர்ச்சி காத்திருந்தது. பொதுச்செயலாளர் பதவிக்கும் போட்டி ஏற்படும் சூழல் உருவாகியிருந்தது.

அமைச்சரவையில் இடம்பெறவில்லை. மாறாக, கட்சிப் பணியில் முழுமையாக ஈடுபடப் போகிறேன் என்று ஏற்கெனவே கூறியிருந்தார் நெடுஞ்செழியன். ஆட்சியின் தலைமை கருணா நிதி வசம் இருப்பதால் கட்சியின் தலைமை தன்வசம் இருக்க வேண்டும் என்பது அவருடைய எண்ணம். ஆனால் கட்சியில் அதிகாரம் வாய்ந்த பொதுச்செயலாளர் பொறுப்பு கருணாநிதி யிடமே இருக்கவேண்டும் என்ற கருத்து கட்சிக்குள் எழுந்தது. முக்கியமாக, பொதுச்செயலாளர் தேர்தல் விஷயத்தில் அதிக ஆர்வம் காட்டினார் எம்.ஜி.ஆர். கட்சியின் முக்கியத் தலை வர்கள் பலரையும் அழைத்துப் பேசினார்.

பொதுச்செயலாளர் பதவியையும் கருணாநிதி வசம் கொண்டு சேர்ப்பதில் எம்.ஜி.ஆர் தீவிரம் காட்டுகிறார் என்ற தகவல் நெடுஞ்செழியனின் கவனத்துக்குச் சென்றது. ஆனாலும் தனது முடிவை மாற்றிக்கொள்ளத் தயாராக இல்லை. மாறாக, தனக்கான ஆதரவைத் திரட்டும் முயற்சியில் இறங்கினார். அதன் தொடர்ச்சியாக எம்.ஜி.ஆர் தனது கருத்தை வெளியிட்டார்.

> திமுகவில் 99 சதவிகிதம் பேர் கலைஞரே பொதுச்செயலாள ராக வரவேண்டும் என்று விரும்புகிறார்கள். தனக்குப் பெரும்பான்மை இல்லாத நிலையில் தன்னுடைய கருத்தை மற்றவர்கள் ஏற்றுக்கொள்ளவேண்டும் என்று நாவலர் (நெடுஞ்செழியன்) சொல்வது அவர்களைக் கட்டாயப் படுத்துவதாகத்தான் ஆகும். கட்சியின் தலைமை ஒருவரிட மும் ஆட்சியின் தலைமை இன்னொருவரிடமும் இருந்த தால்தான் காங்கிரஸ் கட்சி தமிழ்நாட்டில் சீர்குலைந்தது. அந்த நிலை திமுகவுக்கு வரக்கூடாது என்ற எண்ணத்தில் தான் இரண்டு பதவிகளையும் ஒருவரே வகிக்கவேண்டும் என்று நான் கூறுகிறேன்.

தன்னை எதிர்த்துக் கலைஞர் போட்டியிடுவது அதிர்ச்சியூட்டும் அறிவிப்பு என்று சொன்ன நெடுஞ்செழியன், போட்டியில்

இருந்து விலகும் பேச்சுக்கே இடமில்லை என்று திட்டவட்டமாக அறிவித்தார். ஆக, பொதுச்செயலாளர் தேர்தலிலும் போட்டி ஏற்படும் சூழல். நிலைமையைச் சமாளிக்கும் வகையில் புதிய திட்டம் ஒன்று வகுக்கப்பட்டது. திமுக உருவானது தொடங்கி கட்சிக்குத் தலைவர் என்ற பதவி கிடையாது. அவைத்தலைவர் என்ற பதவி மட்டுமே உண்டு. அதில் ஒரு திருத்தத்தைக் கொண்டு வர முடிவுசெய்யப்பட்டது.

அவைத் தலைவர் என்ற பதவியின் பெயர் தலைவர் என்று மாற்றப்பட்டது. பொதுச்செயலாளர் நிறைவேற்ற வேண்டிய பணிகளைக் கழகத் தலைவருடன் கலந்துபேசி, இருவரும் சேர்ந்து முடிவெடுக்க வேண்டும் என்ற திருத்தம் கொண்டு வரப்பட்டது. அதன் தொடர்ச்சியாக திமுகவின் முதல் தலைவராக மு. கருணாநிதி தேர்ந்தெடுக்கப்பட்டார். பொதுச்செயலாளர் பொறுப்பு நெடுஞ்செழியனிடம் வந்துசேர்ந்தது. இருவருக்கும் இடையேயான மோதல் முடிவுக்கு வந்தது.

தலைவர், பொதுச்செயலாளருக்கு அடுத்து கட்சியின் முக்கியப் பதவி என்றால் அது பொருளாளர் பதவி. தான் வகித்த அந்தப் பதவியை எம்.ஜி.ஆருக்குத் தரவேண்டும் என்பது கருணாநிதியின் விருப்பம். ஆனால் அந்தப் பதவிக்குப் போட்டியிட தேவசகாயம், க. செல்வராசு என்ற இரண்டு பேர் விருப்பம் தெரிவித்தனர். மற்ற முக்கியப் பதவிகளைப் போலவே பொருளாளர் பதவிக்கும் போட்டியின்றித் தேர்ந்தெடுக்க விரும்பிய கருணாநிதி, அந்த இருவரையும் சமாதானம் செய்து போட்டியில் இருந்து விலகச் செய்தார். எம்.ஜி.ஆர் பொருளாளராகப் போட்டி யின்றித் தேர்ந்தெடுக்கப்பட்டார்.

பொதுச்செயலாளர் தேர்தல் தொடர்பாக திமுகவில் ஏற்பட்ட நெருக்கடி சுமூகமான முறையில் தீர்க்கப்பட்டிருந்தது. முக்கிய மாக, திமுக பொதுச்செயலாளர் நெடுஞ்செழியன் அதிருப்தி களை எல்லாம் மறந்து கருணாநிதியின் அமைச்சரவையில் இணைந்துகொண்டார். இத்தனைக்கும் அதிருப்தியில் இருந்த நெடுஞ்செழியனை சமாதானம் செய்யும் வகையில் துணை முதல்வர் பொறுப்பையே தருவதாகக் கூறியிருந்தார் கருணா நிதி. அப்போது அதை ஏற்காத நெடுஞ்செழியன், தற்போது வெறும் அமைச்சர் பதவியோடு திருப்தியடையவேண்டிய சூழல். காலம் தாழ்த்தியதால் கண்ட பலன். அண்ணாவுக்கு

அடுத்த இடத்தில் இருந்தவர், தற்போது கருணாநிதிக்கு அடுத்த இடத்துக்கு வந்து சேர்ந்திருந்தார்.

இடைப்பட்ட காலத்தில்தான் காங்கிரஸ் கட்சியில் பிளவு ஏற்பட்டது. பிளவுக்குப் பிறகு இந்திரா காந்தி தலைமையிலான காங்கிரஸ் கட்சி தமிழ்நாட்டில் திமுகவுடன் அதிகம் நெருக்கம் காட்டியது. மைனாரிட்டி அரசாக இருந்த இந்திரா அரசு திமுக வின் ஆதரவுடன் நீடித்து வந்தது அதற்கு முக்கியக் காரணம். இந்திரா அரசின் முற்போக்குத் திட்டங்களுக்கு திமுக ஆதரவு கொடுக்கும் என்று கூறியிருந்தார் முதலமைச்சர் கருணாநிதி. அதற்கான வாய்ப்பை மன்னர் மானிய ஒழிப்பு மசோதா வழங்கியது.

ஆட்சிக்கு வந்ததில் இருந்தே பல்வேறு அதிரடி நடவடிக்கை களை எடுத்துக்கொண்டிருந்தார் பிரதமர் இந்திரா. முக்கியமாக, வங்கிகளை தேசியமயமாக்கும் விவகாரம். அது காங்கிரஸ் கட்சிக்குள் பலத்த கொந்தளிப்பை ஏற்படுத்தியது. அடுத்த அதிரடியாக மன்னர் மானிய ஒழிப்பு மசோதாவைக் கொண்டு வந்தார்.

சமஸ்தானங்கள் அனைத்தும் இந்திய யூனியனுடன் இணைந்த தற்குப் பிறகு சமஸ்தான மன்னர்களுக்கு மத்திய அரசு பல்வேறு சலுகைகளை வழங்கியிருந்தது. அவற்றில் ஒன்று, மானியம். மன்னர்களின் ஆளுகையில் இருந்த நிலப்பரப்பின் அளவைப் பொறுத்து சம்பந்தப்பட்ட மன்னர்களுக்கு பெரிய தொகைகளை மானியமாக வழங்கி வந்தது மத்திய அரசு. முன்னாள் மன்னர்கள் முன்னூற்றி இருபது பேரில் இருநூற்று எழுபத்தியெட்டு பேருக்கு மக்களின் வரிப்பணத்தில் இருந்து மானியம் தரப்பட்டு வந்தது. கடந்த இருபது ஆண்டுகளில் மட்டும் சுமார் நூறு கோடி ரூபாய்க்கு மேலான தொகை மானியமாகவே தரப்பட்டிருந்தது.

அதைக்கொண்டு வளர்ச்சித் திட்டங்களை செயல்படுத்தலாமே? அதைத்தான் இந்திரா காந்தி குறிவைத்தார். அமைச்சர் ஒய்.பி. சவாண் கொண்டுவந்த மசோதா மக்களவையில் நிறைவேறியது. திமுக உறுப்பினர்கள் மசோதாவுக்கு ஆதரவாக வாக்களித்தனர். ஆனால் ஸ்தாபன காங்கிரஸ் தலைவர் காமராஜரோ மசோதாவை எதிர்த்து வாக்களித்திருந்தார்.

மக்களவையில் நிறைவேறிய மசோதா மாநிலங்களவையில் ஒற்றை வாக்கு வித்தியாசத்தில் தோற்றுப்போனது. அதனால்

என்ன? குடியரசுத் தலைவர் மூலம் அவசர ஆணை பிறப்பித்தால் போயிற்று. இதுதான் இந்திராவின் திட்டம். அதன்படியே மன்னர் மானியத்தை ரத்து செய்து ஆணை பிறப்பித்தார் குடியரசுத் தலைவர் வி.வி. கிரி. ஆணைக்கு எதிராகக் களத்தில் குதித்தனர் குவாலியர், பாட்னா, நபா உள்ளிட்ட சமஸ்தான மன்னர்கள். உச்சநீதிமன்றத்தில் வழக்கு தொடர்ந்தனர்.

பரபரப்பாக எதிர்பார்க்கப்பட்ட அந்த வழக்கின் தீர்ப்பு 15 டிசம்பர் 1970 அன்று வெளியானது. மன்னர்களுக்கு மானியமும் தனிச்சலுகைகளும் அளிக்கப்படுவதைத் தடுத்த குடியரசுத் தலைவரின் அவசரச் சட்டம் அரசியல் சட்டத்துக்கு விரோதமானது.

சோஷலிசத்தை நோக்கி நாடு நகரவேண்டும் என்ற எண்ணம் கொண்ட அத்தனைபேருக்கும் உச்சநீதிமன்றத் தீர்ப்பு அதிருப்தியைக் கொடுத்திருக்கிறது. ஆனாலும் மன்னர் மானிய ஒழிப்பு நடவடிக்கையை அரசியல் சட்ட ரீதியாக எடுக்க வேண்டும் என்ற திமுகவின் முடிவில் மாற்றமில்லை என்றார் கருணாநிதி. அதைத்தான் இந்திரா காந்தியும் தனது கருத்தாக மக்களவையில் பதிவுசெய்தார்.

உண்மையில் உச்சநீதிமன்றத்தின் தலையீட்டைத் தன்னுடைய ஆட்சிக்கு எழுந்திருக்கும் சவாலாகவே கருதினார். நீதிமன்றமா, நாடாளுமன்றமா என்ற கேள்வி எழுந்திருப்பதாக நினைத்தார். அதேசமயம், மைனாரிட்டி அரசாகத் தொடர்ந்து நீடிப்பதிலும் அவருக்கு ஆர்வம் இல்லை. எல்லாவற்றுக்கும் தீர்வாக மக்களவையைக் கலைத்துவிட்டு, மீண்டும் தேர்தலைச் சந்திக்கத் தயாரானார் இந்திரா காந்தி. அதன்படியே 28 டிசம்பர் 1970 அன்று மக்களவை கலைக்கப்பட்டது. தேர்தல் அறிவிக்கப்பட்டது.

இப்போது தமிழகத்தில் ஒரு பரபரப்பு ஏற்பட்டது. மக்களவைத் தேர்தலோடு சேர்த்து தமிழக சட்டமன்றத்துக்கும் தேர்தல் நடத்தப்படக்கூடும் என்று கசிந்த செய்திதான் பரபரப்புக்கான காரணம். அதை உறுதி செய்வது போல டெல்லி சென்று பிரதமர் இந்திராவைச் சந்தித்துப் பேசினார். தமிழக சட்டமன்றத்தைக் கலைப்பது தொடர்பாக பிரதமரிடம் பேசினீர்களா என்ற கேள்வியை செய்தியாளர்கள் எழுப்பியபோது விருட்டென்று பதில் வந்தது கருணாநிதியிடமிருந்து.

இது கழகம் (திமுக) முடிவுசெய்யவேண்டிய பிரச்னை. இதில் பிரதமரிடம் ஆலோசிக்க எந்த அவசியமும் இல்லை. அவரும் எந்த ஆலோசனையையும் வழங்கவில்லை.

திமுகவின் செயற்குழு, பொதுக்குழுக்கள் கூடின. அதன் தொடர்ச்சியாக தமிழக சட்டமன்றத்தைக் கலைப்பதற்குப் பரிந்துரை செய்தது திமுக. சோசலிச - மதச்சார்பற்ற கொள்கைகளை, செயல்திட்டங்களை நடைமுறைப்படுத்த மக்களிடமிருந்து புதிய கட்டளையைப் பெற முடிவுசெய்திருப்பதாக அறிவித்தார் முதலமைச்சர் கருணாநிதி. ஆட்சிக்கான பதவிக்காலம் நிறைவடைய இன்னும் ஓராண்டு காலம் எஞ்சியிருந்த நிலையில் அதிரடி முடிவை எடுத்திருந்தது திமுக.

திமுகவுடன் அணி அமைக்க இந்திரா தலைமையிலான காங்கிரஸ் கட்சி, இந்திய கம்யூனிஸ்ட் கட்சி, பிரஜா சோஷலிஸ்ட் கட்சி, தமிழரசு கழகம், முஸ்லிம் லீக், ஃபார்வர்ட் ப்ளாக் ஆகிய ஆறு கட்சிகளும் தயாராகின.

47

காமராஜரா, கருணாநிதியா?

திமுக அரசு பெரியாருக்குக் காணிக்கை என்று அண்ணா அறிவித்தபோதே திமுகவின் மீதான பிடித்தம் போய்விட்டது ராஜாஜிக்கு. தேசத்தை நாசப்படுத்தும் அபாயகரமான இந்திரா காந்தியின் திட்டங்கள், கொள்கைகளுக்கு நெருக்கமான ஒத்துழைப்பு கொடுக்கும் திமுகவை நான் எதிர்க்கிறேன் என்று பகிரங்கமாகப் பேசினார் ராஜாஜி.

இன்னொரு பக்கம், திமுக - இந்திரா காந்தி கூட்டணியைக் கடுமையாக எதிர்க்கத் தயாராகிக் கொண்டிருந்தார் காமராஜர். அதற்கு வலுவான கூட்டணியை உருவாக்கும் முயற்சியில் இறங்கினார். காமராஜர், ராஜாஜி என்ற இரண்டு துருவங்களை ஓரணியில் ஒருங்கிணைத்த புள்ளி இதுதான். 15 டிசம்பர் 1970 அன்று ராஜாஜியும் காமராஜரும் சந்தித்துப் பேசினர். இரண்டு கட்சிகளும் இணைந்து தேர்தலைச் சந்திப்பது என்று முடிவானது.

இரண்டு காங்கிரஸ் அணிகளில் எந்த அணிக்கு வாக்களித்தாலும் அது மக்களிடமிருந்து அதிகாரத்தை, உரிமைகளைப் பறித்துக் கொள்ளும் ஓர் அதிகாரவர்க்க அரசுக்கு வாக்களிப்பதாகத்தான் அர்த்தம். ஆகவே, இந்த இரண்டு அணிகளில் இருந்தும் விலகியே இருப்போம் என்றது மார்க்சிஸ்ட் கட்சி. தேசிய அளவில் எடுத்த இந்த முடிவையே தமிழக அளவிலும் எடுத்த அந்தக் கட்சி, முப்பத்தியேழு தொகுதிகளில் தனித்துப் போட்டியிட்டது.

தொகுதிப்பங்கீடு குறித்த பேச்சுவார்த்தைகள் தொடங்கின. திமுக அணியில் இந்திய கம்யூனிஸ்ட் உள்ளிட்ட கட்சிகளுடன் எளிதில்

உடன்பாடுகள் எட்டப்பட்டன. ஆனால் இந்திரா காங்கிரஸுடன் உடன்பாடு ஏற்படுவதில் சிக்கல்கள் முளைத்தன. தமிழகத்தைப் பொறுத்தவரை காமராஜருக்கும் அவருடைய ஆசியுடன் இயங்கும் ஸ்தாபன காங்கிரஸுக்கும்தான் செல்வாக்கு. இந்திரா பிரிவுக்கு அத்தனை செல்வாக்கு கிடையாது. இந்த அம்சம்தான் இரண்டு கட்சிகளுக்கு இடையேயான உடன்பாட்டுக்கு முட்டுக்கட்டையாக அமைந்தது.

பேச்சுவார்த்தை நடத்துவதற்காக முன்னாள் முதல்வர் பக்த வத்சலமும் இந்திரா காங்கிரஸ் கட்சியின் தமிழக தலைவர் சி.சுப்பிரமணியமும் வந்தனர். சட்டமன்றத்துக்கு எண்பது இடங்களுக்கு மேல் வேண்டும்; மக்களவைக்கு இருபது இடங்களுக்கு மேல் வேண்டும். இதுதான் அவர்கள் வைத்த கோரிக்கை. இந்த இடத்தில்தான் சிக்கல் தொடங்கியது. ஐந்து முதல் ஏழு மக்களவை தொகுதிகளையும் பத்து முதல் பதினைந்து சட்டமன்றத் தொகுதிகளையும் மட்டுமே ஒதுக்கமுடியும் என்றார் கருணாநிதி.

அறுபது தொகுதிகள் தருவதாக முதலில் ஒப்புக்கொண்டுவிட்டு, தற்போது கருணாநிதி பின்வாங்குவதாகக் குற்றம்சாட்டியது இந்திரா காங்கிரஸ். இது எங்கள் சுயமரியாதைக்கு விடப்பட்ட சவால் என்று ஆவேசப்பட்ட சி. சுப்பிரமணியம், இந்திரா காங்கிரஸ் தமிழகத்தில் தனித்துப் போட்டியிடும் என்று அறிவித்தார். வேட்பாளர் பட்டியலையும் வெளியிட்டார். தொகுதி உடன்பாடு குறித்த பேச்சுவார்த்தைகள் நடந்து கொண்டிருக்கும் சமயத்தில் இந்திரா காங்கிரஸ் வேட்பாளர் பட்டியல் வெளியானதால் கூட்டணிக் குழப்பம் சந்திக்கு வந்தது.

தமிழகத்தில் ஏற்பட்ட கூட்டணிக் குழப்பங்கள் இந்திராவின் கவனத்துக்குச் சென்றன. உடனடியாக கருணாநிதியிடம் பேசினார். பத்து மக்களவைத் தொகுதிகளையும் இருபது சட்டமன்றத் தொகுதிகளையும் தரமுடியுமா என்று கேட்டார் இந்திரா. சட்டமன்றத் தொகுதிகள் எதையும் இந்திரா காங்கிரஸ் கட்சிக்கு ஒதுக்குவது இனிமேல் சாத்தியமில்லை; வேண்டுமானால் மக்களவை தொகுதிகள் விஷயத்தில் முயற்சி செய்யலாம் என்றார் கருணாநிதி.

இந்திராவின் தலையீட்டுக்குப் பிறகு திமுக, இந்திரா காங்கிரஸ் இடையே மீண்டும் பேச்சுவார்த்தை தொடங்கியது. ஆனால்

சி.சுப்பிரமணியமோ, பக்தவத்சலமோ பேச்சுவார்த்தைக்கு வரவில்லை. மாறாக, இந்திராவின் பிரதிநிதியாக ஆர்.வி. சுவாமிநாதன் உடன்பாட்டு ஒப்பந்தத்தில் கையெழுத்திட்டார். இந்திரா காங்கிரஸ் கட்சி தமிழக சட்டமன்றத் தேர்தலில் போட்டியிடுவதில்லை என்றும் பாண்டிச்சேரியுடன் சேர்த்து பத்து மக்களவைத் தொகுதிகளில் போட்டியிடும் என்றும் அறிவிக்கப்பட்டது. 201 சட்டமன்றத் தொகுதிகளிலும் 24 மக்களவைத் தொகுதிகளிலும் திமுக போட்டியிட்டது.

ஸ்தாபன காங்கிரஸ் - சுதந்தரா கட்சி அணியில் உழைப்பாளர் கட்சி, குடியரசு கட்சி, சம்யுக்த சோஷலிஸ்ட் கட்சி ஆகிய கட்சி களும் இணைந்தன. விவசாய சங்கத்தைச் சேர்ந்த பத்து வேட் பாளர்களுக்கும் இந்தக் கூட்டணி ஆதரவு கொடுத்தது. 194 தொகுதிகளைத் தனக்கு எடுத்துக்கொண்ட ஸ்தாபன காங்கிரஸ் எஞ்சிய இடங்களைக் கூட்டணிக் கட்சிகளுக்குப் பகிர்ந்து கொடுத்தது.

திராவிடர் கழகத் தலைவர் பெரியாருக்கு இப்போது சிக்கலான நேரம். காமராஜரா, கருணாநிதியா என்ற கேள்வி எழுந்தது. திமுக - இந்திரா காங்கிரஸ் கூட்டணிக்கே தனது ஆதரவு என்று அறிவித்தார் பெரியார். கலைஞர் ஆட்சிக்கு அனுகூலமான இந்திரா ஆட்சியும், இந்திராவைக் கட்டுப்படுத்தக்கூடிய வசதி யும் வாய்ப்பும் கொண்ட கலைஞர் ஆட்சியும் நமக்கு நல்ல ஆட்சியா அல்லது இரண்டுக்கும் கேடான, எதிரான ராஜாஜி - காமராஜர் கூட்டணி ஆட்சியா? என்று கேள்வி எழுப்பினார் பெரியார். அத்தோடு, மட்டக்குதிரையையும் எருமை மாட்டை யும் ஒரு வண்டியில் கட்டி ஓட்டினால் எப்படி இருக்குமோ அப்படி இருக்கிறது ராஜாஜி - காமராஜர் கூட்டணி என்று கேலி செய்தார் பெரியார்.

தேர்தல் பிரசாரம் சூடுபிடித்திருந்த நிலையில் மூடநம்பிக்கை ஒழிப்பு ஊர்வலம் ஒன்றை 23 ஜனவரி 1971 தொடங்கி இரண்டு நாள்களுக்கு நடத்தியது திராவிடர் கழகம். தீ மிதிப்பதையும் கரகம் எடுப்பதையும் அலகு குத்துவதையும் விமரிசிக்கும் வகையில் கறுப்புச்சட்டை அணிந்த திராவிடர் கழகத் தொண்டர் கள் சில காரியங்களைச் செய்தனர். அவர்கள் ராமன் படம் ஒன்றையும் ஏந்திக்கொண்டு வந்தனர். அப்போது திடீரென செருப்பு ஒன்று ஊர்வலத்துக்கு மத்தியில் வந்து விழுந்தது. அவ்வளவுதான். ஆத்திரம் வந்துவிட்டது தொண்டர்களுக்கு.

சட்டென்று அந்தச் செருப்பைக் கையில் எடுத்த தொண்டர் ஒருவர் அதைக் கொண்டு ராமன் படத்தின் மீது தாக்குதல் நடத்தினார். இந்தக் காரியம் பலத்த சர்ச்சைகளைக் கிளப்பியது.

தேர்தல் பிரசாரம் நடந்துகொண்டிருக்கும் சமயத்தில் திராவிடர் கழகத்தினர் நடத்திய போராட்டத்தை திமுக அரசு தடுக்க வில்லை; மாறாக, ஊக்குவித்தது. அப்படிப்பட்ட திமுகவுக்கா உங்கள் வாக்கு என்று சுதந்தரா கட்சியும் ஸ்தாபன காங்கிரஸும் கேள்வி எழுப்பின. முன்னேற்பாடுகள் எதுவுமின்றி, தற்செய லாக நடந்த சம்பவத்துக்கு திமுகவை பலிகடா ஆக்குவதில் அர்த்தமில்லை என்றார் பெரியார்.

நான்காண்டுகால திமுக அரசை காமராஜர் கடுமையாக விமரிசித்தார். திமுகவைச் சேர்ந்த அமைச்சர்கள் மட்டுமின்றி, மற்ற திமுகவினரும் புதிய வீடுகளைக் கட்டியுள்ளனர்; பல கார்களை வாங்கியுள்ளனர்; திமுக நிர்வாகத்தில் ஊழல் மலிந்து விட்டது; ஆளுங்கட்சியினருக்கு லஞ்சம் கொடுத்தால்தான் இந்த அரசாங்கத்தில் எந்தக் காரியமும் நடக்கிறது என்று புகார்ப் பட்டியல் வாசித்தார் காமராஜர்.

அரசின் சாதனைகளை மேடைக்கு மேடை பட்டியல் போட்ட திமுக, ஏழை எளிய மக்கள் வாழ்வு ஒளிபெற, சமூக நீதி நிலைத் திட, சோஷலிசம் நடைமுறைக்கு வந்திட கழகம் சீரிய பணி யாற்றும் என்று வாக்குறுதி கொடுத்தது. மேலும், உங்கள் வீட்டுப் பிள்ளைகள் உலவும் பாசறையான திமுகவுக்கு உத்தரவு போடுங்கள் என்று கேட்டுக்கொண்டது.

சென்னையில் நடைபெற்ற பிரசாரப் பொதுக்கூட்டம் ஒன்றில் ராஜாஜியும் காமராஜரும் ஒரே மேடையில் கலந்து கொண்டனர். அந்த மேடையில் காமராஜரின் நெற்றியில் குங்குமம் வைத்து ஆசிர்வாதம் வழங்கினார் ராஜாஜி. அந்தக் கூட்டணிக்கு ஆதர வாக சிவாஜி கணேசன் பிரசாரம் செய்தார். காமராஜர் பேசும் கூட்டங்களில் எல்லாம் மக்கள் பெருமளவில் திரண்டனர். திமுக ஆட்சிக்கு எதிரான உணர்வு மாநிலம் முழுவதும் உருவாகி இருப்பது போன்ற தோற்றம் ஏற்பட்டிருந்தது.

திமுக கூட்டணிக்கு ஆதரவாக எம்.ஜி.ஆர் மின்னல் வேகப் பிரசாரம் செய்தார். வெள்ளைத் தொப்பி, கறுப்புக் கண்ணாடி சகிதம் அவர் செய்த பிரசாரத்தின்போது மக்கள் பெருமளவில்

திரண்டனர். பிரசாரம் முடிந்ததும் 'இதயவீணை' படப்பிடிப்புக் காக காஷ்மீர் புறப்பட்டுவிட்டார் எம்.ஜி.ஆர்.

மூன்று கட்டங்களாகத் தேர்தல்கள் முடிந்தன. வாக்கு எண்ணிக்கை நடந்துகொண்டிருந்த சமயத்தில் காமராஜர் - ராஜாஜி கூட்டணி ஆட்சியைக் கைப்பற்றும் என்பது போன்ற சூழல் நிலவியது. திமுக கூட்டணிக்கு 90 தொகுதிகளும் ஸ்தாபன காங்கிரஸ் - சுதந்தரா கூட்டணிக்கு 120 தொகுதிகளும் கிடைக்கும் என்று மாநில புலனாய்வுத்துறையினர் அறிக்கை கொடுத்திருப்ப தாக செய்திகள் கசிந்தன.

அதன் தொடர்ச்சியாக மாநில தலைமை செயலாளர் ராயப்பா, காவல்துறை ஐ.ஜி. மகாதேவன் உள்ளிட்டோர் காமராஜரை நேரில் சந்தித்து மாலை அணிவித்து வாழ்த்து தெரிவித்ததாக சில செய்திகள் வந்துகொண்டிருந்தன. ஆனால் முடிவுகள் அறி விக்கப்பட்டபோது பலத்த அதிர்ச்சி ஏற்பட்டது. பொதுக் கூட்டங்களுக்குக் கூடும் கூட்டங்கள் எல்லாம் வாக்குகளாக மாறாது என்ற அரசியல் உண்மையை அந்தத் தேர்தல் உணர்த்தியது.

ஆட்சியைக் கைப்பற்றும் என்று எதிர்பார்க்கப்பட்ட காமராஜர் - ராஜாஜி கூட்டணி படுதோல்வியைச் சந்தித்திருந்தது. திமுக கூட்டணிக்கு பிரம்மாண்டமான வெற்றி கிட்டியிருந்தது. திமுக வுக்கு 184 இடங்கள் கிடைத்திருந்தன. அந்தக் கூட்டணியில் இடம்பெற்ற இந்திய கம்யூனிஸ்டு - 8, ஃபார்வர்டு ப்ளாக் - 7, இந்திய முஸ்லிம் லீக் - 6, பிரஜா சோசலிஸ்டு - 4, தமிழரசு கழகம் - 1 என்ற அளவில் தொகுதிகளைக் கைப்பற்றியிருந்தன.

காமராஜர் - ராஜாஜி கூட்டணிக்கு வெறும் இருபத்தியோரு இடங்களே கிடைத்தன. அவற்றில் ஸ்தாபன காங்கிரஸுக்கு பதினைந்தும் சுதந்தராவுக்கு ஆறும் கிடைத்தன. எஞ்சிய இடங்கள் சுயேட்சைகளுக்கு.

மக்களவைத் தொகுதிகளிலும் திமுக கூட்டணியே பெரும் பாலான இடங்களைக் கைப்பற்றியது. திமுக போட்டியிட்ட 24 தொகுதிகளில் 23ஐக் கைப்பற்றியது. இந்திரா காங்கிரஸ் கட்சி தமிழகம், பாண்டிச்சேரியில் போட்டியிட்ட பத்து தொகுதிகளை யும் கைப்பற்றியது. எதிர்க்கட்சிகளின் சார்பில் ஒரேயொரு வேட் பாளர் வெற்றிபெற்றார். அவர், நாகர்கோவில் மக்களவைத் தொகுதியில் போட்டியிட்ட காமராஜர்.

இந்த இடத்தில் அண்ணாவுக்கும் காமராஜருக்கும் உள்ள ஒற்றுமை கவனிக்கத்தக்கது. 1967 தேர்தலின்போது திமுக நிறுவனர் அண்ணா சட்டமன்றத் தொகுதியில் போட்டியிடாமல் தென்சென்னை மக்களவைத் தொகுதியில் போட்டியிட்டார். திமுக வெற்றிபெறும் என்ற நம்பிக்கை அண்ணாவுக்கே இல்லை என்பதைத்தான் அவருடைய முடிவு காட்டுவதாக விமரிசனம் செய்தது காங்கிரஸ் கட்சி. 1971 தேர்தலில் ஸ்தாபன காங்கிரஸ் கூட்டணி ஆட்சியைக் கைப்பற்றும் என்று ஊடகங்கள் கூறியபோதும் காமராஜர் சட்டமன்றத் தொகுதி எதிலும் நிற்கவில்லை. மாறாக, நாகர்கோவில் மக்களவைத் தொகுதியில் போட்டியிட்டார். காலச்சக்கரம் சுழலக்கூடியது அல்லவா!

அகில இந்திய அளவில் இந்திரா காங்கிரஸ் கட்சியே அதிக இடங்களைக் கைப்பற்றியது. 350 தொகுதிகளைப் பிடித்து ஏகபோக வெற்றியை ஈட்டியிருந்தது அந்தக் கட்சி. இந்திரா காங்கிரஸ் கட்சிக்கு மாற்றாகக் கருதப்பட்ட ஸ்தாபன காங்கிரஸ் கட்சியால் வெறும் பதினாறு இடங்களையே பிடிக்க முடிந்தது. அதன் கூட்டணிக் கட்சியான சுதந்தராவுக்கு எட்டு தொகுதிகள் கிட்டின. இதர தேசிய கட்சிகளான மார்க்சிஸ்டுக்கு 25 தொகுதி களும் இந்திய கம்யூனிஸ்டுக்கு 23 தொகுதிகளும் ஜனசங்கத்துக்கு 22 தொகுதிகளும் கிடைத்தன. ஆம். இந்தியாவின் தவிர்க்க முடியாத சக்தியாக இந்திரா காந்தி உருவாக்கப்பட்டிருந்தார். உபயம்: ஸ்தாபன காங்கிரஸ் தலைவர்கள் போட்ட தப்புக் கணக்கு.

சரி, தமிழக களத்துக்கு வருவோம். திமுகவை நிறுவிய அண்ணா மறைந்துவிட்டதால் திமுகவுக்குள் அதிகாரப் போட்டிகள் அதிகரிக்கும்; முரண்பாடுகள் மூளும்; விரைவில் திமுக என்ற இயக்கமே சிதறிவிடும் என்ற எதிர்பார்ப்புகள் எழுந்த நிலையில் பிரம்மாண்ட வெற்றியைப் பெற்று தமிழக அரசியலில் தவிர்க்க முடியாத சக்தியாக மாறியிருந்தது திமுக. 1967 தேர்தலில் அண்ணா தலைமையில் பெற்ற வெற்றியைக் காட்டிலும் தற்போது கருணாநிதியின் தலைமையில் பெற்ற வெற்றியின் வீரியம் வெகு அதிகம்.

48

புயலைக் கிளப்பிய மதுவிலக்கு

திமுகவின் வெற்றிச்செய்திகள் வரத்தொடங்கிய சமயத்தில் காஷ்மீரில் இருந்தார் எம்.ஜி.ஆர். இதயவீணை படத்துக்கான ஷூட்டிங். உடனடியாக கருணாநிதியைத் தொலைபேசியில் தொடர்புகொண்டு வாழ்த்தினார். அப்போது தன்னை மெடிக்கல் மினிஸ்டராக நியமிக்க வேண்டும் என்று கேட்டதாகச் சொன்னார் கருணாநிதி. அதாவது, சுகாதாரத்துறை என்கிற மக்கள் நல்வாழ்வுத்துறை.

வாக்குகளை வசீகரிக்கும் வல்லமைகொண்ட எம்.ஜி.ஆருக்கு அப்படியொரு கோரிக்கையைக் கருணாநிதியிடம் வைப்பதற்கு அத்தனைத் தகுதிகளும் இருந்தன. திமுகவின் பிரசார பீரங்கி யாகத் தன்னை வரித்துக்கொண்டு தமிழகம் முழுக்கப் பிரசாரம் செய்தவர் எம்.ஜி.ஆர். பணத்தை மூட்டைகட்டி எடுத்துக் கொண்டு பிரசாரத்துக்குச் சென்றார் எம்.ஜி.ஆர் என்பதை அவருடன் பழகிய பலரும் பதிவுசெய்திருக்கிறார்கள். திமுகவின் வெற்றிக்கு உடல் மற்றும் பொருளாதார ரீதியாக அதிகம் பங் களிப்பு செய்த எம்.ஜி.ஆரை அமைச்சராக்கி கௌரவப்படுத்து வார் கருணாநிதி என்ற எதிர்பார்ப்பு கட்சிக்குள் இருந்தது.

எம்.ஜி.ஆரை அமைச்சராக்குவது பற்றி கட்சியின் முக்கியத் தலைவர்களுடன் பேசினார் கருணாநிதி. மாதவனும் நெடுஞ் செழியனும் எம்.ஜி.ஆரை அமைச்சராக்க எதிர்ப்பு தெரிவித்த தாகத் தன்னுடைய சுயசரிதையில் பதிவு செய்திருக்கிறார் கருணாநிதி. நடிப்புத் தொழிலில் பிரதானமாக ஈடுபட்டிருக்கும் எம்.ஜி.ஆர் அமைச்சரவையில் இடம்பெற அரசியல் சட்டம் இடம்தராது என்பது அவர்கள் வைத்த வாதம். அதை

எம்.ஜி.ஆரிடம் எடுத்துச்சொன்ன கருணாநிதி, 'உங்களை அமைச்சராக்குவதில் எனக்கு ஆட்சேபனையில்லை. அதே சமயம் சட்டச்சிக்கல்கள் வராமல் இருக்க படங்களில் நடிப்பதை நிறுத்திக்கொள்ளுங்கள்' என்றார்.

'நடித்துக்கொண்டே அமைச்சராகப் பணியாற்றும் வகையில் அமைச்சருக்கான கோட்பாடுகளில் திருத்தம் கொண்டு வருவதற்கு இந்திரா காந்தியிடம் பேசலாமே' என்றார் எம்.ஜி.ஆர். ஆனால் சட்டரீதியாக சாத்தியமில்லை என்ற கருத்தை சட்ட நிபுணர்களிடம் எழுத்துப்பூர்வமாக வாங்கிவந்தார் மாதவன். நடிப்புத் தொழிலை நிறுத்திக் கொள்வதில் எம்.ஜி.ஆருக்கும் விருப்பமில்லை. எம்.ஜி.ஆருக்கு அமைச்சர் பதவி அளிக்கும் விவகாரம் அத்துடன் முடிந்துபோனது.

முதலமைச்சர் பதவிக்குப் போட்டியின்றித் தேர்வான கருணா நிதி, 15 மார்ச் 1971 அன்று பதவியேற்றார். புதிய அமைச்சரவை யில் நெடுஞ்செழியன், க. அன்பழகன், என்.வி.நடராசன், சத்திய வாணி முத்து, ப.உ.சண்முகம், செ.மாதவன், சாதிக் பாட்சா, ஆதித்தனார், அன்பில் தர்மலிங்கம், க.ராசாராம், ஓ.பி.ராமன், கண்ணப்பன், பண்ருட்டி ராமச்சந்திரன் ஆகியோர் இடம் பெற்றனர். மூத்த தலைவர் மதியழகன் சபாநாயகரானார்.

சட்டமன்றத்தில் பெரும்பான்மையைப் பெற்றிருந்த கருணாநிதி, நினைத்த காரியங்களை எல்லாம் நிறைவேற்றத் தொடங்கினார். குடிசை மாற்றுவாரியத் திட்டம் வந்தது; பிச்சைக்காரர் மறு வாழ்வுத் திட்டம் தொடங்கியது; ஊனமுற்றோர் நலவாழ்வுத் திட்டம், விதவைகள் உதவித்திட்டம் என்று வேகமாகச் சென்று கொண்டிருந்த கருணாநிதியின் ஆட்சிக்கு வேகத்தடையாக இரண்டு விவகாரங்கள் வந்து சேர்ந்தன. ஒன்று, கருணாநிதிக்கு வழங்கப்பட்ட டாக்டர் பட்டம். மற்றொன்று. மதுவிலக்கு ஒத்திவைப்பு விவகாரம்.

முதலமைச்சர் கருணாநிதிக்கு கௌரவ டாக்டர் பட்டம் வழங்க சிதம்பரம் அண்ணாமலைப் பல்கலைக் கழகம் முடிவுசெய்தது. பள்ளிப்படிப்பைக்கூட நிறைவுசெய்யாதவர் கருணாநிதி; அப்படிப்பட்ட நபருக்கு டாக்டர் பட்டம் வழங்குவதை ஏற்க முடியாது என்பது ஒரு தரப்பு மாணவர்களின் வாதம். பொதுவாக டாக்டர் என்பது கல்வித்தகுதியின் அடிப்படையில் மட்டும் தரப்படுவதில்லை. கருணாநிதிக்கு வழங்கப்பட இருந்த டாக்டர்

பட்டம் தமிழுக்கும் தமிழ் இலக்கியத்துக்கும் அவர் கொடுத்த பங்களிப்புகளுக்காகவே என்றது பல்கலைக்கழகம்.

அண்ணாமலைப் பல்கலைக்கழக மாணவர் காங்கிரஸ், இந்திய மாணவர் காங்கிரஸ் என்ற பெயரில் செயல்பட்ட மாணவர்கள் சிலர் கருணாநிதிக்கு எதிராகத் துண்டுப்பிரசுரங்களை வெளியிட்டுக் கண்டித்தனர். கழுதையின் கழுத்தில் டாக்டர் என்று எழுதப்பட்ட அட்டையைக் கட்டித் தொங்கவிட்டுக் கேலி செய்ததாக செய்திகள் பரவின. பலத்த எதிர்ப்புகளுக்கு மத்தியில் பட்டமளிப்பு விழா நடந்தது. முதலமைச்சர் கருணாநிதி சிதம்பரத்தில் இருந்து புறப்பட்டார். அதன்பிறகுதான் அடுத்த சர்ச்சை வெடித்தது.

மாணவர்கள் விடுதிக்குள் நுழைந்த காவலர்கள் அறைகளில் தங்கியிருந்த மாணவர்களைத் தாக்கத் தொடங்கினர். பலத்த காய மடைந்து, ரத்த வெள்ளத்தில் மிதந்த மாணவர்கள் மருத்துவ மனையில் அனுமதிக்கப்பட்டனர். காலையில் முதல்வருக்கு எதிராக மாணவர்கள் நடத்திய போராட்டத்துக்குப் பழிவாங்கும் நோக்கத்துடனேயே மாலையில் மாணவர்கள் காவலர்களால் தாக்கப்பட்டனர் என்ற செய்தி மாணவர்கள் மத்தியில் பரவிக் கொண்டிருந்தது.

மறுநாள் காலை பல்கலைக்கழக வளாகத்தில் இருக்கும் குளத்தில் உதயகுமார் என்ற மாணவரின் பிணம் மிதக்கிறது என்ற செய்தி மாணவர்களைக் கதிகலங்க வைத்தது. காவல்துறையினரின் தாக்குதல் காரணமாக உயிரிழந்த உதயகுமார் குளத்தில் வீசப்பட்டாரா அல்லது தாக்குதலில் இருந்து தப்பிக்கக் குளத்தில் தவறி விழுந்து உயிரிழந்தாரா என்பதுதான் அப்போது எழுந்த சர்ச்சை.

இறந்தது உதயகுமாரே இல்லை என்று திட்டவட்டமாகச் சொன்னது காவல்துறை. குளத்தில் விழுந்ததால் முகம் உப்பிப் போய் அடையாளம் தெரியாத அளவுக்கு மாறியிருந்ததால் உடலை உதயகுமாரின் பெற்றோராலேயே அடையாளம் காண முடியவில்லை. காவல்துறையினரின் மிரட்டல் காரணமாகவே பெற்ற மகனை இல்லை என்று பெற்றோர்கள் சொல்லி விட்டார்கள் என்ற பேச்சு பரவலாக எழுந்தது.

இறந்துபோன மாணவன் யார் உதயகுமார் என்ற மாணவர் எங்கே போனார்? பட்டமளிப்பு விழா முடிந்து, முதல்வர் புறப்

பட்டபிறகும், பாதுகாப்பு பணிக்காக வந்திருந்த காவலர்கள் பல்கலைக்கழக வளாகத்திலேயே மாலை வரை எதற்காக இருக்கவேண்டும்? காவலர்கள் மாணவர் விடுதிக்குள் நுழைந்தது ஏன்? தமிழக அரசு சார்பில் நீதி விசாரணை நடத்த உத்தரவிட்டார் முதலமைச்சர் கருணாநிதி.

குளத்தில் கிடந்தது உதயகுமாரின் உடலாக இருக்கலாம்; அதே சமயம், அந்த மரணத்துக்கும் காவல்துறை நடத்திய தாக்கு தலுக்கும் எவ்விதத் தொடர்பும் இல்லை என்றும் விசாரணை அறிக்கை கூறியது. **இருக்கலாம்** என்ற பதத்துக்கான அர்த்தம் இன்னமும் விளக்கப்படவில்லை. காங்கிரஸ் ஆட்சியில் மாணவர்கள் தாக்கப்படுவதைக் கடுமையாகக் கண்டித்த குரல்களுள் ஒன்று கருணாநிதியுடையது. தற்போது அதே கருணாநிதி ஆட்சி நடக்கும் போது மாணவர்கள் மீது நடத்தப்பட்ட கொடூர தாக்குதல் அவருடைய ஆட்சியின் மீது விழுந்த கரும்புள்ளி.

1971 ஜூலை மாதத்தில் நடந்த பல்கலைக்கழகக் கலவரம் குறித்து இந்திய கம்யூனிஸ்ட் கட்சியின் அதிகாரபூர்வ பத்திரிகை யான ஜனசக்தியில் இன்றைய இந்திய கம்யூனிஸ்ட் கட்சியின் தமிழ் மாநிலச் செயலாளர் தா. பாண்டியன் கட்டுரை ஒன்றை எழுதினார். அதிலிருந்து ஒருபகுதி மட்டும் இங்கே:

> பட்டம் பெற்ற நவீன உயர்சாதி அகங்காரம்தான் அண்ணா மலைப் பல்கலைக் கழகக் குழப்பங்களுக்கு மூல காரணம். பட்டம் பெறாத பலர் உலகில் பல அரங்கங்களில் ஆற்றியுள்ள பணிகளை நினைத்துப் பார்த்துக்கொண்டிருந்தால், இந்தக் கூச்சல் எழுந்திராது.

பட்டம் பெற்று ஒருமாதம் ஆவதற்குள் அடுத்த பிரச்னை தலையெடுத்தது. தமிழ்நாட்டில் அப்போது மதுவிலக்கு அமலில் இருந்தது. பலத்த நிதி நெருக்கடி இருப்பதால் மதுவிலக்குச் சட்டத்தை ரத்து செய்வது அத்தியாவசிய நடவடிக்கை என்றும் பேச்சுக்கள் எழுந்தன. கொள்கை சார்ந்த பிரச்னை என்பதால் மதுவிலக்கு குறித்து கட்சியிலும் பலத்த விவாதங்கள் எழுந்தன.

நிதி நெருக்கடியைச் சமாளிக்க வேண்டும் என்றால் மதுவிலக்கை ஒத்திவைப்பதைத் தவிர வேறு வழியில்லை என்றார் முதலமைச்சர் கருணாநிதி. திரைப்படங்களில் மதுப்பழக்கத்துக்கு எதிரானவ ராகவே தன்னை அடையாளப்படுத்தியிருந்தவர் எம்.ஜி.ஆர். ஒருவேளை அரசின் முடிவுக்கு சம்மதம் தெரிவித்தால் அது

மக்கள் மத்தியில் தன்மீது தவறான எண்ணங்களை உருவாக்கி விடுமோ என்ற சந்தேகம் அவருக்கு ஏற்பட்டது.

அதேசமயம் கருணாநிதி சொன்ன நிதிநெருக்கடி காரணத்தையும் நிராகரிக்க முடியவில்லை. பலத்த யோசனைக்குப் பிறகு மது விலக்கு ஒத்திவைப்பு விஷயத்தில் கருணாநிதிக்கு ஆதரவு கொடுக்கத் தயாரானார். அதனை கோவையில் நடந்த திமுக பொதுக்குழுவில் தெரிவித்தார். மதுவிலக்கை அரசு தாற்காலிக மாக ஒத்திவைத்துள்ளது; நிரந்தரமாக அல்ல என்றார் எம்.ஜி.ஆர்.

மதுவிலக்குச் சட்டத்தை ஒத்திவைப்பது தொடர்பாக தமிழக அரசு எடுத்துள்ள முடிவு ராஜாஜியை அதிர்ச்சியில் ஆழ்த்தியது. காரணம், தமிழகத்தில் மதுவிலக்கை முதன்முதலில் அமல் படுத்தியவர் அவர்தான். காயிதே மில்லத்துக்கும் அதில் விருப்ப மில்லை. இரண்டு தலைவர்களுமே கருணாநிதியை நேரில் சென்று சந்தித்து வேண்டுகோள் விடுத்தனர்.

மனச்சாட்சி இடம் கொடுக்காத நிலையிலும் நிதிநெருக்கடியைக் கருத்தில் கொண்டு மதுவிலக்குச் சட்டம் ஒத்திவைக்கப்படுகிறது என்று சட்டமன்றத்தில் அறிவித்தார் கருணாநிதி. அந்த அறி விப்பின் மூலம் தமிழகத்தில் சுமார் கால் நூற்றாண்டு காலமாக அமலில் இருந்த மதுவிலக்குக்கு விடை கொடுக்கப்பட்டது. பகிரங்க மது விற்பனை தொடங்கியது.

கள்ளுக்கடைகளும் சாராயக்கடைகளும் தமிழகம் முழுக்கத் திறக்கப்பட்டன. சென்னையில் மட்டும் 56 கள்ளுக்கடைகளும் 52 சாராயக் கடைகளும் திறக்கப்பட்டன. அதிகபட்சமாக தஞ்சாவூர் மாவட்டத்தில் 1304 கள்ளுக்கடைகள்; கோவை மாவட்டமத்தில் 643 சாராயக்கடைகள்; மொத்தத்தில், தமிழகம் முழுக்க 7395 கள்ளுக் கடைகளும் 3512 சாராயக்கடைகளும் திறக்கப் பட்டிருந்தன.

திருச்சியில் உள்ள வி.எஸ்.டி. சாராயத் தொழிற்சாலையில் ஒரு கோடியே முப்பத்தைந்து லட்சம் லிட்டர் சாராயமும் நெல்லிக் குப்பத்தில் உள்ள பாரி சாராயத் தொழிற்சாலையில் நாற்பது லட்சம் லிட்டர் சாராயமும் உற்பத்தியானது. தமிழகத்தில் மொத்தம் 139 மொத்த வியாபாரிகள் நியமிக்கப்பட்டனர். அன்றைய நிலவரப்படி ஒரு லிட்டர் கள்ளின் விலை ஒரு ரூபாய்; ஒரு லிட்டர் சாராயத்தின் விலை பத்து ரூபாய்.

திமுக அரசு மதுவிலக்கை ஒத்திவைத்ததற்குப் பின்னணியில் இருந்தவை இந்திரா காந்தி தலைமையிலான மத்திய அரசு காட்டிய ஓரவஞ்சனைதான் என்பது திமுக தரப்பின் வாதம்.

மதுவிலக்கை அமல்படுத்தும் மாநிலங்களுக்கு நஷ்ட ஈடாக நிதியுதவி வழங்கும் புதிய திட்டத்தைக் கொண்டு வந்தது மத்திய அரசு. நிதி நெருக்கடியில் உழன்றுகொண்டிருந்த தமிழக அரசு, தமிழகத்தில் மதுவிலக்கு அமலில் இருப்பதைக் காரணம் காட்டி மத்திய அரசிடம் நிதியுதவி கோரியது. ஆனால் மத்திய அரசோ கைவிரித்துவிட்டது. புதிதாக மதுவிலக்கை அமல்படுத்தும் மாநிலங்களுக்கு மட்டுமே நிதியுதவி; ஏற்கெனவே அமலில் இருக்கும் மாநிலங்களுக்கு அல்ல என்பது மத்திய அரசு சொன்ன காரணம்.

இத்தனைக்கும் திமுகவும் இந்திரா காங்கிரஸும் கூட்டணிக் கட்சிகள்தான். ஆனால் கொடுக்கும் இடத்தில் டெல்லியும் வாங்கும் இடத்தில் தமிழகமும் இருக்கிறது அல்லவா. தவிரவும், திமுகவின் ஆதரவுடன் மத்திய அரசு இயங்கவில்லை. அதற்கென்று தனி மெஜாரிட்டி இருந்தது. ஆகவே, திமுகவின் கோரிக்கைக்கு செவிசாய்க்க வேண்டிய அவசியம் இருப்பதாக இந்திரா காந்தி நினைக்கவில்லை.

30 ஆகஸ்டு 1971 முதல் மதுவிலக்குச் சட்டம் ஒத்திவைக்கப் பட்டது. மது விற்பனை என்பது வருவாயின் ஊற்றுக்கண் என்றே சொல்லலாம். ஒட்டுமொத்தமாகக் கணக்கிட்டுப் பார்த்ததில் தமிழக அரசுக்கு ஆண்டுக்கு 26 கோடி ரூபாய் வருவாய் கிடைத்தது.

49

திமுகவை உடைக்க மூன்று பேர்

அண்ணா பிறந்தநாள் அன்று மது மறுப்புப் பிரசாரத்தை ஆரம்பித்துவிடுவது என்று முடிவுசெய்துவிட்டார் எம்.ஜி.ஆர். அதன்படியே சத்யா ஸ்டுடியோ ஊழியர்கள் சகிதம் 15 செப்டெம்பர் 1971 அன்று அண்ணா சமாதிக்குச் சென்றார். இனிமேல் மது அருந்தமாட்டோம் என்று அத்தனைபேரையும் உறுதிமொழி எடுக்கச் சொன்னார். உடனடியாக மதுப்பழக்கத்துக்கு எதிரான விழிப்புணர்வுப் பிரசாரம் தொடங்கியது.

பிரசாரக்குழுவின் தலைவராக எம்.ஜி.ஆரை நியமித்தது முதலமைச்சர் கருணாநிதிதான். ஆனால் என்ன காரணத்தாலோ எம்.ஜி.ஆரின் பிரசாரம் கருணாநிதிக்கு எதிரானது என்பது போன்ற தோற்றத்தைக் கட்சிக்குள் இருந்த சிலர் உருவாக்கினர். அத்துடன் நிறுத்திக்கொண்டிருந்தால் பிரச்னை இல்லை. எம்.ஜி.ஆரின் பிரசாரத்துக்கு மக்கள் மத்தியில் வரவேற்பு இல்லை என்றும் ஊர்வலங்களுக்குக் கூட்டம் கூடவில்லை என்றும் பிரசாரம் செய்யத் தொடங்கினர். அவற்றின் பின்னணியில் கருணாநிதி இருப்பாரோ என்ற சந்தேகம் எம்.ஜி.ஆருக்கு உருவானது.

எதிர்ப்பிரசாரம் செய்பவர்களுக்கு பதிலடி கொடுக்கும் வகையில் நான்கு கடிதங்களை வெளியிட்டார் எம்ஜிஆர். அவை எம்.ஜி.ஆரின் பிரசாரத்தைப் பாராட்டி வந்திருந்த கடிதங்கள். படித்தவர்கள், பெண்கள், இளைஞர்கள் என்று பலரும் அவரது பிரசாரத்துக்கு ஆதரவு கொடுப்பதை நிரூபிக்கும் கடிதங்கள். தவிரவும், மது ஒழிப்பு பிரசாரக் குழுவின் சார்பாக மேடை

போட்டுப் பேசுவேன்; வானொலியில் பேசுவேன்; வில்லுப் பாட்டு நடத்துவேன்; மதுவுக்கு எதிராகப் பிரசாரம் செய்ய எந்தக் கட்சியினர் அழைத்தாலும் செல்வேன் என்று அடுத்தடுத்து அறிவிப்புகளை வெளியிட்டார்.

விளைவு, மதுவுக்கு எதிரான எம்.ஜி.ஆரின் பிரசாரம் வலுக்கத் தொடங்கியது. அதன் அர்த்தம், கருணாநிதிக்கும் எம்.ஜி.ஆருக்கும் இடையேயான விரிசல் விரிவடைகிறது என்பதுதான்.

இன்னொரு பக்கம் திமுகவுக்கும் அதன் கூட்டணிக் கட்சியான இந்திரா காங்கிரஸுக்கும் இடையே உரசல்கள் தொடங்கியிருந்தன. ஆரம்பித்து வைத்தது சென்னை சிம்சன் கம்பெனியில் நிலவிய தொழிலாளர்கள் பிரச்னை.

திமுகவைச் சேர்ந்த காட்டூர் கோபால் என்பவரே அங்குள்ள தொழிற்சங்கத்தின் தலைவர். ஆனால் பிரச்னையைத் தீர்க்கும் விஷயத்தில் அதிகபட்ச ஆர்வத்தைச் செலுத்தியவர் மத்திய அமைச்சர் மோகன் குமாரமங்கலம். அவர் தொழிற்சங்க ஆர்வலரும்கூட.

அவருடைய வழிகாட்டுதலின்பேரில் தொழிற்சங்கத் தலைவர்களில் ஒருபிரிவினர் டெல்லி சென்று பிரதமர் இந்திரா காந்தியைச் சந்தித்தனர். பிரச்னைகளைத் தீர்த்துவைக்க உதவி கோரினர். பிரதமரின் உத்தரவின்பேரில் முதலமைச்சர் கருணாநிதியைத் தொடர்புகொண்டு பேசினர் மத்திய தொழிலாளர் நலத்துறை அமைச்சர் காடில்கர். சிம்சன் கம்பெனி தொழிலாளர் பிரச்னை பற்றிப் பேசுவதற்காக தொழிற்சங்கத் தலைவர்கள் டெல்லி வந்துள்ளனர். பிரதமருடன் பேச்சுவார்த்தைகள் நடக்க உள்ளன. உடனடியாக தமிழக அரசின் தொழிலாளர் நலத்துறை அமைச்சரை டெல்லிக்கு அனுப்புங்கள். இதுதான் அமைச்சர் சொன்ன செய்தி.

மாநில அரசுக்கென்று தனியே தொழிலாளர் நலத்துறை இருக்கும்போது எதற்காக மத்திய அரசு தலையிடவேண்டும்? மாநில அமைச்சர் வேறு டெல்லிக்கு வந்து பேசவேண்டுமா? மாநில சுயாட்சி பற்றி அனுதினமும் பேசிக்கொண்டிருக்கும் திமுகவை அசைத்துப் பார்க்கும் காரியமாகவே இந்தப் பிரச்னையைப் பார்த்தார் கருணாநிதி. மாநில அமைச்சரை அனுப்புவதற்கில்லை; மாற்றுத்திட்டம் குறித்து யோசிக்கலாம் என்று சொல்லிவிட்டார்.

சிம்சன் கம்பெனி விவகாரம் திமுக - இந்திரா காங்கிரஸ் இடையே பின்னாளில் உருவாக இருந்த மோதல்களுக்கான முதல் படி என்றே சொல்லலாம். மாநில அரசின் விவகாரங்களில் மத்திய அரசு தன்னுடைய ஆதிக்கத்தைச் செலுத்த முயல்வதாக திமுக சந்தேகித்தது. அதை உறுதிசெய்வதுபோலவே மத்திய அமைச்சர்கள் சி.சுப்பிரமணியமும், மோகன் குமாரமங்கலமும் தமிழக அரசின் செயல்பாடுகளை விமரிசிக்கத் தொடங்கினர். இன்னொரு கூட்டணிக் கட்சியான இந்திய கம்யூனிஸ்ட் கட்சியும் திமுக அரசை விமரிசனம் செய்யத் தொடங்கியது. குறிப்பாக, எம். கல்யாணசுந்தரம், பாலதண்டாயுதம் போன்ற தலைவர்கள்.

கூட்டணிக்கட்சியாக இருந்து திடீரென எதிர்க்கட்சியாக மாறியிருக்கும் கட்சிகளின் விமரிசனங்களை எதிர்கொள்வது குறித்துப் பேசுவதற்காக 7 ஜனவரி 1972 அன்று தஞ்சாவூரில் திமுகவின் செயற்குழு மற்றும் பொதுக்குழுக்கள் கூடின. பலத்த விவாதங்களுக்குப் பிறகு இரண்டு முக்கியத் தீர்மானங்கள் நிறைவேறின.

இந்திரா காங்கிரஸூம் இந்திய கம்யூனிஸ்ட் கட்சியும் திமுக அரசை விமரிசனம் செய்யும்விதம் கட்சியினர் மத்தியில் அதிருப்தியைக் கிளப்பியுள்ளது; இதே ரீதியில் விமரிசனங்கள் தொடரும் பட்சத்தில் கூட்டணியைத் தொடர்வது பற்றி யோசிக்கவேண்டியிருக்கும் என்பது ஒரு தீர்மானத்தின் சாரம். சிம்சன் கம்பெனி விவகாரத்தில் மத்திய அமைச்சர்கள் தலையிட்ட விதமும் நடந்துகொண்ட விதமும் மாநில திமுக அரசை அலட்சியம் செய்யும் விதத்தில் இருக்கிறது; இந்தப் போக்கு தொடராமல் தடுக்கும் காரியத்தில் பிரதமர் இந்திரா காந்தி ஈடுபடவேண்டும் என்பது இன்னொரு தீர்மானத்தின் சாரம்.

கூட்டணி உறவுகள் சுமூகமாக இருக்கவேண்டும் என்ற நோக்கத்தோடு நிறைவேறிய தீர்மானங்கள்தான்; ஆனால், அதற்கு நேர் எதிரான விளைவுகளையே அவை உருவாக்கின. மோதல்கள் மேன்மேலும் வலுப்பெறத் தொடங்கின. திமுகவுக்கும் இந்திரா காங்கிரஸ் கட்சிக்கும் இடையான முரண்பாடுகள் முற்றிக்கொண்டிருந்த சமயத்தில் மராட்டிய தலைநகர் பம்பாயில் வைத்து நிருபர்களிடம் பேசினார் சோஷலிஸ்ட் கட்சித் தலைவர் ஜார்ஜ் ஃபெர்ணாண்டஸ். அவர் பேசியது குறிப்பாக, தமிழக அரசியல் பற்றி.

'தமிழ்நாட்டில் ஆட்சியில் இருக்கும் திமுக அரசைக் கவிழ்த்து விடும் காரியத்தில் பிரதமர் இந்திரா காந்தி ஈடுபட்டுள்ளார்; திமுகவின் முக்கியப் பொறுப்பில் உள்ள மூன்று பிரமுகர்களைப் போட்டித் தலைமைக்குத் தேர்ந்தெடுத்து, அவர்கள் மீது விளம்பர வெளிச்சத்தை வேகமாகப் பாய்ச்சும் நடவடிக்கைகள் தொடங்கியுள்ளன.'

ஜார்ஜ் ஃபெர்ணாண்டஸ் கொடுத்த பேட்டியின் சாரம் இதுதான். உண்மையில் அது செய்தியா, வதந்தியா என்பது தெரியவில்லை. ஆனால் அவருடைய கருத்தை ஒட்டியே தமிழக அரசியல் நடவடிக்கைகளில் அடுத்தடுத்த மாற்றங்கள் நடக்கத் தொடங்கின.

இந்திரா காந்தியின் பார்வையில் விழுந்த அந்த மூவர் யார் என்ற கேள்வி திமுகவுக்குள் பலத்த கேள்விகளை எழுப்பியது. தமிழக அரசியல் களம் அந்த மூவரைப் பற்றியே விவாதிக்கத் தொடங்கியது. நெடுஞ்செழியன், எம்.ஜி.ஆர், க. அன்பழகன் ஆகிய மூவரையும் பட்டியலில் வைத்து சிலர் கிசுகிசுத்தனர். இன்னும் சிலரோ, தினத்தந்தி அதிபர் ஆதித்தனாரையும் பட்டியலில் வைத்துப் பரபரப்பைக் கூட்டிக்கொண்டிருந்தனர்.

அந்தப் பேச்சுகளுக்கு வலுசேர்ப்பது போல ஏப்ரல் மாதம் காஞ்சிபுரத்தில் நடந்த மாவட்ட திமுக மாநாட்டில் பேசினார் கட்சியின் பொருளாளர் எம்.ஜி.ஆர். கழகத்தில் பூசல் உண்டாக்க நினைக்கிறார்கள்; பிளவை உண்டாக்கப் பார்க்கிறார்கள். நடக்குமா? என்று கேட்டார். அப்படியே உண்டாக்கினாலும்கூட அதை எங்களுக்குள் தீர்ப்போமே தவிர அது சந்தைக்கும் வராது; எங்களுக்குள் சச்சரவும் வராது என்றார். எம்.ஜி.ஆரின் இந்தப் பேச்சில் திமுக தலைமைக்கு எதிராக எந்த வார்த்தைகளும் இல்லை. ஆனால், கட்சிக்குள் பூசல் முளைக்கத் தொடங்கி இருப்பதை அவருடைய வார்த்தைகள் சில கோடிகாட்டின.

அந்த மேடையில்தான் அண்ணாவுக்குப் பிறகு முதல்வர் பொறுப்பை ஏற்றுக்கொள்ள கருணாநிதி விரும்பவில்லை என்றும், தானும் மற்றவர்களும் கருணாநிதியை வற்புறுத்தியே பதவியேற்கச் சொன்னோம் என்றும் ஒப்புதல் வாக்குமூலம் கொடுத்தார் எம்.ஜி.ஆர். அவர் அப்படிப் பேசிய சமயத்தில், முதல்வர் பதவிக்கு ஆசைப்பட்ட நெடுஞ்செழியனும் மேடை யில் அமர்ந்திருந்தார்.

அந்தச் சமயத்தில்தான் எம்.ஜி.ஆருக்கு மத்திய அரசு பாரத் என்ற பட்டத்தைக் கொடுப்பதாக அறிவித்தது. ரிக்ஷாக்காரன் படத்தில் சிறப்பாக நடித்ததற்கான விருது அது. ஜார்ஜ் ஃபெர்ணாண்டஸ் சொன்ன விளம்பரம் பாய்ச்சும் நடவடிக்கையின் ஒரு பகுதியே இந்த விருது என்ற விமரிசனம் திமுகவுக்குள் எழுந்தது. எனினும், திமுக சார்பில் எம்.ஜி.ஆருக்குப் பாராட்டுவிழா நடத்தப்பட்டது. பாரத் பட்டம் பெற்ற எம்.ஜி.ஆரைப் பாராட்டினார் கருணாநிதி. அவருடைய பாராட்டு ஆனந்த விகடன் இதழில் வெளியானது.

> எனதருமை உடன்பிறப்பனையார் எம்.ஜி.ஆர் அவர்கள் இந்தப் பெருமைக்கு முற்றிலும் தகுதியானவர். தமிழக கலைத்துறையின் ஒளி மிகுந்த கதிராக அவர் விளங்கிவருகிறார். அவர் நடிப்பில் தென்றலின் சுகத்தையும் அவர் ஈடுபடும் சண்டைக்காட்சிகளில் மின்வெட்டுகளின் உயிர்ப்பையும் உணரலாம்.

எம்.ஜி.ஆரைக் கருணாநிதி பாராட்டியது அரசியல் வட்டாரத்தில் குழப்பத்தை ஏற்படுத்தியது. இருவருக்கும் இடையே மோதல் நடக்கிறதா, நாடகம் நடக்கிறதா என்ற சந்தேகம் கட்சிக்கு உள்ளேயும் வெளியேயும் நிலவியது. அதேசமயம், திமுக அரசைக் கலைப்பதற்கு இந்திரா காந்தி அரசு முயற்சிகள் மேற்கொள்வதாகவும் அதற்கான காரியங்களில் சி. சுப்பிரமணியமும் மோகன் குமாரமங்கலமும் ஈடுபட்டு வருவதாகவும் செய்திகள் கசிந்து கொண்டிருந்தன.

பரபரப்பான சூழ்நிலையில் 5 ஆகஸ்டு 1972 அன்று மதுரையில் மாவட்ட மாநாட்டுக்கு ஏற்பாடு செய்தார் மதுரை எஸ். முத்து. மாநாட்டுக்குத் தலைமை வகித்தவர் முரசொலி மாறன். திறந்துவைத்தவர் எல். கணேசன். அந்த மாநாட்டில் கலந்து கொண்ட எம்.ஜி.ஆர் பேசினார்.

> ஏதோ இந்த அரசை கவிழ்க்க முயற்சிசெய்வதாக நண்பர்கள் எல்லாம் சொன்னார்கள். இதுவரை நான் பேசாத பேச்சை, சொல்லாத சொல்லை, இப்போது சொல்லும்படி அவர்கள் தூண்டிவிட்டு இருக்கிறார்கள். அடுத்து நியாயப்பூர்வமாக எந்த ஆண்டில் தேர்தல் நடைபெற வேண்டுமோ அப்போது நடவாமல் அதை மீறி இடையில் தேர்தல் நடக்கும் நிலை உருவாக வேண்டும் என்று விரும்புவார்கள் என்றால்,

மோகன் குமாரமங்கலமோ, சி. சுப்ரமணியமோ அதற்குத் தூண்டிவிட்டிருந்தால், தாய்மார்களே, பெரியோர்களே, கழகத் தோழர்களே, நீங்கள் அதை அனுமதிக்கப் போகிறீர்களா? அப்படியொரு சூழ்நிலை தோற்றுவிக்கப் படுமானால் மறுவிநாடி ராணுவத்தையே தமிழ்நாடு சந்திக்கும்.

ராணுவத்தைச் சந்திக்கும் என்றால் என்ன அர்த்தம்? மத்தியில் இருக்கும் இந்திரா காந்தி அரசுடன் தமிழக அரசு யுத்தத்தில் ஈடுபடப் போகிறதா? இந்திரா காந்தி அனுப்பும் ராணுவத்தைத் தமிழக மக்கள் எதிர்த்து நிற்பார்களா? எதையும் விளக்கமாகச் சொல்லவில்லை எம்.ஜி.ஆர். அதேசமயம், மாநில சுயாட்சியை அடைந்தே தீருவோம், தமிழக அரசைக் காப்போம், கலைஞர் தலைமையில் வழிநடப்போம் என்று சூளுரைக்கவும் தவற வில்லை.

50

எம்.ஜி.ஆர். என்றால் திமுக

என்னுடைய உடலில் ஒரு சொட்டு ரத்தம் இருக்கும்வரை அண்ணாவுக்காகவும் திமுகவுக்காகவும் கடைசிவரை உழைப் பேன்!

5 ஏப்ரல் 1952 அன்று மணப்பாறையில் நடந்த நாடக மேடை ஒன்றில் எம்.ஜி.ஆருக்கு புரட்சி நடிகர் என்ற பட்டத்தைக் கொடுத்தார் கருணாநிதி. அதற்கு நன்றி தெரிவித்துப் பேசும் போது எம்.ஜி.ஆர் கொடுத்த வாக்குறுதிதான் மேலே இருப்பது.

இடைப்பட்ட இருபது ஆண்டுகளில் எத்தனை மாற்றங்கள்! பட்டம் கொடுத்த கருணாநிதி பட்டத்துக்கே வந்திருந்தார்; பட்டம் வாங்கிய எம்.ஜி.ஆரோ திரையுலகின் மன்னாதி மன்னனாக ஜொலித்துக் கொண்டிருந்தார். பரஸ்பரம் உதவிகள் செய்து பதவிகளைப் பிடித்திருந்த அவர்களுக்குள் சமீபகால மாகவே பனிப்போர் நீடித்துக் கொண்டிருந்தது.

ஆட்சிக்கு வந்ததும் ஆதித்தனாரை அமைச்சராக்கினார் கருணா நிதி. அப்போதே இருவருக்கும் உரசல் ஊற்றெடுத்து விட்டது. அடுத்து, எம்.ஜி.ஆருக்கு அமைச்சர் பதவி மறுக்கப்பட்டபோது உரசல், விரிசலாக உருமாறியது. மதுவிலக்கு விவகாரத்தில் தன்னைத் தனிமைப்படுத்த முயல்கிறார் கருணாநிதி என்ற சந்தேகம் எம்.ஜி.ஆருக்கு வந்திருந்தது. தவிரவும், எம்.ஜி. ஆருக்கு அன்னிய செலாவணி, வருமான வரி உள்ளிட்ட பிரச்னை இருப்பதாகவும் அதைச் சமாளிக்க மத்திய அமைச்சர்

கள் மூலம் பிரதமர் இந்திரா காந்தியின் உதவியை அவர் ரகசிய மாக நாடியிருப்பதாகவும் பேசிக்கொண்டார்கள்.

கருணாநிதியின் மூத்த மகன் மு.க. முத்து வெள்ளித்திரைக்கு விஜயம் செய்திருந்தார். எம்.ஜி.ஆரைப் போலவே உடையணிந்தார். ஆடினார். பாடினார். உச்சக்கட்டமாக, மு.க. முத்துவுக்கு ரசிகர் மன்றம் உருவானது. தொடங்கிவைத்தவர் திமுகவின் மூத்த தலைவர்களுள் ஒருவரான என்.வி. நடராசன். தவிரவும், எம்.ஜி.ஆர் ரசிகர் மன்றங்கள் ஆங்காங்கே மு.க. முத்து மன்றங்களாக மாற்றப்படுவதாக எம்.ஜி.ஆருக்கு செய்திகள் வந்து கொண்டிருந்தன.

திரையுலகின் சூப்பர்ஸ்டாரான எம்.ஜி.ஆருக்குப் புதுவரவான மு.க. முத்து எப்போதுமே போட்டியாக இருக்க முடியாது என்பது உண்மைதான். அதேசமயம், பின்னாளில் அமைக்கப்பட்ட சர்க்காரியா கமிஷன் விசாரித்த விவகாரங்களுள் மு.க. முத்து மன்ற விவகாரமும் ஒன்று என்பதும் அதைப் புகாராக எழுதிக் கொடுத்தவர் எம்.ஜி.ஆர் என்பதும் இங்கே கவனிக்கத் தக்க அம்சங்கள்.

இன்னொரு புதிய செய்தியும் எம்.ஜி.ஆரை ஆச்சரியப்படுத்தியது. அது, தேர்தல் செலவுகளுக்காகக் கட்சி வேட்பாளர்களுக்குத் தரப்படும் பண விவகாரம். கட்சி கொடுக்கும் நிதியை வெறுமனே கொடுக்காமல், சம்பந்தப்பட்ட வேட்பாளர், கட்சித் தலைமையிடம் இருந்து கடனாகப் பெறுவது போல பத்திரம் எழுதி வாங்கிக் கொள்வது வழக்கம். எம்.ஜி.ஆருக்கு நெருக்கமான ஒருவருக்கும் அதேபோன்ற முறையில் கட்சிப்பணம் தரப்பட்டிருந்தது. ஆனால் தேர்தலில் அந்த நபர் தேர்தலில் தோல்வி அடைந்துவிட்டார்.

தேர்தல் நிதி விவகாரம் எம்.ஜி.ஆரின் கவனத்துக்கு வந்தது. கட்சியின் பொருளாளரான தமக்குத் தெரியாமல் இது எப்படி நடந்தது என்ற சந்தேகம் எழுந்தது. ஓரிரு சம்பவங்கள் என்றால் ஏழெட்டு விவகாரங்கள் கிளம்பிவிட்ட பிறகு எகிறிப் பார்ப்பதைத் தவிர வேறு வழியில்லை என்ற நிலைக்கு வந்திருந்தார் எம்.ஜி.ஆர். அந்த எண்ணம் 8 அக்டோபர் 1972 அன்று சென்னை ராயப்பேட்டையில் நடந்த ரசிகர் மன்றக் கூட்டத்தில் வார்த்தைகளாக வெடித்தன. ஏற்பாடு செய்தவர் ஆர்.எம். வீரப்பன்.

அண்ணா அவர்களுடைய உருவச் சிலையைத் (திருக்கழுக் குன்றத்தில்) திறந்துவைத்துவிட்டு வந்திருக்கிறேன். ஆகவே, அண்ணா அவர்களைச் சந்தித்துவிட்டு வந்திருக்கிறேன். அண்ணாவின் அனுமதியோடு நான் பேசுகிறேன் என்று தொடங்கியவர், ஆவேசம் குறையாமல் பேசத் தொடங்கினார்.

எம்.ஜி.ஆர் என்றால் திமுக; திமுக என்றால் எம்.ஜி.ஆர் என்று சொன்னேன். உடனே ஒருவர் நாங்கள் எல்லாம் திமுக இல்லையா என்று கேட்டார். நான் சொல்கிறேன். நீயும் சொல்லேன். உனக்கும் உரிமை இருக்கிறது. எனக்கும் உரிமை இருக்கிறது. உனக்கு துணிவில்லாததால் என்னைக் கோழை ஆக்காதே! என்றார்.

தேர்தல் நேரத்தில் திமுகவுக்கு வாக்கு தாருங்கள்; இன்னின்ன கொள்கையை நிறைவேற்றுவோம் என்று சொன்னவன் நான். அப்படிச் சொன்ன வாக்குறுதிகளை நிறைவேற்றவேண்டும் என்று இப்போது சொல்ல உரிமை இல்லையா? என்று கேள்வி எழுப்பினார். மந்திரிகள் - சட்டமன்ற - நாடாளுமன்ற உறுப்பினர் கள் கணக்கு காட்டவேண்டும் என்று சொல்கிறோம். கணக்கு அங்கே காட்டிக் கொண்டிருக்கிறோம். ஆனால் இவர்களின் சொந்தக்காரர்களுக்கு எவ்வளவு சொத்து இருக்கிறது என்ற கணக்கை திமுக பொதுக்குழு ஏன் கேட்கக்கூடாது? என்று கேட்டார்.

ராமச்சந்திரனுக்கு ஒரு பங்களா இருந்தால் அது ஆட்சிக்கு வந்தபிறகு வந்ததா? அதற்கு முன்னால் வந்ததா? இதைக் கேட்கக்கூடாதா? என் மனைவிமீது, உறவினர்கள்மீது பங்களா, சொத்து வந்திருக்குமானால் அது எப்படி வந்தது? மாவட்ட, வட்ட, கிளைக் கழகச் செயலாளர்களுக்கு எப்படி வந்தது? இதை எதிர்க்கட்சிகள் கேட்க வேண்டியதில்லை. நாமே கேட்டுக் கொள்வோம். இந்தத் தீர்மானங்களைப் பொதுக்குழுவில் கொண்டுவர இருக்கிறேன். மக்கள் என் பக்கம் இருக்கிறார்கள். பொதுக்குழுவில் இந்தத் தீர்மானத்துக்கு ஆதரவு கிடைக்க வில்லை என்றால் தமிழகம் முழுவதும் இந்தக் கேள்வியைத் தீர்மானமாக உருவாக்குவேன். மக்களைச் சந்திப்பேன் என்று முழங்கினார்.

மாவட்டச் செயலாளர்கள், கிளைக் கழகச் செயலாளர்கள், வட்டச் செயலாளர்கள், பதவிகளில் இருப்பவர்கள் குடும்பத்

துக்கு வாங்கியிருக்கும் சொத்துகள் இருந்தால் கணக்கு காட்ட வேண்டும். அவை எப்படி வந்தன என்று விளக்கம் சொல்ல வேண்டும். பொதுக்குழுவில் நிறைவேற்றி, அதற்காகக் குழு அமைத்து, அதனிடம் ஒவ்வொருவரும் தங்கள் கை சுத்தமானது என்பதை மக்கள் முன்னால் நிரூபிக்கலாம். நிரூபிக்க முடியாத வர்களை மக்கள் முன்னால் நிறுத்தி, அவர்கள் தவறு செய் திருந்தால் அவர்களைத் தூக்கி எறிவோம். அண்ணாவின் கொள்கைக்கு ஊறு தேடியவர்களை எல்லாம் மக்கள் முன்னால் நிறுத்தித் தூக்கி எறிவோம்! என்றார்.

கட்சியின் பொருளாளர் கணக்கு வழக்குகளைத் தாக்கல் செய்வது வழக்கம். ஆனால், இப்போது கட்சியின் பொருளாளர் எம்.ஜி.ஆர், கட்சி நிர்வாகிகளின் சொத்துக்கணக்கைக் கேட் டிருந்தார், அதுவும் பொதுமேடையில் வைத்து. ராயப்பேட்டை யில் மட்டுமல்ல; திருக்கழுக்குன்றத்தில் நடந்த திமுக பொதுக்கூட்டத்திலும் இதே ரீதியில் பேசியிருந்தார் எம்.ஜி.ஆர்.

எம்.ஜி.ஆருக்கு ஆதரவாக சில குரல்கள். எதிராக சில குரல்கள். கழகத்தை இழிவுபடுத்தும் காரியத்தில் தொடர்ச்சியாக ஈடுபட்டு வரும் எம்.ஜி.ஆர் மீது ஒழுங்கு நடவடிக்கை எடுக்கவேண்டும் என்று திமுக செயற்குழு உறுப்பினர்கள் 26 பேர் மனு கொடுத்தனர்.

மனுவில் கையெழுத்திட்டோரில் க. அன்பழகன், என்.வி. நடராசன், அன்பில் தர்மலிங்கம், மன்னை நாராயணசாமி, சாதிக் பாட்சா, சத்தியவாணி முத்து, ப. உ. சண்முகம், க. ராசாராம், மதுரை எஸ். முத்து, ஏ.வி.பி. ஆசைத்தம்பி ஆகியோரும் அடக்கம். ஆனால் அப்படிப்பட்ட நடவடிக்கைகள் எதுவும் எடுக்கக்கூடாது என்று நாஞ்சில் மனோகரன், முரசொலி மாறன், இரா.செழியன் உள்ளிட்டோர் வாதாடிக் கொண்டிருந்தனர்.

எனினும், எம்.ஜி.ஆரைக் கட்சிப் பொறுப்புகளில் இருந்து தாற்காலிகமாக நீக்கிவைத்து, அவருடைய பேச்சுகளுக்கு விளக்கம் கேட்பது என்று முடிவுசெய்யப்பட்டது. கட்சியின் பொதுச்செயலாளர் மற்றும் தலைவரின் சம்மதத்துடன் அறி விப்பு வெளியானது. எம்.ஜி.ஆர் திமுகவிலிருந்து தாற்காலிக மாக நீக்கப்பட்டார். விளக்கம் கேட்கும் நோட்டீஸை எம்.ஜி.ஆருக்கு அனுப்பினார் பொதுச்செயலாளர் நெடுஞ் செழியன்.

கட்சியில் பொறுப்பான பதவியில் இருக்கும் எம்.ஜி.ஆர் கழகத்தின் கட்டுப்பாட்டையும் ஒழுங்குமுறைகளையும் மீறி செயல்பட்டுவருகிறீர்கள்; கழகத்தின் செயற்குழு - பொதுக்குழுவில் விவாதிக்கவேண்டிய விஷயங்களை வெளிப்படையாகப் பேசுகிறீர்கள்; நீங்கள் கொண்டுவரும் தீர்மானம் பொதுக்குழுவில் நிறைவேறாத பட்சத்தில் பொதுமக்களிடம் ஆதரவு திரட்டுவேன் என்று பேசி கழகத்தின் கட்டுப்பாடு, ஒழுங்குமுறை, ஜனநாயக அடிப்படை ஆகியவற்றைப் புறக்கணிக்கிறீர்கள்; கழகத்துக்குள் ஏற்படும் குழப்பத்தையும் மக்கள் மத்தியில் ஏற்படும் இழிவையும் தடுத்து நிறுத்தும் வகையில் தங்களைக் கட்சியில் இருந்து தாற்காலிகமாக நீக்கியிருக்கிறோம். அதே சமயம், தங்களை ஏன் கழகத்திலிருந்து அறவே நீக்கக்கூடாது என்பதற்கு பதினைந்து நாள்களுக்குள் விளக்கம் கொடுக்க வேண்டும். இதுதான் எம்.ஜி.ஆருக்கு அனுப்பப்பட்ட நோட்டீஸின் சாரம்.

உடனடியாக எம்.ஜி.ஆரிடம் இருந்து அறிக்கை ஒன்று வெளியானது. தர்மத்தின் வாழ்வுதனை சூது கவ்வும்; ஆனால் தர்மம் மறுபடியும் வெல்லும். நிச்சயம் இதில் நான் வெற்றிபெறுவேன். உண்மைகளை உலகத்துக்குச் சொல்வேன் என்ற வாசகங்களைக் கொண்டிருந்தது அந்த அறிக்கை. அதன் அர்த்தம், கருணாநிதியின் நடவடிக்கைகளை எதிர்கொள்வதற்கு எம்.ஜி.ஆர் தயாராகிவிட்டார் என்பதுதான்.

அறிக்கையைத் தயார் செய்து கொடுத்தவர் ஆர்.எம். வீரப்பன். திமுக என்பது முப்பதாயிரம் அடி உயரத்தில் வேகமாகப் பறந்துகொண்டிருக்கும் ஜெட் விமானம் போன்றது. அதில் ஒரு நட்டு கழன்று விட்டாலும் பேராபத்தை விளைவிக்கும் என்று ராயப்பேட்டையில் எம்.ஜி.ஆரை மேடையில் வைத்துக்கொண்டு எச்சரிக்கை விடுத்த அதே ஆர்.எம். வீரப்பன்தான்.

திமுகவில் எம்.ஜி.ஆரின் முக்கியத்துவத்தை கருணாநிதியைக் காட்டிலும் அதிகம் உணர்ந்திருந்தவர் முரசொலி மாறன். ஒழுங்கு நடவடிக்கைக்கு முன்னதாகவே சமாதானத்துக்கு வழிபார்த்துக் கொண்டிருந்தார் மாறன். அதற்காக எம்.ஜி.ஆரை நேரில் சந்தித்துப் பேசினார். அவரைப் போலவே இன்னொருவரும் எம்.ஜி.ஆருக்குத் தோள் கொடுக்கத் தயாராக இருந்தார். அவர், நாஞ்சில் மனோகரன்.

12 அக்டோபர் 1972 அன்று நடந்த செயற்குழுவில் பேசிய நாஞ்சில் மனோகரன், 'எம்.ஜி.ஆர் பொதுக்கூட்டத்தில் பேசிய கருத்து தவறுதான் என்றாலும் அதற்காக அவர் வருத்தம் தெரிவித்துக் கொள்வதாக இருந்தால் மேல் நடவடிக்கை எடுக்காமல் இருப்பது பற்றி செயற்குழு யோசிக்க வேண்டும்' என்றார். அதற்கு செயற்குழுவில் ஒப்புதல் கிடைத்தது.

திமுகவுக்குள் சிக்கல் ஏற்பட்டிருக்கிறது என்று தெரிந்ததும் திராவிடர் கழகத் தலைவர் பெரியாரிடம் இருந்து எச்சரிக்கை ஒன்று வெளியானது.

கடமை, கண்ணியம், கட்டுப்பாடு என்று அண்ணா சொன்னார்கள். திமுகவுக்கு இப்போது மறுபடியும் கட்டுப்பாடு பற்றி ஞாபகப்படுத்த வேண்டியவனாயிருக்கிறேன். கட்டுப்பாடு குலைந்தால் நீதிக்கட்சியின் கதிதான் உங்களுக்கும் ஏற்படும். திமுகவின் பொருளாளரே இவர்தான். கணக்கு தெரிய வேண்டும் என்றால் ரகசியமாக, உறவுமுறையில் கேட்டிருக்கலாமே! பொதுமேடையில் பேசியதால் கழகத்துக்குத்தான் கேடு செய்தார்கள். இதற்கு நடவடிக்கை எடுக்காமல் விட்டால் கழகத்தின் கதி என்ன? எதிர்காலம் இருக்குமா? வெளியில் போவதற்குச் சாக்கு தேடியதுபோல் போய், இப்போது குப்பை போடுகிறார்கள். ஆகையால், தமிழ் மக்கள் ஜாக்கிரதையாக இருக்க வேண்டும்!

51

உருவானது அதிமுக

கொதித்துக் கொண்டிருந்த நெருப்பைப் பேச்சுவார்த்தை மூலமே அணைத்துவிட முடியும் என்று பரிபூரணமாக நம்பினார் நாஞ்சில் மனோகரன். அதே எண்ணத்துடன் இருந்த முரசொலி மாறனையும் இணைத்துக்கொண்டு எம்.ஜி.ஆருடன் பேச்சு வார்த்தை நடத்தினார். அதன் பலனாக திமுக தலைமைக்குக் கடிதம் எழுதத் தயாரானார் எம்.ஜி.ஆர்.

கருணாநிதிக்கும் எம்.ஜி.ஆருக்கும் இடையேயான ஒப்பந்த வரைவை எழுதவே எம்.ஜி.ஆர் தயாரானார் என்பது ஆர்.எம். வீரப்பனின் கருத்து. ஆனால், நடந்த தவறுகளுக்கு வருத்தம் தெரிவித்துக் கடிதம் என்பது கருணாநிதியின் பதிவு. அப்போது அறையில் இருந்த தொலைபேசி சிணுங்கியது. எடுத்துப் பேசி னார் எம்.ஜி.ஆர். பிறகு, பேச்சுவார்த்தையைப் பிற்பகலில் தொடர்வது என்று முடிவானது. நாஞ்சில் மனோகரனும் மாற னும் புறப்பட்டனர்.

சில நிமிடங்களில் ஆர்.எம்.வீரப்பனைத் தொலைபேசியில் தொடர்பு கொண்டார் எம்.ஜி.ஆர். நம்முடைய ரசிகர்களைப் பயங்கரமாகத் தாக்கியிருக்கிறார்கள். இனியும் பேச்சுவார்த்தை நடத்துவதில் அர்த்தமில்லை. எதுவும் வேண்டாம். மாறனுக்குத் தகவல் கொடுத்துவிடுங்கள் என்று சொல்லிவிட்டார் எம்.ஜி.ஆர். அந்தத் தகவல் மாறனுக்கும் சென்றது. சமாதான நடவடிக்கைகள் அத்தோடு முடிவுக்கு வந்தன.

எம்.ஜி.ஆரின் நீக்கத்தைத் தொடர்ந்து திமுகவினருக்கும் எம்.ஜி.ஆர் ரசிகர்களுக்கும் இடையே ஆங்காங்கே கைகலப்பு

கள் நடந்தன. அதன் ஒருபகுதியாக எம்.ஜி.ஆர் படங்கள் வெளியாகும் தியேட்டர்களில் டிக்கெட் எடுக்கக் காத்திருந்தவர்கள் மீது தாக்குதல் நடந்தது. குறிப்பாக, சென்னை பிளாஸா தியேட்டரில் தாக்குதல் கடுமையாயின.

சமாதான முயற்சிகள் தோல்வியடைந்ததைத் தொடர்ந்து எம்.ஜி.ஆர் மீது ஒழுங்கு நடவடிக்கை எடுத்தது திமுக செயற்குழு. அந்த நடவடிக்கைக்கு திமுக பொதுக்குழுவில் வாக்கெடுப்பு நடந்தது. மொத்த உறுப்பினர்கள் 310 பேர். அவர்களில் 277 பேர் கலந்துகொண்டிருந்தனர். தீர்மானம் ஒருமனதாக நிறைவேறியது. 14 அக்டோபர் 1972 அன்று திமுகவில் இருந்து முற்றிலுமாக நீக்கப்பட்டார் எம்.ஜி.ஆர்.

எம்.ஜி.ஆரிடம் இருந்து உடனடியாக எதிர்வினை வந்தது.

என்னுடைய ரசிகர்களை அடிக்கிறார்கள். எனக்கு ஆதரவளிக்கும் திமுக நண்பர்களையும் தாக்குகிறார்கள். காலிகளைக் கொண்டு தாக்கும் அளவுக்கு இவர்கள் என்ன குற்றம் செய்துவிட்டார்கள்? பாதிக்கப்பட்டவர்கள் என்னிடம் வந்து கதறுகிறார்கள்; தாய்மார்கள் வந்து அழுகிறார்கள். அவர்களுடைய உணர்வுகளை என்னால் புரிந்துகொள்ள முடிகிறது. ஒன்றை மட்டும் சொல்லிக்கொள்கிறேன். பாதிக்கப்பட்ட தாய்மார்கள் போராட்டத்தில் இறங்கும்பட்சத்தில் இத்தகைய கொடுமைகள் ஒருமணி நேரம்கூட நடைபெற முடியாது. இது திமுக தலைமைக்கு எம்.ஜி.ஆர் விடுத்த பகிரங்க எச்சரிக்கை.

எம்.ஜி.ஆரின் நீக்கத்துக்குப் பின்னணியில் இருந்தது திருக்கழுக்குன்றம் பேச்சு. அதை நினைவூட்டினார் எம்.ஜி.ஆர். அண்ணாவின் கொள்கையைக் காப்பாற்றி, மீண்டும் உயர்ந்த உருவகம் தந்த இடம் திருக்கழுக்குன்றம். அன்று அண்ணாவின் சிலையைத் திறந்துவைத்து நானே பேசினேனா அல்லது அண்ணா உயிரோடு வந்து எனக்கு உத்தரவிட்டாரா என்று தெரியவில்லை என்றார். தவிரவும், திமுகவில் இருந்து நான் அறவே விலகி விட்டேன்; இரண்டொரு நாளில் புதிய அமைப்பு ஒன்றை உருவாக்க இருக்கிறேன்! என்ற அறிவிப்பையும் வெளியிட்டார்.

அறிவிப்பு வெளியானதை அடுத்து திமுகவில் இருந்து ஏராளமான எம்.எல்.ஏக்களும் இரண்டாம் கட்டத் தலைவர்களும் எம்.ஜி.ஆர் பக்கம் திரளுவார்கள் என்ற எதிர்பார்ப்பு எழுந்தது. ஆனால் வெறும் ஐந்தாறு எம்.எல்.ஏக்களே எம்.ஜி.ஆருக்கு

ஆதரவு கொடுத்தனர். முதலில் வந்தவர், எஸ்.எம். துரைராஜ். எனினும், புதிய கட்சியைத் தொடங்குவதற்கான பணிகளில் எம்.ஜி.ஆர் தீவிரமாக ஈடுபட்டிருந்தார். காங்கிரஸ் கட்சியின் மோகன் குமாரமங்கலம், இந்திய கம்யூனிஸ்ட் கட்சியின் எம். கல்யாண சுந்தரம் உள்ளிட்டோர் ஆதரவு அளித்தனர்.

இன்னொரு பக்கம் எம்.ஜி.ஆரின் நீக்கத்துக்கு விளக்கம் கொடுக்கத் தயாராகிக் கொண்டிருந்தது திமுக. 15 அக்டோபர் 1972 அன்று சென்னை கடற்கரையில் பொதுக்கூட்டத்துக்கு ஏற்பாடு செய்தது திமுக. அந்த மேடையில் கருணாநிதி உள்ளிட்ட முக்கியத் தலைவர்கள் எம்.ஜி.ஆரின் நீக்கத்தை ஆதரித்துப் பேசினர். அவர்களில் பலரும் பின்னாளில் எம்.ஜி.ஆருடன் இணைந்துகொண்ட விசித்திரமும் தமிழக அரசியல் அரங்கில் அரங்கேறியது. முக்கியமாக, நெடுஞ்செழியன், ராஜாராம் ஆகியோரின் பேச்சைச் சொல்லவேண்டும்.

சட்டமன்ற உறுப்பினர்களின் சொத்துக்கணக்கைத் தாக்கல் செய்யவேண்டும் என்று 1969ல் சட்டம் கொண்டுவந்தவர் கலைஞர். இந்தியாவின் எந்த மாநிலத்திலும் இல்லாத - இந்திரா காந்தியே நிராகரித்த அந்தச் சட்டத்தை நிறைவேற்றி, அதன்படி கணக்கும் காட்டப்பட்டுவருகிறது. அப்படி மூன்றாண்டு காலமாகத் தந்துவருகிற கணக்கில் தவறு இருந்தால் சொல் லட்டும். ஆனால் எம்.ஜி.ஆர் முதலாண்டு மட்டுமே கணக்கு தந்தாரே தவிர, கடந்த இரண்டாண்டாகக் கணக்கு தரவில்லை. 13 தடவையும் நோட்டீஸ் அனுப்பியும்கூட தரவில்லை என்று பேசினார் நெடுஞ்செழியன்.

இன்றைக்குக் காமராஜரின் அரவணைப்பையும் பக்தவத்சலத் தின் பாசத்தையும் சி. சுப்பிரமணியத்தின் அன்பையும் பார்க்கிற போது எம்.ஜி.ஆருக்கு சற்று சுறுசுறுப்பாகத்தான் இருக்கும். ஆனால் அந்தக் கிறுகிறுப்பு நீடிக்குமானால் நிச்சயம் ஆபத்தாகி விடும். கழகத்தின் நலனைக் கருதித்தான் எம்.ஜி.ஆர் மீது நடவடிக்கை எடுக்கப்பட்டிருக்கிறது என்றார் ராஜாராம். ஆனால் எம்.ஜி.ஆர் மீது நடவடிக்கை எடுப்பதில் தனக்கு மனப்பூர்வமாக விருப்பமில்லை என்று வெகுகாலத்துக்குப் பிறகு பதிவு செய்திருக்கிறார் ராஜாராம்.

முக்கியத் தலைவர்கள் பேசியபிறகு திமுக தலைவர் கருணாநிதி பேசினார். பதினெட்டாயிரம் கிளைக் கழகச் செயலாளர்களின்

கணக்குகளையும் கொண்டுவந்து பொதுக்குழுவில் வைப்பது என்றால் அது எவ்வளவு உயரம் இருக்கும்? அவ்வளவையும் ஆராய்வது என்றால் அது நடக்கின்ற காரியமா? நடைமுறைக்கு ஒத்துவரக்கூடிய செயலா? இது எம்.ஜி.ஆர் அவர்களுக்கு நன்கு தெரியும். தெரிந்தும் கேட்டார். ஏன்? அவருடைய எண்ணம் வெளியேறவேண்டும் அல்லது வெளியேற்றப்படவேண்டும். இரண்டிலே ஒன்றை விரும்பினார் என்றார் கருணாநிதி. அதற்கு உதாரணமாக, கட்சியில் இருந்து நீக்கப்பட்ட செய்தி வெளியானதும் பத்திரிகையாளர்களுக்கு எம்ஜிஆர் பாயாசம் வழங்கியதை எடுத்துக்காட்டினார் கருணாநிதி.

பேச்சுக்கு மத்தியில் அண்ணாவிடம் மன்னிப்பு கோரினார் கருணாநிதி. ஒரு கனி மடியில் விழுந்தது. அதை எடுத்து என் இதயத்தில் வைத்துக்கொண்டேன். அதுதான் எம்.ஜி.ஆர் - என்று ஒருமுறை நீ கூறினாய். நீ மறைந்தபிறகு உன் இதயத்தை எனக்குக் கொடு என்று கேட்டேன். நீயும் தந்துவிட்டாய்! ஆம், அந்தக் கனியோடுதான் இதயத்தைப் பெற்றுக் கொண்டேன். ஆனால் இன்று அந்தக் கனியை வண்டு துளைத்து விட்டது. இனியும் வைத்திருந்தால் நீ கொடுத்த இதயத்தையும் துளைத்து விடும் என்பதற்காகத்தான் அந்தக் கனியை எடுத்து எறிந்து விடும் நிலைக்கு ஆளாக்கப்பட்டேன்! என்னை மன்னித்துவிடு அண்ணா!

மற்ற எந்தத் தலைவரைக் காட்டிலும் பேராசிரியர் அன்பழகன் துணிச்சலாகப் பேசினார். குறிப்பாக, எம்.ஜி.ஆரின் விலகலுக்குக் காரணம் என்று பொதுவாக விவாதிக்கப்படும் அம்சங்களைப் பகிரங்கமாகவே பேசினார்.

பயங்கரக் கவலை ஒன்று எம்,ஜி.ஆருக்கு இருக்கிறது. அதைத் தீர்த்துவைக்க நம்மால் முடியாது; ஆண்டவனாலும் முடியாது; ஆனால், டில்லியினால் முடியும். ஆகவே, அவரும் ஆளுங் கட்சியைக் காட்டிக்கொடுத்தால் டில்லி நம் பக்கம் வளையாதா? என்று பார்க்கிறார். இங்கு வளர்ப்புப்பிள்ளை போலத்தான் இருந்தார். உள்ளே நுழைவதுபோல நுழைந்தார். உட்காருவது போல உட்கார்ந்து, கழகத்தை ஊஞ்சலாக்கிக்கொண்டு ஊஞ்சலாடினார். கலைஞரின் பக்கத்திலே உட்காருகிற அளவுக்கு உயர்ந்தார். இப்போது ஊஞ்சல் சங்கிலியையே கழற்ற முனைந்திருக்கிறார். கணக்கு என்றால் எம்.ஜி.ஆர் மன்றங்களின் கணக்கையும் அல்லவா கேட்கவேண்டும்? அது என்ன

கேரளாவில் இருந்து இறக்குமதி செய்யப்பட்டதா? என்று திருவொற்றியூரில் நடந்த கூட்டத்தில் கேள்வி எழுப்பினார் அன்பழகன்.

திமுகவினரின் பேச்சுக்களைப் பற்றிக் கவலைப்படாமல் கட்சி தொடங்கும் காரியத்தில் கவனம் குறையாமல் ஈடுபட்டிருந்தார் எம்.ஜி.ஆர். அவருடைய ரசிகர்கள் பேருந்து, லாரி உள்ளிட்ட வாகனங்களில் சென்னை நோக்கி வந்து ஆதரவு கொடுத்தனர். ஒன்பது எம்.எல்.ஏக்களும் இரண்டு எம்.பிக்களும் எம்.ஜி.ஆர் பக்கம் வந்தனர். கைவசம் ரசிகர் மன்றங்கள் இருந்தன. முக்கியமாக, தென்னகம் பத்திரிகையை நடத்தி வந்த கே.ஏ. கிருஷ்ணசாமி திமுகவிலிருந்து நீக்கப்பட்டதும் எம்.ஜி.ஆருடன் சேர்ந்துகொண்டார். ஆக, சொந்தப் பத்திரிகை பலமும் சேர்ந்து கொண்டது.

17 அக்டோபர் 1972. அண்ணா திராவிட முன்னேற்றக் கழகம் என்ற புதிய கட்சியைத் தொடங்கினார் எம்.ஜி.ஆர். மேலே கறுப்பு, கீழே சிவப்பு, நடுவில் வெள்ளை நிறத்தில் அண்ணா வின் மார்பளவுப் படம் வைத்து புதிய கொடி அறிமுகம் செய்யப் பட்டது. தமிழ்நாடு முழுக்க விரவிக் கிடந்த இருபதாயிரம் எம்.ஜி.ஆர் மன்றங்களும் அண்ணா திமுகவின் கிளைகளாக மாற்றப்பட்டன. புதிய கட்சியின் அமைப்பாளராக கே.ஏ.கிருஷ்ண சாமி நியமிக்கப்பட்டார். அவருடைய தென்னகம் பத்திரிகை அதிமுகவின் அதிகாரப்பூர்வப் பத்திரிகையாக அறிவிக்கப் பட்டது.

அண்ணா தலைமையில் உருவான திமுகவில் இது இரண்டாவது பிளவு. அண்ணா உயிருடன் இருந்தபோது கொள்கை அடிப் படையில் முதல் பிளவு நடந்தது. ஈ.வெ.கி. சம்பத் தலைமை யில் உருவான தமிழ்த் தேசிய கட்சி மூன்று ஆண்டுகள் கூட முழுமையாக இயங்கவில்லை. காங்கிரஸ் கட்சியில் கரைந்து விட்டது. தற்போது தனிப்பட்ட மோதல்கள் காரணமாக இரண் டாவது பிளவு அரங்கேறியிருந்தது. எம்.ஜி.ஆர் உருவாக்கிய அண்ணா திமுகவுக்கும் தமிழ்த் தேசிய கட்சியின் நிலைதான் ஏற்படும் என்ற கருத்து திமுக தலைவர்கள் மத்தியில் இருந்தது. தமிழ்த் தேசிய கட்சியை குட்டி காங்கிரஸ் என்றவர்கள் அண்ணா திமுகவை ஒட்டு காங்கிரஸ் என்று வர்ணித்தனர்.

அதிமுக சார்பில் சென்னையில் பொதுக்கூட்டம் ஒன்றுக்கு ஏற்பாடு செய்யப்பட்டது. புரட்சி நடிகர் என்பது துரோகி

கொடுத்த பட்டம். இனி அது வேண்டாம். புரட்சித் தலைவர் என்று புதுப்பட்டம் கொடுப்போம் என்றார் கே.ஏ. கிருஷ்ண சாமி.

திமுகவில் இருந்து என்னை முற்றிலுமாக நீக்கினால் திமுக தலைவர்களின் ஊழல்கள் அம்பலமாகும் என்று முன்னர் அறை கூவல் விடுத்தார் எம்.ஜி.ஆர். அந்தச் செய்தி சுதேசமித்திரன் பத்திரிகையில் வெளியானது. ஆனால் எம்.ஜி.ஆர் அந்தச் செய்தியைத் தந்தி மூலமாக மறுத்திருந்தார். தற்போது கட்சியில் இருந்து நீக்கப்பட்டுவிட்ட நிலையில், தான் முன்பு சொன்னதை உறுதி செய்யும் வகையில் திமுக தலைவர்களுக்கு எதிரான குற்றச்சாட்டுகளைத் தயார் செய்யும் பணியில் ஆர்வம் செலுத்தி னார் எம்.ஜி.ஆர். அதற்காக முன்னாள் முதலமைச்சர் பக்த வத்சலத்தின் உதவியை எம்.ஜி.ஆர் நாடியிருப்பதாகவும் செய்தி கள் கசிந்துகொண்டிருந்தன.

52

ஒரே குட்டையில் ஊறிய மட்டைகள்

எம்.ஜி.ராமச்சந்திரனைத் திமுகவில் இருந்து விலக்கியது மறைந்த அண்ணா அவர்களையே விலக்கியது போலாகும். தனித்துப் போராடுகிறார் எம்.ஜி.ஆர். அவரை அப்படி விட்டு விடாதீர்கள். அர்ஜுனனைப்போல அவரை வெற்றி வீரர் ஆக்குங்கள்!

சுதந்தரா கட்சியின் தலைவர் ராஜாஜி சொன்ன வார்த்தைகள் தான் மேலே இருப்பவை. அவர் சொன்னதைத்தான் இந்திரா காங்கிரஸ் மற்றும் இந்திய கம்யூனிஸ்ட் கட்சித் தலைவர்கள் கச்சிதமாகச் செய்துகொண்டிருந்தனர். அவர்களுடைய ஒத்தாசையுடன் கருணாநிதிக்கு எதிராக பிரம்மாண்டமான புகார்ப்பட்டியலைத் தயாரித்திருந்தார் எம்.ஜி.ஆர். கட்சியில் இருந்து நீக்கப்பட்ட பதினேழாவது நாள் புகார்ப்பட்டியல் தயார்!

ஒவ்வொரு புகாரும் முதலமைச்சர் கருணாநிதியையும் அவரது அமைச்சரவை சகாக்களான இரா. நெடுஞ்செழியன், செ. மாதவன், ப.உ.சண்முகம், அன்பில் தர்மலிங்கம், சாதிக் பாட்சா, ஓ.பி. ராமன், ஆதித்தனார் உள்ளிட்டோரை நேரடியாகக் குற்றம் சாட்டின. அதிகார அத்துமீறல்கள், ஊழல்கள், சொத்து சேர்த்தல் என்று பல்வேறு தலைப்புகளில் புகார்கள் அடுக்கப் பட்டிருந்தன.

எம்.ஜி.ஆர் மட்டுமல்ல; இந்திய கம்யூனிஸ்ட் கட்சியின் மாநில செயலாளர் எம். கல்யாணசுந்தரமும் ஒரு புகார்ப் பட்டியலைத் தயார் செய்திருந்தார். எம்.ஜி.ஆர் முன்வைத்த குற்றச்சாட்டுகள்

சிலவற்றையும் புதிய குற்றச்சாட்டுகள் சிலவற்றையும் இணைத்து ஒரு பட்டியலைத் தயார் செய்திருந்தார் எம்.கல்யாணசுந்தரம். எம்.ஜி.ஆர் தயாரித்தது 32 பக்கங்கள் கொண்ட பட்டியல். எம்.கல்யாண சுந்தரம் தயாரித்தது 40 பக்கங்கள் கொண்ட பட்டியல். மொத்தத்தில் 54 புகார்கள் கூறப்பட்டிருந்தன. அவற்றில் கருணாநிதியின் மீது 27 புகார்கள், அவருடைய அமைச்சரவை சகாக்கள் மீது 13 புகார்கள், தனி நபர்கள் மீது 14 புகார்கள் இடம்பெற்றிருந்தன.

புகார்ப்பட்டியல்கள் ஆளுநர் வழியாக குடியரசுத் தலைவரிடம் செல்லும்; அவர் வழியே பிரதமர் இந்திரா காந்தியிடம் செல்லும்; கருணாநிதி உள்ளிட்டோர் மீது நடவடிக்கைகள் தொடங்கும்! இதுதான் எம்.ஜி.ஆரின் எதிர்பார்ப்பு. இந்தியாவில் எந்தவொரு மாநிலமாக இருந்தாலும் அந்த மாநில அமைச்சரவைமீது ஊழல் குற்றச்சாட்டு சுமத்தப்பட்டால் அதுபற்றி நீதி விசாரணை நடத்தும் அதிகாரம் மத்திய அரசுக்குத்தான் இருக்கிறது என்று அவர் பேசியதன் பின்னணியும் அதுதான். திமுகவின் பொருளாளராக மாநில சுயாட்சி பற்றி மாநில மாநாடுகளில் முழங்கிய எம்.ஜி.ஆர், இப்போது எல்லாவற்றையும் மறந்து போயிருந்தார். அறவே மாறிப் போயிருந்தார்.

எம்.ஜி.ஆரும் கல்யாணசுந்தரமும் தொண்டர்கள் சகிதம் ஊர்வலமாகச் சென்று தமிழக ஆளுநர் கே.கே. ஷாவிடம் புகார்ப் பட்டியல்களை ஒப்படைத்தனர். அவற்றை வாங்கிக்கொண்ட ஆளுநர், அரசியல் சட்டத்தின்படி புகார்ப் பட்டியலை மாநில முதலமைச்சரிடம்தான் அனுப்பமுடியும்; நேரடியாகக் குடியரசுத் தலைவரிடம் அனுப்பமுடியாது என்று சொல்லி விட்டார். ஆனால் அதில் எம்.ஜி.ஆருக்கு விருப்பமில்லை. புகார்ப் பட்டியல்களை உடனடியாகத் திரும்ப வாங்கிக் கொண்டனர்.

நேரடியாக குடியரசுத் தலைவரிடமே கொடுத்துவிடலாம் என்று தீர்மானித்தார் எம்.ஜி.ஆர். அதன்படியே 6 நவம்பர் 1972 அன்று குடியரசுத் தலைவர் வி.வி. கிரியிடம் பட்டியல்கள் நேரடியாக ஒப்படைக்கப்பட்டன. ஆளுநரிடம் கொடுத்தபோது இத்தனை தினங்களுக்குள் நடவடிக்கை எடுக்கவேண்டும் என்று நிபந்தனை விதித்தார் எம்.ஜி.ஆர். ஆனால் குடியரசுத் தலைவரிடம் அப்படி எந்த நிபந்தனையும் வைக்கப்படவில்லை. புகார்ப் பட்டியல்களை பிரதமர் இந்திரா காந்திக்கு அனுப்பிவைத்தார் வி.வி.கிரி. அவற்றைப் பத்திரப்படுத்திக்கொண்டார் பிரதமர்

இந்திரா காந்தி, தேவைப்படும் சமயத்தில் பயன்படுத்திக் கொள்ளலாம் என்பதால்.

அடுத்தது, பிரசாரம். ஆரம்பித்து வைத்தார் கல்யாணசுந்தரம். முதலமைச்சர் கருணாநிதி உள்ளிட்ட திமுக அமைச்சர்கள் மீது ஊழல் குற்றச்சாட்டுகள் எழுந்துள்ளன; அவை மீதான விசாரணைகள் நடந்து முடிந்து, தீர்ப்பு வெளியாகும் வரை முதலமைச்சர் பதவியில் இருந்து கருணாநிதி விலகியிருக்க வேண்டும்; அதேசமயம், கருணாநிதி ஆசிபெற்ற எவரும் முதலமைச்சராக இருக்கக்கூடாது என்று கோரினார் கல்யாண சுந்தரம். தமிழ்நாடு சட்டசபையைக் கலைக்கவேண்டும் என்றோ, திமுக மந்திரிசபை பதவியில் இருக்கக்கூடாது என்றோ நான் கூறவில்லை; குற்றச்சாட்டுகளுக்கு உள்ளான கருணாநிதி, முதலமைச்சர் பதவியில் இருந்து நீக்கப்படவேண்டும் என்பது தான் என்னுடைய கோரிக்கை என்றார் எம்.ஜி.ஆர்.

முதலமைச்சர் கருணாநிதி உள்ளிட்ட அமைச்சர்கள் மீது எம்.ஜி.ஆர் கொடுத்த புகார்களுக்கு மூத்த அமைச்சர் நெடுஞ் செழியன் கொடுத்த எதிர்வினை சுவாரஸ்யமானது.

இன்னும் மூன்று அல்லது நான்கு மாதங்களில் அதிமுக கரைந்துபோய்விடும். அதற்கு இப்போது இருக்கும் சக்தி ஒரு மாயத்தோற்றம்தான். ஒரு தனி மனிதரின் கவர்ச்சியே, அதிமுக வின் அரசியல் பலம். திமுக அரசின் மீது எம்.ஜி.ஆர் கூறிய குற்றச்சாட்டுகள் ஆதாரமற்றவை. இப்படிச் சொன்ன நெடுஞ் செழியன் பின்னாளில் எல்லாவற்றையும் மறந்துவிட்டு, எம்.ஜி. ஆருடன் ஐக்கியமாகிவிட்டது தனிக்கதை.

புகார்பட்டியல்களை வாங்கிய கையோடு கருணாநிதியிடம் விளக்கம் கேட்டுக் கடிதம் எழுதினார் இந்திரா காந்தி. பிறகு எம்.ஜி.ஆரும் கல்யாணசுந்தரமும் அனுப்பிய எதிர் உரைகளுக்கு விளக்கம் கேட்டார். எல்லாவற்றுக்கும் தமது பதில்களையும் விளக்கங்களையும் அவ்வப்போது அனுப்பிக்கொண்டிருந்தார் கருணாநிதி.

இன்னொரு பக்கம், திமுகவில் இருந்த கருணாநிதி அதிருப்தி யாளர்கள் எம்.ஜி.ஆர் பக்கம் செல்வதற்குத் தருணம் பார்த்துக் கொண்டிருந்தனர். முக்கியமாக, சபாநாயகர் கே.ஏ. மதியழகன். அமைச்சர் பதவியை எதிர்பார்த்த அவரை சபாநாயகராக

ஆக்கியது முதலே அதிருப்தியில் இருந்தார். திடீரென மதியழக னும் எம்.ஜி.ஆரும் சந்தித்துப் பேசுவதாக செய்திகள் கசியத் தொடங்கின. ஏற்கெனவே கே.ஏ. மதியழகனின் சகோதரர் கே.ஏ.கிருஷ்ணசாமி அதிமுகவில் ஐக்கியமாகியிருந்தார். இப்போது மதியழகனும் முகாம் மாறியிருந்தார்.

13 நவம்பர் 1972 அன்று தமிழக சட்டமன்றம் கூடியபோது கட்சியின் நம்பிக்கையையும் மக்கள் நம்பிக்கையயும் இழந்து விட்ட திமுக அமைச்சரவை தொடர்ந்து பதவியில் நீடிப்பது சட்டவிதிகளுக்குச் சரியான காரியமா? என்று கேள்வி எழுப்பி னார் எம்.ஜி.ஆர்.

சட்டமன்றத்தைக் கலைத்துவிட்டு, மக்களைச் சந்தியுங்கள் என்று முதலமைச்சருக்கு ஆலோசனை கூறினார் சபாநாயகர் மதி யழகன். புதிய கட்சியைத் தொடங்கியபோது சொற்ப எண் ணிக்கையிலான எம்.எல்.ஏக்கள் மட்டுமே எம்.ஜி.ஆருடன் சென்றுள்ள நிலையில் சபாநாயகர் கொடுத்த ஆலோசனை உள்நோக்கம் கொண்டது என்பது திமுகவினரின் கருத்து. அதன் தொடர்ச்சியாக, சபாநாயகர் மீது நம்பிக்கையில்லாத் தீர்மானம் கொண்டுவர முடிவெடுத்தது திமுக.

சபாநாயகர் சட்டமன்றத்தை ஒத்திவைத்துவிட்டுச் சென்றதால் மீண்டும் சபையைக் கூட்டுவதில் சிக்கல். பிறகு ஆளுநரின் உதவியுடன் 2 டிசம்பர் 1972 அன்று சட்டமன்றம் கூடியது. அன்றைய தினம் ஆளுங்கட்சியின் சார்பில் சபாநாயகர் மீது நம்பிக்கையில்லாத் தீர்மானம் கொண்டுவருவது என்று முடிவுசெய்யப்பட்டிருந்தது. இன்னொரு பக்கம், திமுக அரசின் மீது நம்பிக்கையில்லாத் தீர்மானம் கொண்டுவருவதற்குத் தயாராகியிருந்தார் எம்.ஜி.ஆர். அவருக்கு உதவியாக இந்திய கம்யூனிஸ்ட் கட்சி.

ஆளுங்கட்சி உறுப்பினர் ஆற்காடு வீராசாமி எழுந்து, சபாநாயகர் மீதான நம்பிக்கையில்லாத் தீர்மானத்தைத்தான் முதலில் விவாதிக்க எடுத்துக்கொள்ளவேண்டும் என்றார். அடுத்து எழுந்த அவை முன்னவர் நெடுஞ்செழியன், சபாநாயகர் மீதே தீர்மானம் வந்திருப்பதால் அவருக்குப் பதிலாக துணை சபாநாயகர் சபைக்குத் தலைமை தாங்கவேண்டும் என்று அழைப்புவிடுத் தார். உடனடியாக தனி நாற்காலி ஒன்று கொண்டுவரப்பட்டது. துணை சபாநாயகர் விருதுநகர் பெ. சீனிவாசன் அதில் அமர்ந்து

கொண்டார். இதுவரை தமிழக சட்டமன்றத்தில் நடந்திராத காரியம் அது.

திமுக அரசு மீதான நம்பிக்கையில்லாத் தீர்மானத்தை விவாதத் துக்கு எடுத்துக் கொண்டு எம்.ஜி.ஆரைப் பேச அழைத்தார் சபாநாயகர் மதியழகன். அதனை ஏற்றுக்கொண்டு எம்.ஜி.ஆர் பேசத் தொடங்கியபோது அவருடைய மைக்குக்கு இணைப்பு தரப்படவில்லை. ஆனாலும் அவர் பேசுவதை நிறுத்தவில்லை. இன்னொரு பக்கம், சபாநாயகர் மீதான நம்பிக்கையில்லாத் தீர்மானம் வாக்கெடுப்பு மூலம் நிறைவேறியது. அதன் அர்த்தம், சபாநாயகர் பதவியில் இருந்து நீக்கப்பட்டார் கே.ஏ. மதியழகன்.

சபாநாயகரின் உதவியுடன் ஆட்சிக்கு ஏற்படவிருந்த ஆபத்தை அகற்றிவிட்ட மகிழ்ச்சி ஒருபக்கம் இருந்தாலும் சபையில் தன்னுடைய ஆட்சிக்கு இருக்கும் பலத்தை நிரூபிப்பதில் ஆர்வம் செலுத்தினார் கருணாநிதி. உடனடியாக திமுக அரசின் மீது நம்பிக்கை கோரும் தீர்மானம் கொண்டுவரப்பட்டது. அதன்மீது மூன்று நாள்களுக்கு விவாதங்கள் நடந்தன. இறுதியில் கருணா நிதி பதிலளித்தார்.

எம்.ஜி.ஆரும் எம். கல்யாண சுந்தரமும் குடியரசுத் தலைவரிடம் கொடுத்த புகார்களுக்கு மறுப்பளிக்கும் வகையில் கருணாநிதி யின் பதில்கள் அமைந்தன. அந்த பதில்கள் அனைத்தையும் நம்பிக்கை வாக்கு என்ற தலைப்பில் புத்தகமாக்கி வெளியிட்டது தமிழக அரசு. நம்பிக்கைத் தீர்மானம் வாக்கெடுப்புக்கு விடப்பட்டது. அதில் திமுக அரசுக்கு ஆதரவாக 172 வாக்குகள் விழுந்தன. தனது பலத்தைப் பரிபூரணமாக நிரூபித்திருந்தார் கருணாநிதி.

உள்ளே இருக்கின்ற பெரும்பான்மை உறுப்பினர்களை வைத்துக் கொண்டு உங்களுக்குப் பெருத்த ஆதரவு இருக்கிறது என்று எண்ணிவிடமுடியாது. வெளியே இருப்பவர்களில் நூற்றுக்குத் தொண்ணூறு பேர் அல்லது பத்துக்கு ஒன்பது பேர் உங்களை நம்பவில்லை; ஆதரிக்கவில்லை என்றார் எம்.ஜி.ஆர் ஆதரவு எம்.எல்.ஏவான ஹெச்.வி. ஹண்டே.

திமுகவில் பிளவு ஏற்பட்டு, அதிமுக என்ற புதிய கட்சி உருவான சமயத்தில் சட்டென்று எம்.ஜி.ஆருக்கு ஆதரவு தெரிவித்திருந் தார் ராஜாஜி. ஆனால், ஸ்தாபன காங்கிரஸ் தலைவர் காமராஜர்.

8 நவம்பர் 1972 அன்று வேலூர் மாவட்டம் செய்யாறு திருவத்திபுரத்தில் நடந்த பொதுக்கூட்டத்தில் பேசியபோது தன்னுடைய கருத்தைத் தெரிவித்தார். அப்போது அவர் பயன்படுத்திய வாசகம் இன்னமும் தமிழக அரசியல் களத்தில் பயன்படுத்தப் பட்டுவருகிறது.

தமிழ்நாட்டில் சட்டம் ஒழுங்கு நிலைமை மிகவும் மோசமடைந்துவிட்டது. திமுக நிர்வாகத்தில் ஊழல் மலிந்து விட்டது. நிர்வாகத்தில் ஊழல் பெருகிவிட்டது. திமுகவுக்கும் அதிமுகவுக்கும் அதிகம் வித்தியாசமில்லை என்பதை மக்கள் உணர்ந்துள்ளனர். திமுக ஆட்சிபோய், அதற்குப் பதிலாக, அதிமுக ஆட்சி வந்தால், நிர்வாகம் இன்னமும் ஊழல் மயமாகிவிடும் என்பதையும் மக்கள் அறிந்துவைத்துள்ளனர். இரண்டுமே ஒரே குட்டையில் ஊறிய மட்டைகள்தாம்!

53

எம்.ஜி.ஆருக்கு முதல் வெற்றி

ஊழலை எதிர்க்கிறார், லஞ்சத்தை எதிர்க்கிறார் என்பதற்காக எம்.ஜி.ஆர் மீது ஒரு துரும்பு பட்டாலும், ஒரு கீறல் பட்டாலும், தமிழ்நாட்டின் ஒரு திமுக மந்திரிகூட உயிரோடு நடமாட முடியாது என்பதை கம்யூனிஸ்ட் கட்சியின் சார்பில் எச்சரிக்கையாகப் பிரகடனப்படுத்துகிறேன்.

எம்.ஜி.ஆருக்கு ஆதரவாக இந்திய கம்யூனிஸ்ட் கட்சியினர் ஆதரவு கொடுத்தனர். குறிப்பாக, அந்தக் கட்சியின் மூத்த தலைவர் பால தண்டாயுதம் கோடம்பாக்கத்தில் பேசிய பேச்சின் ஒருபகுதியே மேலே இருப்பது.

எதிர்பாராத இடத்தில் இருந்தெல்லாம் எம்.ஜி.ஆருக்கு ஆதரவுக் கரங்கள் நீண்டன. ஸ்தாபன காங்கிரஸின் மூத்த தலைவர்களில் ஒருவரும் எம்.ஜி.ஆரின் முன்னாள் எதிரியுமான ஈ.வெ.கி. சம்பத்திடம் இருந்து. கலைத் துறையில் இருப்பவர்களுக்கு அரசியல் துணைத் தொழிலாக இருக்கிறது என்று ஒருகாலத்தில் எம்.ஜி.ஆரை விமரிசித்தவர் சம்பத். தற்போது கருணாநிதியை எதிர்க்கிறார் என்பதால் எம்.ஜி.ஆரைப் பாராட்டினார். மக்கள் நலனில் எம்.ஜி.ஆர் கொண்டுள்ள அக்கறை எவருக்கும் குறைந்த தல்ல. தீமையை, ஊழலை அடியோடு ஒழித்துக் கட்ட வேண்டு மென்று சூளுரை ஏற்றுப் பாடுபட்டு வருகிறார் என்றார் சம்பத்.

எம்.ஜி.ஆருக்குச் நெருக்கடி தரும் விதமாக பொதுவாழ்வில் ஈடுபட்டோர் மீதான லஞ்ச ஊழல் குற்றத்தடுப்பு மசோதா 12 பிப்ரவரி 1973 அன்று தமிழக சட்டமன்றத்தில் முதலமைச்சர் கருணாநிதியால் அறிமுகம் செய்யப்பட்டது.

பொதுவாழ்வில் ஈடுபட்டிருப்போர் மீது சாட்டப்படும் லஞ்ச ஊழல் குற்றச்சாட்டை விசாரிக்க உயர்நீதிமன்ற நீதிபதி அந்தஸ்தில் உள்ள நீதிபதி தலைமையில் விசாரணை ஆணையம் அமைக்கப்படும். தேவைப்பட்டால் மாவட்ட நீதிபதி அந்தஸ்தில் உள்ளவர்கள் கூடுதல் ஆணையர்கள் நியமிக்கப்படுவார்கள். புதிய மசோதாவின்படி, பொது வாழ்வில் ஈடுபட்டிருப்போர் பட்டியலில் முன்னாள் - இந்நாள் முதலமைச்சர்கள், முன்னாள் - இந்நாள் அமைச்சர்கள், முன்னாள் - இந்நாள் சட்டமன்ற, மேலவை உறுப்பினர்கள், முன்னாள் - இந்நாள் மேயர், துணை மேயர்கள், நகராட்சி, பஞ்சாயத்து யூனியன் முன்னாள் - இந்நாள் தலைவர்கள், உறுப்பினர்கள் உள்ளிட்டோர் அடங்குவர்.

லஞ்ச ஊழல் குற்றச்சாட்டு நிரூபிக்கப்பட்டால் சம்பந்தப்பட்டவருக்கு ஏழு ஆண்டுகள் வரை சிறைத்தண்டனை வழங்கப்படும். குற்றச்சாட்டுகள் பொய்யானவை என்பது நிரூபிக்கப்பட்டால் குற்றம் சாட்டியவருக்கு மூன்று ஆண்டுகள் வரை சிறைத்தண்டனை வழங்கப்படும். 5 ஏப்ரல் 1973 அன்று இந்த மசோதா சட்டமன்றம் மற்றும் சட்டமேலவையில் நிறைவேறியது.

மத்திய அரசின் லோக்பால், லோக் அயுக்த் மசோதாக்களில்கூட பிரதமர் போன்றவர்கள் வராதபோது மாநில அரசு கொண்டு வந்திருக்கும் மசோதாவில் முதலமைச்சரையும் கொண்டுவந்தது நேர்மையான விஷயம். மாநிலம் தொடர்பான ஊழல் விவகாரங்களை மாநில அளவிலேயே முடித்துவிடவேண்டும். அவற்றில் மத்திய அரசின் தலையீடு இருக்கக் கூடாது. அதற்கு இந்தச் சட்டம் வழிவகை செய்கிறது என்று பாராட்டினார் அப்போதைய ஜனசங்கத் தலைவர்களில் ஒருவரான எல்.கே.அத்வானி.

திமுக அமைச்சர்கள் மீதான ஊழல் புகார்களை மூடிமறைக்கும் விதமாகவே புதிய மசோதா கொண்டுவரப்பட்டுள்ளது என்று சொன்ன எம்.ஜி.ஆர், அதனைக் கறுப்பு மசோதா என்றும் கண்டித்தார். அதே வேகத்தோடு தேர்தல் களத்தைச் சந்திக்கத் தயாராகியிருந்தார் எம்.ஜி.ஆர். திண்டுக்கல் மக்களவை உறுப்பினர் ராஜாங்கத்தின் மரணம் காரணமாக இடைத்தேர்தல் அறிவிப்பு வெளியாகியிருந்தது.

உண்மையில் அந்த இடைத்தேர்தல் ஆளுங்கட்சி முதல் அனைத்துக் கட்சிகளுக்குமே கௌரவம் சம்பந்தப்பட்ட

விஷயம். முக்கியமாக, திமுகவுக்கும் அதிமுகவுக்கும். ஆனால் அந்த இடைத்தேர்தலில் அதிகம் ஆர்வம் செலுத்தியது இந்திரா காங்கிரஸ் கட்சிதான். அதிமுகவுடனும் இந்திய கம்யூனிஸ்ட் கட்சியுடனும் புதிய கூட்டணி அமைத்து திண்டுக்கல்லில் களமிறங்கவேண்டும் என்று விரும்பியது இந்திரா காங்கிரஸ். வேட்பாளர் எம்.ஜி.ஆர் அறிவிக்கும் வேட்பாளர் அல்ல; இந்திரா அறிவிக்கும் வேட்பாளர்.

அதிமுகவே களமிறங்கும் என்று அறிவித்துவிட்டார் எம்.ஜி.ஆர். இந்திரா காங்கிரஸ் தலைவரான ராமய்யா வந்து எம்.ஜி.ஆரிடம் பேசினார். இந்திய கம்யூனிஸ்ட் கட்சி சார்பில் கல்யாண சுந்தரம் வந்து சமாதான முயற்சிகளை எடுத்தார். எதுவும் எடுபட வில்லை. அதிமுக வேட்பாளராக மாயத்தேவரை அறிவித்தார் எம்.ஜி.ஆர். இதனால் வேறு வழியின்றி கரு. சீமைச்சாமியைத் தனது வேட்பாளராக அறிவித்தது இந்திரா காங்கிரஸ்.

எம்.ஜி.ஆரின் விலகல் திமுகவை செங்குத்தாகப் பிளந்திருக் கிறது என்று ஊடகங்கள் உரத்த குரலில் சொல்லிக் கொண்டிருந்த நிலையில் திண்டுக்கல் இடைத்தேர்தல் திமுகவுக்கு அதி முக்கியத்துவம் வாய்ந்த ஒன்றாக இருந்தது. ஆகவே, பலத்த யோசனைகளுக்குப் பிறகு திமுக வேட்பாளராக பொன். முத்துராமலிங்கம் நிறுத்தப்பட்டார். ஸ்தாபன காங்கிரஸ் சார்பில் என்.எஸ்.வி. சித்தனும் மார்க்சிஸ்ட் கம்யூனிஸ்ட் சார்பில் என். சங்கரய்யாவும் நிறுத்தப்பட்டனர்.

ரசிகர் மன்றங்கள் இருக்கின்றன. போகும் இடங்களில் எல்லாம் மக்கள் திரள்கிறார்கள். இந்திய கம்யூனிஸ்ட் கட்சி ஆதரிக்கிறது. ஆனாலும் ஏதோ ஒன்று குறைவது போலவே இருந்தது எம்.ஜி.ஆருக்கு. காமராஜரிடமும் ஆதரவு கேட்கமுடியாத நிலை யில் இருந்தார் எம்.ஜி.ஆர். காரணம், பல மேடைகளில் அதிமுகவை விமரிசனம் செய்துகொண்டிருந்தார் காமராஜர். அவற்றுக்கு எம்.ஜி.ஆரும் பதிலடி கொடுத்துக் கொண்டிருந்தார்.

'முதுகுளத்தூரில் சாதிப்பிரச்னையைத் தூண்டிவிட்டவரே காம ராஜர்தான். முதுகுளத்தூரில் குற்றம் செய்தவர்கள் பலராக இருக் கலாம். ஆனால் தேவர்களை மட்டும்தான் சுட்டார்கள். இப் போது அதிமுகவுக்கு வருபவர்களில் பெரும்பாலானோர் சிண்டி கேட் (ஸ்தாபன காங்கிரஸ்) கட்சியில் இருந்து வருபவர்கள்

தான். அதனால் ஏற்பட்ட ஆத்திரம் காரணமாக காமராஜரும் மற்றவர்களும் அதிமுகவை எதிர்க்கிறார்கள்.'

தன்னுடைய கட்சியை விமரிசனம் செய்த காமராஜருக்கு எம்.ஜி.ஆர் காட்டிய எதிர்வினை இது. 19 ஜனவரி 1973 அன்று தீக்கதிர் இதழில் வெளியானபோது எல்லோருமே அதிர்ச்சியில் உறைந்துபோனார்கள். அண்ணா உயிருடன் இருந்தபோதே காமராஜர்தான் என்னுடைய தலைவர் என்று பேசியவர் எம்.ஜி.ஆர். தற்போது தன்னுடைய கட்சியை விமரிசித்துவிட்டார் என்றதும் ஆத்திரம் வந்துவிட்டது. பதிலடி கொடுத்துவிட்டார்.

ஆக, இந்திராவையும் கைகழுவியாகிவிட்டது; காமராஜரையும் பகைத்தாகிவிட்டது. எஞ்சியிருப்பதோ மார்க்சிஸ்ட் கம்யூனிஸ்ட் கட்சி. ஆனால், அதிமுகவைப் பற்றிய மார்க்சிஸ்டுகளின் மதிப்பீடு அவரை யோசிக்கவைத்தது.

திமுகவில் இருந்து பிரிந்துள்ள புதிய கட்சிக்கு எந்தக் கொள்கையும் இருப்பதாகத் தெரியவில்லை. தமிழ்நாட்டின் ஜனநாயக இயக்கத்துக்கு இந்தப் புதிய கட்சி உதவிகரமாக இருக்க வேண்டும் என்றால் தனது கொள்கையையும் திட்டத்தையும் தெளிவாக அறிவிக்கவேண்டும் என்று அதிமுக தொடங்கப்பட்டபோது கூறியிருந்தார் பி. ராமமூர்த்தி.

அதற்கு, 'எங்கள் கட்சியின் கொள்கை என்பது பேரறிஞர் அண்ணாவின் கொள்கையே. அவர் விரும்பிய சமதர்ம சமுதாயம் அமைக்க எங்கள் கட்சி பாடுபடும். தொழிலாளர்கள், விவசாயிகள், நடுத்தர மக்கள் ஆகியோரின் நலனுக்காக எங்கள் கட்சி ஆக்கப்பூர்வமாகச் செயல்படும். சமூகக் கொடுமைகளை எதிர்த்து எங்கள் கட்சி போராடும். வன்முறை, லஞ்சம், ஊழல், சாதி சமய வேறுபாடுகளை எதிர்த்து எங்கள் கட்சி போர்க்குரல் எழுப்பும்' என்று பதில் கூறியிருந்தார் எம்.ஜி.ஆர்.

கொள்கை என்ற பதத்துக்கு எம்.ஜி.ஆர் கொடுத்த பொத்தாம் பொதுவான விளக்கம் மார்க்சிஸ்டுகளை முழுமையாகத் திருப்திப்படுத்தவில்லை. ஆனாலும் அதைப்பற்றியெல்லாம் கவலைப்படாமல் மார்க்சிஸ்ட் தலைவர் ராமமூர்த்தியை நேரில் சந்தித்து ஆதரவு கோரினார் எம்.ஜி.ஆர். பிறகு, 'ஜீவாதாரமான கொள்கைக்கு எதிராகச் செயல்படுகிறவர்கள் யாராயினும், மாநில அரசானாலும், மத்திய அரசானாலும் அவர்கள் எவ்வளவு

பெரியவர்கள் ஆயினும், அதிமுக தனது லட்சியத்தை நிறை வேற்ற எதிர்த்துப் போராடியே தீரும்' என்று அறிக்கை ஒன்றையும் வெளியிட்டார்.

இந்திரா காங்கிரஸ், ஸ்தாபன காங்கிரஸ், திமுக ஆகியோரை முறியடிக்க அதிமுகவுக்கு ஆதரவளிப்பதாக அறிவித்தது மார்க் சிஸ்ட் கட்சி. உடனடியாக அதன் வேட்பாளர் என். சங்கரய்யா வாபஸ் பெறப்பட்டார். மாநில செயலாளர் பி. ராமமூர்த்தியே நேரில் சென்று அதிமுகவுக்கு ஆதரவு திரட்டினார். அந்த உற்சாகத்தில் தன்னுடைய ஒட்டுமொத்த உழைப்பையும் ஒன்றுதிரட்டிப் பிரசாரத்தில் ஈடுபட்டார் எம்.ஜி.ஆர்.

தேர்தல் பிரசாரத்தில் அனல் பறந்துகொண்டிருந்த சூழ்நிலையில் தான் நடித்த உலகம் சுற்றும் வாலிபன் படத்தைத் திரையிடும் வேலையில் ஈடுபட்டார் எம்.ஜி.ஆர். ஆனால் அந்தப் படம் வெளிவராது; வந்தாலும் ஓடாது; ஓடினால் நான் அதிமுகவில் இணைந்துவிடுவேன் என்றார் திமுகவின் மதுரைப் பிரமுகர் எஸ். முத்து. அந்தச் சவாலை ஏற்றுக் கொண்ட எம்.ஜி.ஆர், 'விரைவில் அண்ணன் முத்து அவர்கள் அதிமுகவில் சேர்வார்' என்று கேலியாகப் பதிலளித்தார்.

பலத்த நெருக்கடிகளுக்கு மத்தியில் வெளியான உலகம் சுற்றும் வாலிபன் படத்துக்கு ரசிகர்கள் மத்தியில் பலத்த வரவேற்பு. படம் வெளியான ஒன்பதாவது நாள் திண்டுக்கல் இடைத்தேர்தல் நடந்தது. ஐந்து லட்சத்துக்கும் அதிகமான வாக்குகள் பதிவான அந்தத் தேர்தலில் அதிமுகவின் மாயத்தேவர் 2,60,930 வாக்கு களைப் பெற்று வெற்றியைப் பெற்றிருந்தார். ஆளுங்கட்சியான திமுகவுக்கு இரண்டாம் இடம்கூட கிடைக்கவில்லை. அந்த இடத்தை ஸ்தாபன காங்கிரஸ் வேட்பாளர் என்.எஸ்.வி. சித்தன் கைப்பற்றியிருந்தார். ஒரு லட்சத்துக்கும் குறைவான வாக்கு களைப் பெற்று மூன்றாவது இடத்தைப் பிடித்தது திமுக. டெபாசிட் தொகையை இழந்திருந்தார் இந்திரா காங்கிரஸ் வேட்பாளர்.

திண்டுக்கல் வெற்றி எம்.ஜி.ஆரை உற்சாகத்தின் உச்சத்துக்குக் கொண்டுசென்றிருந்தது. 'உங்கள் ஓட்டு தமிழனுக்கா அல்லது அந்நியனுக்கா என்ற கேள்வியைக் கருணாநிதி எழுப்பினார். அந்தக் கேள்விக்கு, 'தமிழ்ப்பண்பு, தமிழ்க் கலாசாரம், தமிழ் மரபு, அண்ணாவின் அறவழி, வள்ளுவர் நெறிமுறை இவை

களை இதய சுத்தியோடு பின்பற்றுபவன்தான் தமிழன் என்று ஒளிவு மறைவு இல்லாமல் மக்கள் தீர்ப்பளித்திருக்கிறார்கள்' என்று சொல்லி தனது மகிழ்ச்சியைப் பதிவுசெய்தார் எம்.ஜி. ஆர்.

அதிமுகவின் வெற்றி எந்த அளவுக்கு வீரியம் நிறைந்தது என்பதற்கு முதலமைச்சர் கருணாநிதியின் வார்த்தைகளே சாட்சியங்கள். திமுகழகத்தின் வரலாற்றில் ஒரு மிகப்பெரிய தோல்வியைச் சந்தித்த இடம் திண்டுக்கல்; இந்தத் திண்டுக்கல் தான் கழகத்தின் பல்வேறு வெற்றிகளுக்கெல்லாம் தடைக் கல்லாகவும் இருந்தது என்று பின்னாளில் எழுதினார் கருணாநிதி.

எது எப்படி இருந்தாலும் முதலமைச்சர் கருணாநிதிக்கும் எம்.ஜி.ஆருக்கும் நடந்த முதல் யுத்தத்தில் எம்.ஜி.ஆருக்கே வெற்றி கிடைத்திருந்தது. கட்சி தொடங்கிய சமயத்தில் எம்.ஜி.ஆருடன் கரம்கோப்பதற்குத் தயங்கிய பலரையும் திண்டுக்கல் வெற்றி ஊக்கப்படுத்தியது. எம்.ஜி.ஆரை நோக்கி உந்தித்தள்ளியது. அது, திமுகவை மேலும் பலவீனப்படுத்தும் என்ற கருத்து எழுந்தது. அதைப்பற்றி முதலமைச்சர் கருணாநிதி யிடம் கேட்டபோது, 'புல்லாங்குழல் வாசிப்பவனுக்கு எந்தத் துவாரத்தை, எப்போது அடைத்து, எப்போது திறப்பது என்ற பயிற்சி இருந்தால்தான் இனிய கீதம் எழுப்பிட இயலும்' என்று பதிலளித்தார்.

விஷயம் என்னவென்றால், அப்போது எம்.ஜி.ஆருக்கு ஆதர வாகத் திமுகவுக்குள் பல துவாரங்கள் திறந்தன என்பதுதான். அதன் வழியே பலரும் வெளியேறி எம்.ஜி.ஆருக்குப் பின்னால் அணிவகுத்தனர். முக்கியமாக, உலகம் சுற்றும் வாலிபன் ஓடாது என்று சவால்விட்ட மதுரை முத்து பின்னாளில் எம்.ஜி.ஆருட னேயே இணைந்துகொண்டார். அதுநாள்வரை காங்கிரஸ் - திமுக இடையேயான அரசியல் யுத்தம் திமுக - அதிமுக இடையேயான யுத்தமாக உருமாற்றம் அடைந்தது அந்த நொடி யில் இருந்துதான்!

54

அண்ணாயிசம் வீசிய அணுகுண்டு

திண்டுக்கல்லில் எம்.ஜி.ஆருக்குக் கிடைத்த வெற்றி காங்கிரஸ் தலைவர் காமராஜரையும் கவலைகொள்ளச் செய்திருந்தது. திமுக ஆட்சி உருவாகி ஆறு மாதங்கள் மட்டுமே அமைதியாக இருந்தார் காமராஜர். அதன்பிறகு திமுக அரசின் குறைகளை எடுத்துச் சொல்லி நித்தம் நித்தம் மக்களைச் சந்திக்கத் தொடங்கினார்.

திண்டுக்கல் இடைத்தேர்தலில் திமுகவைப் பிடிக்காத வாக்காளர்கள் ஸ்தாபன காங்கிரஸ் வேட்பாளரையே ஆதரிப்பார்கள் என்று சர்வநிச்சயமாக நம்பினார் காமராஜர். ஆனால் அந்த இடத்தை எம்.ஜி.ஆர் பிடித்துக் கொண்டதில் அவருக்கு பலத்த ஏமாற்றம்.

> கடந்த ஆறு ஆண்டுகளாக (திமுக) எதிர்ப்பு உணர்ச்சிகளை எல்லாம் திரட்டி, நாட்டுமக்களைத் தயார்ப்படுத்தி வைத்திருந்தோம். உழைத்தது நாம். விதைத்தது, நீர் பாய்ச்சியது, களை எடுத்தது எல்லாம் நாம். அறுவடைக்கு ஒருவர் ஓடிவருகிறார். அது திருட்டுப்புத்தி. நாம் சம்பாதித்து வைத்திருந்ததை அவர் திருடிக்கிட்டுப் போகிறார். மக்களுக்காவது புத்தி வேண்டாமா?

28 ஜூன் 1973 தேதியிட்ட தீக்கதிர் இதழில் வெளியான காமராஜர் பேச்சின் ஒரு பகுதியே மேலே இருப்பது. தேர்தலில் தோற்று விட்டால், 'சோற்றால் அடித்த பிண்டங்கள்' என்று தமிழர்களைத் திட்டுவார் கருணாநிதி என்பது எப்போதுமே சொல்லப்படும் விஷயம். ஆனால் காமராஜருக்கும் தேர்தல் தோல்வி

விரக்தியைத்தான் கொடுத்தது. அதன் எதிரொலியாகவே காம ராஜர் - இந்திரா காந்தி சந்திப்பு நடந்தது.

உங்கள் கட்சியின் கொள்கை என்ன என்று கேட்டால் 'அண்ணா யிசம்' என்ற ஒற்றை வார்த்தையில் பதில் சொல்லிவிடுவது எம்.ஜி.ஆரின் வழக்கம். கேபிடலிசம், கம்யூனிசம், இம்பிரீய லிசம், சோசலிசம், புத்திசம் போல அண்ணாவின் கொள்கையைப் பின்பற்றுவதற்குப் பெயர் அண்ணாயிசம் என்று அப்போதைக்கு சொல்லிவிட்டார்.

அப்படிச் சொல்வது காலாகாலத்துக்கும் சாத்தியப்படாது; கிண்டலுக்கும் கேலிக்கும் உள்ளாக வேண்டியிருக்கும்; சொல்ல வேண்டியதைத் திட்டவட்டமாகச் சொல்லவேண்டும் என்பதை தெளிவாகவே உணர்ந்திருந்தார் எம்.ஜி.ஆர். தனக்கு நெருக்க மான தலைவர்கள் மற்றும் பெரிய மனிதர்கள் உதவியுடன் 29 பக்கங்கள் கொண்ட கொள்கை அறிக்கை ஒன்றை உருவாக்கி னார். அந்த அறிக்கைக்கு அண்ணாயிசம் என்று பெயர் வைத்தார்.

திராவிடர் கழகம், திராவிட முன்னேற்றக் கழகம் போலவே இனம், மொழி, கலாச்சாரம் உள்ளிட்ட விஷயங்களில் அண்ணா திமுகவின் நிலைப்பாட்டைத் தெரிவிக்கும் வகையில் கொள்கை அறிக்கையின் அம்சங்கள் உருவாக்கப்பட்டிருந்தன. இந்தி மொழி பற்றிய அம்சத்தில், இந்தியத் துணைக்கண்டத்தில் இந்தி ஒன்றுதான் தகுதியான மொழி, நாட்டை ஆளத் தகுந்த மொழி என்று சொல்லப்படும் எல்லா காரணங்களையும் எதிர்க்க அதிமுக முதன்மையாக நிற்கிறது என்று கூறப்பட்டிருந்தது. ஆட்சிமொழி விஷயத்தில், ஒவ்வொரு மாநிலத்திலும் ஆட்சி மொழியாக அந்தந்த மாநில மொழியும் மத்திய - மாநில அரசுகளோடு தொடர்புகொள்ள ஆங்கில மொழியும்தான் அமையவேண்டும் என்று கூறப்பட்டிருந்தது.

மாநில சுயாட்சி என்பது திமுக முன்வைக்கும் முக்கிய கோஷம். ஆனால் தன்னுடைய கட்சியின் கொள்கையும் அதுதான் என்பதை நேரடியாகச் சொல்வதில் எம்.ஜி.ஆருக்குத் தயக்கம். அதே சமயம் மாநிலங்களுக்கு அதிக அதிகாரங்கள் தேவை என்பதை யும் அவர் உணர்ந்தே இருந்தார். அந்த உணர்வுகள் இப்படி வெளிப்பட்டன. இன்றைய அரசியல் சட்ட அமைப்புப்படி, அதிகாரங்கள், தலைமையிலே குவிக்கப்பட்டுக் கிடக்கின்றன. அவை பரவலாக்கப்பட்டு, மாநிலங்களும், மாநிலங்கள்

வழியாக அவற்றின் கீழ் அமைப்புகளும் போதுமான அதிகாரங் களைப் பெறவேண்டும். We Want Neither Dependence Nor Independence But Inter Dependence. *தமிழில்: கட்டுண்டு வாழ்வோம்! பிரிவினை நாடோம்! சமநிலையில் இணைவோம்!*

குறிப்பாக, கறுப்புப்பணம் பற்றிப் பேசிய கொள்கை அறிக்கை, பொருளாதாரச் சீர்குலைவில் இருந்து நாட்டைக் காப்பாற்ற யோசனை ஒன்றையும் கொடுத்தது. நூறு ரூபாய் மற்றும் அதற்கு மேற்பட்ட நோட்டுகளைச் செல்லாது என்று அரசு அறிவிக்க வேண்டும் என்று சொன்னது அந்த அறிக்கை.

மக்களால் தேர்ந்தெடுக்கப்பட்ட உறுப்பினர்கள், மக்களின் நம்பிக்கையை இழந்துவிடும்போது அவர்களைத் திருப்பி அழைக்கின்ற உரிமை, அவர்களைத் தேர்ந்தெடுத்த மக்களுக்கு அளிக்கப்படவேண்டும். அதற்காக அரசியல் சட்டத்தில் தகுந்த திருத்தம் தேவை என்று கோரியது அறிக்கையின் ஒரு அம்சம். கவர்ச்சிகரமான அந்த அம்சம் மனத்தில் உருவானதன் காரண மாகவே திண்டுக்கல் மக்களவைத் தொகுதியில் வெற்றிபெற்ற வுடன் அந்தத் தொகுதிக்குள் வருகின்ற திண்டுக்கல், நிலக் கோட்டை, திருமங்கலம், ஆத்தூர், சோழவந்தான், உசிலம்பட்டி ஆகிய ஆறு சட்டமன்ற உறுப்பினர்களும் உடனடியாக ராஜினாமா செய்யவேண்டும் என்று கோரியிருந்தார் எம்.ஜி.ஆர். அதற்கு அவர் சொன்ன காரணம், மக்கள் நம்பிக்கையை அவர்கள் அனைவரும் இழந்துவிட்டார்கள் என்பதுதான்.

திமுக தலைவர்களையும் அவர்களுடைய முறைகேடுகளையும் தாங்கள் ஆட்சிக்கு வந்ததும் எப்படி தண்டிக்கப்போகிறோம் என்பதை விளக்கும் வகையில் இரண்டு அம்சங்கள் இருந்தன. லஞ்சம், ஊழல், ஒழுங்கீனம் இவற்றைச் செய்தவர்கள் எந்த உயர்பதவியில் இருப்பவர்களானாலும் ஆட்சியில் இருந்த அமைச்சர்களேயானாலும் வேறு அரசு பொறுப்புக்கு வரும் போது சிறிதும் தயவு தாட்சண்யமின்றி நடுநிலையாளரைக் கொண்டு விசாரித்து, குற்றம் செய்ததாக நிரூபிக்கப்பட்டால் மிகக் கடுமையான தண்டனைக்கு ஆளாக்கவேண்டும் என்பது முதல் அம்சம்.

தண்டனைக்கு ஆளாகிறவர்களின் உறவினர்களுடைய பெயரி லும் தமது பெயரிலும் நண்பர்களுடைய பெயரிலும் தவறான வழியில் சேர்த்துக்கொண்ட சொத்துகள் அனைத்தையும்

பறிமுதல் செய்து நாட்டுக்குச் சொந்தமாக்க வேண்டும் என்ற இன்னொரு அம்சமும் இடம்பெற்றிருந்தது. இந்த இரண்டுமே திமுகவைக் குறிவைத்து முன்வைக்கப்பட்ட அம்சங்கள்.

நீதிக்கட்சி, சுயமரியாதை இயக்கம், திராவிடர் கழகம், திமுக உள்ளிட்ட அத்தனை திராவிட இயக்கங்களுக்கும் உயிர்நாடிக் கொள்கையாக இருக்கும் வகுப்புவாரிப் பிரதிநிதித்துவம் என்கிற சமூகநீதி விஷயத்தில் புதுவிதமான நிலைப்பாட்டை எடுத்திருந்தது அதிமுக. இதுதான் அந்த அணுகுண்டு அம்சம்: பிற்பட்ட சமூகத்தினர் என்பவர்களோடு பொருளாதாரத்தில் பிற்பட்டிருக்கின்ற அனைத்து சமூகத்தவர்களுக்கும் சமுதாயத்தில் உயர்நிலை வாழ்வைப் பெறத்தகுந்த பாதுகாப்பு நடவடிக்கைகள் எடுக்கப்படவேண்டும்.

பிற்படுத்தப்பட்ட, தாழ்த்தப்பட்ட, ஒடுக்கப்பட்ட மக்களுக்கு ஆதரவாகத் திராவிட இயக்கங்கள் போர்க்குரல் எழுப்பிக்கொண்டிருந்த சூழ்நிலையில் எம்.ஜி.ஆர் அவற்றுக்கு நேர்மாறான நிலைப்பாட்டை எடுத்தது எப்படி என்ற சந்தேகம் பரவலாகவே இருந்தது. இத்தனைக்கும் அவருக்கு அப்போது அரசியல் ரீதியாக நெருக்கமாக இருந்த எவருக்கும் இடஒதுக்கீடு விஷயத்தில் மாறுபாடான கருத்துக்கள் எதுவும் இல்லை. கட்சியின் இரண்டாம் மட்டத்தலைவர்களும் திராவிட இயக்க வார்ப்புகள்தாம். ஆகவே, அவர்களுடைய வற்புறுத்தல்களுக்கும் வாய்ப்பில்லை. எம்.ஜி.ஆரின் அரசியல் வாழ்க்கையில் இதுவொரு மர்மமான அம்சம்.

மேற்படி அறிக்கையை அண்ணா திமுகவின் ஒவ்வொரு தொண்டனும் நிர்வாகியும் பேச்சாளரும் கைவசம் வைத்துக் கொள்ளவேண்டும் என்று கண்டிப்பாக உத்தரவைப் பிறப்பித்திருந்தார் எம்.ஜி.ஆர். வெறுமனே கொள்கைகளை அறிவித்ததோடு நிறுத்திக்கொள்ளாமல் அதன் அம்சங்கள் குறித்து சக அரசியல் கட்சிகளின் மதிப்பீட்டையும் அறிய விரும்பினார் எம்.ஜி.ஆர். மார்க்சிஸ்ட் கட்சியின் மூத்த தலைவர்களுள் ஒருவரான ஏ. பாலசுப்பிரமணியம் தீக்கதிர் இதழில் அண்ணாயிசம் குறித்த தங்களுடைய விமரிசனங்களை வெளியிட்டார்.

அண்ணாயிசம் - ஒரு விமரிசனக் கண்ணோட்டம் என்ற தலைப்பில் ஆறு கட்டுரைகள் தொடர்ச்சியாக வெளியாகின. அதில் சுட்டிக்காட்டப்பட்ட குறைகளை எல்லாம் களையும்

வகையில் பின்னாளில் அண்ணாயிசம் என்ற தொடர் கட்டுரை ஒன்று நாவலர் நெடுஞ்செழியனுக்குச் சொந்தமான மன்றம் இதழில் வெளியானது. அவற்றை எழுதியவர், அதிமுகவின் இளம் தலைவர்களுள் ஒருவரான ராஜா முகம்மது. எம்.ஜி.ஆரின் அமைச்சரவையில் இடம்பெற்றவர் இவர்.

தமிழ்நாட்டு அரசியல் அதன் பாதையில் சென்றுகொண்டிருந்த சமயத்தில் திடீரென ஒரு தேர்தல் அழைப்பு வந்தது. பெரிய தேர்தல் எதுவும் இல்லை. அண்டை மாநிலமான பாண்டிச்சேரி யூனியன் பிரதேசத்தில் மக்களவை மற்றும் சட்டசபைக்குத் தேர்தல். தமிழ்நாட்டில் ஒரு மக்களவை மற்றும் ஒரு சட்டமன்றத் தொகுதிக்கு இடைத்தேர்தல். இந்த இடைத்தேர்தலுக்கான காரணங்கள் சோகமயமானவை. புதுச்சேரி மக்களவை உறுப்பினரும் மத்திய அமைச்சருமான மோகன் குமாரமங்கலமும் கோவை மக்களவை உறுப்பினர் பாலதண்டாயுதமும் விமான விபத்து ஒன்றில் பலியாகியிருந்தனர். அவர்களுடைய மரணம் தான் இடைத்தேர்தலைக் கொண்டுவந்திருந்தது.

எந்தக் கட்சி யாருடன் கூட்டணி அமைக்கும் என்ற கேள்வி எழுந்தது. அந்தக் கேள்விக்கான பதிலை முன்கூட்டியே தயார் செய்து வைத்திருந்தார் காமராஜர். ஸ்தாபன காங்கிரஸ் - இந்திரா காங்கிரஸ் கட்சிகளுக்கு இடையே கூட்டணி உருவாகியிருந்தது. இரண்டு இடது சாரி இயக்கங்களும் அதிமுகவுடன் அணி அமைப்பதில் ஆர்வம் செலுத்தின. ஆனால் இந்திய கம்யூனிஸ்டுடன் அணி அமைத்துக்கொண்டது அதிமுக. தனித்துப் போட்டியிடத் தயாராகியிருந்தது ஆளுங்கட்சியான திமுக. மாக்சிஸ்டு கம்யூனிஸ்ட் கட்சியும் தனித்தே களம் கண்டது.

பாண்டிச்சேரி சட்டமன்றத் தேர்தலில் வெற்றியைப் பெற்று, மீண்டும் ஒரு தோல்வியைத் திமுகவுக்குப் பரிசாகக் கொடுக்க வேண்டும் என்ற வெறி எம்.ஜி.ஆரை உந்தித்தள்ளியது. புதுவையில் ஆளுங்கட்சியாக இருந்த திமுகவுக்கு இது மிகப்பெரிய சவாலாக இருந்தது. இன்னொரு பக்கம், புதுச்சேரியில் அசைக்க முடியாத செல்வாக்கைக் கொண்டுள்ள இரண்டு காங்கிரஸ் கட்சிகளும் ஆட்சியைப் பிடிக்க பகீரதப் பிரயத்தனத்தில் ஈடுபட்டிருந்தன. பலத்த பிரசாரங்களுக்கு மத்தியில் தேர்தல்கள் நடந்துமுடிந்து முடிவுகள் வெளியாகின.

பாண்டிச்சேரி சட்டமன்றத்தில் மொத்தமுள்ள இடங்கள் முப்பது. அவற்றில் அண்ணா திமுக பன்னிரண்டு இடங்களைக்

கைப்பற்றித் தனிப்பெரும் கட்சியாக உருவெடுத்தது. அதன் கூட்டணிக் கட்சியான இந்திய கம்யூனிஸ்ட் கட்சிக்கு இரண்டு இடங்கள் கிடைத்தன. இந்திரா காங்கிரஸ் கட்சிக்கு ஏழு தொகுதிகளும் ஸ்தாபன காங்கிரஸ் கட்சிக்கு ஐந்து தொகுதிகளும் கிடைத்தன. தனித்துப் போட்டியிட்ட திமுக இரண்டு இடங்களையும் மார்க்சிஸ்ட் கம்யூனிஸ்டுக்கு ஒரு இடமும் திமுக ஆதரவு சுயேட்சை ஒருவரும் வெற்றிபெற்றிருந்தனர். எந்தக் கட்சிக்கும் மெஜாரிட்டி இல்லை என்ற நிலை. இது பாண்டிச்சேரிக்குப் புதிய விஷயமுமில்லை.

கட்சி தொடங்கிய ஒன்றரை ஆண்டுகளுக்குள் ஒரு மாநிலத்தில் ஆட்சி அமைக்கும் வாய்ப்பு கிடைத்திருந்தது அதிமுகவுக்கு. மார்க்சிஸ்டுகள் உதவிக்கு வந்தனர். அதன் தொடர்ச்சியாக எஸ். ராமசாமி தலைமையில் அதிமுக ஆட்சி அமைத்தது. சபாநாயகர் பதவிக்கு அதிமுகவைச் சேர்ந்தவர் வந்துவிட்டதால் பெரும்பான்மையை நிரூபிப்பதில் சிக்கல் உருவானது. மீண்டும் யாரிடம் ஆதரவு கேட்பது?

55

பெரியாருக்கு இறுதி மரியாதை

தொலைபேசி மணி சிணுங்கியபோது தன்னுடைய டெல்லி வீட்டில் இருந்தார் நாஞ்சில் மனோகரன். திமுக மக்களவை உறுப்பினர். எடுத்துப் பேசினார். எதிர்முனையில் பேசியவர் எம்.ஜி.ஆர்.

'கட்சியை வலுப்படுத்த நீங்கள் என்னுடன் வரவேண்டும்' - இதுதான் எம்.ஜி.ஆர் விடுத்த கோரிக்கை.

அடுத்த கேள்வியை அதிரடியாக எழுப்பினார் நாஞ்சிலார்.

'எந்தக் கட்சியை?'

தமிழக அரசியல் களத்தில் துணிச்சலுக்குப் புகழ்பெற்ற நாஞ்சில் மனோகரனுக்கே உரித்தான பாணி இது. திமுகவில் இருக்கும் வலிமை நிறைந்த டெல்லி முகங்களுள் ஒருவர்; நேரு தொடங்கி சாஸ்திரி வரை; மொரார்ஜி தொடங்கி இந்திரா வரை; லோஹியா தொடங்கி வாஜ்பாய் வரை பலருடனும் நட்பு கொண்டவர்; மொழிவளம் மிக்கவர்; சிறந்த ராஜதந்திரியும்கூட.

அதன் காரணமாகவே அவருக்குக் கட்சியில் சேர அழைப்பு விடுத்தார் எம்.ஜி.ஆர். முதலில் பிடிகொடுக்காமல் முறுக்கிய நாஞ்சிலார், பிறகு தன்னுடைய அரசியல் எதிர்காலம் குறித்து யோசிக்கத் தொடங்கினார். திமுகவில் தனக்கு இருந்த பிரச்னைகளை நாஞ்சிலார் இப்படித்தான் பின்னாளில் வர்ணித்தார்:

> *இருந்த இடத்திலே புகைச்சல்; இல்லாத இடத்திலே வரவேற்பு! சுடுமொழியும் சந்தேகப்பார்வையும், இருந்த*

இடத்தில்; மனத்துக்கு இதம் தரும் இன்ப உணர்வுகள், இல்லாத இடத்தில்! பரிகாசச் சுமைகளின் பளு தாங்க முடியாத நிலையில், அழுத்திக்கொண்டிருந்த புழுக்கத்திலே இருந்து (திமுகவில் இருந்து) தப்பி, நல்ல காற்றோட்டமுள்ள இடத்துக்கு (அதிமுகவுக்கு), வானம்பாடியாகச் சிறகடித்துப் பறப்பதற்கு, ஒரு விடுதலை பெற்ற மனிதன் என்று என்னை உருவாக்கிக்கொள்வதற்கு, நிலைமைகளின் நிர்பந்தம் காரணமாகத் துரத்தப்பட்டேன்.

திமுகவில் இருக்கும் கசப்பான நிலையில் இருந்து தன்னை விடுவித்துக் கொள்ளும் முயற்சியாக திமுகவில் இருந்து விலகி எம்.ஜி.ஆருடன் ஐக்கியமானார் நாஞ்சிலார். அதற்குப் பரிசாக துணைப் பொதுச்செயலாளர் என்ற பதவியைக் கொடுத்துக் கௌரவப்படுத்தினார் எம்.ஜி.ஆர். அன்று தொடங்கி சுமார் பத்தாண்டு காலத்துக்கு எம்.ஜி.ஆருடன் அணுக்கமாக இயங்கி யவர் நாஞ்சிலார். எம்.ஜி.ஆர் எடுத்த அரசியல் ரீதியான பல்வேறு முடிவுகளுக்குப் பின்னணியில் இருந்தவர் நாஞ்சிலார்தான்.

இப்போது நாஞ்சிலார் களப்பணி ஆற்றவேண்டிய கட்டாயம். அதுவும் அவருக்குப் பிடித்தமான டெல்லியில். பாண்டிச்சேரி மாநிலத்தில் முதன்முறையாக ஆட்சி அமைக்கும் வாய்ப்பு அதிமுகவின் கைக்கு எட்டியிருந்தது. மேற்கொண்டு இந்திரா காங்கிரஸின் உதவி தேவைப்பட்டது. உடனடியாக எம்.ஜி.ஆரை அழைத்துக்கொண்டு டெல்லி புறப்பட்டார் நாஞ்சிலார்.

பிரதமர் இந்திரா காந்தியைச் சந்தித்தார் எம்.ஜி.ஆர். சில நிமிடங் கள் பேசினார். வெளியே வந்ததும் காத்திருந்த செய்தியாளர் களிடம் அவர் சொன்னது ஒரே வாக்கியம்தான். 'டெல்லி வந்து தாயுள்ளத்தின் ஆசியைப் பெற்றேன்.' வெறுமனே ஆசிர்வாதம் மட்டும் கேட்டிருந்தால் மறுவார்த்தை பேசாமல் கொடுத்து அனுப்பியிருப்பார் இந்திரா காந்தி. ஆனால் எம்.ஜி.ஆர் அத் துடன் நிறுத்தவில்லை என்பது இந்திரா காந்தி விதித்த நிபந்தனையின் மூலம் வெளிப்பட்டது.

'பாண்டிச்சேரியில் நீங்கள் ஆட்சி அமைக்கலாம். ஆகவேண்டி யதை நான் பார்த்துக்கொள்கிறேன். மந்திரிசபைக் கவிழ்ப்பு என்ற பிரச்னைக்கே இடமில்லை. நான் அதை விரும்பமாட் டேன். அப்படிப்பட்ட முயற்சியில் யாரேனும் ஈடுபட்டால் அவர்களுக்கு உற்சாகமும் தரமாட்டேன். ஆதரவும் தர

மாட்டேன். அவற்றுக்குப் பதிலாக மாநிலங்களவைக்குத் தமிழ் நாட்டிலிருந்து தேர்வுபெற விரும்புகிறார் அசோக் லேய்லண்ட் அதிபர் ரங்கநாதன். சுயேட்சை வேட்பாளர்தான். அவரை நான் ஆதரிக்கிறேன். நீங்களும் ஆதரிப்பீரிகள் என்று நம்புகிறேன்'

ஆட்சி அமைக்கவேண்டும் என்றால் அதைச் செய்வதைத் தவிர வேறு வழியில்லை எம்.ஜி.ஆருக்கு. அதன் தொடர்ச்சியாக மாநிலங்களவைக்குத் தேர்வுபெற்றார் அசோக் லேய்லண்ட் அதிபர் ரங்கநாதன். அடுத்தது, பாண்டிச்சேரி சட்டமன்றத்தில் நம்பிக்கை வாக்கெடுப்பு. அதிமுக அரசுக்கு ஆதரவாக 14 வாக்கு கள் கிடைத்தன. மாறாக, அரசை எதிர்த்து 15 வாக்குகள் விழுந் திருந்தன. அதிமுக மற்றும் இடதுசாரிகள் தவிர்த்து அனைத்துக் கட்சிகளுமே அதிமுகவுக்கு எதிராக வாக்களித்திருந்தன.

எப்படி நடந்தது அதிசயம்? டெல்லியில் இந்திரா காந்தி கொடுத்த வாக்குறுதி என்ன ஆனது?

இந்திரா காந்தியின் இலக்கு ரங்கநாதன் மாநிலங்களவைக்கு வரவேண்டும் என்பதுதானே தவிர அதிமுகவை அரியணையில் அமர்த்துவது அல்ல அல்லவா! காரியம் முடிந்ததும் கச்சிதமாக ஒதுங்கிக்கொண்டார்.

பாண்டிச்சேரியில் பதவியேற்ற அதிமுக அரசு, மூன்றே வாரங் களில் மூட்டை முடிச்சுகளைக் கட்டிவிட்டது. தன்னை நம்ப வைத்துக் கவிழ்த்துவிட்ட இந்திரா காந்தியிடம் கோபித்துக் கொள்வதிலும் எம்.ஜி.ஆருக்குத் தயக்கம். காரணம், அவர் வெறும் கட்சித்தலைவர் அல்ல;

எம்.ஜி.ஆருக்கு இன்னொரு அதிர்ச்சியும் காத்திருந்தது. கோவை சட்டமன்றத் தொகுதி இடைத்தேர்தலில் அதிமுக வேட்பாளர் செ. அரங்கநாயகம் வெற்றிபெற்றபோதும் வாக்குவித்தியாசம் வெகுசொற்பமாகவே இருந்தது. இரண்டாவது இடத்தை ஸ்தாபன காங்கிரஸின் ஜெகநாதனும் மூன்றாவது இடத்தைத் திமுகவின் கிருஷ்ணவேணியும் பிடித்தனர். இந்தத் தேர்தலில் இந்திரா காங்கிரஸ் நிற்கவில்லை. சமீபத்தில் நடந்து முடிந்த திண்டுக்கல் இடைத் தேர்தலில் பிரம்மாண்டமான வெற்றி பெற்ற அதிமுக, தற்போது சொற்ப வாக்குகள் வித்தியாசத்தில் மட்டுமே வெற்றிபெற்றது எம்.ஜி.ஆருக்கு மட்டுமல்ல; எல்லோருக்குமே அதிர்ச்சியளித்த விஷயம்தான்.

அண்டை மாநிலத்தில் ஆட்சியைக் கைப்பற்றும் முயற்சி, பிரதமருடன் கூட்டணிப் பேச்சுவார்த்தை, ஆளுங்கட்சியை எதிர்த்துப் போராட்டம் என்று எம்.ஜி.ஆர் அரசியல் பணிகளில் மும்முரம் காட்டிக்கொண்டிருந்த சமயத்தில் முதலமைச்சர் கருணாநிதி ஆட்சிப்பணிகளில் ஆர்வம் செலுத்திக் கொண்டிருந்தார். அவற்றில் ஒன்று தஞ்சாவூர் பெரிய கோவிலுக்கு அருகே சோழ மன்னர் ராஜராஜனுக்கு சிலை வைத்தது.

அந்தச் சிலையை வைப்பதில்கூட அரசியல் நெருக்கடிகளை எதிர்கொண்டது திமுக அரசு. சிலையைக் கோயிலுக்குள் வைக்க அனுமதிக்க முடியாது; வேண்டுமானால் கோயிலுக்கு வெளியே வைத்துக் கொள்ளுங்கள் என்றது மத்திய அரசு. அதன்படியே சிலையை கோயிலுக்கு வெளியே வைத்துத் திறந்தது தமிழக அரசு. மத்திய இந்திரா காங்கிரஸ் அரசும் மாநில கருணாநிதி அரசும் மோதிக்கொண்ட முக்கிய விவகாரங்களுள் இதுவும் ஒன்று.

அடுத்ததாக, பூம்புகாரில் சிலப்பதிகாரக்கலைக்கூடம் ஒன்றை உருவாக்கும் பணியில் ஈடுபட்டார் முதலமைச்சர் கருணாநிதி. அந்த இடத்தில் கண்ணகிக்கு ஒரு கோயில் ஒன்றைக் கட்டும் திட்டம் இருப்பதாக செய்திகள் வெளியானது. திராவிடர் கழகத்தின் தலைவர் பெரியார், விடுதலை இதழில் பத்தினி பதிவிரதை என்ற தலைப்பில் தலையங்கம் எழுதி தமிழக அரசின் செயலைக் காட்டமான மொழியில் கண்டித்தார்.

> இடித்தொழிக்க வேண்டிய கோயில்களைப் பாதுகாக்க வேண்டிய சின்னங்களாகக் கொள்வதும், கண்ணகிக்குக் கோயில் கட்டுவதும் முன்னேற்றக் கழகத்தின் முக்கியமான முதல் பணி என்றால், இந்த பரிதாபத்துக்குரிய தமிழர்களின் எதிர்காலம் என்ன ஆவது?

எதிர்ப்புகளை எல்லாம் சமாளித்து, தன்னுடைய கனவுத் திட்டத்தைக் கச்சிதமாக நிறைவேற்றினார் முதலமைச்சர் கருணாநிதி. அவருடைய பெயரைச் சொல்வதற்கென்று தமிழ் நாட்டில் உருவாகியிருக்கும் நினைவுச் சின்னங்களுள் பூம்புகார் கலைக்கூடம் முக்கியமானது. திராவிடர் கழகத் தலைவர் பெரியாரின் உடல்நிலை மிகவும் பலவீனம் அடைந்திருந்தது. முதுமை. கூடவே, நோயும் சேர்ந்துகொண்டது. தீவிர சிகிச்சை களுக்கு மத்தியில் 24 டிசம்பர் அதற்கிடையில், 1973 அன்று மரணம் அடைந்தார் பெரியார்.

தமிழ்நாடு அரசு சார்பில் பெரியாருக்கு இறுதி மரியாதை செலுத்த வேண்டும் என்பது முதலமைச்சர் கருணாநிதியின் விருப்பம். அதை நிறைவேற்றுவது குறித்து திமுக சட்டமன்ற உறுப்பினர்களை அழைத்து ஆலோசனை கேட்டார். அதன் தொடர்ச்சியாக அதிகாரிகளுக்கு உரிய உத்தரவுகள் பிறப்பிக்கப்பட்டன. பொது மக்கள் பார்வையிட்டு, அஞ்சலி செலுத்துவதற்கு வசதியாக ராஜாஜி மண்டபத்தில் பெரியாரின் உடல் வைக்கப்பட்டது.

பெரியாருக்கு அரசு மரியாதை என்றதும் அதிகாரிகள் மத்தியில் அதிர்ச்சி. முக்கியமாக, தமிழக அரசின் தலைமைச் செயலாளர் சபாநாயகத்துக்கு. பெரியார் எந்த அரசுப் பொறுப்பிலும் இருந்தவர் அல்ல; ஆகவே, அவருக்கு அரசு மரியாதை செய்வது சட்டப்படி சாத்தியமில்லை என்று தயக்கம் காட்டினார் தலைமைச் செயலாளர். உடனடியாக முதலமைச்சரிடம் இருந்து கேள்வி வந்தது.

'மகாத்மா காந்தி எந்தப் பதவியில் இருந்தார்? அவருக்கு அரசு மரியாதை செய்தார்களே. அதைப்போல செய்ய வேண்டியது தானே?'

முதலமைச்சர் கேட்ட கேள்விக்குக் கொஞ்சமும் சளைக்காமல் பதில் சொன்னார் தலைமைச் செயலாளர்.

He is the Father of our Nation. உடனே முதலமைச்சர் கருணாநிதி, 'Periyar is the Father of Tamilnadu.. Father of our DMK Government.. பெரியாருக்கு அரசு மரியாதை தரப்பட்டே ஆகவேண்டும். அதனால் கழக அரசு கலைக்கப்படக் கூடிய நிலை தோன்றுமேயானால், அதைவிடப் பெரிய பேறு எனக்கு இருக்கமுடியாது' என்று கூறினார்.

தொடர்ச்சியாக அரசு மரியாதையுடன் பெரியாரின் இறுதிக் காரியங்கள் நடந்தன. இறுதி ஊர்வலத்தில் முதலமைச்சர் கருணாநிதி, காமராஜர், ஈ.வெ.கி.சம்பத், எம்.ஜி.ஆர், சிவாஜி கணேசன் உள்ளிட்ட எதிரெதிர் முகாம்களைச் சேர்ந்த பலரும் கலந்துகொண்டனர். மும்முறை குண்டுகள் முழங்க முழு அரசு மரியாதையுடன் பெரியாரின் உடல் தேக்குமரப் பெட்டியில் வைத்து புதைக்கப்பட்டது.

பெரியாரின் மரணத்தை ஒட்டி தமிழ்நாடு அரசின் சார்பில் கறுப்புக் கட்டமிட்ட தனி அரசிதழ் வெளியிடப்பட்டது. இந்திய

நாட்டின் தலைசிறந்த சமுதாய சீர்திருத்தவாதியான பெரியார் - திரு. ஈ.வெ. ராமசாமி அவர்கள் வேலூரில் 24-12-1973ஆம் நாள் காலை 7.40 மணி அளவில் இயற்கை எய்தினார் என்பதை தமிழ்நாடு அரசு மிகுந்த வருத்தத்துடன் தெரிவிக்கின்றது; சமுதாயத் தளைகளையும் சாதி வேறுபாடுகளையும் நீக்குவதில் அவர் ஆற்றிய அரும்பணியை அரசு பெரிதும் பாராட்டுகிறது; மறைந்த தலைவருக்கு மரியாதை செலுத்தும் முறையில் இன்று துக்கநாளாக அனுசரிக்கப்படும்; பொது விடுமுறை அனுசரிக்கப் படும். இவையெல்லாம் அரசிதழில் பதிவான செய்திகள்.

பெரியாரின் மறைவை அடுத்து அவர் தலைமையேற்று நடத்திய திராவிடர் கழகத்தை அடுத்து வழிநடத்தப் போவது யார் என்ற கேள்வி எழுந்தது. 6 ஜனவரி 1974 அன்று திராவிடர் கழக நிர்வாகி களின் ஆலோசனைக் கூட்டம் நடந்தது. அந்தக் கூட்டத்தில் திராவிடர் கழகத்தின் தலைவராக ஈ.வெ.ரா. மணியம்மையார் தேர்ந்தெடுக்கப்பட்டார். கழகத்தின் பொதுச்செயலாளராக ஏற்கெனவே பொறுப்பு வகிக்கும் விடுதலை ஆசிரியர் கி. வீரமணியே தொடர்ந்து செயல்படுமாறு கேட்டுக்கொள்ளப் பட்டார்.

56

கச்சத்தீவும் செல்லாத ஒப்பந்தமும்

தமிழக மீனவர்களின் வாழ்வாதாரமாக விளங்குகின்ற கச்சத்தீவை இலங்கைக்குத் தாரை வார்த்துக் கொடுக்க முடிவு செய்துவிட்டார் பிரதமர் இந்திரா காந்தி! இது வெறும் வதந்தியா அல்லது உண்மையான செய்தியா என்று தெரியாமல் குழம்பத் தொடங்கினர் தமிழக மக்கள். 1973 ஆம் ஆண்டு ஏப்ரல் மாதம் இலங்கை பிரதமர் சிறிமாவோ பண்டாரநாயகேவின் அழைப்பின் பேரில் இலங்கை சென்றார் பிரதமர் இந்திரா காந்தி. அந்தச் சந்திப்பின்போதுதான் தாரைவார்ப்புக்கான அத்தனைக் காரியங்களும் நடந்தேறியதாக அடுத்தடுத்து செய்திகள் வெளியாகத் தொடங்கின.

வருகின்ற செய்திகளை உண்மையாக்கும் வகையில் பிரதமர் இந்திரா காந்தியிடம் இருந்து தமிழக முதலமைச்சர் கருணா நிதிக்குக் கடிதம் ஒன்று வந்தது. கச்சத்தீவை இலங்கைக்குக் கொடுப்பதற்கு முடிவுசெய்திருக்கிறோம். தமிழக அரசின் கருத்துகள் வரவேற்கப்படுகின்றன. உடனடியாக தமிழக சட்டத் துறை அமைச்சர் செ. மாதவன் சகிதம் டெல்லி சென்றார் முதலமைச்சர் கருணாநிதி.

கச்சத்தீவு எந்த வகையில் எல்லாம் இந்தியாவுக்குச் சொந்தம் என்பதை விளக்கினார். தமிழக மீனவர்களின் வாழ்வாதாரமாக கச்சத்தீவு விளங்கும் விதத்தை எடுத்துச் சொன்னார். வாய்மொழி யாகவும் விளக்கினார். கடிதம் மூலமாகவும் எடுத்துச் சொன் னார். எல்லாவற்றையும் கவனமாக உள்வாங்கிக்கொண்ட பிரதமர் இந்திர காந்தி, அனைத்தையும் தூக்கித் தூரமாக வைத்து விட்டு, கச்சத்தீவைக் காவு கொடுத்துவிட்டார்.

இந்த இடத்தில் இரண்டு முக்கியமான கேள்விகள் எழுகின்றன. இந்தியாவுக்குச் சொந்தமான கச்சத்தீவு எங்களுக்கு வேண்டும் என்று இலங்கை கோருவதற்கு என்ன காரணம்? தமிழக அரசின் எதிர்ப்பையும் மீறி கச்சத்தீவைத் தானம் கொடுத்ததற்கு மத்திய அரசு காட்டிய ஆர்வத்தின் பின்னணி என்ன? முதல் கேள்விக்கான விடையைத் தெரிந்து கொள்ளவேண்டும் என்றால் கச்சத்தீவின் பொருளாதார மற்றும் ராணுவப் பின்னணியைப் புரிந்துகொள்ள வேண்டும்.

இந்தியா - இலங்கை இடையிலான பாக் நீர்ச்சந்திப்பில் இருக்கும் பாம்பன் தீவுக்கும் இலங்கையின் வடக்குக் கடற்கரையில் இருக்கும் டெல்த் தீவுக்கும் இடையே சமதொலைவில் உள்ள தீவின் பெயரே கச்சத்தீவு. ஆள் நடமாட்டம் அதிகம் இல்லாத, அமைதி தவழும் சின்னஞ்சிறு தீவு. ஏறக்குறைய ஒரு மைல் நீளமும் தொள்ளாயிரம் அடி அகலமும் கொண்ட கச்சத்தீவின் மொத்தப் பரப்பளவு 285.2 ஏக்கர்.

ராமேஸ்வரத்தில் இருந்து பதினெட்டு கிலோமீட்டர் தூரத்தில் இருக்கும் இந்தக் கச்சத்தீவுக்கு விசைப்படகு மூலம் இரண்டே மணி நேரத்தில் சென்றுவிடலாம். ஆனால் கச்சத்தீவுக்கு அருகில் கரும்பாறைகள் அதிகம் இருப்பதால் நூறு மீட்டருக்கு முன்பே விசைப்படகில் இருந்து இறங்கி, கட்டுமரத்தில் ஏறித்தான் கச்சத்தீவுக்குச் செல்லவேண்டும். அதைப்போலவே, இலங்கையில் நெடுந்தீவில் இருந்து இருபத்தியெட்டு கிலோமீட்டர் பயணம் செய்தால் கச்சத்தீவு கண்ணில் பட்டுவிடும்.

முட்டை வடிவத்தில் இருக்கும் இந்த கச்சத்தீவின் மேற்குப் பகுதியில் உயர்ந்த பாறைகள் இருக்கின்றன. கொஞ்சம் உள்ளே இறங்கினால் வெண்மை நிற மணல் திட்டுகள் தட்டுப்படும். பசுமையான புற்கள், செடி, கொடிகள், புதர்கள் நிரம்பிய கச்சத்தீவு மேய்ச்சல் நிலமாகவும் பயன்படுகிறது. டார்குயின் என்ற பச்சை நிற ஆமைகள் கச்சத்தீவில் அதிகம் உண்டு. அந்த ஆமைகளுக்கு கச்சம் என்று பெயர். அதனால்தான் இந்தத் தீவுக்குக் கச்சத்தீவு என்று பெயர் வந்ததாகச் சொல்கிறார்கள்.

சித்த மருத்துவத்துக்குத் தேவையான உமிரி போன்ற மூலிகைகள், சாயா மலர், கற்றாழை, கள்ளி, வீணாரைக் கிழங்கு, அல்லைக் கிழங்கு, கருவேல மரங்கள், பனை மரங்கள் ஆகியனவும் கச்சத்தீவில் காணக் கிடைக்கின்றன. மீன்வளம் மிக்க கச்சத்

தீவில் விலையுயர்ந்த இறால்களும் கிடைக்கின்றன. கச்சத் தீவைச் சுற்றியுள்ள கடற்பகுதியில் சங்குகள் அதிகம் கிடைக்கும் என்பதால் சங்குக் குளித்தல் முக்கியத் தொழிலாக இருந்தது.

சிமெண்ட் தயாரிக்கப் பயன்படும் கால்சியம் கார்பனேட் நிரம்பிய ஓடக்கல், சுண்ணாம்புக் கற்கள் ஆகியனவும் கச்சத்தீவு பகுதியில் கிடைக்கும். எல்லாவற்றையும் விட முக்கியமாக, கச்சத்தீவு பகுதியில் எண்ணெய் வளம் இருக்கக்கூடும் என்று சோவியத் ஆய்வுகள் தெரிவித்துள்ளன. கச்சத்தீவைச் சுற்றியுள்ள பகுதியில் கிடைக்கும் சங்கு, முத்து, பவளப் பாறைகள் ஆகியன இந்திய மீனவர்களுக்குக் காலம் காலமாக வருமானம் கொடுத்து வருகின்றன.

இத்தனை வளம் நிறைந்த அம்சங்கள் கொண்ட தீவாக இருப்பது தான் கச்சத்தீவின் மீது இலங்கை குறிவைத்ததற்குக் காரணம் என்று நிச்சயம் சொல்லிவிட முடியாது. அதைக்காட்டிலும் முக்கியமாக ராணுவ ரீதியான காரணங்கள் பல இருக்கின்றன.

பாக் நீர்ச்சந்திப்பு மற்றும் மன்னார் வளைகுடாவில் கப்பற்படை அரண் அமையும் பட்சத்தில் அதன் மையங்களில் ஒன்றாக கச்சத்தீவை அமைக்கலாம். நீர்மூழ்கிக் கப்பல் பயிற்சிக்களத்தை ஏற்படுத்த முடியும். தென்கிழக்கு ஆசிய நாடுகளிலும் ஐரோப்பிய இந்தோனேசியத் தீவுகளில் அமைக்கப்படும் ஏவுகணைத் தளங்களின் இலக்குகளுக்கு நேர்எதிராக ஏவுகணைத் தளத்தை கச்சத்தீவில் அமைக்கலாம்.

இந்தியா மீது போர் தொடுக்க விரும்பும் நாடு இலங்கை வழியாக நம்மைத் தாக்குவதற்கு வாய்ப்புகள் அதிகம். அந்த ஆபத்தைத் தகர்க்க கச்சத்தீவு பொருத்தமான பகுதி. முக்கியமாக, கப்பற் படையினருக்கும் நீர் மூழ்கிக் கப்பல் படையினருக்கும் பயிற்சிக் களமாக இருக்கவும், நீர்மூழ்கிக் கப்பல்கள், போர்ப் படகுகள் செப்பனிடும் இடமாக இருக்கவும் கச்சத்தீவைப் பயன்படுத்த முடியும்.

போர் விமானங்கள் தாற்காலிகமாக இறங்குவதற்கான திட்டு அமைக்கவும், செய்தித் தொடர்பு நிலையம், தொலை நிலை இயக்கமானி நிலையம் ஆகியவற்றை அமைக்கவும் வசதியான இடம். தவிரவும், கடலில் எச்சரிக்கைக் கருவிகளாகப் பயன் படும் மிதவைகள், கப்பல் - படகுகள் நிலைப்படுத்தப் பயன்

படும் மிதவைகள் ஆகியவற்றின் மையமாகவும் கச்சத்தீவைப் பயன்படுத்த முடியும்.

கடல் உணவு வகைகள் பற்றிய ஆராய்ச்சி நிறுவனம் அமைப்பதற்கு ஏற்ற இடமும்கூட. முக்கியமாக, இந்திய ராணுவம் போர்ப்பயிற்சி செய்வதற்குப் பொருத்தமான இடம். இத்தனையும் கச்சத்தீவின் பலன்கள். வருவாய் ரீதியாக மட்டும் மீனவர்களுக்குப் பலன் கொடுத்து வரும் கச்சத்தீவு, பாதுகாப்பு ரீதியாகவும் ராணுவ ரீதியாகவும் இந்தியாவுக்கு மிகப்பெரிய அரண்.

பொருளாதார ரீதியாகவும் ராணுவ ரீதியாகவும் முக்கியத்துவம் வாய்ந்த கச்சத்தீவின் மீது இலங்கை ஆர்வம் செலுத்தியதன் பின்னணி இதுதான். அந்த ஆர்வம் சுதந்தரம் அடைவதற்கு முன்னரே வந்துவிட்டது. காரணம், தமிழக மீனவர்களைப் போலவே இலங்கை மீனவர்களும் கச்சத்தீவுப் பகுதியில் மீன்பிடித் தொழிலில் ஈடுபட்டுவந்தனர். இன்றைக்கு இருப்பதைப் போலவே அன்றைக்கும் எல்லை தாண்டிச் செல்வது என்பது வழக்கத்தில் இருந்த ஒன்று. அதன் காரணமாக, இருதரப்பு மீனவர்களுக்கும் இடையே அடிக்கடி பிரச்னைகள் ஏற்பட்டன.

பிரச்னைகள் தீரவேண்டும் என்றால் இருநாடுகளுக்கும் இடையேயான கடல் எல்லைகளைத் தீர்க்கமாக வகுத்துக் கொள்ள வேண்டும். அதுதான் இருநாட்டு மீனவர்களுக்கும் நல்லது என்ற வாதம் எழுந்தது. உடனடியாக இரு நாடுகளுக்கும் இடையே சில கடிதப் பரிவர்த்தனைகள் நடத்தப்பட்டன. காகிதங்களுக்குப் பதிலாக முகங்கள் பேசினால் நன்றாக இருக்கும் என்ற யோசனை முன்வைக்கப்பட்டது.

24 அக்டோபர் 1921ல் மாநாடு ஒன்றுக்கு ஏற்பாடு செய்யப்பட்டது. பிரிட்டிஷ் இந்திய அதிகாரிகளும் பிரிட்டிஷ் இலங்கை அதிகாரிகளும் வந்திருந்தனர். கச்சத்தீவு தங்கள் எல்லைப் பகுதிக்குள் வரும் வகையில் எல்லைக் கோட்டை அமைக்கவேண்டும் என்பது பிரிட்டிஷ் இலங்கைக் குழுவினருக்குத் தலைமை வகித்த ஹார்ஸ்பார்க் என்ற அதிகாரியின் வாதம்.

பேச்சுவார்த்தை என்ற போர்வையில் திடுதிப்பென கச்சத்தீவுக்கு இலங்கைக்கு சொந்தம் கொண்டாடியதில் பிரிட்டிஷ் இந்திய

அதிகாரிகளுக்குப் பலத்த அதிர்ச்சி. காரணம், அப்படியொரு வாதத்தை இலங்கை எழுப்பினால் அதற்குரிய பதிலை அளிப்பதற்கு உரிய அறிவுரைகள் எதுவும் பிரிட்டிஷ் இந்திய அதிகாரிகளுக்குத் தரப்படவில்லை. எனினும், கச்சத்தீவை இலங்கைக்குக் கொடுப்பது என்ற பேச்சுக்கே இடமில்லை என்று மறுத்தனர் சென்னை மாகாண அதிகாரிகள்.

கச்சத்தீவு இல்லாவிட்டால் மாநாடும் வேண்டாம், ஒன்றும் வேண்டாம் என்றது பிரிட்டிஷ் இலங்கை தரப்பு. பிரச்னையை எதிர்கொள்வது எப்படி என்று தெரியாமல் திணறினர் பிரிட்டிஷ் இந்திய அதிகாரிகள். காரணம், முறையான வழிகாட்டுதல்கள் எதுவும் இல்லாமல் பேச்சுவார்த்தைக்குச் சென்றிருந்தனர். இறுதியாக இறங்கிவருவதற்குத் தயாராகினர் இந்திய அதிகாரிகள்.

கச்சத்தீவு யாருக்குச் சொந்தம் என்பதைப் பிறகு பேசி முடிவு செய்துகொள்ளலாம். இப்போதைக்கு இருநாடுகளுக்கும் இடையே மீன்பிடி எல்லைகளை மட்டும் வகுத்துக்கொள்ளலாம். இந்திய அதிகாரிகள் சொன்ன யோசனை இலங்கை அதிகாரிகளை உற்சாகப்படுத்தியது. காரணம், அவர்கள் காட்டிய பிடிவாதத்தின் நோக்கமே அதுதான். நினைத்ததை சாதித்துவிட்ட மகிழ்ச்சியில் மீன்பிடி எல்லைகளைத் தீர்மானிக்க சம்மதம் தெரிவித்தனர். இந்திய அதிகாரிகளுக்கு எதைப் பெற்றோ, எதை இழந்தோம் என்பதே சரியாகத் தெரியவில்லை.

பேச்சுவார்த்தையில் கலந்துகொண்ட பிரிட்டிஷ் இந்திய அதிகாரிகளுக்கு இன்னொரு முக்கியமான பணி பாக்கி இருந்தது. அது, மாநாட்டில் எடுக்கப்பட்ட முடிவுகளுக்கு காலனி நிர்வாக அலுவலக அதிகாரிகளிடம் ஒப்புதல் வாங்குவது. எல்லாவற்றையும் கவனமாகக் கேட்டுக்கொண்ட காலனி நிர்வாக அதிகாரிகள் அதிர்ச்சியடைந்தனர்.

இரு நாடுகளுக்கும் இடையே போடப்பட்டுள்ள ஒப்பந்தத்துக்கும் மாநாடு கூடியதன் நோக்கத்துக்கும் எவ்விதத் தொடர்பும் இல்லை. ஆகவே, அந்த ஒப்பந்தத்தை ஏற்கமுடியாது என்று திட்டவட்டமாகச் சொல்லிவிட்டனர் காலனி நிர்வாக அலுவலக அதிகாரிகள். அவர்கள் ஒப்புக்கொள்ள மறுக்கும் ஒப்பந்தத்துக்கு

சட்ட அங்கீகாரம் கிடையாது. ஆகவே, இருதரப்பு மாநாட்டில் போடப்பட்ட ஒப்பந்தம் செல்லாது என்று அறிவித்தார் பிரிட்டிஷ் இந்தியாவின் வெளியுறவுத்துறை செயலாளர்.

செல்லாத ஒப்பந்தம் ஒன்றை வைத்துக்கொண்டுதான் கச்சத்தீவு எங்களுக்கே சொந்தம் என்று தொடர்ந்து சாதித்துக்கொண் டிருந்தது இலங்கை. அதுவும் முப்பது ஆண்டுகளாக!

57

கச்சத்தீவைக் கிடப்பில் போடு

இந்தியக் கடற்படை வீரர்களுக்குப் பயிற்சியளிக்க ஏதுவான இடம் ஒன்றைத் தேடிக்கொண்டிருந்தது இந்திய அரசு. அப்போது கச்சத்தீவு நினைவுக்கு வரவே, அங்குவைத்து ராணுவப் பயிற்சி கொடுக்கத் தயாரானது.

கச்சத்தீவு என்பது இலங்கைக்குச் சொந்தமான பகுதி; அங்கே ராணுவப் பயிற்சி உள்ளிட்ட எந்த விஷயங்களுக்காக நுழைய வேண்டும் என்றாலும் இலங்கை அரசிடன் முன் அனுமதி பெறவேண்டும்! இப்படியொரு எச்சரிக்கை விடுக்கப்பட்டது 1949 ஆம் ஆண்டு. இலங்கை அரசால் உடனடியாக எதிர்வினை ஆற்றாமல் இந்திய அரசு மௌனத்தை மட்டுமே அனுசரித்தது. அப்போது பிரதமர் பதவியில் இருந்தவர் ஜவாஹர்லால் நேரு.

இது இந்திய அரசுக்கு விடுத்துள்ள பகிரங்கமான மிரட்டல் என்று ஆவேசப்பட்டனர் இந்திய நாடாளுமன்ற உறுப்பினர்கள். ஆனாலும் விஷயம் பெரிய அளவில் வலுப்பெறவில்லை. அப்படியே அடங்கிப் போய்விட்டது. அதன்பிறகு கச்சத்தீவில் இலங்கை ராணுவத் தளம் ஒன்றை உருவாக்கப் போவதாக அடிக்கடி செய்திகள் வருவதும், தமிழகத்தைச் சேர்ந்த நாடாளு மன்ற உறுப்பினர்கள் எதிர்க்குரல் எழுப்புவதும் பிறகு விவகாரம் மெல்ல அடங்கிவிடுவதும் தொடர்கதையாகவே இருந்தது.

அப்படித்தான் 1956 ஆம் ஆண்டிலும் ஒருமுறை செய்தி வெளியானது. 'இலங்கை அரசு தனது ராணுவ வீரர்களுக்குக் கச்சத் தீவில் வைத்துப் பயிற்சி தரப்போகிறது.' விஷயம் கசிந்தவுடனேயே மக்களவையில் ஒத்திவைப்புத் தீர்மானம் ஒன்றைக்

கொண்டுவந்தார் புதுக்கோட்டைத் தொகுதி மக்களவை உறுப்பினர் முத்துசாமி வல்லத்தரசு. கோரிக்கை எழுகின்ற சமயங்களில் எல்லாம் இலங்கை அரசுக்கு எதிராகக் கண்டனக்குரல் ஒன்றைப் பதிவுசெய்துவிடுவது மத்திய அரசின் வாடிக்கை. இம்முறையும் அந்தக் கடமையை ஆற்றத் தவறவில்லை.

கச்சத்தீவு பற்றி தெளிவற்ற சூழல் நிலவுவதால் அங்கே ராணுவப் பயிற்சிகள் எடுக்கும் முடிவைக் கொஞ்சம் ஒத்தி வைக்கும்படி இலங்கை அரசை ராஜீய ரீதியில் கேட்டுக் கொண்டுள்ளதாக மத்திய அரசு விளக்கம் கொடுத்தது. ஆம். அப்போது முதலே கச்சத்தீவு விஷயத்தில் மத்திய அரசுக்குக் குழப்பம் இருந்துகொண்டுதான் இருந்தது.

இந்திய அரசின் முட்டுக்கொடுத்தலுக்குப் பிறகும் இலங்கை அரசு மீண்டும் மீண்டும் இந்திய அரசைச் சீண்டிக்கொண்டே இருந்தது. ராணுவப் பயிற்சி என்று அடிக்கடி பூச்சாண்டி காட்டிக் கொண்டே இருந்தது. முழுக்க முழுக்க இந்தியாவுக்குச் சொந்தமான பகுதியான கச்சத்தீவில் இலங்கை அரசு தொடர்ச்சியாக நடத்தும் அத்துமீறல் காரியங்களுக்கு மத்திய அரசின் பதில் என்ன என்ற கேள்வியை எழுப்பினார் திருச்சி தொகுதிக்கான மக்களவை உறுப்பினர் அனந்த நம்பியார். அதற்கு பிரதமர் நேரு கொடுத்த பதிலில் கச்சத்தீவு விவகாரத்தை இந்திய அரசு எத்தனை அலட்சியத்துடன் அணுகுகிறது என்பது அம்பலத்துக்கு வந்தது.

'கச்சத்தீவு பற்றிய போதுமான தகவல்கள் மத்திய அரசின் வசம் இல்லை; அதைப் பற்றிய குறிப்பேடுகளை ஆராய்ந்து கொண்டிருக்கிறோம்; அதேசமயம், கச்சத்தீவு போன்ற சின்னஞ்சிறு தீவு ஒன்றுக்காக இருநாடுகளும் மோதிக்கொள்ளும் கேள்வியே எழவில்லை. முக்கியமாக, நம்முடைய அண்டை தேசமான இலங்கையுடன் நம்முடைய தேசிய கௌரவம் எதுவும் பாதிக்கப்படவில்லை.'

கச்சத்தீவு பற்றிய எந்தத் தகவலும் கைவசம் இல்லாத நிலையில், அவை தொடர்பான குறிப்பேடுகளை ஆராய்ச்சி செய்யும் பணிகள் எதுவும் தொடங்கப்படாத நிலையில், தேசிய கௌரவம் எதுவும் பாதிக்கப்படவில்லை என்று மக்களவையில் பகிரங்கமாகப் பதிவு செய்கிறார் பிரதமர் நேரு. இது எப்படி என்பதுதான் இன்னமும் தீர்க்கப்படாத புதிர்.

இன்னொருபக்கம் இந்தியாவுக்கும் இலங்கைக்கும் இடையே ஈகோ யுத்தம் தொடங்கியிருந்தது. அதுவும், கடல் எல்லைக் கோடு தொடர்பான விஷயத்துக்காகவே.

1956 ஆம் ஆண்டு இந்தியக் குடியரசுத் தலைவரிடம் இருந்து அறிக்கை ஒன்று வெளியானது. இதுவரை இந்தியாவின் கடல் எல்லை என்பது நிலத்தில் இருந்து மூன்று கடல் மைல்கள் தொலைவில் இருக்கிறது; தற்போது அந்த எல்லை ஆறு கடல் மைல்கள் என்று மாற்றியமைக்கப்படுகிறது என்றது அந்த அறிவிப்பு.

பிறகு மீண்டும் ஒரு அறிவிப்பு வெளியானது. அதில் கடற் பரப்பை ஒட்டியுள்ள நூறு கடல் மைல் பகுதி இந்தியாவுக்குச் சொந்தமானது என்று கூறப்பட்டிருந்தது.

இந்தியாவின் அறிவிப்புகளால் கச்சத்தீவின் மீதான தங்களுடைய ஆதிக்கத்துக்குப் பங்கம் ஏற்படுவதாகச் சந்தேகித்தது இலங்கை. அதன் தொடர்ச்சியாக போட்டி அறிவிப்பு ஒன்றை வெளி யிட்டது. இலங்கையின் கடல் எல்லை ஆறு கடல்மைல்கள் வரை இருக்கிறது; கடல்பரப்பைச் சுற்றி நூறு கடல்மைல் பரப்பளவில் இலங்கைக்கு மீன்பிடி உரிமை இருக்கிறது என்பதுதான் அந்த அறிவிப்பின் சாரம்.

பத்தாண்டுகள் கழித்து மீண்டும் ஒருமுறை தனது கடல் எல்லை யில் மாற்றம் செய்து அறிவிப்பு வெளியிட்டது இந்திய அரசு. அதற்கு பதிலடியாக இலங்கையும் அதேபோன்றதொரு அறி விப்பை வெளியிட்டது.

உச்சக்கட்டமாக, 29 பிப்ரவரி 1968 அன்று டெல்லியில் இருந்து வெளியான பத்திரிகை ஒன்றில் அதிர்ச்சியூட்டும் செய்தி ஒன்று வெளியானது. இலங்கை அரசின் ஆதிக்கத்தில் கச்சத்தீவு முழுமையாக அடங்கியிருப்பதால் தனது முழு நிர்வாகத்தையும் அங்கு செயல்படுத்த, பிரயோகப்படுத்த இலங்கை அரசு முற்பட்டிருக்கிறது. ஒற்றை வாக்கியத்தில் சொல்வது என்றால் கச்சத்தீவை இலங்கை அரசு தம்வசப்படுத்திக்கொண்டது.

திமுக மக்களவை உறுப்பினர் இரா. செழியன் மக்களவையில் கவன ஈர்ப்புத் தீர்மானம் ஒன்றைக் கொண்டுவந்தார். மேலும் சில உறுப்பினர்களும் கவன ஈர்ப்புத் தீர்மானங்களைக் கொண்டு வந்திருந்தனர். ஒரே விஷயத்துக்காகப் பலரும் தீர்மானங்கள்

கொடுத்திருப்பதால் குலுக்கல் முறைப்படி ஒருவருடைய தீர்மானத்தை விவாதத்துக்கு எடுத்துக்கொள்ள முடிவு செய்யப்பட்டது. அதன்படி மூத்த நாடாளுமன்ற உறுப்பினர்களுள் ஒருவரான மது லிமாயி தீர்மானத்தை முன்மொழிந்தார்.

நாடாளுமன்றத்தில் பல முக்கியத்துவம் வாய்ந்த பிரச்னைகளை எடுத்துப் பேசியவர் மது லிமாயி. லோக் தளம் கட்சியைச் சேர்ந்தவர். பின்னாளில் உருவான ஜனதாக் கட்சியின் பொதுச் செயலாளராக இருந்தவர். அத்வானி, வாஜ்பாய் உள்ளிட்டோர் ஆர்.எஸ்.எஸ் இயக்கத்தில் இருந்து விலகவேண்டும் அல்லது ஜனதாவில் இருந்து விலகவேண்டும் என்று போர்க்கொடி தூக்கியவர். இவருடைய எதிர்ப்பு காரணமாகவே அத்வானி உள்ளிட்டோர் ஜனதாவில் இருந்து விலகி, பாரதிய ஜனதா கட்சி என்ற புதிய கட்சியை உருவாக்கினர்.

கச்சத்தீவு தொடர்பாக மது லிமாயே எழுப்பிய பிரச்னைக்குப் பதிலளித்த வெளியுறவுத்துறை இணை அமைச்சர் பி.ஆர். பகத், 'பத்திரிகை செய்தி குறித்து இலங்கை அரசிடம் விவரம் கேட்டுத் தெரிவிக்குமாறு இலங்கையில் இருக்கும் இந்தியத் தூதரகத்திடம் கூறியுள்ளோம். விவரங்கள் கைக்குக் கிடைத்தும் இது விஷயமாகக் கருத்து தெரிவிக்கப்படும்' என்றார்.

பிறகு மேகாலயா மாநிலத்தைச் சேர்ந்த மக்களவை உறுப்பினர் சி.ஜி. ஸ்வெல் கேள்வி ஒன்றை எழுப்பினார். 'கச்சத்தீவு பிரச்னை என்பது 1956ல் இருந்தே நீடித்துவருகிறது. கச்சத்தீவின்மீது இந்தியாவுக்கு இருக்கின்ற உரிமைக்குப் போட்டியாக இலங்கை அரசாங்கம் பிரச்னை எழுப்புவதாகத் தொடர்ந்து பத்திரிகைகள் செய்தி வெளியிட்டு வருகின்றன. எனில், தனது உரிமையை நிலைநிறுத்திக் கொள்வதற்கு இந்தியா ஏன் இதுவரை உரிய முயற்சிகளை எடுக்கவில்லை?'

அதற்குப் பதிலளித்த இணை அமைச்சர் பகத், '1956ல் இருந்து அல்ல. 1921ல் இருந்தே கச்சத்தீவு தொடர்பான பிரச்னைகள் இருந்து வருகின்றன. கச்சத்தீவு யாருக்குச் சொந்தம் என்று கவனித்துப் பார்த்தால், அந்தத் தீவில் யாரும் வசிக்கவில்லை. அங்கு மனித நடமாட்டமே கிடையாது. முக்கியமாக, குடிநீர் கூட அங்கு கிடைக்காது. ஆகையால் அந்தத் தீவு இவருக்குத்தான் சொந்தம் என்று உறுதியாகக் கூற முடியாது' என்று பதிலளித்தார்.

அமைச்சரின் பதில் நாடாளுமன்றத்தில் பலத்த சலசலப்புகளை ஏற்படுத்தியது. மீண்டும் எழுந்த ஸ்வெல், 'தண்ணீர் இல்லை. ஆள்நடமாட்டம் இல்லை என்பனவெல்லாம் ஒருபக்கம் இருக்கட்டும். கச்சத்தீவு எந்த நாட்டின் ஆதிக்கத்தில் உள்ளது?' என்று கேட்டார்.

"It is Neither under the possession of India Nor of Ceylon'

இந்தியாவின் ஆதிக்கத்திலும் இல்லை, இலங்கையின் ஆதிக்கத்திலும் இல்லை என்பதுதான் மத்திய அமைச்சரின் பதில். அவையில் சலசலப்பு அதிகரித்ததைத் தொடர்ந்து பிரதமர் இந்திரா காந்தி பேசினார்.

'கச்சத்தீவு பற்றிய முழு விவரங்கள் எதுவும் தற்போது இந்திய அரசின் வசம் இல்லை. இலங்கை அரசுடன் நல்ல நட்புறவுடன் இந்தியா இருக்கிறது. ஆகவே, விவரங்கள் முழுமையாகக் கிடைக்காத நிலையில், மேற்கொண்டு கருத்து சொல்வது பிரச்னையை மேலும் மோசமாக்கிவிடும். ஆகவே, விவரங்கள் கிடைத்த பிறகு அரசு சார்பில் விரிவான அறிக்கை நாடாளு மன்றத்தில் தாக்கல் செய்யப்படும்.'

கச்சத்தீவு குறித்து கைவசம் தகவல் இல்லை என்று 1956 ஆம் ஆண்டில் கூறியிருந்தார் அப்போதைய பிரதமர் நேரு. பன்னிரண்டு ஆண்டுகள் கழிந்தபிறகு, 1968 ஆம் ஆண்டிலும், 'தற்சமயம் தகவல் எதுவும் இல்லை' என்று கூறுகிறார் தற்போதைய பிரதமர் இந்திரா காந்தி. சின்னஞ்சிறு கச்சத்தீவைப் பற்றிய தகவல்களைச் சேகரிப்பதில் இந்திய அரசு காட்டிய 'முனைப்பு' ஆச்சரியத்தின் உச்சம்!

கச்சத்தீவு விவகாரம் மெல்ல மெல்ல வலுத்துக்கொண்டிருந்த சூழ்நிலையில் 1969 ஆம் ஆண்டு லண்டனில் நடந்த காமன் வெல்த் மாநாட்டில் இந்தியப் பிரதமர் இந்திரா காந்தியும் இலங்கை பிரதமர் டட்லி சேனநாயகாவும் சந்தித்துப் பேசினர். கச்சத்தீவு விவகாரத்தில் ஒரு சுமூகமான தீர்வு எட்டப்படும் வரை இரண்டு நாடுகளும் எவ்வித நிர்வாக நடவடிக்கைகளிலும் ஈடுபடாமல், பிரச்னையைக் கிடப்பில் போடுவது என்று இருவருமே ஒருமனதாக முடிவு செய்தனர். பிரச்னை குறித்து எவ்வித நிர்வாக நடவடிக்கையையும் எடுக்காமல் எப்படி பிரச்னைக்குத் தீர்வு கிடைக்கும் என்று கேள்வி எழுந்தது.

58

கச்சத்தீவு தாரை வார்க்கப்பட்டது

பிரதமர் இந்திரா காந்தி அண்டை நாடுகளான இலங்கை, வங்க தேசம், இந்தோனேஷியா, பர்மா உள்ளிட்டவற்றுடன் எல்லைக் கோடுகளை நிர்ணயிப்பது, கடல் ஆதிக்கத்துக்கான எல்லை களை வரையறுத்துக் கொள்வது உள்ளிட்ட பிரச்னைகளைத் தீர்க்கும் முயற்சியில் இறங்கினார். தவிரவும், வங்கதேச உரு வாக்கத்தில் பங்களிப்பு செய்தபிறகு அண்டை நாடுகளுடன் இருக்கும் சீரான உறவைப் பராமரிப்பதில் கூடுதல் கவனம் செலுத்தினார் இந்திரா.

இதுதான் சரியான சமயம் என்று பிரதமர் இந்திராவுக்கு அழைப்பு அனுப்பினார் இலங்கை பிரதமர் சிறிமாவோ பண்டாரநாயகா. 1973 ஏப்ரல் மாதம் இலங்கை சென்றார் பிரதமர் இந்திரா. அந்தச் சந்திப்பின்போதே கச்சத்தீவு விவகாரம் பற்றி இருவரும் பேசிய தாகச் செய்திகள் கசிந்தன. அதன் தொடர்ச்சியாக இருநாட்டு மூத்த அதிகாரிகள் சந்தித்துப் பேசினர்.

இந்தியாவுக்கும் இலங்கைக்கும் இடையேயான ராஜீய உறவை மேம்படுத்திக்கொள்வதற்காக அனைத்து விஷயங்களிலும் தாராளப்போக்கைக் கடைப்பிடிக்கத் தயாரானது இந்திய அரசு. அதனைப் புரிந்துகொண்ட சிறிமாவோ, 1974 ஜனவரியில் இந்தியா வந்து பிரதமர் இந்திராவைச் சந்தித்துப் பேசினார். அப்போதே கச்சத்தீவை இலங்கைக்குக் கொடுக்கத் தயாராகி யிருந்தார் பிரதமர் இந்திரா. எனினும், தமிழக முதலமைச்சர் கருணாநிதியின் கருத்தைக் கேட்டுக் கடிதம் எழுதினார். முன்னதாக, இந்திய அரசின் வெளியுறவுத்துறைச் செயலாளர்

கேவல் சிங், கருணாநிதியைத் தொடர்புகொண்டு கச்சத்தீவு பற்றிப் பேசியிருந்தார்.

உடனடியாக சட்ட அமைச்சர் மாதவன் சகிதம் டெல்லி புறப் பட்டார் முதலமைச்சர் கருணாநிதி. கச்சத்தீவு இந்தியாவுக்குச் சொந்தமானது என்பதையும் கச்சத்தீவின் மீது இலங்கைக்கு எவ்வித உரிமையும் இல்லை என்பதையும் நிரூபிக்கும் ஆதாரங் களை எடுத்துச்சென்று பிரதமரிடம் பேசினார்.

கச்சத்தீவை இலங்கைக்குக் கொடுத்துவிட்டால் தமிழக மீனவர் களின் உரிமைகள் பாதிக்கப்படும்; வாழ்வாதாரம் கேள்விக்குறி யாகிவிடும்; எதிர்காலம் இருட்டாகிவிடும். ஆகவே, எந்தக் காரணத்தை முன்னிட்டும் கச்சத்தீவை இலங்கைக்குக் கொடுத்து விடக்கூடாது என்று கூறினார். கச்சத்தீவை இலங்கைக்குத் தாரை வார்க்கும் முடிவை தமிழக அரசு வன்மையாக எதிர்க்கிறது என்பதையும் பதிவுசெய்தார் முதலமைச்சர் கருணாநிதி.

கச்சத்தீவு விவகாரத்தில் இந்தியாவின் உரிமை குறித்தும் இலங்கையின் நிலைப்பாடு குறித்தும் தமிழக மீனவர்களின் எதிர்காலம் குறித்தும் பல கருத்துகளை உள்ளடக்கிய கடிதம் ஒன்றையும் பிரதமர் இந்திரா காந்திக்குப் பிரத்யேகமாக அனுப்பி னார் முதலமைச்சர் கருணாநிதி.

'கச்சத்தீவு பற்றிய குறிப்பேடுகளை ஆய்வுசெய்து பார்த்தபோது பலவிஷயங்கள் நமக்குச் சாதகமாகவே இருப்பது தெரிய வந்துள்ளது. கச்சத்தீவு என்பது இலங்கை அரசுக்கு உட்பட்ட தீவாக எந்தக் காலத்திலும் இருந்ததில்லை என்றும் தெரிய வருகிறது. டச்சு, போர்த்துகீசிய மன்னர் காலத்து வரைபடங்கள் கூட அதை உறுதிசெய்கின்றன.

'1954ல் இலங்கை வெளியிட்ட வரைபடத்திலும் கச்சத்தீவு இடம்பெறவில்லை. கச்சத்தீவுக்குச் செல்லும் பாதையிலும், கச்சத்தீவின் மேற்குபகுதி கரை ஓரத்திலும் சங்கு எடுக்கும் உரிமை ராமநாதபுரம் ராஜாவுக்கு இருந்தது என்பதற்கு ஏராள மான ஆதாரங்கள் இருக்கின்றன. அங்கு சங்கு எடுத்ததற்காக, அவர் எந்தக் காலத்திலும் இலங்கை அரசுக்கு கப்பம் கட்டியது கூட இல்லை. ஆக, கைவசம் இருக்கும் இந்த ஆதாரங்களைக் கொண்டு கச்சத்தீவு இந்தியாவின் ஒரு பகுதிதான் என்பதை எந்த சர்வதேச நீதிமன்றத்திலும் நிரூபிக்கமுடியும்.'

உண்மையில் கச்சத்தீவு இந்தியாவுக்குச் சொந்தம் என்பதில் மத்திய அரசுக்கு எந்தச் சந்தேகமும் இல்லை. தனக்குச் சொந்தமான பகுதியை, ராஜீய நடவடிக்கையின் ஒருபகுதியாக இன்னொரு நாட்டுக்குத் தருவது என்று முடிவுசெய்துவிட்டது. அதன் காரணமாகவே, தமிழக அரசின் கோரிக்கைகள் பற்றியோ, ஆதாரங்கள் பற்றியோ பிரதமர் கவலைப்படவில்லை.

பிரதமரின் உத்தரவின் பேரில் கச்சத்தீவை இலங்கைக்குத் தாரை வார்க்கும் ஒப்பந்தங்கள் தயாராகின. 28 ஜூன் 1974 அன்று இந்தியா - இலங்கை இடையே ஒப்பந்தம் கையெழுத்தானது. அதில் இந்தியப் பிரதமர் இந்திரா காந்தியும் இலங்கை பிரதமர் சிறிமாவோ பண்டாரநாயகாவும் கையெழுத்து போட்டனர்.

இந்தியா - இலங்கை இடையேயான சிக்கல்கள் முழுவதையும் அனைத்து கோணங்களில் இருந்தும், வரலாற்று ஆதாரங்களுடனும், சட்டமுறைகளையும் நோக்கிய பிறகு, இந்திய, இலங்கை அரசுகள் இந்த ஒப்பந்தத்துக்கு வந்துள்ளன என்ற வாசகம் ஒப்பந்தத்தில் இடம்பெற்றது. ஒப்பந்தத்தின் முக்கிய ஷரத்துகள் மட்டும் இங்கே:

ஷரத்து 4

இந்தியா - இலங்கை இடையே உறுதிசெய்யப்பட்ட எல்லைக் கோட்டில், அந்தந்த நாடுகளின் பக்கம் உள்ள நீர்ப் பரப்பு, தீவுகளின் பரப்பு, கடலின் அடிப்பரப்பு ஆகியவற்றை அந்தந்த நாடுகள் தங்களுடைய கட்டுப்பாட்டுக்குள் வைத்திருப்பதற்கு உரிமை உடையவை. தவிரவும், அவற்றின் மீது தத்தமது இறையாண்மையைச் செலுத்தவும் அவற்றுக்கு உரிமை உண்டு.

ஷரத்து 5

இந்திய மீனவர்களும் வழிபாட்டுக்குச் செல்லும் பயணிகளும் (உதாரணத்துக்கு: அந்தோணியார் கோயில் திருவிழா) இதுநாள் வரை கச்சத்தீவுக்கு வந்து சென்றதைப் போலவே இனியும் வந்து செல்வதற்கு எந்தத் தடையும் இல்லை. கச்சத்தீவை அனுபவிக்க சம்பந்தப்பட்ட மீனவர்களுக்கு முழு உரிமை உண்டு. கச்சத்தீவுக் குள் நுழைவதற்கும் புழங்குவதற்கும் சிங்கள அரசிடம் இருந்து எந்தவிதமான பயண ஆவணங்களோ (பாஸ்போர்ட்), நுழைவு அனுமதிகளோ (வீசா) பெறவேண்டிய அவசியம் எதுவும்

இல்லை. இதற்காக, இலங்கை அரசு தமிழக மீனவர்களை நிர்பந்திக்க முடியாது.

ஷரத்து 6

இந்திய - இலங்கைப் படகுகளும் கப்பல்களும் கச்சத்தீவுக்குச் சென்றுவர என்றும் உள்ள மரபுவழி உரிமைகள் தொடர்ந்து நீடிக்கும்.

தமிழக அரசின் எதிர்ப்புகளைப் புறக்கணித்துவிட்டு, தமிழக மீனவர்களின் அழுகுரல்களை அலட்சியம் செய்துவிட்டு, மத்திய அரசு தனக்குள்ள அதிகாரத்தைப் பயன்படுத்தி, கச்சத் தீவை இலங்கைக்குத் தாரை வார்த்துக் கொடுத்தது. அதன் தொடர்ச்சியாகத் தமிழகத்தில் கடும் கொந்தளிப்பு ஏற்பட்டது. தமிழர்களுக்கு இழைக்கப்பட்ட அநீதி இது என்று கண்டித்தது திமுக. உருவாகியுள்ள நிலைமைகள் பற்றி விவாதிக்க அனைத்துக் கட்சிக் கூட்டத்துக்கு அழைப்பு விடுத்தார் முதலமைச்சர் கருணாநிதி.

29 ஜூன் 1974 அன்று நடந்த அந்தக் கூட்டத்துக்கு ஸ்தாபன காங்கிரஸின் பொன்னப்ப நாடார், இந்திரா காங்கிரஸின் ஏ.ஆர். மாரிமுத்து, தமிழரசுக் கழகத்தின் ம.பொ.சி, தமிழ்நாடு கம்யூ னிஸ்ட் கட்சியின் மணலி கந்தசாமி, அதிமுகவின் அரங்க நாயகம், முஸ்லிம் லீக்கின் திருப்பூர் மொய்தீன், சுதந்தரா கட்சியின் வெங்கடசாமி, ஃபார்வர்ட் ப்ளாகின் ஏ.ஆர்.பெரு மாள் உள்ளிட்ட பலரும் கலந்துகொண்டனர்.

கச்சத்தீவைத் தாரை வார்த்ததில் தமிழக மக்களுக்கு ஏற்பட்டுள்ள அதிருப்தியை வெளிப்படுத்தவேண்டும்; கச்சத்தீவு ஒப்பந் தத்தைத் திருத்தவேண்டும் என்ற இரண்டு விஷயங்களை வலி யுறுத்தித் தீர்மானம் நிறைவேற்றி மத்திய அரசுக்கு அனுப்புவது என்று அனைத்துக்கட்சிக் கூட்டத்தில் முடிவானது. தயார் செய்யப்பட்ட தீர்மானத்தில் அனைத்துக்கட்சி உறுப்பினர்களும் கையெழுத்திட்டனர், ஒருவரைத் தவிர. அவர், அதிமுகவின் அரங்கநாயகம்.

கச்சத்தீவு விவகாரத்துக்குத் தார்மீகப் பொறுப்பேற்று திமுக அரசு பதவி விலகவேண்டும் என்றார் அரங்கநாயகம். அந்தக் கோரிக்கை நிராகரிக்கப்பட்டது. கூட்டத்தில் இருந்து அரங்க

நாயகம் வெளியேறினார். அதனைத் தொடர்ந்து தீர்மானம் நிறை வேறியது. அதிமுக சார்பில் தனியே ஒரு தீர்மானம் நிறை வேற்றப்பட்டது. கச்சத்தீவுக்காகக் கச்சை வரிந்துகட்டுவோம் என்பதுதான் அதிமுக தீர்மானத்தில் இடம்பெற்ற முக்கியமான வாசகம்.

அனைத்துக் கட்சிக் கூட்டத்தில் நிறைவேற்றப்பட்ட தீர்மானத் தோடு விட்டுவிடாமல் திமுக பொதுக்குழுவிலும் தீர்மானம் ஒன்று நிறைவேற்றப்பட்டது. தமிழக சட்டமன்றத்திலும் கச்சத்தீவு தொடர்பான தீர்மானம் ஒன்றைக் கொண்டுவந்தது திமுக அரசு.

'இந்தியாவுக்குச் சொந்தமானதும், தமிழ்நாட்டுக்கு நெருங்கிய உரிமைகள் கொண்டதுமான கச்சத்தீவுப் பிரச்னையில் மத்திய அரசு எடுக்கும் முடிவு பற்றி, இந்தப் பேரவை தனது ஆழ்ந்த வருத்தத்தைத் தெரிவித்துக் கொள்ளுவதோடு - மத்திய அரசு இந்த முடிவை மறு பரிசீலனை செய்து கச்சத்தீவின் மீது இந்தியா வுக்கு அரசுரிமை இருக்கும் வகையில் இலங்கை அரசோடு செய்து கொண்டுள்ள ஒப்பந்தத்தைத் திருத்தி அமைக்க முயற்சி எடுத்து, தமிழக மக்களின் உணர்வுகளுக்கு மதிப்பளிக்க வேண்டுமென்று வலியுறுத்துகிறது'

தீர்மானங்கள் நிறைவேற்றியதோடு 14 ஜூலை 1974 அன்று கச்சத்தீவு ஒப்பந்தக் கண்டன நாள் தமிழ்நாட்டில் அனுசரிக்கப் பட்டது. எதிர்ப்புகள் சரமாரியாக அணிவகுத்தபோதும் மத்திய அரசு அசைந்துகொடுக்கவில்லை.

இத்தனைக்கும் கச்சத்தீவு தாரைவார்க்கப்பட்டபோது நாடாளு மன்றத்தில் தமிழகத்தின் சக்திவாய்ந்த அரசியல் தலைவர்கள் பலரும் உறுப்பினர்களாக இருந்தனர். காமராஜர், எம். கல்யாண சுந்தரம், ஓ.வி. அளகேசன் ஆகியோர் குறிப்பிடத்தக்கவர்கள். இந்திரா காந்தியிடம் செல்வாக்கு நிரம்பிய மனிதராக இருந்த சி.சுப்பிரமணியம்கூட வெறும் பார்வையாளராகத்தான் இருந் தார். கச்சத்தீவு கைவிட்டுப்போவதை எவர் ஒருவராலும் தடுத்து நிறுத்த முடியவில்லை.

ஒப்பந்தம் கையெழுத்தாகி ஏறக்குறைய ஒருமாதம் கழித்தே நாடாளுமன்றம் கூடியது. 23 ஜூலை 1974 அன்று இந்திய - இலங்கை ஒப்பந்தம் நாடாளுமன்றத்தில் தாக்கல் செய்யப்

பட்டது. உடனடியாக எதிர்ப்புக்குரல் எழுப்பினார் திமுக உறுப்பினர் இரா. செழியன்.

'உடன்படிக்கையைத் தயாரிப்பதற்குமுன் நாடாளுமன்றத்தையும் சம்பந்தப்பட்டவர்களையும் ஆலோசித்திருக்க வேண்டும். இந்தியாவின் ஒருபகுதியை மற்றொரு நாட்டிடம் ஒப்படைப்பது என்பது கீழ்த்தரமான செயல். அண்டை நாடான இலங்கைத் தீவுடன் நட்புறவுடன் இருக்கவேண்டும் என்பதற்காக இந்திய அரசியலமைப்புச் சட்டத்தையும் இறையாண்மை உரிமைகளையும் உதறித்தள்ளுவது சரியல்ல. இது, எந்த அரசாலும் நினைத்துப்பார்க்க முடியாத, கேவலமான, படுமோசமான, பாதகமான செயல். இந்த உடன்படிக்கையை நாங்கள் சிறிதும் ஏற்கவில்லை' என்று சொல்லிவிட்டு, அவையில் இருந்து வெளிநடப்பு செய்தார் இரா. செழியன்.

இந்தியாவுக்கும் இலங்கைக்கும் இடையேயான ஒப்பந்தம் துளியும் தேசப்பற்று இல்லாத, தேச விரோத ஒப்பந்தம். புனிதத்தன்மையற்ற இந்த ஒப்பந்தத்தின்மூலம் இலங்கை பிரதமர் வெற்றியாளராக உருவெடுத்துள்ளார்; இந்தியப் பிரதமர் தோல்வி முகத்துடன் காணப்படுகிறார். இது இந்திய நாட்டின் ஒருமைப்பாட்டின் மீது நடத்தப்பட்ட தாக்குதல் என்றார் அதிமுகவின் நாஞ்சில் மனோகரன்.

ராமநாதபுரம் எம்.பியான மூக்கையா தேவரும் ஒப்பந்தத்தைக் கடுமையாக எதிர்த்தார். 'இன்று இலங்கை அரசு தனது ராணுவத்தைக் கச்சத்தீவை நோக்கிக் குவித்துக் கொண்டிருக்கிறது. அங்குள்ள மக்களின் உயிருக்கு ஆபத்து ஏற்பட்டுள்ளது. ஆனால் நீங்கள் எங்களை ஏமாற்றி விட்டீர்கள். எங்களுடன் கலந்து ஆலோசனை செய்யவில்லை. இதன்மூலம் இந்திய நாட்டுக்கே ஆபத்து ஏற்படும் சூழல் உருவாகியுள்ளது' என்றார்.

இந்திய கம்யூனிஸ்ட் கட்சியின் எம். கல்யாணசுந்தரம், ஒப்பந்தத்தின் ஐந்தாவது ஷரத்தில் மீனவர்கள் கச்சத்தீவுக்குள் வருவதற்கு எந்தத் தடையுமில்லை என்று உள்ளதே தவிர, கச்சத்தீவுக்குள் வந்து மீன் பிடிக்கலாமா, கூடாதா என்பது பற்றித் தெளிவாகச் சொல்லவில்லை. அதை மத்திய அரசு தெளிவுபடுத்தவேண்டும் என்று கோரினார். அதற்குப் பதிலளித்த மத்திய வெளியுறவுத் துறை அமைச்சர் ஸ்வரண் சிங், 'கச்சத்தீவைச் சுற்றி மீன்பிடிக்கத்

தமிழக மீனவர்களுக்கு இருக்கும் பாரம்பரிய உரிமைகள் எதுவும் மாறவில்லை' என்றார்.

மொத்தத்தில் மத்திய அரசின் வசம் இருக்கின்ற அதிகாரங்களுக்கு முன்னால் மாநிலத்தின் ஆளுங்கட்சி காட்டிய எதிர்ப்புகள் எடுபடவில்லை.

59

டெல்லிக்குக் காவடி தூக்கு

இந்தி ஆதிக்கத்தை எதிர்க்கிறோம்; தமிழ்மொழியின் வளர்ச்சியை வலியுறுத்துகிறோம்; தமிழ்நாட்டின் நியாயமான உரிமைகளுக்குக் குரல் கொடுக்கிறோம். இந்தக் காரியங்களை இந்திய அரசியல் சட்டத்துக்கு உட்பட்ட வகையில் செய்வதற்கும் இந்தியாவின் ஒற்றுமைக்குக் குந்தகம் ஏற்படாத வகையில் செயல்படுவதற்கும் நாங்கள் ஏற்றுக்கொண்ட புதிய கொள்கைப் பாதைதான் மாநில சுயாட்சி.

தமிழக முதலமைச்சராகப் பதவியேற்ற பிறகு முதன்முறையாக டெல்லி சென்ற சமயத்தில் அண்ணா கொடுத்த வாக்குமூலம்தான் மேலே இருப்பது. 8 ஏப்ரல் 1967 அன்று டெல்லியில் செய்தியாளர்களைச் சந்தித்த அண்ணா, மாநிலங்களுக்குப் போதுமான அதிகாரங்களை வழங்கிவிட்டு, நாட்டின் ஒருமைப்பாட்டையும் ஒற்றுமையையும் பாதுகாப்பதற்கு எவ்வளவு அதிகாரங்கள் தேவையோ அவற்றை மட்டும் மத்திய அரசு வைத்துக்கொண்டால் போதும் என்று கூறினார். அதைத் தொடர்ச்சியாக வலியுறுத்தவும் செய்தார்.

அண்ணாவுக்குப் பிறகு ஆட்சிக்கு வந்த கருணாநிதிக்கும் மாநில சுயாட்சிக் கொள்கையில் அதிகபட்ச ஆர்வம் இருந்தது. அதன் காரணமாகவே, மத்திய - மாநில அரசுகளின் உறவுநிலை குறித்து ஆய்வு செய்து அறிக்கை தருவதற்காக 22 செப்டெம்பர் 1969 அன்று உயர்நீதிமன்ற முன்னாள் நீதிபதி டாக்டர் ராஜமன்னார் தலைமையில் குழு ஒன்றை அமைத்தது திமுக அரசு. அந்தக் குழுவில் சென்னைப் பல்கலைக்கழக முன்னாள் துணைவேந்தர்

லட்சுமணசாமி முதலியார், சென்னை உயர்நீதிமன்ற முன்னாள் தலைமை நீதிபதி பி. சந்திரா ரெட்டி ஆகியோர் இடம்பெற்றனர்.

மாநில அரசுகள் திரட்டிக் கொடுக்கும் நிதிதான் மத்திய அரசின் கஜானாவுக்குச் செல்கின்றன. அந்த நிதியைத் திட்டக்குழு, நிதிக்குழு, நிதி அமைச்சகம் என்ற மூன்று அமைப்புகள் மூலம் மாநிலங்களுக்குப் பகிர்ந்துகொடுக்கும் வேலையைச் செய்வது தான் மத்திய அரசின் வேலை. ஆனால் அந்த வேலையைச் செய்யும்போது, பெரியண்ணன் மனப்பான்மையுடன் (Big Brother Attitude) நடந்து கொள்கிறது மத்திய அரசு என்பது திமுகவின் குற்றச்சாட்டு.

மாநிலங்களுக்கு நிதியளிக்கும் அதிகாரத்தை வைத்துக்கொண்டு மாநில அரசுகளை மிரட்டும் வேலையைத்தான் மத்திய அரசு செய்கிறது; மாநில அரசு நிறைவேற்ற முயலும் திட்டங்களுக்குத் திட்டமிட்டு முட்டுக்கட்டை போடுகிறது; அதிகாரங்களைப் பொறுத்தவரை மத்திய அரசு என்பது 'கொடுக்கின்ற உயர்ந்த நிலையிலும்', மாநில அரசுகள் என்பவை 'வாங்குகின்ற கீழான நிலையிலும்' இருக்கின்றன. எதைச் செய்வது என்றாலும் மத்திய அரசின் அனுமதியைக் கோரி டெல்லிக்குக் காவடி தூக்கவேண்டிய நிலையில் மாநில அரசுகள் இருக்கின்றன. இந்த நிலையை மாற்றுவதற்கு உரிய சட்டத்திருத்தம் செய்யப்பட வேண்டும் என்று தொடர்ச்சியாகப் பிரசாரம் செய்தது திமுக. தேர்தல் அறிக்கைகளிலும் அதைத்தான் வலியுறுத்தியது.

தங்களுக்கு எதிராக மற்ற மாநிலக் கட்சிகளை உசுப்பேற்றி, அவர்களை ஓரணியில் திரட்டும் முயற்சியாகவே திமுகவின் மாநில சுயாட்சி கோஷத்தைப் பார்த்தது இந்திரா காங்கிரஸ்.

ஆனாலும் மத்திய அரசின் கோபதாபங்களைப் பற்றிக் கவலைப் படாமல் மாநில சுயாட்சி கோஷத்தை அழுத்தந் திருத்தமாக முன்னெடுத்தது திமுக. மாநில, மாவட்ட மாநாட்டு மேடை களில் மாநில சுயாட்சிக் கோஷம் எதிரொலித்தது. அந்த மாநாடு களில் திமுக தலைவர்கள் பேசுகின்ற பேச்சுகள் அனைத்தும் குறிப்பெடுக்கப்பட்டு, மத்திய அரசின் கவனத்துக்குக் கொண்டு செல்லப்பட்டன. அவையெல்லாம் பின்னாளில் திமுகவுக்கு எதிராக துருப்புச்சீட்டுகளாக பயன்படுத்தப்பட்டன.

ராஜமன்னார் குழு தமது பரிந்துரைகளை வெளியிட்டது. அந்தப் பரிந்துரைகள் குறித்து திமுக சார்பில் மக்களவை உறுப்பினர்கள்

இரா. செழியனும் முரசொலி மாறனும் இணைந்து ஆய்வறிக்கை ஒன்றைத் தாக்கல் செய்தனர். செழியன் - மாறன் அறிக்கை என்பது அதன் பெயர். அதன் தொடர்ச்சியாக தமிழ்நாடு சட்ட மன்றத்தில் மாநில சுயாட்சியை வலியுறுத்தும் பிரத்யேகத் தீர்மானம் ஒன்றைக் கொண்டுவர முடிவுசெய்தது திமுக அரசு.

தமிழகத்தைப் பொறுத்தவரை மாநில சுயாட்சி என்ற கோஷத்தை முன்வைத்த முதல் கட்சி திமுக அல்ல. அதற்கு முன்பிருந்தே தமிழரசுக் கழகத்தின் தலைவர் ம.பொ. சிவஞானம் மாநில சுயாட்சியைத் தொடர்ச்சியாக வலியுறுத்திக் கொண்டிருந்தார். இன்னும் சொல்லப்போனால் சுதந்தரம் அடைவதற்கு முன்னர் காங்கிரஸ் கட்சி முன்வைத்த அம்சங்களுள் மாநில சுயாட்சியும் ஒன்று.

காங்கிரஸ் கட்சியின் ஆரம்பகால வரலாற்றை எழுதிய பட்டாபி சீதாராமையா, 'மாநிலங்களுக்கு பரிபூரண சுயாட்சி வழங்க வேண்டும் என்ற அடிப்படையை வைத்தே காங்கிரஸ் மகாசபை, தமது மாகாணக் கமிட்டிகளை மொழி அடிப்படையில் பிரித்தது' என்று பதிவுசெய்திருக்கிறார். ஆனால் காலப்போக்கில் தமது கருத்தை மாற்றிக்கொண்டு விட்டது காங்கிரஸ் கட்சி. தமிழ் நாட்டில் மட்டும் மாநில சுயாட்சிக் கோஷத்துக்குத் தொய்வு ஏற்படவில்லை. அதற்குத் தேவையான ரத்தத்தைத் தொடர்ச்சி யாகப் பாய்ச்சிக்கொண்டிருந்தது ம.பொ.சியின் தமிழரசு கழகம்.

மத்திய அரசு தமக்குரிய அதிகாரங்களை மட்டும் தம்வசம் வைத்துக்கொண்டு, எஞ்சிய அதிகாரங்கள் அனைத்தும் மாநிலங் களுக்கு வழங்கவேண்டும் என்பதுதான் திமுக விரும்பும் மாநில சுயாட்சி. ஆனால் தமிழரசு கழகம் விரும்பும் மாநில சுயாட்சி இன்னும் விரிவானது. ராணுவம், போக்குவரத்து, வெளியுறவு தவிர்த்த அனைத்து அதிகாரங்களும் மாநில அரசுகள் வசமே தரப்படவேண்டும்; மாநில அரசுகளுக்குத் தனிக்கொடி, தனி தேசிய கீதம், தனி அரசியலமைப்புச் சட்டம் இருக்கவேண்டும்; ஒரே வாக்கியத்தில் சொல்வதென்றால் மொழிவழி தேசிய இனங்களின் உரிமைப் பிரச்னைதான் மாநில சுயாட்சி என்று வலியுறுத்தியது தமிழரசு கழகம்.

அந்தக் கோரிக்கைகளை வலியுறுத்தி தமிழ்நாடு சட்டமன்றத்தில் தனிநபர் தீர்மானங்களையும் கொண்டுவந்துள்ளது. 1969ல் போராட்ட அறிவிப்பு ஒன்றை வெளியிட்டது தமிழரசு கழகம்.

அந்தச் சமயத்தில்தான் மத்திய, மாநில உறவுகள் குறித்து ஆய்வுசெய்ய ராஜமன்னார் தலைமையில் குழு ஒன்றை அமைக்க இருப்பதால் போராட்டத்தை ஒத்திவைக்கவேண்டும் என்று ம.பொ.சியைக் கேட்டுக்கொண்டார் முதலமைச்சர் கருணாநிதி. குழு அமைக்கப்பட்டது, பரிந்துரைகள் வெளியானது, தீர்மானம் தயாரானது உள்ளிட்ட அத்தனைச் சங்கதிகள் நடந்தது எல்லாம் ம.பொ.சியின் போராட்ட அறிவிப்புக்குப் பிறகுதான்.

16 ஏப்ரல் 1974 அன்று தமிழ்நாடு சட்டமன்றத்தில் மாநில சுயாட்சித் தீர்மானத்தை முன்மொழிந்தார் முதலமைச்சர் கருணாநிதி. இந்திய நாட்டின் ஒருமைப்பாட்டைப் பேணிக் காக்கவும், பொருளாதார வளர்ச்சியை மேம்படுத்தவும், மாநில ஆட்சிகள் தடையின்றிச் செயல்படவும், மத்தியில் கூட்டாட்சி - மாநிலத்தில் சுயாட்சி கொண்ட உண்மையான கூட்டாட்சி முறையை உருவாக்கும் அடிப்படையில் இந்திய அரசியல் அமைப்புச் சட்டம் உடனடியாகத் திருத்தப்பட வேண்டும் என்பதுதான் தீர்மானத்தில் இடம்பெற்ற முக்கியமான வாசகங்கள்.

தீர்மானத்தின் மீதான விவாதத்தின்போது ஸ்தாபன காங்கிரஸ், இந்திரா காங்கிரஸ், இந்திய கம்யூனிஸ்ட் ஆகிய கட்சிகள் மாநில சுயாட்சித் தீர்மானத்துக்கு எதிர்ப்பு தெரிவித்தன. திமுக, தமிழ் நாடு கம்யூனிஸ்ட் கட்சி (மணலி கந்தசாமி), ஃபார்வர்ட் ப்ளாக் உள்ளிட்ட கட்சிகள் மாநில சுயாட்சித் தீர்மானத்தை ஆதரித்தன. இந்த இடத்தில் அதிமுகவின் நிலைப்பாட்டைப் பதிவுசெய்வது அவசியம்.

மாநில சுயாட்சித் தீர்மானத்தை மட்டுமல்ல; அதற்கு அடிப்படை யாக அமைந்த ராஜமன்னார் குழு அறிக்கையைக் கடுமையாக விமரிசித்தது அதிமுக. ராஜமன்னார் குழுவின் அறிக்கை சட்டமன்ற உறுப்பினர்கள் படிப்பதற்குக் தகுதியுடைய புத்தகம் அல்ல; உயர்நிலைப் பள்ளியில் படிக்கின்ற மாணவன்கூடப் பயன்படுத்த இதில் எந்தவிதமான கருத்தும் இல்லை. குப்பைக் கூடையில் தூக்கி எறியப்படவேண்டிய அறிக்கை இது என்பது அதிமுகவின் விமரிசனம்.

மாநில சுயாட்சி தொடர்பாக முதலமைச்சர் கருணாநிதிக்கும் அதிமுகவின் ஹெச்.வி. ஹண்டேவுக்கும் இடையே வாக்கு வாதம் ஏற்பட்டது. மாநில சுயாட்சி கேட்பதற்கான தகுதியை

திமுக இழந்துவிட்டது. அந்தச் சாவியைத் திமுகவிடம் கொடுத்தால் தீமைகள் இன்னும் அதிகமாக வரும் என்பது ஹண்டேவின் வாதம்.

அப்படி என்றால் இரண்டு ஆண்டுகள் கழித்து மாநில சுயாட்சி கேட்கலாமா? அப்போது கொடுக்கவேண்டும் என்று கேட்பீர்களா? என்று கேள்வி எழுப்பினார் கருணாநிதி. 'நல்ல ஆட்சியாக இருந்தால் கேட்பதற்கு உரிமை இருக்கிறது. நாங்கள் வந்தால் நிச்சயமாகக் கேட்போம். அப்போது கொடுக்கவேண்டும் என்பதில் எந்தச் சந்தேகமும் கிடையாது' என்று பதிலளித்தார் ஹண்டே.

'நீங்கள் கேட்கும்போது, ஒருவேளை, நாங்கள் எதிர்க்கட்சியிலே இருந்தால், நிச்சயமாக ஆதரிப்போம், பரந்த மனப்பான்மையோடு' என்றார் கருணாநிதி.

விவாதங்கள் நடந்துகொண்டிருந்த சமயத்தில், மாநில சுயாட்சி என்ற பதத்தை அண்ணா பயன்படுத்தினாரா என்ற கேள்வியை எழுப்பியிருந்தது அதிமுக. அதற்குப் பதிலளித்த முதலமைச்சர் கருணாநிதி, மாநில சுயாட்சி என்பது தேவையின் அடிப்படையில் எழுந்த அரசியல் கோரிக்கையே தவிர, அரசியல் கட்சியின் கோரிக்கை அல்ல என்று 21 ஜூலை 1968ல் நடைபெற்ற மாநில சுயாட்சி மாநாட்டில் அண்ணா பேசியதைச் சுட்டிக்காட்டினார்.

மாநில சுயாட்சியை வலியுறுத்துவதன் காரணமே மத்திய அரசின் கடுமையான போக்குகள்தான் என்பதை நிரூபிக்கும் வகையில் பல சம்பவங்களை விவரித்த முதலமைச்சர் கருணாநிதி, மாநிலங்களுக்கு அதிகாரம் கேட்பது இங்கே அமர்ந்திருக்கிற அமைச்சர் பெருமக்கள் அந்த அதிகாரத்தை அனுபவிக்க வேண்டும் என்பதற்காகவா? அதிகாரம் எங்களுக்காக அல்ல; மாநிலத்துக்காகக் கேட்கிறோம். அது புரிய வேண்டும் என்பதற்காகத்தான் மாநில சுயாட்சி என்று சொல்கிறோம் என்றார்.

மாநில சுயாட்சித் தீர்மானத்தின் மீது நடந்த வாக்கெடுப்பில், 161 பேர் ஆதரவாகவும் 23 பேர் எதிராகவும் தமது வாக்குகளைச் செலுத்தியிருந்தனர். கால அவகாசம் போதவில்லை என்று காரணம் கூறி வாக்கெடுப்புக்கு முன்னதாக வெளிநடப்பு செய்தது அதிமுக. இத்தனைக்கும் தீர்மானம் தொடர்பாக சட்ட மன்றத்தில் ஐந்து நாள்களுக்கு விவாதம் நடந்தது. எனினும்,

சட்டமன்றத்தில் பெரும்பான்மை ஆதரவுடன் தீர்மானம் நிறை வேறியது.

மாநில சுயாட்சித் தீர்மானம் சட்டமன்ற மேலவையில் முன் மொழியப்பட்டது. அதுதொடர்பாக 27 ஜூலை 1974 அன்று தமிழரசுக் கழகத்தின் தலைவர் ம.பொ.சி பேசியது கவனிக்கத் தக்கது. குறிப்பாக, ம.பொ.சியின் கொள்கையைக் கருணாநிதி கபளீகரம் செய்துவிட்டார்; ம.பொ.சியின் சிந்தனையைத் திமுகவுடையது என்று விளம்பரம் செய்துவிட்டார் என்ற விமரிசனத்துக்குப் பதிலளிக்கும் வகையில் இருந்தது அவ ருடைய பேச்சு.

'யாரோ சொன்னார்களாம். 'ம.பொ.சியின் கொள்கையைக் கலைஞர் எடுத்துக்கொண்டார் என்று. ஆணவம் இல்லாமல் மட்டுமல்ல; அடக்கத்தால் மட்டுமல்ல, சத்தியமாகவும் சொல் கிறேன். இந்தத் தத்துவம் எனக்குச் சொந்தமல்ல. இது, அகில உலகின் அரசியல் சாத்திரம் - சரித்திரம். அதற்காக இங்கே ஒரு இயக்கத்தைத் தொடங்கியவன் என்ற சிறப்பு எனக்கு இருக் கலாமே ஒழிய, சுயாட்சித் தத்துவமே எனக்கு ஏகபோகமல்ல.'

தமிழ்நாட்டு சட்டமன்றத்தில் இரண்டு அவைகளிலும் மாநில சுயாட்சித் தீர்மானம் நிறைவேறியது. எங்களைச் சுதந்தரமாக இயங்கவிடுங்கள் என்ற கோரிக்கையை மத்திய அரசுக்கு அனுப்பியிருந்தது திமுக அரசு. அதன் அர்த்தம், இதுநாள்வரை தமிழக அரசை மத்திய அரசு தன்னுடைய கைப்பிடிக்குள் அழுத்தி வைத்திருக்கிறது என்பதுதான்.

60

தாக்கப்பட்ட மலையாளிகள்

அதிமுக வளர்ந்துகொண்டிருந்தது; அதை ஆதரிப்பதற்கு அரசியல் கட்சிகள் அணிவகுத்துக் கொண்டிருந்தன. போதாக் குறைக்கு, முக்கியப் பிரமுகர்கள் திமுகவிலிருந்து அதிமுகவுக்கு முகாம் மாறிக்கொண்டிருக்கிறார்கள். எல்லாமாகச் சேர்ந்து கருணாநிதியைக் கலவரப்படுத்தின. அதற்கு நேர்மாறாக, திரண்டு வரும் ஆதரவைக் கண்டு எம்.ஜி.ஆர் உற்சாக வெள்ளத்தில் மிதந்துகொண்டிருந்தார். விளைவு, கருணாநிதி - எம்.ஜி.ஆர் இடையேயான அறிக்கை யுத்தம் தீவிரமடைந்தது. குறிப்பாக, எம்.ஜி.ஆரைக் காட்டமான மொழியில் விமரிசித்தார் கருணாநிதி.

அண்ணாவின் பெயரில் கட்சியை வைத்துக்கொண்டு, அண்ணாவின் உயில் என்று அழைக்கப்பட்ட மாநில சுயாட்சித் தீர்மானத்தை ஆதரிக்காத எம்.ஜி.ஆரின் போக்கைக் கண்டித்தார். உச்சக்கட்டமாக, எம்.ஜி.ஆரின் இனமும் விமரிசனத்துக்கு உள்ளானது. எம்.ஜி.ஆர் பிறப்பால் மலையாளி. அதைத்தான் மறைமுகமாகக் குறிவைத்தார் கருணாநிதி.

எம்.ஜி.ஆர் திமுகவிலிருந்து நீக்கப்பட்ட சமயத்தில், எம்.ஜி.ஆரின் ரசிகர் மன்றங்களின் கணக்கை மட்டும் ஏன் எம்.ஜி.ஆர் கேட்கவில்லை. அவை மட்டும் என்ன கேரளாவிலிருந்து இறக்குமதி செய்யப்பட்டதா என்று பேராசிரியர் அன்பழகன் முன்னதாக கேள்வி எழுப்பியிருந்தார். அன்று அவர் எழுப்பிய கேள்விதான் தற்போது பெரிய அளவில் எழுந்திருந்தது.

தமிழகத்தில் தமிழரின் ஆட்சிதான் வரவேண்டும் என்று விரும்புவோமே தவிர, தமிழ்ப் பகைவர்களின் ஆட்சியைத் தமிழ் நாட்டில் ஒருக்காலும் விரும்பமாட்டோம் என்றார் கருணாநிதி. குறிப்பாக, இந்தியாவில் இரண்டு கேரளங்கள் இருக்கமுடியாது என்றார். அதன் அர்த்தம் புரிந்து அதிமுகவினர் கொந்தளித்தனர். திமுகவினருக்கும் அதிமுகவினருக்கும் இடையே ஆங்காங்கே கலவரங்கள் எழுந்தன.

மலையாளி என்று தன்னை விமரிசித்த கருணாநிதிக்குப் பதிலடி கொடுக்கும் வகையில், 'கருணாநிதி தாசிகுலத்தில் பிறந்தவர்' என்று எம்.ஜி.ஆர் பேசிவிட்டார் என்று வதந்தி கிளம்பியது. அண்ணாவின் குலத்தை இழிவுபடுத்திவிட்டார் எம்.ஜி.ஆர் என்பதாக அந்த வதந்தி வளர்ச்சி அடைந்தது. அண்ணாவும் கருணாநிதியும் ஒரே குலத்தைச் சேர்ந்தவர்கள் என்பது திமுகவினரின் நம்பிக்கை.

அரசியல் தலைவர்கள் இடையேயான மோதல் இரண்டு கட்சித் தொண்டர்களுக்கு இடையேயான மோதலை உருவாக்கியது. அது மெல்ல மெல்ல மூர்க்க நிலையை எட்டியது. பேரறிஞர் அண்ணாவின் குலத்தை இழித்தும் பழித்தும் பேசிய எம்.ஜி. ராமச்சந்திரனே மன்னிப்புக்கேள் என்று கூறி போராட்டத்தில் ஈடுபட்டனர் திமுகவினர். குறிப்பாக, சென்னை சத்யா ஸ்டுடியோவுக்கு முன்னால் திமுகவினர் திரண்டனர். எம்.ஜி.ஆர் நடித்த படங்கள் ஓடிக்கொண்டிருந்த திரையரங்குகள் தாக்கப் பட்டன. அதற்கு அதிமுகவினர் பதிலடி கொடுத்தனர்.

கட்சித் தொண்டர்களுக்கு இடையேயான மோதல் தமிழர் களுக்கும் மலையாளிகளுக்கும் இடையேயான மோதலாகவும் உருமாற்றம் அடைந்தது. விரவிக் கொண்டிருந்த நெருப்பை விசிறிவிடுகிற வகையில் தமிழ்நாட்டில் இருந்து மலையாளி களை விரட்டியடியுங்கள் என்ற வாசகம் நாத்திகம் என்ற பத்திரிகையில் வெளியானது. தமிழகத்தில் தமிழர் பேரவை, தமிழர் பாதுகாப்புப் படை என்ற பெயர்களில் சில அமைப்புகள் ஆங்காங்கே முளைக்கத் தொடங்கின.

தமிழகத்தில் வசித்துவந்த மலையாளிகள் தாக்கப்பட்டனர். குறிப்பாக, சென்னை வாழ் மலையாளிகள் மீதான தாக்குதல் அதிகமாக இருந்தது. மலையாளிகளின் வீடுகள், கடைகள் தாக்கப்பட்டன. மலையாளப் படங்கள் ஓடிய தியேட்டர்கள்

சூறையாடப்பட்டன. சென்னையில் நடந்த தாக்குதலுக்கான எதிரொலி திருவனந்தபுரத்தில் கேட்டது. கேரளாவில் வசிக்கும் தமிழர்கள் மீது அங்குள்ளவர்கள் தாக்குதல் நடத்தினர். இரண்டு மாநிலங்களைச் சேர்ந்த அரசியல்வாதிகளும் பரஸ்பரம் வேண்டுகோள் விடுத்துக்கொண்டனர்.

தாசிகுலம் பேச்சை எம்.ஜி.ஆர் வாபஸ் பெறும்வரை போராட்டங்கள் தொடரும் என்று அறிக்கை வெளியிட்டார் திமுகவின் மதுரை மாவட்டச் செயலாளர் பொன். முத்துராமலிங்கம். உடனடியாக பதில் அறிக்கை வெளியிட்டது அதிமுக. பேசாத ஒரு பேச்சை சாக்காக வைத்துக்கொண்டு, புரட்சித்தலைவரின் படங்களைத் தடுக்கும் முயற்சியில் ஒருகூட்டம் ஈடுபட்டு வருகிறது. காவல்துறையினர் பாதுகாப்பு தருவதற்கு மறுத்து வருகின்ற காரணத்தால் பாதுகாப்பு அளிக்க அதிமுக தோழர்கள் முன்வரவேண்டும் என்றது அந்த அறிக்கை. அதை வெளியிட்டவர் அதிமுகவின் துணைப் பொதுச்செயலாளர் நாஞ்சில் மனோகரன்.

ஆளுங்கட்சியினரின் தாக்குதலில் இருந்து தன்னையும் அதிமுக தொண்டர்களையும் காப்பாற்ற வேண்டும் என்றால் தமிழகத்தின் மற்ற அரசியல் கட்சிகளின் ஆதரவைப் பெறவேண்டும் என்ற நிலைக்கு வந்திருந்தார் எம்.ஜி.ஆர். உடனடியாக இனவெறி எதிர்ப்பு ஆலோசனைக் கூட்டத்துக்கு ஏற்பாடு செய்தார். அந்தக் கூட்டத்துக்கு இரண்டு காங்கிரஸ் கட்சிகளையும் அழைத்தார். இரண்டு கம்யூனிஸ்ட் கட்சிகளையும் அழைத்தார். தனக்குப் பின்புலமாக யாரெல்லாம் இருக்கிறார்கள் என்பதைக் காட்டும் முயற்சி அது. அதன்பிறகு மலையாளிகள் மீதான தாக்குதல்கள் அடங்கின. திமுக - அதிமுக இடையேயான மோதல்களும் குறையத் தொடங்கின.

இப்போது, அடுத்த கட்டத்தைப் பற்றி யோசிக்கத் தொடங்கினார் எம்.ஜி.ஆர். திமுகவின் எதிர்ப்பில் இருந்து தன்னையும் கட்சியையும் காப்பாற்றிக்கொள்வதற்கு இடதுசாரிகளின் உதவி தேவைதான்; ஆனால், இந்திரா காங்கிரஸ் கட்சியுடன் நெருக்கமாக இருப்பதுதான் அரசியல் ரீதியாக லாபகரமானது என்ற எண்ணம் எம்.ஜி.ஆருக்கு வந்திருந்தது. அந்த எண்ணத்தைப் பகிரங்கமாகப் பதிவுசெய்ய விரும்பினார். அதிமுக நடத்திய மின்வெட்டுக் கண்டனப் பேரணியின்போதும் அரிசி விலை உயர்வை எதிர்த்து நடத்திய போராட்டத்தின்போதும் இந்திரா

காங்கிரஸ் கட்சி அதிமுகவுக்கு ஆதரவு கொடுத்ததை டெல்லியில் வைத்து சிலாகித்துப் பேசினார் எம்.ஜி.ஆர்.

இந்திரா காங்கிரஸ் கட்சியுடன் கூட்டணி வைக்கவேண்டும் என்ற அதிமுகவின் நோக்கம் விந்தையாக இருக்கிறது; அந்தக் கட்சியைக் கொள்கை ரீதியாக அதிமுக எதிர்க்கவேண்டும் என்பதற்காக நாம் செய்த முயற்சிகள் இதுவரை பலனளிக்கவில்லை என்று ஆதங்கப்பட்டது மார்க்சிஸ்ட் கம்யூனிஸ்ட் கட்சி. திண்டுக்கல் இடைத்தேர்தலில் எம்.ஜி.ஆரின் வெற்றிக்காகத் தன்னுடைய வேட்பாளரையே வாபஸ் பெற்ற கட்சி மார்க்சிஸ்டு கம்யூனிஸ்ட். அந்தத் தியாகத்துக்கான பரிசாகத் தங்களைக் கூட்டணியில் சேர்த்துக்கொள்வார் எம்.ஜி.ஆர் என்ற எதிர்பார்ப்பு மார்க்சிஸ்டுகளுக்கு இருந்தது.

நாங்கள் நடத்தும் போராட்டங்களில் கலந்துகொண்டால் அதிமுகவினர் அரசியல் உணர்வு பெற்றுவிடுவார்கள் என்று எம்.ஜி.ஆர் கவலைப்படுவதாகக் கருத்து தெரிவித்தது இந்திய கம்யூனிஸ்ட் கட்சி. அதிமுக தொண்டர்கள் தன்னுடைய பேச்சைக் கேட்டு நடந்தால் போதும்; பொதுவான அரசியல் விஷயங்கள் எதுவும் அவர்கள் தெரிந்து கொள்ளத் தேவையில்லை என்று நினைக்கிறார் எம்.ஜி.ஆர் என்பதுதான் இந்திய கம்யூனிஸ்ட் கட்சி சுட்டிக்காட்டிய விஷயம்.

நடப்பதை எல்லாம் உன்னிப்பாகக் கவனித்துக் கொண்டிருந்தார் காமராஜர். கடந்த தேர்தலில் தோள்கொடுத்த ராஜாஜி தற்போது உயிருடன் இல்லை; திமுகவையும் அதிமுகவையும் சமதூரத்தில் வைத்து விமரிசித்துக் கொண்டிருந்தார்; கூட்டிக் கழித்துப் பார்த்ததில், இந்திரா காந்தியுடன் இணைந்து இருப்பதுதான் சிலாக்கியமான முடிவு என்ற முடிவுக்கு வந்திருந்தார். ஏற்கெனவே, பாண்டிச்சேரி சட்டமன்றத் தேர்தலில் இருவரும் அணி அமைத்திருந்ததால் அந்தக் கூட்டணியே தொடர வேண்டும் என்று விரும்பினார் காமராஜர். ஆளுங்கட்சியான திமுகவோ தமிழ்நாடு கம்யூனிஸ்ட் கட்சி, ஃபார்வர்ட் ப்ளாக் போன்ற சிறிய கட்சிகளுடன் மட்டும் தொடர்பில் இருந்தது. அணி அமைக்கும் வேலைகளைத் தேர்தல் சமயத்தில் பார்த்துக் கொள்ளலாம் என்பது திமுகவின் எண்ணம்.

தமிழ்நாட்டு அரசியல் கட்சிகள் அணிமாற்றங்களுக்குத் தோது பார்த்துக் கொண்டிருந்த சூழ்நிலையில் புதிய குரல் ஒன்று அத்தனைபேருடைய கவனத்தையும் கலைத்தது.

‘மக்கள் துன்பப்படுவதைப் பார்த்துகொண்டு என்னால் பொறுமையாக இருக்கமுடியாது. மக்களுக்கான அடிப்படைப் பிரச்னைகள் ஏராளமாக இருக்கும்போது இங்கே ஊழல் அதிகரித்துவருகிறது. அதனை அரசு கட்டுப்படுத்தவில்லை. ஆகவே, நான் ஒரு பெரும் புரட்சியை நடத்தப்போகிறேன்.’

அந்தக் குரலுக்குச் சொந்தக்காரர், ஜே.பி என்கிற ஜெயப்ரகாஷ் நாராயணன். இப்படியொரு அறிவிப்பை ஜே.பி வெளியிடுவதற்கு முன்னால் பீகாரில் மாணவர் போராட்டம் தொடங்கியிருந்தது. மாநில முதல்வர் அப்துல் கஃபூர் நடத்துவது ஆட்சியே அல்ல; ஊழல் சாம்ராஜ்ஜியம் என்றனர் மாணவர்கள். லஞ்சம், ஊழல், கடத்தல், பதுக்கல், கள்ளச்சந்தை. கட்சித்தாவல். கவிழ்ப்பு அரசியல். விலைவாசி உயர்வு என்று அண்டக்கூடாத அத்தனை விஷயங்களும் ஆட்சியாளர்களை ஆக்கிரமித்துள்ளதாகக் குற்றம்சாட்டினர்.

பொறுமத் தொடங்கிய மாணவர்களைப் போராட்டக் களத்துக்கு அழைத்துவந்தனர் இடதுசாரிகள். பிறகு அந்த இயக்கத்துக்குப் போட்டியாக ஜனசங்கம் மற்றும் இடதுசாரிகள் அல்லாத இயக்கத்தினர் இணைந்து சாத்ர சங்கர்ஷ் சமிதி என்ற அமைப்பைத் தொடங்கினர். பீகார் அரசைக் கலைக்க வேண்டும்; தேர்தல் நடத்தவேண்டும். இதுதான் மாணவர்களின் ஏகோபித்த ஏக்கம்.

உண்மையில் பீகார் மாணவர்களைப் போராட்டக் களத்துக்கு உந்தித்தள்ளியது குஜராத் மாணவர்கள்தான். அங்கு ஆட்சியில் இருந்த சிமன்பாய் பட்டேல் அரசுக்கு எதிராக இதேபோன்ற குற்றச்சாட்டுகளை முன்வைத்து மாணவர்கள் போராடினர். அதன் எதிரொலியாக ஆட்சி அகற்றப்பட்டு, குடியரசுத் தலைவர் ஆட்சி அமலுக்கு வந்தது. பீகார் மாணவர்கள் சாலைக்கு வந்துவிட்டனர். பள்ளி, கல்லூரி மாணவர்களிடையே சங்கர்ஷ் சமிதிக்கு மின்னல் வேகத்தில் ஊடுருவத் தொடங்கியது.

போராடிய மாணவர்கள் மீது மாநில அரசு அடக்குமுறையை ஏவியது. சமாளிக்க முடியாமல் திணறினர் மாணவர்கள். எனினும், தங்களுக்கு முறையான வழிகாட்டுதல் கிடைத்தால் போராட்டத்தை செம்மையாக நடத்தமுடியும் என்று நம்பினர் மாணவர்கள். அப்போது அவர்களுடைய நினைவுக்கு வந்தவர் ஜெயப்ரகாஷ் நாராயணன்.

சுதந்தரப் போராட்ட வீரர். புரட்சிகர சிந்தனை கொண்டவர். போர்க்குணம் நிரம்பியவர். பதவிகளை விரும்பாதவர். ஆகவே, அவரை அழைத்தனர் மாணவர்கள். நீண்டகால அரசியல் ஓய்வில் இருந்த ஜே.பிக்கு மாணவர்களின் அழைப்பை நிரா கரிக்க மனம் வரவில்லை. அழைப்பை ஏற்றுக்கொண்டார் ஜே.பி, இரண்டு நிபந்தனைகளுடன்.

நாம் நடத்தப் போவது அஹிம்சைப் போராட்டம் மட்டுமே; வன்முறைக்கு இடமில்லை என்பது முதல் நிபந்தனை. இயக்கத் தின் நடவடிக்கைகள் பீகார் மாநிலத்தோடு குறுகிவிடக்கூடாது; எங்கெல்லாம் ஊழல் ஒழிப்பு அவசியமோ அங்கெல்லாம் நம்முடைய இயக்கம் களப்பணி ஆற்றும்!

சொன்னபடியே போராட்டத்தைத் தீவிரப்படுத்தினார் ஜே.பி. ஆட்சியை அகற்றவேண்டும் என்ற கோஷம் எதிரொலிக்கத் தொடங்கியது. வகுப்புகளைப் புறக்கணித்துவிட்டு, போராட்டக் களத்துக்கு வாருங்கள் என்று மாணவர்களுக்கு அழைப்பு விடுத்தார். சில இடங்களில் வன்முறைச் சம்பவங்களும் அரங்கேறின. ஆகவே, ஜே.பி நடத்தும் போராட்டத்தின் தன்மை குறித்து ஆதரவாகவும் எதிர்ப்பாகவும் பல கருத்துகள் அடுத்தடுத்து வரத்தொடங்கின. அவற்றில் தமிழக முதலமைச்சர் கருணாநிதியும் கருத்து கவனிக்கத்தக்கது.

'ஜனநாயகத்தில் மக்களால் தேர்ந்தெடுக்கப்பட்ட அரசுக்கு உள்ள ஐந்தாண்டு காலம் வரை காத்திருந்து, அந்த அரசு தவறு செய்யுமானால் அதை மக்களிடம் எடுத்துச்சொல்லி, தேர்தல் மூலமாக அந்த அரசு இறக்கப்படவேண்டுமே தவிர வன்முறைக் கிளர்ச்சிகளால் அரசை அகற்றும் முயற்சிகள் தவறானவை.'

61

அதிருப்தி அடைந்த எம்.ஜி.ஆர்

சிம்ம சொப்பனமாக மாறிக்கொண்டிருந்தார் ஜே.பி. பீகார் அரசுக்கு எதிராக அவர் நடத்திக் கொண்டிருந்த போராட்டம் மெல்ல மெல்ல மத்திய அரசுக்கு எதிரானதாக உருமாறிக் கொண்டிருந்தது. அப்போது தமிழகத்தில் இருந்து ஜே.பிக்கு ஒரு கடிதம் வந்தது. அனுப்பியவர் தமிழக முதலமைச்சர் கருணாநிதி. தமிழக அரசின் சார்பாக சுதந்தரா கட்சித் தலைவர் ராஜாஜிக்கு நினைவாலயம் ஒன்றைக் கட்டியிருக்கிறோம். அதை நீங்கள் தான் திறந்துவைக்கவேண்டும்.

அழைப்பை ஏற்றுக்கொண்டார் ஜே.பி. விழா ஏற்பாடுகள் தொடங்கின. ஜே.பியின் தமிழக வருகை தொடர்பான செய்திகள் எம்.ஜி.ஆரின் கவனத்துக்குச் சென்றன. ஜே.பி நடத்துவது ஊழல் எதிர்ப்பு இயக்கம். ஆகவே, அவருடைய வருகையை நாம் ஏன் பயன்படுத்திக்கொள்ளக்கூடாது? கருணாநிதி ஆட்சிக்கு எதிராக ஜே.பி முழங்கினால் அது பலத்த அதிர்வுகளை ஏற்படுத்தும் என்று நினைத்தார் எம்.ஜி.ஆர். உடனடியாக ஜே.பிக்குக் கடிதம் ஒன்றை எழுதினார். அது, பகிரங்கக் கடிதம்.

கருணாநிதி அரசு மீதான ஊழல் குற்றச்சாட்டுகள் தொடர்பாக உச்சநீதிமன்ற நீதிபதி தலைமையில் விரிவான விசாரணை நடத்தப்படவேண்டும் அல்லது குற்றச்சாட்டுகள் தொடர்பாக தமிழக மக்களிடன் வாக்கெடுப்பு நடத்த முன்வரவேண்டும். இந்த இரண்டில் ஒன்றைச் செய்வதற்குத் தேவையான ஆலோசனைகளைக் கருணாநிதிக்குக் கொடுக்கவேண்டும். 3 மே 1975 அன்று அதிமுகவின் அதிகாரப்பூர்வ பத்திரிகையான தென்னகம்

இதழில் ஜே.பிக்கு எம்.ஜி.ஆர் எழுதிய பகிரங்கக் கடிதத்தில் இடம்பெற்ற முக்கியக் கோரிக்கைகள் இவைதான்.

ஜே.பியின் பதிலுக்காக எம்.ஜி.ஆர் காத்துக்கொண்டிருந்த சமயத்தில் இந்திரா காங்கிரஸ் கட்சியின் தமிழகத் தலைவர்கள் ஜே.பிக்கு எதிராகக் கறுப்புக்கொடி ஆர்ப்பாட்டம் நடத்தப் போவதாக அறிவித்தனர்.

அந்தப் போராட்டத்துக்கு இந்திய கம்யூனிஸ்ட் கட்சியும் ஆதரவு கொடுத்தது. எம்.ஜி.ஆரின் கடிதம், காங்கிரஸின் கறுப்புக்கொடி ஆர்ப்பாட்டம் என்ற இரண்டு விஷயங்களுமே முதலமைச்சர் கருணாநிதியைக் கவலைப்படவைத்தன.

எம்.ஜி.ஆர் சொல்லும் ஊழல் என்ற பதத்துக்கு ஜே.பி செவி சாய்த்துவிடவும் கூடாது; தமிழகம் வரும் ஜே.பியைப் பத்திரமாகத் திருப்பியனுப்பவும் வேண்டும். அவற்றைப் பக்குவமாகச் சமாளிக்கும் வகையில் இரண்டு அறிவிப்புகளை வெளியிட்டார் கருணாநிதி. தமிழகம் வரும் ஜே.பிக்கு திமுக சார்பில் பிரம்மாண்ட வரவேற்பு தரப்படும் என்பது முதல் அறிவிப்பு. இதன்மூலம் எதிர்க்கட்சிகளின் போராட்டத்தை நாசூக்காக அமுத்திவிடலாம் என்பது கருணாநிதியின் கணிப்பு.

அடுத்ததாக, நாடு தழுவிய அளவில் ஊழல் ஒழிப்பு இயக்கத்தை நடத்திவரும் ஜே.பி., தமிழகத்தில் ஏதேனும் குறைகளைச் சுட்டிக்காட்டினால் அவற்றைத் திருத்திக் கொள்ளத் தயாராக இருக்கிறோம் என்ற இரண்டாவது அறிவிப்பை வெளியிட்டார் கருணாநிதி. இதன்மூலம் எம்.ஜி.ஆர் பக்கம் ஜே.பி சாய்வதைத் தடுத்துவிடலாம் என்பது அவருடைய நம்பிக்கை.

5 மே 1975 அன்று சென்னைக்கு வந்தார் ஜே.பி. ஏற்கெனவே விடுத்த அறிவிப்பின்படி இந்திரா காங்கிரஸ் கட்சியினரும் இந்திய கம்யூனிஸ்ட் கட்சியினரும் கறுப்புக்கொடி சகிதம் திரண்டிருந்தனர். ஆனால் அந்தக் கறுப்புக்கொடிகளை மறைக்கும் அளவுக்கு திமுக கொடிகளைக் கொண்டுவந்திருந்தனர் திமுகவினர்.

அதைப் பற்றிக் கொஞ்சமும் அலட்டிக்கொள்ளாமல் ஜே.பிக்குக் கறுப்புக்கொடி காட்டும் பணியில் இந்திரா காங்கிரஸாரும் இந்திய கம்யூனிஸ்ட் கட்சியினரும் தீவிரமாக ஈடுபட்டனர்.

அதைத் தடுக்கும் வகையில் காவல்துறையினர் கடுமையான தாக்குதலில் ஈடுபட்டனர்.

தாக்கப்பட்டது என்னவோ இந்திரா காங்கிரஸாரும் இந்திய கம்யூனிஸ்ட் கட்சியினரும்தான். ஆனால் ஆத்திரம் வந்தது அதிமுக தலைவர் எம்.ஜி.ஆருக்கு. காரணம், அவர்களைத் தாக்கியது திமுக அரசு. ஆகவே, காவல்துறையினர் நடத்திய தாக்குதலைக் கண்டித்து ஆவேசமாக அறிக்கை வெளியிட்டார் எம்.ஜி.ஆர்.

'கருணாநிதி எங்கு சென்றாலும் அதிமுகவினர் கறுப்புக்கொடி காட்டத் தீர்மானித்துள்ளனர். அதற்கு நானும் அனுமதி கொடுத் துள்ளேன். ஆயிரக்கணக்கான அதிமுக தொண்டர்களும் நானும் தோழமைக் கட்சியினரும் மற்றவர்களும் ஊர்வலமாகச் சென்று கோபாலபுரத்தில் நுழைய ஆரம்பித்தால் என்ன ஆகும்?' என்று கேள்வி எழுப்பினார் எம்.ஜி.ஆர். திமுகவினருக்கும் அதிமுக வினருக்கும் இடையே மீண்டும் மோதல்கள் வெடித்தன.

பலத்த சர்ச்சைகளுக்கு மத்தியில் ராஜாஜி நினைவாலயத் திறப்புவிழாவில் கலந்துகொண்டார் ஜே.பி. ராஜாஜியின் சிலையை அமைச்சர் நெடுஞ்செழியன் திறந்துவைத்தார். நினைவாலயத்தை ஜே.பி திறந்துவைத்துப் பேசினார். அப்போது முதலமைச்சர் கருணாநிதிக்குக் கோரிக்கை ஒன்றை வைத்தார் அது, தமிழ்நாட்டில் புழக்கத்தில் இருந்த லாட்டரி சீட்டுத் திட்டத்துக்குத் தடைவிதிக்கவேண்டும் என்பதுதான்.

அந்தக் கோரிக்கையை முதலமைச்சர் கருணாநிதி உடனடியாக ஏற்றுக்கொண்டார். அண்ணா பிறந்த நாளான செப்டெம்பர் 15 முதல் லாட்டரி சீட்டுத் திட்டம் தமிழகத்தில் இருக்காது என்று மேடையிலேயே அறிவித்தார். தன்னுடைய கோரிக்கை உடனடி யாக ஏற்கப்பட்டதில் ஜே.பிக்கு மிகுந்த மகிழ்ச்சி. நினை வாலயம் அமைத்ததைக் காட்டிலும் இந்த அறிவிப்புதான் ராஜாஜிக்கு உண்மையான அஞ்சலி என்றார் ஜே.பி.

திமுக அரசின் மீதான ஊழல் குற்றச்சாட்டுகள் பற்றியோ, பகிரங்கக் கடிதம் பற்றியோ பேசாமல் விட்டிருந்தார் ஜே.பி. உடனடியாக எம்.ஜி.ஆரின் கோரிக்கை அடங்கிய கடிதம் ஒன்று ஜே.பியிடம் தரப்பட்டது. அந்தக் கடிதத்துக்கான பதிலை மறுநாள் நடந்த பொதுக்கூட்டத்தில் கொடுத்தார் ஜே.பி.

'திமுக அரசு ஊழல் செய்திருக்கிறது என்று சிலர் சொல்கிறார்கள். எம்.ஜி. ராமச்சந்திரனின் கடிதத்தில் உள்ள வாசகங்கள் மிகவும் தரம் குறைந்த கசப்பான வசைமாரிகள். நடைபெறுகின்ற அரசின் மீது ஊழல் குற்றச்சாட்டு சுமத்துவதாலேயே இது ஊழல் உள்ள அரசு என்றாகிவிடாது. வேறு எந்த மாநில முதல்வரும் செய்ய முன்வராத சமயத்தில், தமிழ்நாடு முதலமைச்சர் கருணாநிதிதான் தனது அமைச்சரவை மீது சாட்டப்பட்ட குற்றச் சாட்டுகளுக்கான பதில்களைப் புத்தகமாக அச்சடித்து, சட்ட மன்றத்தில் தாக்கல் செய்தார். திமுக ஆட்சி சரிவர நடத்த வில்லை என்றும் தவறுகளைச் செய்திருக்கிறது என்றும் குறை கூறுகிறார்கள். குற்றச்சாட்டுகளைக் கூறுவது சுலபம்; அவற்றை ஆதாரத்துடன் நிரூபிப்பது கடினம்.'

எம்.ஜி.ஆரின் பகிரங்கக் கடிதத்தை ஜே.பி அலட்சியம் செய்தது கருணாநிதியை உற்சாகப்படுத்தியது. அதேசமயம், ஊழலுக்கு எதிராகத் தேசம் தழுவிய அளவில் போராட்டம் நடத்திய ஜே.பியிடம் இருந்து இப்படியொரு எதிர்வினை வரும் என்று எம்.ஜி.ஆர் கொஞ்சமும் எதிர்பார்க்கவில்லை. பலத்த அதிருப்தி அடைந்தார். ஜே.பி ஆதரவு தராவிட்டாலும்கூட திமுக அரசுக்கு எதிரான தன்னுடைய போராட்டங்கள் மக்கள் ஆதரவோடு தொடரும் என்று அறிவித்தார் எம்.ஜி.ஆர்.

ஜே.பியுடன் கருணாநிதி காட்டிய திடீர் நெருக்கம் இந்திரா காங்கிரஸ் கட்சியினரைக் கலவரப்படுத்தியது. அதிமுக்கியப் பிரச்னை ஒன்று வெடித்தது. அது, இந்திரா காந்தியின் பிரதமர் பதவியையே காவுவாங்கக்கூடிய விவகாரம்.

1971ல் நடந்த மக்களவைத் தேர்தலின்போது உத்தர பிரதேச மாநிலம் ரேபரேலி தொகுதியிலிருந்து வெற்றி பெற்றிருந்தார் இந்திரா காந்தி. தேர்தல் முடிந்த கையோடு வழக்கு ஒன்றைத் தொடுத்தார் இந்திராவை எதிர்த்துப் போட்டியிட்ட சோஷ லிஸ்ட் கட்சியின் வேட்பாளர் ராஜ் நாராயணன். அரசு ஊழி யரைத் தேர்தல் பணிகளுக்குப் பயன்படுத்தியது, அரசுக்குச் சொந்தமான இடங்களைத் தேர்தல் பிரசாரத்துக்குப் பயன் படுத்தியது உள்ளிட்ட ஆறு குற்றச்சாட்டுகள்.

பல ஆண்டுகளாக நீடித்துக்கொண்டிருந்த வழக்கை விசாரித்தவர் அலகாபாத் உயர்நீதிமன்ற நீதிபதி ஜக்மோகன் லால் சின்ஹா.

வழக்கு விசாரணைக்காக பிரதமர் இந்திரா காந்தியே நேரில் வந்து சாட்சியம் அளித்திருந்தார். நாடு தழுவிய அளவில் எதிர்பார்க்கப்பட்ட அந்த வழக்கின் தீர்ப்பு 12 ஜூன் 1975 அன்று வெளியிடப்பட்டது. 258 பக்கங்கள் கொண்ட தீர்ப்பு அது. மக்கள் பிரதிநிதித்துவச் சட்டம் 1951, பிரிவு 123, விதி 7ன்படி இந்திரா காந்தி தேர்தல் விதிமுறைகளை மீறியுள்ளது நிரூபிக்கப் பட்டுள்ளது. ஆகவே, ரேபரேலி தொகுதியில் இருந்து அவர் மக்களவைக்குத் தேர்வானது செல்லாது. தவிரவும், அவர் அடுத்த ஆறு ஆண்டுகளுக்குத் தேர்தலில் போட்டியிட முடியாது!

இந்திரா காந்தியின் அரசியல் எதிர்காலத்தையே கேள்விக்குறி யாக்கும் வகையில் இருந்தது அந்தத்தீர்ப்பு. பிரதமர் இந்திரா காந்தி உடனடியாக ராஜினாமா செய்யவேண்டும். செய்யா விட்டால் போராட்டம் வெடிக்கும் என்று எதிர்கட்சிகள் எச்சரிக்கை விடுத்தன.

தீர்ப்பும் அதன் தொடர்ச்சியாக எழுந்த எதிர்ப்பு கோஷங்களும் இந்திரா காங்கிரஸ் தலைவர்களை ஆத்திரப்படுத்தின. ராஜி னாமா என்ற பேச்சுக்கே இடமில்லை என்று கூறிவிட்டனர். இந்தியா என்றால் இந்திரா; இந்திரா என்றால் இந்தியா என்றார் இந்திரா காங்கிரஸ் தலைவராக இருந்த தேவ காந்த் பரூவா. அன்று தொடங்கி அடுத்த இரண்டு ஆண்டுகளுக்கு இந்தக் கோஷம்தான் இந்தியாவையே ஆக்கிரமித்திருந்தது.

ஏற்கெனவே இந்திராவுக்கு எதிராகப் போராட்டம் நடத்திக் கொண்டிருந்த ஜே.பி இயக்கத்தினருக்கு அலகாபாத் தீர்ப்பு உற்சாகத்தைக் கொடுத்தது. ராஜினாமா கோரிக்கையை ஜே.பி யும் வலியுறுத்தினார். அவருக்குத் துணையாக முக்கிய எதிர்க் கட்சிகளும் சேர்ந்துகொண்டன. பிரதமர் பதவியில் இருந்து இந்திரா காந்தியை உடனடியாக நீக்கக்கோரி ஜனாதிபதி ஃபக்ருதீன் அலி அகமதுவிடம் மனு கொடுத்தனர். இந்த இடத்தில் அலகாபாத் தீர்ப்பு குறித்து முதலமைச்சர் கருணாநிதி யின் கருத்து கவனிக்கத்தக்கது.

'ஆளும் காங்கிரஸ் இந்தியாவில் மிகப்பெரிய கட்சி. இந்தியா, உலகத்தில் மதிக்கத்தக்க மிகப்பெரிய ஜனநாயக நாடு. இவற்றை எல்லாம் எண்ணிப்பார்த்து இப்போது மத்திய அரசில் இருப் பவர்கள் என்ன முடிவை எடுக்கிறார்களோ, அந்த முடிவுதான் இந்தியாவின் எதிர்கால அரசியல் முன்மாதிரியாகத் திகழும்.

அவர்களாகவே ராஜினாமா செய்திருந்தால் நாங்கள் பாராட்டி யிருப்போம்.'

பிரதமர் பதவியைக் காப்பாற்றிக்கொள்ளவேண்டும் என்றால் மேல்முறையீடு செய்வதைத்தவிர வேறு வழியில்லை என்ற நிலை. உச்சநீதிமன்றத்தில் மேல்முறையீடு செய்யப்பட்டது. வழக்கை விசாரித்தவர் நீதிபதி வி.ஆர். கிருஷ்ணய்யர். இந்திரா காந்தி பிரதமர் பதவியில் நீடிக்கலாம்; நாடாளுமன்றத்தில் ஏதேனும் வாக்கெடுப்பு நடந்தால் அதில் கலந்துகொள்ளக் கூடாது.

62

மிசா என்றொரு ஆயுதம்

நீதிமன்றத் தீர்ப்புகள் இந்திராவுக்குக் கைகொடுக்கவில்லை; எதிர்க்கட்சிகளின் எதிர்ப்புக்குரலும் அடங்குவதாகத் தெரிய வில்லை; கட்சிக்கு உள்ளேயும் கலகக்குரல்கள். சந்திரசேகர், மோகன் தாரியா, ராம்தன் போன்றோர் இந்திராவுக்கு எதிராக அணிவகுத்து நின்றனர். ஆகவே, சஞ்சய் காந்தி சொன்னதுதான் சரியாக இருக்கும் என்ற முடிவுக்கு வந்தார் இந்திரா. அசாதாரண சூழ்நிலையில் அசாதாரண முறையில்தான் தீர்வு காண வேண்டும்.

25 ஜூன் 1975 அன்று நள்ளிரவு குடியரசுத் தலைவர் ஃபக்ருதீன் அலி அகமதுவைச் சந்தித்தார் இந்திரா. அவருடன் மூத்த தலைவர் சித்தார்த்த சங்கர் ரேவும் சென்றிருந்தார். முன்னாள் காங்கிரஸ்காரரான ஃபக்ருதீன் அலியுடன் சில மணிநேரம் பேச்சுவார்த்தைகள் நடத்தினார் இந்திரா. அதன் தொடர்ச்சியாக அறிவிப்பு ஒன்றை வெளியிட்டார் குடியரசுத்தலைவர். அதன்பெயர், நெருக்கடி நிலை பிரகடனம். அதன் முக்கிய வாசகம் இதுதான்:

'உள்நாட்டு சக்திகளால் நாட்டின் பாதுகாப்புக்கு அச்சுறுத்தல் ஏற்பட்டிருப்பதால், குடியரசுத்தலைவராகிய ஃபக்ருதீன் அலி அகமது என்னும் நான், இந்திய அரசியலமைப்புச் சட்டம் 352வது பிரிவின்படி, நாடு முழுவதும் நெருக்கடி நிலையை இன்றுமுதல் அமலுக்குக் கொண்டுவர உத்தரவிடுகிறேன்.'

இந்திரா காந்திக்கு உருவாகியிருக்கும் அத்தனைச் சிக்கல்களுக்கு மான சர்வரோக நிவாரணியாக நெருக்கடி நிலையைத்தான்

அவருடைய ஆலோசகர்கள் முன்வைத்தனர். ஆகவே, எமர் ஜென்ஸி அமல்படுத்தப்பட்டது. ஒட்டுமொத்த தேசமும் நெருக்கடிக்கு ஆளானது. இனி, இந்திரா வரைந்ததுதான் வட்டம்! இந்திரா போட்டதுதான் சட்டம்! எவரும் கேள்வி கேட்கமுடியாது! எதையும் எதிர்க்க முடியாது!

இந்திய ஜனநாயகத்துக்கு இதைவிட பெரிய ஆபத்து ஏற்பட முடியாது என்று கொந்தளித்தனர் எதிர்க்கட்சிகள். அப்படிக் கொந்தளித்தவர்களை எல்லாம் கொட்டடிக்கு அனுப்ப உத்தர விட்டார் இந்திரா. நாடு தழுவிய அளவில் எதிர்க்கட்சித் தலைவர்கள் கைது செய்யப்பட்டனர். எதிர்க்கட்சிகள் என்றால் இந்திராவுக்கு எதிரானவர்கள். அவர்கள் கட்சிக்கு வெளியே இருந்தாலும் சரி, உள்ளே இருந்தாலும் சரி. மொரார்ஜி, சரண் சிங். வாஜ்பாய். அத்வானி. குறிப்பாக, கட்சிக்குள் இருந்த இந்திரா எதிர்ப்பாளர்களும் கைதாகினர்.

இந்திராவுக்கு மற்ற எவரைக் காட்டிலும் அதிகமான அளவுக்கு இம்சை கொடுத்தவர் ஜே.பி. அவரையும் கைது செய்ய உத்தர விட்டார் இந்திரா. ஜே.பியின் கைதுக்கு நாடு தழுவிய அளவில் எதிர்ப்பு அலைகள் கிளம்பின. முக்கியத் தலைவர்கள் பலரும் ஜே.பியின் கைதைக் கண்டித்தனர். தமிழகத்தில் இருந்து எழுந்த குரல்களுள் எழுத்தாளரும் அரசியல்வாதியுமான வலம்புரி ஜானின் குரலும் ஒன்று.

தன்னுடைய சபதம் இதழில் ஜே.பியின் கைதை விமரிசித்து, 'செல்லாக் காசின் பொல்லாக் கோபம்' என்று தலைப்பில் கட்டுரை எழுதினார். பலத்த சர்ச்சைகளை ஏற்படுத்திய கட்டுரை அது. கடை கடையாகச் சென்று அந்தப் பத்திரிகையைக் கைப்பற்றும் வேலையில் காவல்துறையினர் இறங்கினர்.

தலைவர்களைத் தொடர்ந்து நாடு தழுவிய அளவில் தொண்டர் களும் கைதாகினர். குறிப்பாக, ஸ்தாபன காங்கிரஸ், ஜனசங்கம், மார்க்சிஸ்ட் கம்யூனிஸ்ட் உள்ளிட்ட கட்சிகளின் தொண்டர்கள் தேடித்தேடிக் கைது செய்யப்பட்டனர். நெருக்கடி நிலை அமலுக்கு வந்ததால் நாட்டு மக்களுக்கு உள்ள பேச்சுரிமை, எழுத் துரிமை, கூடிப்பேசும் உரிமை ஆகியன ரத்து செய்யப்பட்டன. பத்திரிகைகளும் நெருக்கடியில் இருந்து தப்பவில்லை. முக்கியப் பத்திரிகையாளர்கள் கைது செய்யப்பட்டனர். பத்திரிகைச் செய்தி களைத் தணிக்கை செய்ய அரசுக்கு அதிகாரம் அளிக்கும் அவசரச்

சட்டம் ஒன்று கொண்டுவரப்பட்டது. பத்திரிகைகளுக்குப் புதிய வழிகாட்டும் நெறிமுறைகள் வகுக்கப்பட்டன.

அரசுக்கு எதிரான அவதூறு செய்திகள் எதையும் வெளியிடக் கூடாது; கைதாகும் தலைவர்களின் பெயர், அவர்கள் சிறை பட்டிருக்கும் இடம் ஆகியவற்றைப் பிரசுரிக்கக்கூடாது; அரசுக்கு எதிரான போராட்டங்கள் பற்றிய செய்திகளை வெளியிடக் கூடாது; நாடாளுமன்றத்தில் மேற்கொள்ளப்பட வேண்டிய நடவடிக்கைகள் பற்றிய எவ்வித முன்னோட்டச் செய்திகளையும் வெளியிடக்கூடாது; உச்சநீதிமன்றத்தில் நிலுவையில் இருக்கும் பிரதமரின் தேர்தல் குறித்த வழக்கு பற்றி எந்தச் செய்தியும் பிரசுரம் ஆகக்கூடாது என்பன உள்ளிட்ட எக்கச்சக்க நிபந்தனைகள்.

இந்திரா காந்திக்கு ஏற்பட்டுள்ள அனைத்து சட்டச்சிக்கல்களையும் களையும் வகையில் சில முக்கியமான சட்டத் திருத்தங்கள் நாடாளுமன்றத்தில் கொண்டுவரப்பட இருப்பதாகச் செய்திகள் கசியத் தொடங்கின. இதன்மூலம் நாடு அபாயகரமான கட்டத்தை எட்டியிருப்பதாகக் கருத்து தெரிவித்த திமுக, 27 ஜூன் 1975 அன்று தங்கள் கட்சியின் தலைமைச் செயற்குழுவைக் கூட்டி நெருக்கடி நிலை குறித்து விவாதித்தது.

அண்மைக் காலமாக ஆளும் காங்கிரஸார் கடைப்பிடிக்கும் போக்கும் பிரதமர் இந்திரா காந்தியார் அவர்கள் நடைமுறைப் படுத்தும் காரியங்களும் ஜனநாயக ஒளியை அறவே அழித்து, நாட்டை சர்வாதிகாரப் பேரிருளில் ஆழ்த்தும் வண்ணம் அமைந்து வருவது கண்டு, திமுக செயற்குழு தனது வேதனையைத் தெரிவித்துக் கொள்கிறது என்று தீர்மானம் நிறைவேற்றியது திமுக. மேலும், காலாகாலத்துக்கும் இந்திய நாட்டு மக்களுக்கு மாசு ஏற்படுத்தும் வகையில் திருமதி. இந்திரா காந்தி சர்வாதிகாரத்துக்கான தொடக்க விழாவை நடத்தியிருக்கிறார்; ஜனநாயகத்தைப் பாதுகாக்கிறோம் எனக்கூறி, சர்வாதிகாரக் கொற்றக் குடையின் கீழ் தர்பார் நடத்திட எடுக்கப்படும் முயற்சி நாட்டுக்கு ஏற்றதுதானா? என்று கேள்வி எழுப்பியது திமுக.

அதிமுகவோ நெருக்கடி நிலையைப் பகிரங்கமாக ஆதரித்தது. நாட்டின் நலனையும் மக்கள் நலனையும் கருத்திகொண்டு, உங்கள் தலைமையே நாட்டில் நீடிக்கவேண்டும் என்று தந்தி அனுப்பினார் எம்.ஜி.ஆர்.

எம்.ஜி.ஆர் தந்தி அனுப்பியதை முதலமைச்சர் கருணாநிதி கடுமையாக விமரிசித்தார். கட்சியின் செயற்குழுவைக் கூடக் கூட்டாமல் எதற்காக எமர்ஜென்ஸியை ஆதரிக்கிறார்கள்? வருமானவரி பாக்கி! அன்னியச் செலாவணிப் பிரச்னை. அதற்காக ஆதரிக்கிறார்கள். அந்தச் சுயநலத்துக்காக ஆதரிக்கிறார்கள் என்றார் கருணாநிதி.

திமுகவுக்கும் அதிமுகவுக்கும் எதிராக இந்திரா காங்கிரஸ் கட்சியுடன் இணைந்து புதிய அணியைக் கட்டமைக்கும் கனவில் இருந்தவர் காமராஜர். அவருக்கு இந்திராவின் ஜனநாயக விரோத நடவடிக்கைகள் அதிர்ச்சியைக் கொடுத்தன.

எமர்ஜென்ஸியை காமராஜர் எதிர்த்த நிலையில் அவரால் முதல்வர் பதவியில் அமர்த்தப்பட்ட பக்தவத்சலமோ எமர்ஜென்ஸியை பகிரங்கமாக ஆதரித்தார். நாட்டுக்கு மோசம் ஏற்பட்டுவிட்டது. எனினும், தேசம் உறுதியுடனும் அமைதியுடனும் நெருக்கடியைச் சமாளிக்கும் என்று நம்புகிறேன். மாற்றுக் கருத்துக்கு இடமின்றி இந்திரா காந்தியின் தலைமையை நாடு விரும்புகிறது என்பது பக்தவத்சலத்தின் நிலைப்பாடு.

முக்கிய எதிர்க்கட்சிகள் எல்லாம் எமர்ஜென்ஸியை எதிர்த்துக் கொண்டிருந்த சூழ்நிலையில் இடதுசாரிக் கட்சிகள் இருவேறுபட்ட நிலைப்பாட்டை எடுத்தன. இந்திய கம்யூனிஸ்ட் கட்சி எமர்ஜென்ஸியை சிவப்புக்கம்பளம் விரித்து வரவேற்றது. மாறாக, மார்க்சிஸ்ட் கம்யூனிஸ்ட் கட்சியோ எமர்ஜென்ஸியை எதிர்த்து முழக்கமிட்டது. இந்திராவுக்கு எதிராகப் புதிய அணியை உருவாக்கவும் மார்க்சிஸ்டுகள் தயாராக இருந்தனர்.

கைது செய்யப்பட்ட எதிர்க்கட்சியினர் மீது எந்தச் சட்டத்தின்கீழ் நடவடிக்கை எடுப்பது என்ற கேள்வி எழுந்த போது ஆட்சியாளர்களின் நினைவுக்கு வந்த சட்டம், மிசா. 1971 ஆம் ஆண்டு இந்தியா, பாகிஸ்தான் இடையே யுத்தம் மூண்டபோது அமலில் இருந்த தேசியப் பாதுகாப்புச் சட்டமான மிசாவுக்கு மீண்டும் உயிர் கொடுக்கப்பட்டது. மிசாவின்படி விசாரணை இன்றி எவரையும் எப்போதும் கைது செய்யலாம்! கைதுக்கான காரணத்தைச் சொல்லவேண்டிய அவசியம் கிடையாது? என்ற சட்டத்திருத்தத்தின் மூலம் புதிய ரத்தமும் பாய்ச்சப்பட்டது.

மிசா சட்டத்தைப் பிரயோகம் செய்யும் அதிகாரம் மாவட்ட ஆட்சியர்களுக்குத் தரப்பட்டது. சம்பந்தப்பட்டவர் சட்டம்

ஒழுங்குக்குக் குந்தகம் விளைவித்தார் என்றோ அல்லது மாநிலத்தின் பாதுகாப்புக்கு அச்சுறுத்தலை உண்டாக்கும்படி நடந்து கொண்டார் என்றோ எவரேனும் எழுதிக்கொடுத்தாலே போதும்; அவர் மீது மிசா சட்டத்தைப் பாய்ச்சலாம்! அதன் தொடர்ச்சியாக நாடு தழுவிய அளவில் கைது நடவடிக்கைகள் வேகமெடுத்தன. ஆனால் தமிழ்நாட்டில் மட்டும் மிசா கைதுகள் இல்லை. காரணம், இங்கே ஆட்சியில் இருந்தது திமுக.

கைது நடவடிக்கைகள் மூலம் எதிர்க்கட்சிகளை ஒடுக்கலாம். ஆனால் மக்களை சமாதானப்படுத்த முடியாது. அதிருப்திகளை அகற்ற முடியாது. ஆகவே, மக்களின் கவனத்தைத் திசை திருப்பும் வகையில் ஏதேனும் செய்தாக வேண்டும் என்ற முடிவுக்கு வந்தார் பிரதமர் இந்திரா. அதன் எதிரொலியாக இருபது அம்சத் திட்டம் என்ற அறிவிப்பு வெளியானது.

அத்தியாவசியப் பண்டங்களின் விலைகளைக் குறைப்பது, உற்பத்தியையும் வழங்குதலையும் முறைப்படுத்துவது, விவசாய நிலங்களுக்கு நில உச்சவரம்பை நடைமுறைப்படுத்துவது, கொத்தடிமை முறைகளை சட்டவிரோதம் என்று அறிவிப்பது, வெளிப்படையான நுகர்வை மதிப்பிடுவதற்கும் வரி ஏய்ப்பைத் தடுப்பதற்கும் விரைவான விசாரணைக்கும் பொருளாதாரக் குற்றவாளிகளுக்குத் தண்டனை அளிப்பதற்கும் சிறப்புப் படைகளை உருவாக்குவது, கடத்தல்காரர்களின் சொத்துக் களைக் கையகப்படுத்துவதற்கான சிறப்புச் சட்டங்களைக் கொண்டுவருவது ஆகியன இருபது அம்சங்களில் முக்கிய அம்சங்கள்.

மேலெழுந்த வாரியாகப் பார்த்தால் அம்சங்கள் அத்தனையும் அற்புதமானவை. ஆனால் அவை அமல்படுத்தப்பட இருக்கும் விதம் அபாயகரமானவை. ஆனாலும் இருபது அம்சத்திட்டம் எம்.ஜி.ஆரை வெகுவாகக் கவர்ந்துவிட்டது. அதிமுகவின் செயற்குழுவை அவசரமாகக் கூட்டினார். எமர்ஜென்ஸியை வரவேற்று ஒரு தீர்மானம். இருபது அம்சத்திட்டத்தை ஆதரித்து ஒரு தீர்மானம். கட்சியின் செயற்குழுவைக் கூட்டாமல் எம்.ஜி.ஆர் எப்படி நெருக்கடி நிலையை ஆதரிக்கலாம் என்று கருணாநிதி கேள்வி எழுப்பியிருந்தார் அல்லவா? அதற்குப் பதிலளிக்கும் வகையில் மேற்கண்ட தீர்மானங்களை நிறைவேற்றினார் எம்.ஜி.ஆர்.

தீர்மானங்களை நிறைவேற்றியதோடு நிறுத்திக்கொள்ளாமல், உடனடியாக டெல்லி புறப்பட்டார் எம்.ஜி.ஆர். கூடவே, நாஞ்சில் மனோகரன், எஸ்.டி. சோமசுந்தரம், ஹெச்.வி. ஹண்டே மூவரையும் அழைத்துக்கொண்டார். பிரதமர் இந்திராவை நேரில் சந்தித்தார். கைவசம் கொண்டுவந்திருந்த செயற்குழுத் தீர்மான நகல்களை அவரிடம் ஒப்படைத்தார். இந்திராவுக்கு மகிழ்ச்சி.

முதலமைச்சர் கருணாநிதியின் எதிர்வினையோ வேறு மாதிரியாக இருந்தது. பிரதமர் அறிவித்த திட்டங்களை எல்லாம் திமுக அரசு முன்னரே நிறைவேற்றி விட்டது. தவிரவும், மத்திய அரசு அறிவிக்காத திட்டங்களான அரிசனங்கள் - மீனவர்களுக்கு இலவச வீடு வழங்குவது, குடிசைவாசிகளுக்கு வீடுகட்டுவது ஆகியவற்றையும் திமுக அரசு செயல்படுத்துகிறது என்றார் கருணாநிதி.

திமுக சார்பில் சென்னையில் பொதுக்கூட்டம் ஒன்றுக்கு ஏற்பாடு செய்யப்பட்டது. அதில் பேசிய முதலமைச்சர் கருணாநிதி, 'எந்த நிலையிலும் எத்தைகைய நெருக்கடி ஏற்பட்டாலும் இந்தியாவின் மக்களாட்சி முறைக்குக் கேடு ஏற்படாமல், பாதுகாப்பதற்குத் தயங்கமாட்டோம் என்று உறுதி எடுத்துக் கொள்கிறோம். தேசத் தலைவர்கள் விடுதலை, பத்திரிகைகளின் நியாயமான உரிமைகள், இந்தக் கோரிக்கைகளை நிறைவேற்ற வேண்டுமென்று இந்தியப் பிரதமர் அவர்களை தமிழ்நாட்டு மக்களின் இந்த மாபெரும் கூட்டம் கேட்டுக்கொள்கிறது. வாழ்க ஜனநாயகம்' என்றார். இதைப் பொதுமக்களும் வாய்விட்டு உச்சரித்தனர்.

63

திமுகவைத் தடை செய்வோம்

இந்திரா காந்தியை உச்சாணிக்கொம்பில் உட்காரவைத்தவர் காமராஜர். ஆகவே, அவரைக் கொண்டே இந்திராவை வீழ்த்த வேண்டும். அதற்கு காமராஜரும் கருணாநிதியும் ஓரணியில் திரளவேண்டும். இதுதான் ஜே.பி போட்ட திட்டம். அதைப் பற்றி காமராஜரிடம் பேசியபோது, திமுக - அதிமுக பற்றிய தனது தற்போதைய மதிப்பீட்டை முன்வைத்தார் காமராஜர்.

அதிமுகவை ஆட்சிக்கு வர அனுமதிப்பதன்மூலம் தமிழ்நாடு அதளபாதாளத்துக்குச் சென்றுவிடும்; அதிமுக என்னும் கட்சியே கொள்கையற்ற சினிமாக்கூட்டம்; அதிமுகவைவிட திமுகவே மேல்! இந்தச் செய்தியைத் தன்னுடைய டைரியில் பதிவு செய்திருக்கிறார் ஜே.பி. சந்திப்பு நடந்த சில மாதங்களில் நாட்டில் எமர்ஜென்ஸி அமலுக்கு வந்துவிட்டது.

எமர்ஜென்ஸி கெடுபிடிகளை அமல்படுத்துவதில் ஒட்டுமொத்த தேசமும் ஒருதிசையில் சென்றுகொண்டிருக்க, தமிழ்நாடு வேறொரு திசையில் பயணித்தது. இது எமர்ஜென்ஸிக்கு எதி ராகப் போராடிய தேசியத் தலைவர்களை உற்சாகப்படுத்தியது. இந்தியாவில் தமிழக மக்கள் மட்டுமே சுதந்தரக் காற்றை சுவாசிக்கிறார்கள் என்றார் ஜே.பி. மத்திய அரசின் கைது நட வடிக்கைகளில் இருந்து தப்பி, தலைமறைவாக இயங்க விரும்பிய தலைவர்கள் பலரும் தமிழ்நாட்டில் தஞ்சம் புகுந் தனர். குறிப்பாக, ஜார்ஜ் ஃபெர்னாண்டஸுக்கு முதலமைச்சர் கருணாநிதியே அடைக்கலம் கொடுத்தார். இதன்மூலம் தமிழக அரசு தன்னுடைய கட்டுப்பாட்டை மீறிச் செயல்படுவதாகச் சந்தேகித்தது மத்திய அரசு.

இன்னொரு பக்கம் இந்திரா காந்தியின் எமர்ஜென்ஸி தமிழகத்தில் இயங்கிய இரண்டு துருவங்களை ஓரணியில் இணைத்தது. எமர்ஜென்ஸியை எதிர்த்த கருணாநிதியும் காமராஜரும் அடிக்கடி சந்தித்துப் பேசினர். சில சமயங்களில் பகிரங்கமாக. பல சமயங்களில் ரகசியமாக. இத்தனைக்கும் கருணாநிதியும் காமராஜரும் கடந்த காலங்களில் பரஸ்பர விமரிசனத்தில் தொடர்ச்சியாக ஈடுபட்டு வந்தவர்கள். ஒரு உதாரணம் பார்த்தால் புரியும்.

இதுகாறும் என்னைத் தமிழர்களுக்கு எதிரி என்று வர்ணித்துள்ள கருணாநிதிக்கு சமீபகாலமாக திடீரென்று என் மீது புதிய பாசம் ஏற்பட்டுள்ளது ஏன் என்று விளங்கவில்லை. தற்போதைய ஆட்சி டிஸ்மிஸ் செய்யப்பட்டால் காமராஜர்தான் அடுத்த முதல்மந்திரியாக வரவேண்டும் என்று கருணாநிதி சமீபத்தில் கூறியிருக்கிறார். இந்த நாடகம் எதற்காக? யாரை ஏமாற்ற? என்று மூன்று ஆண்டுகளுக்கு முன்னர் கேள்வி எழுப்பியவர் காமராஜர்.

தற்போது எமர்ஜென்ஸியை எதிர்க்கக் கருணாநிதியுடன் கரம் கோத்திருந்தார் காமராஜர். எதிர்க்கட்சித் தலைவர்கள் மீதும் தொண்டர்கள் மீதும் காவல்துறையின் கரங்கள் படாமல் இருப்பதற்கு காமராஜர் கொடுத்த ஆலோசனைகளும் ஒரு காரணம் என்று பேசப்பட்டது. அதன் அர்த்தம், காமராஜரின் வேண்டுகோளுக்கு முதலமைச்சர் கருணாநிதி செவி சாய்த்திருந்தார் என்பதுதான்.

திடீரென காமராஜரின் உடல்நிலை பாதிக்கப்பட்டது. நாளுக்கு நாள் பலவீனமடைந்த அவர் 2 அக்டோபர் 1975 அன்று மரணம் அடைந்தார். தமிழக அரசின் சார்பில் காமராஜருக்கு இறுதி மரியாதை செய்யும் காரியங்கள் நடந்தன. பிரதமர் இந்திரா காந்தி நேரில் வந்து காமராஜருக்கு அஞ்சலி செலுத்தினார். முதலமைச்சர் கருணாநிதியே முன்னணியில் நின்று இறுதிக் காரியங்களை நடத்தினார்.

தமிழ்நாட்டு அரசியலின் பாதையைத் தீர்மானித்த சக்தி மிகுந்த தலைவர்களுள் ஒருவரான காமராஜரின் மரணம் தேசிய அளவில் தாக்கத்தை ஏற்படுத்தியது. காமராஜரை வைத்துக்கொண்டு பலகாரியங்களைச் சாதிக்கும் கனவில் இருந்தவர் ஜே.பி. இக்கட்டான காலகட்டத்தில் காமராஜை நாம் இழந்துவிட்டோம். பாரத தேசத்தின் விஷயத்தில் விதியின் விளையாட்டு கொடூரமாக

இருக்கிறது. இந்தியா ஒரு நேர்மையான மனிதரை இழந்து விட்டது என்று வருத்தப்பட்டார் ஜே.பி.

எமர்ஜென்ஸிக்கு எதிராக முழங்கிக்கொண்டிருந்த திமுகவுக்கு காமராஜரின் மரணம் ஒரு பின்னடைவு என்றபோதும் எதிர்ப்பைக் கொஞ்சமும் குறைத்துக்கொள்ளவில்லை. மாவட்ட மாநாடுகளையும் மாநில மாநாடுகளையும் நடத்திக்கொண் டிருந்தது. அவற்றில் பேசப்பட்ட கருத்துகள், நிறைவேற்றப் பட்ட தீர்மானங்கள் மத்திய அரசுக்கு எதிராக இருப்பதால் திமுக அரசின் மீது விரைவில் நடவடிக்கை பாயும் என்ற பேச்சுகள் எழுந்தன.

எப்போது வேண்டுமானாலும் திமுக அரசு கலைக்கப்படும் என்ற வதந்தி அதையை உறுதிசெய்வது போல மத்திய உள்துறை அமைச்சர் பிரம்மானந்த ரெட்டியிடம் இருந்து முதலமைச்சர் கருணாநிதிக்குக் கடிதம் ஒன்று வந்தது. தமிழக காங்கிரஸ் கட்சியினரிடையே நடந்த மோதல் தொடர்பான கடிதம் அது.

காமராஜரின் மறைவைத் தொடர்ந்து ஸ்தாபன காங்கிரஸை இந்திரா காங்கிரஸுடன் இணைக்கும் முயற்சிகளில் முக்கியத் தலைவர்கள் சிலர் ஈடுபட்டனர். பிரதமர் இந்திரா காந்திக்கும் இணைப்பு முயற்சிகளில் அதிகபட்ச ஆர்வம். 5 அக்டோபர் 1975 அன்று டெல்லியில் நடந்த அஞ்சலிக் கூட்டத்தில் பேசிய பிரதமர், ‘இரண்டு காங்கிரஸ் கட்சிகளையும் இணைப்பது தொடர்பாக கடந்த இரண்டு மாதகாலமாக காமராஜர் முயற்சி செய்தார். இருவரும் அதுகுறித்துப் பேசினோம். உண்மையில் எமர்ஜென்ஸிக்கு எதிராக காமராஜர் ஒரு வார்த்தைகூட பேச வில்லை. தற்போது காமராஜர் மறைந்துவிட்ட சூழ்நிலையில் அவருடைய ஆசையைப் பூர்த்திசெய்வது நம்முடைய கடமை’ என்றார்.

இந்திராவின் பேச்சு அரசியல் வட்டாரத்தில் ஆச்சரியத்தை ஏற் படுத்தியது. காரணம், எமர்ஜென்ஸி அமலுக்கு வந்தவுடனேயே சென்னைக்கு அருகில் உள்ள சோழிங்கநல்லூரில் ஸ்தாபன காங்கிரஸ் சார்பாக பொதுக்கூட்டம் ஒன்றுக்கு ஏற்பாடு செய்யப் பட்டது. அந்தக் கூட்டத்தில், எமர்ஜென்ஸி அமல்படுத்தியது பற்றிய தன்னுடைய அதிருப்தியை வெளியிட்டுப் பேசினார் காமராஜர். பிறகு திருவள்ளூரில் தன்னைச் சந்திக்கவந்த

மாணவர்களிடமும் தனது அதிருப்தியைப் பதிவுசெய்தார். திருத்தணியில் நடந்த பொதுக்கூட்டத்திலும் எமர்ஜென் ஸியைக் கண்டித்தார்.

எமர்ஜென்ஸி குறித்த காமராஜரின் கண்டனங்கள் நவசக்தி உள்ளிட்ட நாளிதழ்களில் வெளியாகியிருந்தன. அத்தனைக்கும் ஆதாரங்கள் இருந்தும் பிரதமர் இந்திராவின் பேச்சை எவரும் மறுக்கவில்லை.

அதேசமயம், இணைப்பு முயற்சிகளுக்கு ஸ்தாபன காங்கிரஸின் ஒரு பிரிவினர் பலத்த எதிர்ப்பு தெரிவித்தனர். காமராஜரின் விருப்பம் இந்திரா காங்கிரஸுடன் இணைவது அல்ல என்று வாதிட்டனர். அதன் தொடர்ச்சியாக இரண்டு பிரிவினருக்கும் இடையே மோதல்கள். சத்தியமூர்த்தி பவனும் காங்கிரஸ் மைதானமும் யாருக்குச் சொந்தம் என்பதில் சர்ச்சைகள். கட்சி தொடர்பான மோதல் சொத்துப்பிரச்னையாகவும் அவதாரம் எடுத்தது. அது தொடர்பாக நடந்த மோதல்களில் காவல் துறையினர் பாரபட்சமாக நடந்துகொள்வதாக டெல்லிக்குப் புகார் சென்றது. இரண்டு காங்கிரஸ் கட்சிகளும் இணைவதைத் தடுக்கும் வகையில் திமுக அரசு செயல்பட்டுவருகிறது என்பதுதான் அந்தப் புகாரின் உள்ளர்த்தம்.

உடனடியாக முதலமைச்சர் கருணாநிதிக்குக் கடிதம் எழுதினார் உள்துறை அமைச்சர் பிரம்மானந்த ரெட்டி.

தமிழ்நாடு காங்கிரஸ் கட்சியில் நிலவிவரும் பிரச்னைகள் தொடர்பாக சிறப்புக் கவனம் செலுத்தி, காவல்துறை அதிகாரி களுக்குத் உரிய உத்தரவுகளைப் பிறப்பிக்கவேண்டும். உண்மை யில், அமைச்சர் ரெட்டி அனுப்பியது வெறும் கோரிக்கை அல்ல; மிரட்டல் அல்லது உத்தரவு. இரண்டு காங்கிரஸ் கட்சிகளும் இணைவதற்கு முதலமைச்சர் குறுக்கே நிற்க வேண்டாம் என்று எச்சரிப்பதுதான் கடிதத்தின் நோக்கம் என்பது திமுகவின் வாதம்.

ஸ்தாபன காங்கிரஸில் நடக்கும் மோதல்கள் அந்தக் கட்சியின் உள்விவகாரம்; அந்தப் பிரச்னையில் திமுகவோ அல்லது திமுக அரசோ தலையிடவில்லை. அதேசமயம், மோதலின் தொடர்ச்சி யாக எழுகின்ற சட்டம் - ஒழுங்கு தொடர்பான விவகாரங்களில் காவல்துறையினர் நடுநிலையுடனேயே செயல்பட்டு வருகின் றனர் என்று பதில் எழுதினார் கருணாநிதி.

அரசியல் பரபரப்புகள் நாளுக்கு நாள் அதிகரித்துக்கொண்டிருந்த சமயத்தில் 25 டிசம்பர் 1975 அன்று திமுகவின் மாநில மாநாடு கோயம்புத்தூரில் கூடியது. திமுக ஆட்சியைக் காவு வாங்கிய மாநாடு என்றே அதைச் சொல்லலாம். ஏறக்குறைய இருபது லட்சம் பேர் கலந்துகொண்ட அந்த மாநாட்டின்போது ஏழு மைல் நீளத்துக்கு ஊர்வலம் நடந்தது. பிரம்மாண்டமாக நடந்த அந்த மாநாட்டில் இரண்டு முக்கியத் தீர்மானங்கள் நிறைவேற்றப் பட்டன.

சட்டங்களை நடைமுறைப்படுத்தும்போது ஜனநாயக முறைகள் பாதிக்கப்படக்கூடாது; அதற்காக அனைத்துக் கட்சித் தலைவர் களையும் கொண்டு வட்டமேஜை மாநாட்டைப் பிரதமர் கூட்டவேண்டும் என்பது ஒரு தீர்மானம்.

ஜனநாயக ரீதியில் பொதுத்தேர்தலை நடத்தவேண்டும்; அதனை உரிய காலத்தில் நடத்தவேண்டும்; நேர்மையான முறையில் தேர்தலை நடத்துவதற்குத் தேவையான சூழ்நிலைகளை மத்திய அரசு உருவாக்கித் தரவேண்டும் என்பது இன்னொரு தீர்மானம்.

எமர்ஜென்ஸி அமலில் இருக்கும் சமயத்தில் திமுக கூட்டிய மாநாடு என்பதால் அதுபற்றிய செய்திகளுக்கு தேசிய முக்கியத் துவம் கொடுத்தன. கோவை மாநாடு திமுகவின் பலத்தை நிரூபித்திருக்கிறது; கடந்த மூன்றாண்டுகளில் கட்சி பெற்ற தோல்விகளைத் தாண்டி கட்சி இன்னும் செல்வாக்கோடு இருப்பதை, திரண்டு வந்திருந்த கூட்டம் உறுதி செய்திருக்கிறது என்று எழுதியது தி ஸ்டேட்ஸ்மென் ஏடு.

திமுக மாநாட்டில் நிறைவேற்றப்பட்ட தீர்மானங்கள் இந்திரா காங்கிரஸ் தலைமையை ஆத்திரப்படுத்தின. இந்தியாவில் கட்டுப்பாடற்ற இரண்டு தீவுகள் இருக்கின்றன என்றார் பிரதமர் இந்திரா காந்தி. அவர் குறிப்பிட்டது தமிழ்நாடு மற்றும் ஸ்தாபன காங்கிரஸ் ஆட்சி நடக்கும் குஜராத் என்ற இரண்டு மாநிலங் களைத்தான். பிரதமர் மென்மையான மொழியில் சொன்ன கருத்துக்கு இந்திரா காங்கிரஸ் தலைவர் தேவகாந்த் பரூவா வன்மையான மொழியில் பொழிப்புரை கொடுத்தார். 'திமுக ஒழுங்காக நடந்துகொள்ளாவிட்டால் அந்தக் கட்சியே தடை செய்யப்படும்'

20 ஜனவரி 1976 அன்று சென்னையில் காமராஜர் சிலைத் திறப்பு விழா நடந்தது. அந்த விழாவில் குஜராத் முதல்வர் பாபுபாய்

படேல் கலந்துகொண்டார். ஸ்தாபன காங்கிரஸ் கட்சியைச் சேர்ந்தவர். முன்பு ஜே.பியை அழைத்து ஒரு விழா. இப்போது பாபுபாய் படேலை வைத்து. திமுக அரசின் மீது குற்றப்பட்டியல் வாசிக்கத் தொடங்கினர் மத்திய அமைச்சர்கள். குறிப்பாக, பிரம்மானந்த ரெட்டியும் ஓம் மேத்தாவும்.

மத்திய அரசுக்கு எதிராக விஷமிகள் சிலர் துண்டுப்பிரசுரங்கள் விநியோகம் செய்கிறார்கள். அதைத் தடுப்பதற்கு திமுக அரசு எவ்வித நடவடிக்கையும் எடுக்கவில்லை; மத்திய அரசு சொல்லாத விஷயங்களுக்கெல்லாம் மிசா சட்டத்தைப் பயன் படுத்துகிறது திமுக அரசு; இந்திரா காங்கிரஸ் கட்சியினருக்குக் கூட்டம் நடத்த அனுமதி மறுக்கிறது திமுக அரசு என்று வரிசை யாகப் பல குற்றச்சாட்டுகள். ஒவ்வொரு குற்றச்சாட்டுக்கும் உரிய பதில்களைச் சொல்லிக்கொண்டே இருந்தார் கருணாநிதி.

64

வந்தது சர்க்காரியா கமிஷன்

நெருக்கடி நிலைக்கு எதிரான தீர்மானங்களை வாபஸ் பெற்றுவிடுங்கள்; திமுக ஆட்சியின் பதவிக்காலத்தை ஓராண்டு காலத்துக்கு நீட்டித்துத் தருகிறோம்! எமர்ஜென்ஸியை எதிர்த்து உரத்த குரலில் முழங்கிவந்த திமுகவை வழிக்குக் கொண்டு வரும் வகையில் மத்திய அமைச்சர் ஓம் மேத்தாவை தமிழகத் துக்கு அனுப்பினார் பிரதமர் இந்திரா. அப்போது கருணாநிதி யிடம் ஓம் மேத்தா கொடுத்த வாக்குறுதிதான் மேலே இருப்பது. ஆனால், அதனை அடியோடு நிராகரித்திருந்தார் முதலமைச்சர் கருணாநிதி.

அதன் தொடர்ச்சியாகப் பல்வேறு காரியங்கள் நடந்தன. இனி யும் விட்டுவைப்பதில் அர்த்தமில்லை என்பதால் தமிழக ஆளு நரைத் தொடர்புகொண்டு அரசுக்கு எதிராக அறிக்கை கேட்டது மத்திய அரசு. அப்போது தமிழக ஆளுநராக இருந்தவர் கே.கே. ஷா. முதலமைச்சர் கருணாநிதியுடன் அதிக நெருக்கம் காட்டி யவர். அவரது பெயருக்கு முன்னால் இருக்கும் கே.கே என்பதை கலைஞர் கருணாநிதி என்றே அரசியல் வட்டாரத்தில் அர்த்தப் படுத்துவார்கள். அந்த அளவுக்கு நெருக்கமாக இருந்தது அவர் களுடைய நட்பு.

ஆனாலும் மத்திய அரசின் வற்புறுத்தல் காரணமாக ஆட்சிக் கலைப்புக்கு அறிக்கையில் கையெழுத்திட்டார் ஆளுநர். வலுக் கட்டாயமாக வாங்கப்பட்ட கையெழுத்து என்று சொன்னது திமுக. மத்திய அமைச்சரவை கூடியது. இந்திய அரசியலமைப்புச் சட்டத்தின் 356வது பிரிவின்கீழ் தமிழ்நாட்டில் உள்ள திமுக

அரசைக் கலைத்துவிட்டு, குடியரசுத் தலைவர் ஆட்சியைப் பிரகடனம் செய்யப் பரிந்துரை செய்தது. அப்படியே செய்து முடித்தார் குடியரசுத் தலைவர் ஃபக்ருதீன் அலி அகமது.

தமிழ்நாட்டு அரசியல் வரலாற்றில் சட்டம் ஒழுங்கைக் காரணம் காட்டி முதலில் கலைக்கப்பட்ட அரசு திமுக அரசுதான். இதன் மூலம் ஒன்பதாண்டுகால திமுக அரசுக்குத் தாற்காலிக முடிவுரை எழுதப்பட்டது. ஆட்சிக் கலைப்பு திமுக தொண்டர்கள் மத்தியில் பலத்த அதிர்வுகளை ஏற்படுத்தியது. கலவரம் வெடிக்கக்கூடும் என்று எதிர்பார்க்கப்பட்ட சூழலில், 'வன்முறைகள் தலை காட்டாமல், கடமை, கண்ணியம், கட்டுப்பாடு உணர்வுகளுடன் நடந்துகொள்ளவேண்டும்' என்று திமுக தொண்டர்களைக் கேட்டுக்கொண்டார் கருணாநிதி.

திமுக தொண்டர்கள் அதிர்ச்சியில் ஆழ்ந்திருந்த சமயத்தில் அதிமுக முகாம் உற்சாக வெள்ளத்தில் திளைத்துக் கொண்டிருந்தது. கருணாநிதி பதவி விலகவேண்டும் என்ற தன்னுடைய நான்கு ஆண்டு காலக் கோரிக்கை நிறைவேறியதில் எம்.ஜி.ஆருக்கு பலத்த மகிழ்ச்சி. 'திமுக அரசு விலக்கப்பட்டது தைரியமான நடவடிக்கை; இதனை அதிமுக வரவேற்கிறது; ஜனநாயகத்தைப் பாதுகாக்க பிரதமர் இந்திரா காந்திக்கு அதிமுகவின் முழு ஆதரவு உண்டு' என்று தனது மகிழ்ச்சியை வெளியிட்டார் எம்.ஜி.ஆர்.

தமிழக ஆட்சி நிர்வாகத்தைக் கவனிக்க ஆளுநர் கே.கே.ஷா வுக்கு இரண்டு ஆலோசகர்களை அனுப்பிவைத்தது மத்திய அரசு. பி.கே.தவே மற்றும் ஆர்.வி. சுப்பிரமணியம் என்ற இரண்டு உயரதிகாரிகள் சென்னை வந்தனர். அதன் தொடர்ச்சியாக, திமுக அரசு ஆட்சியில் இருந்தவரை அமலுக்கு வராத பத்திரிகைத் தணிக்கையும் இன்னபிற கெடுபிடிகளும் சூடுபிடிக்கத் தொடங்கின. பொதுக்கூட்டங்கள், ஊர்வலம் நடத்துவதற்குத் தடை விதிக்கப்பட்டது. கைது நடவடிக்கைகள் தொடங்கின.

ஆட்சி அகற்றப்பட்ட சூழலில் கைது நடவடிக்கைகள் வேக மெடுத்தன. முதல் குறி, திமுகவினர் மீதுதான். திமுகவின் முக்கியத்தலைவர்களான ஏ.வி.பி. ஆசைத்தம்பி, ஆற்காடு வீராசாமி, முரசொலி மாறன், சிட்டிபாபு, மு.க. ஸ்டாலின், துரை முருகன், வீரபாண்டி ஆறுமுகம், கோ.சி.மணி, டி.ஆர்.பாலு,

வை.கோபால்சாமி உள்ளிட்ட பலரும் கைது செய்யப்பட்டனர். தொண்டர்களையும் விட்டுவைக்கவில்லை.

கைதுகள் தொடர்ச்சியாக நடந்தபோதும் யார், யாரெல்லாம் கைது செய்யப்படுகிறார்கள் என்பது யாருக்கும் தெரியவில்லை. காரணம், பத்திரிகைத் தணிக்கை. கைது செய்யப்பட்ட திமுக வினரின் பட்டியல் திமுக நாளிதழான முரசொலியில் வெளி யானது. நேரடியாக அல்ல; அண்ணா நினைவு நாளுக்கு அஞ்சலி செலுத்த வரமுடியாதவர்கள் பட்டியல் என்ற பெயரில் மறைமுகமாக வெளியானது.

திமுகவினர் மட்டுமல்ல, திராவிடர் கழகத்தைச் சேர்ந்த கி.வீரமணி, விடுதலை சம்பந்தம், நடிகர் எம்.ஆர். ராதா உள்ளிட்டோர் கைதாகினர். மார்க்சிஸ்ட் கம்யூனிஸ்ட் கட்சியினர், எமர்ஜென்ஸியை எதிர்த்த ஸ்தாபன காங்கிரஸ் தலைவர்கள், இராம.கோபாலன் உள்ளிட்ட இந்துத்வ இயக்கத்தினர் என்று பலரும் கைதாகினர். பலர் மிசா சட்டத்தில்.

அடுத்ததாக, திமுக தலைவர் கருணாநிதியும் அவருடைய அமைச்சரவை சகாக்களும் குறிவைக்கப்பட்டனர். கைது நட வடிக்கைக்குப் பதிலாக அவர்களுக்கு வேறொரு வைத்தியம் காத்திருந்தது. அதன் பெயர், விசாரணை கமிஷன். அதற்கு வசதி யாக நான்கு ஆண்டுகளுக்கு முன்னர் குடியரசுத் தலைவரிடம் எம்.ஜி.ஆர் கொடுத்த புகார்ப்பட்டியல் தூசிதட்டப்பட்டது.

இந்திய கம்யூனிஸ்ட் கட்சியின் முக்கியத் தலைவர்களான எம்.கல்யாணசுந்தரம், பாலதண்டாயுதம், கே.டி.கே. தங்கமணி, கே.டி.ராஜு, எம்.வி.சுந்தரம், எஸ் நாராயணன் ஆகியோர் கொடுத்த புகார்ப்பட்டியல்களுக்கும் உயிர் கொடுக்கப்பட்டது. போதாக்குறைக்கு, நாஞ்சில் மனோகரன் மற்றும் ஜி.விசுவ நாதன் ஆகியோர் கடைசிநேரத்தில் கொடுத்த புதிய மகஜர் ஒன்றும் கணக்கில் சேர்த்துக்கொள்ளப்பட்டது.

தீவிர ஆலோசனைகளுக்குப் பிறகு மத்திய அரசிடம் இருந்து அறிவிப்பு வெளியானது. நாஞ்சில் மனோகரன், ஜி.விசுவநாதன் ஆகியோரால் 1 டிசம்பர் 1975 அன்று கொடுக்கப்பட்ட மகஜர், எம்.ஜி.ஆரிடம் இருந்து 4 நவம்பர் 1972 அன்று வந்த மகஜர், இந்திய கம்யூனிஸ்ட் கட்சியின் சார்பில் 20 செப்டெம்பர் 1972 மற்றும் 6 நவம்பர் 1972 ஆகிய தேதிகளில் வந்த இரண்டு மகஜர்கள் ஆகியவற்றின் அடிப்படையில் முன்னாள் முதலமைச்சர்

கருணாநிதி மற்றும் அவருடைய அமைச்சரவை சகாக்கள் மீது விசாரணை கமிஷன் அமைக்கப்படுகிறது!

ஐம்பதுக்கும் மேற்பட்ட புகார்கள் பட்டியலில் இருந்தபோதும் எம்.ஜி.ஆரும் எம். கல்யாணசுந்தரம் உள்ளிட்டோரும் அனுப்பிய மகஜர்களில் இருந்து 27 குற்றச்சாட்டுகளையும் நாஞ்சில் மனோகரனும் ஜி.விசுவநாதனும் கொடுத்த மகஜர்களில் இருந்து ஒரு குற்றச்சாட்டையும் எடுத்துக்கொண்டு விசாரணையைத் தொடங்குவது என்று முடிவானது.

3 பிப்ரவரி 1976 அன்று மத்திய அரசு வெளியிட்ட அறிவிப்பின் படி, உச்சநீதிமன்ற நீதிபதி ரஞ்சித் சிங் சர்க்காரியா தலைமையில் தனிநபர் கமிஷன் அமைக்கப்பட்டது.

விசாரணையை நடத்துவதற்கு வசதியாக மத்திய, மாநில புலனாய்வுக் குழுக்கள் அமைக்கப்பட்டன. மத்தியப் புலனாய்வுக் குழுவின் தலைவராக ராஜகோபாலனும் அவருக்குக்கீழ் ஐந்து அதிகாரிகளும் நியமிக்கப்பட்டனர்.

மாநிலப் புலனாய்வுக் குழுவின் தலைவராக ஜி. கணேசனும் அவருக்குக்கீழ் நான்கு அதிகாரிகளும் பணியில் அமர்த்தப்பட்டனர். சர்க்காரியா கமிஷன் தனது பணிகள் அனைத்தையும் முடித்து, 1 பிப்ரவரி 1977 அல்லது அதற்கு முன்பு அறிக்கை தாக்கல் செய்யவேண்டும் என்று அறிவுறுத்தப்பட்டது.

விசாரணை கமிஷன் அமைக்கப்பட்டது தொடர்பாக திமுக தலைவர் கருணாநிதியிடம் கருத்து கேட்டபோது, 'அத்தனையும் பழைய புகார்கள். அவற்றுக்கான பதில்களை சட்டமன்றத்திலேயே அச்சடித்துக் கொடுத்துவிட்டோம். இப்போது விசாரணை கமிஷனிடமும் விளக்கம் அளிக்க ஒருவாய்ப்பு கிடைத்துள்ளது. ஆகவே, விசாரணை ஆணையத்தை வரவேற்கிறேன்' என்று சொன்னார்.

இந்த இடத்தில் சர்க்காரியா கமிஷன் நியமித்த விசாரணை அதிகாரிகளுள் ஒருவரான காவல்துறை அதிகாரி ராஜகோபாலன் தன்னுடைய பணிக்கால அனுபவங்கள் பற்றிய புத்தகத்தில் (என் காவல் சுவடுகள்) தந்திருக்கும் வாக்குமூலத்தைப் பதிவுசெய்வது பொருத்தமாக இருக்கும்.

'திரு. கருணாநிதி மீதான புகார்ப்பட்டியல் மிகவும் நீளமானது. பல பக்கங்கள் இருந்தன. ஆனால் அவற்றில் பல புகார்கள்

மேலெழுந்தவாரியாகவே அமைந்திருந்தன. கேள்விப்பட்டதை வைத்தே புகார்கள் தரப்பட்டிருந்தன. புகார்ப்பட்டியலில் தாம் என்ன எழுதியிருக்கிறோம் என்பது பற்றிய செயல்முறை நுட்பங்கள் ஏதும் எம்.ஜி.ஆருக்கு இருக்கவில்லை. அவரது நம்பிக்கைக்குரிய சிலர் தொகுத்துத்தந்த புகார்ப்பட்டியலில் அவர் கையெழுத்துப் போட்டு அனுப்பியிருக்கிறார் என்றுதான் யூகிக்க முடிந்தது.'

சர்க்காரியா கமிஷனின் விசாரணைகள் தொடங்கிய நிலையில் தமிழக காங்கிரஸ் கட்சியினர் வேறொரு நிகழ்ச்சி நிரலில் ஆர்வம் செலுத்தினர். மூன்று மாத காலமாக நிலுவையில் இருந்த ஸ்தாபன காங்கிரஸ் - இந்திரா காங்கிரஸ் இணைப்பு விழா சென்னையில் அரங்கேறியது. 15 பிப்ரவரி 1976 அன்று நடந்த விழாவில் பிரதமர் இந்திரா காந்தி கலந்துகொண்டார். ஒருங்கிணைந்த காங்கிரஸ் கட்சியின் தலைவராக ஜி. கருப்பையா மூப்பனார் நியமிக்கப்பட்டார். மகாதேவன் பிள்ளையும் கே.எஸ். ராமசாமியும் துணைத் தலைவர்களாக நியமிக்கப் பட்டனர். அந்த மேடையில் பிரதமர் இந்திரா காந்தி பேசினார்.

'அண்ணாதுரையின் மறைவுக்குப் பிறகு வந்த புதிய தலைவர் (கருணாநிதி) வேறுபாதையைத் தேர்ந்தெடுக்க ஆரம்பித்தார். கட்சியின் மேல்மட்டத் தலைவர்கள் ஓரிருவர் பிரிவினை பற்றிப் பேசாமல் இருந்தாலும், அதற்கு அடுத்த மட்டத்தில் இருந்தவர்கள் மேடைகளில் பிரிவினைக் கருத்தைப் பரப்பிக் கொண்டிருந்தார்கள். பேசி வந்தார்கள். இந்தியாவுக்கு வேறுபல பிரதமர்கள் பற்றிப் பேசப்பட்டது. தனி வெளிநாட்டுத் தொடர்பு, உறவு என்றெல்லாம்கூடப் பேசினார்கள். பிரிவினை பற்றி எவர், எங்கிருந்து பேசினாலும் அதை ஒருபோதும் சகித்துக்கொள்ள முடியாது.'

திமுக ஆட்சி கலைக்கப்பட்டுவிட்டது. என்றாலும், அந்தக் கலைப்பை அங்கீகரிக்க மக்களவையில் தீர்மானம் கொண்டுவரப் பட்டது. அது தொடர்பான விவாதத்தில் 10 மார்ச் 1976 அன்று பேசினார் மக்களவை உறுப்பினர் ஓ.வி. அளகேசன்.

1956 ஆம் ஆண்டு இறுதியில் அரியலூரில் மிகப்பெரிய ரயில் விபத்து நடந்தபோது ரயில்வே துணை அமைச்சராக இருந்தவர் ஓ.வி. அளகேசன். காபினட் அமைச்சர் லால் பகதூர் சாஸ்திரி தார்மிக அடிப்படையில் ராஜினாமா செய்தபோது அளகேசன்

பதவி விலகவில்லை. அடுத்துவந்த தேர்தலின்போது செங்கல் பட்டு மக்களவைத் தொகுதியில் போட்டியிட்டார். அப்போது அவருக்கு எதிராகப் பிரசாரம் செய்த திமுகவினர், 'அரியலூர் அளகேசா! நீ ஆண்டது போதாதா? மக்கள் மாண்டது போதாதா?' என்று கேள்வி எழுப்பினர். அந்தப் பிரசாரத்தின் பலனாக அளகேசன் தோல்வி அடைந்தார்.

அந்தச் சம்பவம் நடந்து ஏறக்குறைய இருபதாண்டுகள் கழிந்து விட்ட நிலையில் திமுக ஆட்சிக் கலைப்பை அங்கீகரிக்கும் தீர்மானத்தின்மீது பேசினார் ஓ.வி. அளகேசன். அப்போது அவர் பயன்படுத்திய வார்த்தைகள் அத்தனையும் திமுகவினருக்குக் கொதிப்பை ஏற்படுத்தக் கூடியவை. அந்த உரையில் இருந்து சில பகுதிகளை மட்டும் இங்கே பார்க்கலாம்.

'பாவம் நிறைந்த, அருவருக்கத்தக்க திமுகவினர் மற்றும் அவர்களுக்கு உடந்தையாக இருந்தவர்கள் நீங்கலாகத் தமிழ்நாட்டில் உள்ள அனைவரது நன்றியையும் இந்திரா காந்தி பெற்றிருக்கிறார். நமது நாட்டின் எந்தப் பகுதியிலும் இதுவரையில் ஒருபோதும் காணப்பட்டிராத ஓர் அடக்குமுறை ஆட்சியில் இருந்து தமிழ்நாட்டு மக்களை 356வது பிரிவு உண்மையில் மீட்டிருக்கிறது. புராணகாலத்தில் முதலைவாயில் இருந்து கஜேந்திரன் என்ற யானை மீட்கப்பட்டதைப்போல இப்போது தமிழ்நாட்டு மக்கள் மீட்கப்பட்டிருக்கிறார்கள்' என்று சொன்ன போது தமிழக காங்கிரஸ் கட்சியினர் எந்த அளவுக்கு ஆத்திரத் துடன் இருந்துள்ளனர் என்பது தெரியவந்தது.

அத்துடன் நிறுத்திக்கொள்ளவில்லை. 'திமுகவினர் மனத்தள வில் இன்னமும் பிரிவினைவாதிகளாகவே இருக்கிறார்கள். மாநில சுயாட்சி என்ற இந்தக் கூச்சல், தமிழ்நாட்டில் பிரிவினை இயக்க உணர்வு துடிப்புடன் இருக்கச் செய்வதற்கான ஒரு போர்வை' என்று சொன்னார். அதன்மூலம் திமுக மீது மத்திய அரசு கடும் நடவடிக்கைகளை எடுக்கப் போகிறது என்பது புரியவந்தது.

அதனைத் தொடர்ந்து சர்க்காரியா கமிஷன் விசாரணை வேகம் பிடித்தது. முக்கிய ஐ.பி.எஸ் அதிகாரியான வி.ஆர். லட்சுமி நாராயணன் சென்னைக்கு அனுப்பப்பட்டார். டெல்லியில் பணியாற்றிக் கொண்டிருந்த புலனாய்வு அதிகாரி மோகன்தாஸ் சென்னைக்கு மாற்றப்பட்டார். எம்.ஜி.ஆருடன் மோகன்தாஸ்

நெருக்கமானது இதன்பிறகுதான். மத்திய உள்ளாட்சித்துறை இணைச் செயலாளர் சி.வி. நரசிம்மன் மீண்டும் தமிழகத்துக்கு வந்து, ஊழல் ஒழிப்பு மற்றும் கண்காணிப்புத் துறையின் தலைமைப்பொறுப்பை ஏற்றுக்கொண்டார். நடக்கும் அத்தனைக் காரியங்களையும் தூரத்தில் இருந்தபடி கண்காணித்துக் கொண்டிருந்தார் பின்னாளில் மத்திய அரசின் பல பெரிய பொறுப்புகளை வகித்த எம்.கே. நாராயணன். திமுகவின் மீதான பிடி நாளுக்கு நாள் இறுகிக் கொண்டிருந்தது!

65

கருணாநிதி: சில குற்றச்சாட்டுகள்

இருபத்தியெட்டு குற்றச்சாட்டுகளை முன்வைத்து விசாரணையைத் தொடங்கியிருந்தார் சர்க்காரியா. முன்னாள் முதலமைச்சர் கருணாநிதி மீது மட்டுமல்ல; அவருடைய அமைச்சரவையில் இடம்பெற்ற நாவலர் நெடுஞ்செழியன், செ. மாதவன், ப.உ. சண்முகம், அன்பில் தர்மலிங்கம், சாதிக் பாட்சா, ஓ.பி. ராமன், சி.பா. ஆதித்தனார் உள்ளிட்டோர் மீதும் குற்றச் சாட்டுகள் இருந்தன. மேலும், கருணாநிதிக்கும் அவரது அமைச்சர்களுக்கு நெருக்கமான கவிஞர் கருணானந்தம், தொழிலதிபர் வி.எஸ்.தியாகராஜ முதலியார், கவிஞர் கண்ணதாசனின் சகோதரரான ஏ.எல். சீனிவாசன் உள்ளிட்ட தனி நபர்கள் மீதும் குற்றச்சாட்டுகள் இருந்தன.

சர்க்காரியா கமிஷன் விசாரித்த குற்றச்சாட்டுகளும் அவை தொடர்பான விசாரணை முடிவுகளும் வெறும் அனுமானங்களின் அடிப்படையிலும் செவிவழிச்செய்திகளின் அடிப்படையிலும் மட்டுமே எதிர்க்கட்சிகளால் பேசப்பட்டுவருகின்றன. அதுவும் ஏறக்குறைய முப்பத்தைந்து ஆண்டுகளுக்கும் மேலாக. அப்படிப் பேசுபவர்களில் பலரும் சர்க்காரியா கமிஷன் விசாரணை அறிக்கைகளைப் பார்க்கவோ, படிக்கவோ செய்யாமல் வெறும் ஊகத்தின் அடிப்படையிலேயே பேசிவருகின்றனர் என்பது அவர்கள் பயன்படுத்தும் வார்த்தைகளின்மூலமே தெரிந்துவிடும். உதாரணத்துக்கு, மேடைகளில் விஞ்ஞானப் பூர்வ ஊழல் என்ற பதத்தை அடிக்கடி பயன்படுத்துவார்கள். இப்படியான பொத்தாம் பொதுவான பேச்சுக்கள் அநேகம்.

இத்தனைக்கும் சர்க்காரியா கமிஷன் வெளியிட்ட இடைக்கால அறிக்கை, இறுதி அறிக்கை எல்லாமே தமிழிலும் ஆங்கிலத்திலும் காணக் கிடைக்கின்றன. அவற்றில் எம்.ஜி.ஆர், எம்.கல்யாணசுந்தரம் உள்ளிட்டோர் கருணாநிதி உள்ளிட்ட அமைச்சர்கள் மீது முன்வைத்த குற்றச்சாட்டுகள் முழுமையாகப் பதிவாகியுள்ளன. அதிகம் வெளிவராத சில பகுதிகளை இனிக் காண்போம்.

கருணாநிதி உள்ளிட்ட அமைச்சர்கள் மீது பல குற்றச்சாட்டுகளை முன்வைத்திருந்தார் எம்.ஜி.ஆர். கருணாநிதியின் மகனின் பெயரில் தொடங்கப்பட்ட மு.க.முத்து மன்றம், அமைச்சக அந்தஸ்துள்ள பெரிய மனிதரான என்.வி.நடராசனால் தொடங்கி வைக்கப்பட்டது. இது, தனது தொழிலை விளம்பரப்படுத்திக் கொள்ள கருணாநிதியால் மேற்கொள்ளப்பட்ட முயற்சியின் தொடர்ச்சியே. தனது மகனின் நலன் கருதி தனது செல்வாக்கை அவர் தவறாகப் பயன்படுத்தினார் என்பது எம்.ஜி.ஆரின் குற்றச்சாட்டு.

திரையுலகில் எம்.ஜி.ஆர்தான் மன்னாதி மன்னன். அவருக்குப் போட்டியாக புதுமுக நடிகரான மு.க.முத்துவால் ஒருக்காலும் வரமுடியாது என்று எம்.ஜி.ஆர் ரசிகர்கள் பெருமிதத்துடன் இருந்த நிலையில், மு.க.முத்துவின் ரசிகர் மன்றம் தொடர்பாக பிரதமரிடம் புகார் அளிக்கும் அளவுக்கு எம்.ஜி.ஆர் சென்றிருக் கிறார் என்பது அதிர்ச்சியையும் ஆச்சரியத்தையும் அளிக்கும் விஷயம்தான்.

அரசுப் பதவியைத் தவறாகப் பயன்படுத்தி, வீராணம் குடிநீர்த் திட்டத்துக்கான ஒப்பந்தம் அளிப்பது குறித்து சத்திய நாராயணா பிரதர்ஸ் என்ற நிறுவனத்தின் சார்பில் - உரிய முறையல்லாத வகையில் - உள்நோக்கத்துடன் - அவர்களது ஒப்பந்தப் புள்ளியை அரசு ஏற்கும் முறையில் தமது பரிவுரைகளைத் தயார்செய்து அனுப்புமாறு தலைமைப் பொறியாளர் உசேனுக்கு கட்டளை யிட்டுள்ளார் கருணாநிதி என்பது அடுத்த குற்றச்சாட்டு.

தமிழகத்தில் இருக்கும் சர்க்கரை ஆலைகளில் இருந்து சர்க் கரையை எடுத்துச்செல்ல மொத்த விற்பனை வியாபாரிகளாகப் பெரும்பாலும் திமுகவினரையே கருணாநிதியும் ப.உ. சண்முக மும் நியமித்தனர். ஆனால் அவர்கள் சொன்னபடி ஆலையில் இருந்து சர்க்கரையை எடுத்துக்கொள்ளவில்லை. ஆலைகளில்

சர்க்கரை விலை போகாமல் தேங்கிக்கிடப்பது போலவும் சர்க்கரைத் தட்டுப்பாடு இருப்பது போலவும் செயற்கையான நிலை உருவாக்கப்பட்டது.

விவகாரம் முற்றியபிறகும்கூட சம்பந்தப்பட்ட மொத்த விற்பனை வியாபாரிகள் மீது அரசு நடவடிக்கை எதையும் எடுக்கவில்லை. புதிய வியாபாரிகளும் நியமிக்கப்படவில்லை. போதாக்குறைக்கு, தனியார் சர்க்கரை ஆலைகளில் இருந்து விடுவிக்கப்படும் சர்க்கரை மூட்டை ஒன்றுக்கு ரூ 2 முதல் ரூ 3 வரை கேட்டு, சென்னையைச் சேர்ந்த மாவு ஆலைத் தொழிலதிபர் ஒருவர் மூலமாக ஐம்பது லட்சம் ரூபாய்க்கு மேல் வசூலித்தனர் என்றார் எம்.ஜி.ஆர்.

அடுத்த குற்றச்சாட்டு, சந்தேகத்துக்குரிய இணைப்பு பற்றியது. 74511 என்ற எண் கொண்ட தொலைபேசி முன்னுரிமை அடிப்படையில், கே. ஆனந்தம் என்பவர் பெயரில் எடுக்கப்பட்டு, அவருடைய வீட்டில் வைக்கப்பட்டது. ஆனால் அந்த எண்ணோ, அதற்குரிய முகவரியோ டெலிபோன் டைரக்டரியில் இடம்பெறவில்லை. சம்பந்தப்பட்ட கே. ஆனந்தம் என்பவர் கருணாநிதியின் நண்பரான கவிஞர் கருணானந்தம் என்றே தெரிகிறது. அந்தத் தொலைபேசியை வெளியூரில் உள்ளவர்களுடனும் உள்ளூரில் உள்ளவர்களுடனும் பேசுவதற்காகப் பயன்படுத்திய தன் பொருட்டு கட்டவேண்டி வந்த தொகையைப் பார்த்தோமானால் அந்தத் தொலைபேசி மூலம் எத்தனை விவகாரங்கள் நடந்துள்ளன என்பது நன்கு தெரியவரும் என்றார் எம்.ஜி.ஆர்.

திமுக அமைச்சரவை பதவியேற்றபிறகு நாதன் பப்ளிகேஷன்ஸ் என்ற புதிய நிறுவனம் ஒன்று தொடங்கப்பட்டது. அரசு வெளியிடும் பள்ளிப் பாடநூல்களின் முழு விநியோகஸ்தர்களாக நாதன் பப்ளிகேஷன்ஸ் நியமிக்கப்பட்டது. ஆனால் பள்ளிப் பாடநூல்கள் மாணவர்களுக்குச் சரியான முறையில் கிடைக்காத அளவுக்குப் பற்றாக்குறை ஏற்பட்டது. இந்த நிறுவனத்துக்கும் அமைச்சர் அன்பில் தர்மலிங்கத்துக்கும் உள்ள நெருக்கம் காரணமாகவே துறைசார்ந்த அனுபவம் இல்லாத நாதன் பப்ளிகேஷனுக்கு அனுமதி தரப்பட்டது. ஆகவே, இதுபற்றி விரிவாக விசாரிக்கவேண்டும் என்று கோரினார் எம்.ஜி.ஆர்.

விவசாய நிலங்களுக்கு விமானம் மூலம் பூச்சிமருந்து தெளிப்பதற்கு ஒரு நிறுவனத்துடன் தமிழக அரசு ஒப்பந்தம் செய்தது.

அந்த நிறுவனத்துக்கும் அரசுக்கும் இடையே பாலமாகச் செயல்படுவதற்கு பொன்னி எண்டர்பிரைசஸ் என்ற நிறுவனத்தை அமர்த்தியது தமிழக அரசு. உண்மையில் அந்த நிறுவனம் அமைச்சர் அன்பில் தர்மலிங்கத்தின் நிழல்; அதன் பங்குதாரர்கள் ராஜகோபால், பாபு, என்.ஜெயராமன் என்ற மூவருக்கும் விமானம் மூலம் பூச்சிமருந்து தெளிக்கும் கம்பெனியுடன் பேரம் செய்யும் அளவுக்குப் பணத்தை முதலாகப் போடும் தகுதி கிடையாது என்பது எம்.ஜி.ஆர் முன்வைத்த குற்றச்சாட்டு.

எவ்வளவு பரப்பளவுக்கு பூச்சிமருந்து தெளிக்கவேண்டும் என்பதை ஊராட்சி ஒன்றியங்களிடம் உறுதிசெய்வது, ஊராட்சிகளிடம் இருந்து பணத்தை வசூலித்து விமான நிறுவனங்களிடம் ஒப்படைப்பது இரண்டுமே அரசின் வேலை. ஆனால், இவற்றைக் கவனித்துக் கொள்வதற்கு பொன்னி எண்டர்பிரைசஸ் என்ற இடைத்தரகரைப் பயன்படுத்தியது, ஒப்பந்தக் காரர்களிடம் கணக்கில் காட்டியும், கணக்கில் காட்டாமலும் தரகுத் தொகையை வசூலிக்கத் திமுக அரசு கையாண்ட வழிமுறைகளுள் ஒன்று என்றார் எம்.ஜி.ஆர்.

அடுத்த குற்றச்சாட்டு, கவிஞர் கண்ணதாசனின் சகோதரர் ஏ.எல். சீனிவாசனுக்கு பீர் தொழிற்சாலை அமைக்க அனுமதி கொடுத்தது தொடர்பானது. முதலமைச்சரின் நண்பர்களில் தற்போது முதலிடம் வகிப்பவர் ஏ.எல். சீனிவாசன்; திரைப்படத் துறையில் கருணாநிதியுடன் நெருங்கிய தொடர்பு வைத்துள்ளார்; பணத்தொல்லை காரணமாகத் தமக்குச் சொந்தமான சாரதா ஸ்டுடியோவை அவர் அண்மையில் மூடிவிட்டார். ஆக, வர்த்தக ரீதியில் ஒரு இன்சால்வண்ட் (திவாலானவர்) என்பது திரைப்படத் துறையில் உள்ளவர்களுக்குத் தெரியும். இருந்தாலும் சீனிவாசனிடம் பீர் உற்பத்தி செய்வதற்குப் போதுமான அளவுக்குப் பணவசதி இருப்பதாகக் கருதிய அவருடைய நண்பர் கருணாநிதி, அவருக்கு பீர் தொழிற்சாலை தொடங்க உரிமம் வழங்கியுள்ளார். ஆகவே, ஏ.எல்.சீனிவாசனுக்கு எப்படி நிதி வசதி வந்தது என்பதையும் அவருக்கு இந்த லைசென்ஸ் எப்படி வழங்கப்பட்டது என்பதையும் பற்றிப் புலன் விசாரணை செய்யப்படவேண்டும் என்பது எம்ஜி.ஆரின் கோரிக்கை.

தஞ்சாவூர் கூட்டுறவு விற்பனைக் கூட்டமைப்பின் தலைவராக இருந்தவர் வி. எஸ். தியாகராஜ முதலியார். இவர் கருணாநிதியின் நெருங்கிய நண்பர். இவர் பதவியில் இருந்தபோது ரூபாய்

இரண்டு கோடிக்கு மேல் பொதுப் பணத்தைக் கையாடியுள்ளார் என்று தமிழ்நாடு மாநில கூட்டுறவு வங்கியின் செயலாளர் அறிக்கை தாக்கல் செய்துள்ளார். இதுதொடர்பான வழக்கு காவல்துறையினரிடம் ஒப்படைக்கப்பட்டது.

அதன் தொடர்ச்சியாக, நிதி முறைகேட்டில் ஈடுபட்டவர்கள் மீது வழக்கு தொடுக்க தலைமைச் செயலாளர் உள்ளிட்ட அதிகாரிகள் பரிந்துரை செய்துவிட்டனர். ஆனால் முதலமைச்சர் கருணாநிதியும் கூட்டுறவுத்துறை அமைச்சர் ஆதித்தனாரும் தலையிட்டதன் பேரில் அவர்கள் மீது உருப்படியாக நடவடிக்கைகள் ஏதும் எடுக்கப்படவில்லை என்பது எம்.ஜி.ஆரின் குற்றச்சாட்டு.

அடுத்தது, சக்தி பைப்ஸ் நிறுவனம் தொடர்பானது. சம்பந்தப்பட்ட நிறுவன உரிமையாளருக்கு அரசின் சார்பில் இரண்டு கோடி ரூபாய் இழப்பீட்டுத் தொகை தருவதற்கு சட்டமுன்வடிவில் விதித்துறை இயற்றப்பட்டுள்ளது. இது ஒரு அரசியல் சூழ்ச்சி. ஆளுங்கட்சியின் அரசியல் காரணங்களுக்கு நிதி பெற்றுக் கொள்வதற்கு வசதியாகவே அந்த நிறுவனத்துக்குச் சாதகமாக இத்தகைய காரியம் நடைபெற்றுள்ளது என்பது அதிமுகவின் சார்பில் நாஞ்சில் மனோகரனும் ஜி.விசுவநாதனும் முன்வைத்த குற்றச்சாட்டு.

மேலே சொல்லப்பட்ட குற்றச்சாட்டுகள் அனைத்தும் எம்.ஜி.ஆரும் அதிமுகவினரும் முன்வைத்தவை. அவை அனைத்தும் முன்னாள் முதலமைச்சர் பக்தவத்சலம், மோகன் குமாரமங்கலம், எம். கல்யாணசுந்தரம் உள்ளிட்டோரின் உதவியுடன் தயாரிக்கப்பட்டவை என்பதை ஏற்கெனவே பார்த்துவிட்டோம். தவிரவும், புகார்ப்பட்டியலில் தாம் என்ன எழுதியிருக்கிறோம் என்பது பற்றிய செயல்முறை நுட்பங்கள் ஏதும் எம்.ஜி.ஆருக்கு இருக்கவில்லை என்ற மத்தியப் புலனாய்வு அதிகாரி ராஜகோபாலனின் வாக்குமூலத்தையும் பதிவுசெய்திருக்கிறோம்.

எம்.ஜி.ஆரும் அதிமுகவும் மட்டுமல்ல; இந்திய கம்யூனிஸ்ட் கட்சியைச் சேர்ந்த எம்.கல்யாணசுந்தரம் உள்ளிட்ட தலைவர்களும் குற்றச்சாட்டுகளைக் கொடுத்திருந்தனர். அவற்றில் பெரும்பாலானவை எம்.ஜி.ஆர் கொடுத்த புகார்களுக்குக் கூடுதல் வலுசேர்க்கும் வகையில் இருந்தன. சில குற்றச்சாட்டுகள் புதியவையாக இருந்தன.

அவற்றில் முக்கியமான இரண்டு குற்றச்சாட்டுகளை மட்டும் இங்கே பார்க்கலாம்.

மதுரையில் நடந்த திமுக மாவட்ட மாநாட்டில் மாநில அரசின் செய்தி மற்றும் விளம்பரத்துறையைச் சேர்ந்தவர்கள் வெளிப் படையாகக் கலந்துகொண்டு தமிழ்நாடு தனிநாடாகப் பிரிய வேண்டும் என்று பிரசாரம் செய்தனர். வங்கதேசத் தலைவராகிய முஜிபுர் ரகுமானுக்கு நிகராகக் கருணாநிதியைத் தூக்கிவைக்கும் நிழற்படங்கள் பல இடங்களில் பெரிய அளவுகளில் வைக்கப் பட்டன. தமிழ்நாட்டின் விடிவெள்ளி கருணாநிதிதான்; முஜிபுர் ரகுமான் போலவே தமிழ்நாட்டுக்கும் கருணாநிதி விடுதலை வாங்கிக் கொடுப்பார் என்பதே இந்த மாநாட்டின் தாரக மந்திரமாக இருந்தது.

'நாட்டு நன்மைக்கான காரியங்கள் ஆட்களைப் பொறுத்து இருப்பதைவிட அந்தக் காரியங்கள் தானாக நடப்பதற்கேற்ற அரசியல் அமைப்பு இருந்தாகவேண்டும். இதுதான் மாநில சுயாட்சி' என்ற வாசகங்கள் பொறிக்கப்பட்ட பதாகைகள் மாநாட்டில் வைக்கப்பட்டிருந்தன. மாநில சுயாட்சி என்று வெளிப்படையாகப் பேசப்பட்டதுபோல் இருந்தாலும் இதன் உட்கருத்தும் நோக்கமும் இந்திய யூனியனுக்கு எதிராக மக்களைத் தூண்டிவிடுவதுதான் என்பது எம். கல்யாண சுந்தரத் தின் குற்றச்சாட்டு.

அடுத்தது, அறக்கட்டளைகள் தொடர்பானது. திமுகவும் தனியார் அறக்கட்டளைகளும் கட்சியின் முன்னேற்றம் என்று சொல்லிக்கொண்டு முதல் அமைச்சரும் அவரது கூட்டாளிகளும் தனியார் அறக்கட்டளைகளை உருவாக்கி, அவற்றின் பெயரால் சொத்துக்கள் வாங்கினர். அவர்களின் நோக்கம் கறுப்புப் பணத்தை வெள்ளைப் பணமாக மாற்றுவதே. அறக்கட்டளை களின் பெயரால் வாங்கப்பட்டுள்ள சொத்துகளின் மதிப்பு வேண்டுமென்றே குறைத்துக் காட்டப்பட்டுள்ளது. கணக்கில் வராத பணத்தை இதில் காட்டுவதே இதன் நோக்கமாகும்.

சென்னை திமுக அறக்கட்டளை, நாவலர் நெடுஞ்செழியன் கல்வி அறக்கட்டளை, மன்றம் அறக்கட்டளை, பேரறிஞர் அண்ணா அறக்கட்டளை, கலைஞர் கருணாநிதி அறக்கட்டளை, இராம. அரங்கண்ணல் அறக்கட்டளை, வெற்றிச்செல்வி அன்பழகன் அறக்கட்டளை உள்ளிட்டவை வெளிப்பார்வைக்கு

அறக்கட்டளை இயல்புகள் அனைத்தும் கொண்டவையாக இருந்தபோதிலும் கருணாநிதியின் செல்வம், அதிகாரம் முதலிய வற்றைப் பெருக்கவும் நிலைப்படுத்தவும் ஏற்படுத்தப் பட்டுள்ளன என்பது இந்திய கம்யூனிஸ்ட் கட்சியின் குற்றச் சாட்டு.

புகார்ப்பட்டியல்கள் இத்துடன் நிற்கவில்லை. பத்திரிகைகளை அச்சுறுத்தியது, அதிகார அத்துமீறல்களில் ஈடுபட்டது என்று மொத்தம் இருபத்தியெட்டு புகார்கள். எமர்ஜென்ஸி அமலில் இருந்தபோது சர்க்காரியா கமிஷன் தனது விசாரணையை நடத்திக்கொண்டிருந்தது. முதலில் இடைக்கால அறிக்கையும் பிறகு இறுதி அறிக்கை வெளியாகின. கருணாநிதி மற்றும் அவருடைய அமைச்சரவை சகாக்கள் மீது முன்வைக்கப்பட்ட அனைத்துக் குற்றச்சாட்டுகள் குறித்தும் இறுதி அறிக்கையில் முடிவுகள் கூறப்பட்டிருந்தன.

66

கருணாநிதி பதவி விலகவேண்டும்

மிசாவைக் காட்டி மிரட்டினால் தமிழ்நாட்டுக்குள் வருவதற்கு விசா வாங்கவேண்டியிருக்கும்! எமர்ஜென்ஸி அமலில் இருந்த சமயத்தில் திமுக பிரமுகர் ஒருவர் மேடையில் உணர்ச்சி வேகத்தில் உதிர்த்த பிரபலமான வாசகம் இது. அதன் அர்த்தம், அடக்குமுறைகள் தொடர்ந்தால் இந்தியாவில் இருந்து தமிழ் நாடு பிரிந்து, தனி நாடாகும் என்பது. அப்படிப்பேசிய பலரும் ஆட்சிக்கலைப்புக்குப் பிறகு அதே மிசா சட்டத்தின் அதிரடி யாகக் கைது செய்யப்பட்டனர். ஒரே நாளில் இருபத்தைந் தாயிரத்துக்கும் மேற்பட்ட திமுகவினர் கைது செய்யப்படும் அளவுக்கு நடவடிக்கைகள் வேகமெடுத்திருந்தன.

சிறையில் அடைக்கப்பட்ட திமுகவினர் பலரும் பின்னாளில் தங்கள் பெயருக்கு முன் மிசா என்ற அடைமொழியைச் சேர்த்துக்கொண்டனர். என்றாலும், சிறைக்குள் அவர்கள் பட்ட அடிகளும் உதைகளும் சித்திரவதைகளும் அநேகம். மு.க. ஸ்டாலின், ஏ.வி.பி. ஆசைத்தம்பி, ஆற்காடு வீராசாமி, சிட்டி பாபு எம்.பி உள்ளிட்ட பலரும் கடுமையான சித்திரவதைக்கு ஆளாகினர். ஹிட்லராகிறார் இந்திரா என்ற தலைப்பில் கார்ட்டூன் வெளியிட்டதற்காக திமுகவின் முரசொலி நாளிதழ் ஆசிரியர் முரசொலி மாறன் கைது செய்யப்பட்டார். லத்திகளும் பூட்ஸ் கால்களும் அவர்களுடைய உடல்களைப் பதம் பார்த்தன.

காவலர்களின் தாக்குதல்கள் மக்களவை உறுப்பினர் சிட்டிபாபு வின் உடலை ரணகளப்படுத்தியிருந்தன. அடிபட்ட வேகத்தில்,

'நான் சிறையில் இருந்து உயிரோடு வெளியே வருவேனே யானால், நாடாளுமன்றத்தில் என்னுடைய சட்டையைக் கழற்றிக் காட்டுவேன்' என்று காவலர்களிடம் ஆவேசப்பட்டார். உண்மையில் அதன்பிறகுதான் தாக்குதலே தீவிரம் அடைந்தது. தன்னுடைய டைரியில் இதைப் பதிவுசெய்திருக்கிறார் சிட்டி பாபு. சிறையில் நடந்த அதிகார அத்துமீறல்கள் தொடர்பாகப் பின்னாளில் அமைக்கப்பட்ட இஸ்மாயில் விசாரணை கமிஷனிடம் சிட்டிபாபுவின் டைரி சாட்சியமாக வைக்கப்பட்டது. அதிலிருந்து சில வரிகள் மட்டும் இங்கே:

'எனது கன்னத்தில் அறைகள் விழுந்தன.. ஒரு சில வினாடிகளுக்கு என் கண்களுக்கு எல்லாமே இருண்டு காட்சியளித்தது.. அவர்கள் என்னை சுவரின் மேல் தள்ளிவிட்டனர்.. பின்னர் வயிற்றில் அடித்தனர். தடியடிகள் என் கன்னத்தில் விழுந்தன.. அவை அடிகளே அல்ல; கொல்லன் உலைக்களத்தில் பழுக்கக் காய்ச்சிய இரும்பின் மீது சம்மட்டி கொண்டு அடிப்பது போன்று அவை இருந்தன... பெண்டு பிள்ளைகளில் இருந்து படுக்கை வரை கேள்வி கேட்டுக்கொண்டே வந்தான். படுப்பது எப்படி? இருப்பது எப்படி? கொடுப்பது எப்படி? அசிங்கமான வார்த்தைகள்தான். அதை அவன் சொல்லவில்லை. அதிகாரம் அப்படிச் சொல்லவைத்தது. என்னை ஏன் அடிக்கிறீர்கள் என்று கேட்டேன். 'இந்திரா காந்தியைப் போய்க் கேள்' என்றனர்.'

சிறைக்கொடுமைகளைத் தாங்கமுடியாமல் சிட்டிபாபு எம்.பி, சாத்தூர் பாலகிருஷ்ணன் என்ற இரண்டு திமுகவினரும் சிறையிலேயே மரணம் அடைந்தனர். அடிபட்டு, உதைபட்டு நிலை குலைந்துபோன திமுகவினரிடம் காவலர்கள் புதிய பேரம் ஒன்றை நடத்தினர். 'எனக்கும் திமுகவுக்கும் இனி எந்தத் தொடர்பும் இல்லை. நான் திமுகவில் இருந்து விலகிக்கொள்கிறேன் என்று கடிதம் எழுதிக்கொடுங்கள். உடனடியாக உங்களுக்கு விடுதலை தருகிறோம்.'

அடிகளைத் தாங்க இனி முடியாது என்று நினைத்தவர்கள் கடிதம் எழுதிக்கொடுத்துவிட்டு வெளியே வந்தனர். கொள்கைப் பிடிப்போடு வந்தவர்கள் கொட்டடியிலேயே தங்கிவிட்டனர். சிறையில் இருந்தபடியே சிலர் கட்சி மாறிக்கொண்டிருந்த சமயத்தில் வெளியில் இருந்த சில முக்கியப் பிரமுகர்கள் திமுகவில் இருந்து தங்களைத் துண்டித்துக்கொண்டனர்.

திமுகவினருக்கு மட்டுமல்ல, எமர்ஜென்ஸியை எதிர்த்த அனைத்துக் கட்சித் தலைவர்களுக்கும் அதே தாக்குதல்தான். இன்றைய இந்து முன்னணித் தலைவரான இராம. கோபாலன் சிறைக்குள் கடுமையான தாக்குதலுக்கு ஆளாகினார். நினைவிழக்கும்வரை அடித்துக்கொண்டே இருந்தனர்; நிர்வாணமாக ஐஸ் கட்டிகள் மீது படுக்க வைத்தனர்; எரியும் மெழுகுவர்த்தி கொண்டு சருமத்தைச் சுட்டனர் என்று தன்னுடைய நூலில் பதிவுசெய்திருக்கிறார் இராம. கோபாலன்.

கடுமையான தாக்குதலுக்கு ஆளானவர்களுள் காங்கிரஸ் தியாகி நெல்லை ஜெபமணியும் ஒருவர். எழுபது வயது முதியவரான அவரை அவருடைய பிறந்த நாளன்று கைது செய்து, கடுமையாகத் தாக்கியது காவல்துறை. திராவிடர் கழகத்தைச் சேர்ந்த கி. வீரமணி, விடுதலை சம்பந்தம் ஆகியோரும் தாக்கப்பட்டனர். விடுதலை சம்பந்தத்தைக் காவலர்கள் அடித்துக்கொண்டிருந்த போது ஓடிவந்த வீரமணி, 'அவருக்கு முதுகுத்தண்டில் ஆபரேஷன் நடந்துள்ளது. மேலும் அடித்தால் அவர் இறந்துவிடுவார்' என்று கூறியிருக்கிறார். அடுத்த நொடி வீரமணியின் முகத்தில் ஒரு குத்து விழுந்தது. அடுத்த நொடி அவருடைய இடது கண்ணின் கீழ்ப்பக்கத்தில் வீக்கம் எடுத்தது. ஆபாச வார்த்தைகளால் அர்ச்சனைகளை வேறு வாங்கிக்கொண்டு சாய்ந்தார் வீரமணி.

திமுக தலைவர் கருணாநிதியோடு காரில் செல்லும் கட்சியின் முக்கியப் பிரமுகர்கள் அடுத்தடுத்து கைதாகினர். டி. ஆர்.பாலு, ஆயிரம்விளக்கு உசேன், எல்.கணேசன் ஆகியோர் அந்தப் பட்டியலில் அடக்கம். அடுத்து, கருணாநிதியின் கார் ஓட்டுநர் வலுக்கட்டாயமாகப் பணியில் இருந்து விலகிக் கொண்டார். இதனால் கருணாநிதியின் கார் ஓட்டுநர் பொறுப்பை முன்னாள் அமைச்சர் கண்ணப்பன் ஏற்றுக்கொண்டார். பின்னாளில் அவருக்குக் காரோட்டி கண்ணப்பன் என்றே கட்சிக்குள் பெயர் வந்துவிட்டது. உடனடியாக அவரும் கைது செய்யப்பட்டார்.

அரசியல் கட்சிகள் மட்டுமல்ல; தமிழ்நாட்டில் இருந்த பெரும்பாலான பத்திரிகைகளும் மத்திய அரசு கொடுத்த நெருக்கடிகளால் சிக்கித் திணறிக் கொண்டிருந்தன. முரசொலி, விடுதலை, தீக்கதிர், தினமணி, அலை ஓசை போன்ற பத்திரிகைகள் எமர்ஜென்ஸியைக் கடுமையாக எதிர்த்தன. காட்டமான கட்டுரை

களை எழுதின. கார்ட்டூன்களை வெளியிட்டுக் கண்டித்தன. அதனால் அந்தப் பத்திரிகைகளுக்கு நெருக்கடிகளும் கடுமையாகவே இருந்தன.

எமர்ஜென்ஸியின்போது கைதுசெய்யப்பட்ட வாஜ்பாய், அத்வானி உள்ளிட்டோர் பலரும் வலதுசாரி இயக்கத்தைச் சேர்ந்தவர்கள்; மத்திய அரசு தடைசெய்த ஆர்.எஸ்.எஸ் உள்ளிட்டவை வலதுசாரி இயக்கங்கள். ஆகவே, துக்ளக், போராட்டம், எரிமலை போன்ற வலதுசாரி சிந்தனை கொண்ட பத்திரிகைகளும் எமர்ஜென்ஸியை எதிர்த்தன.

துக்ளக் ஆசிரியர் சோ ராமசாமியின் கார்ட்டூன்கள் இந்திரா காந்தியைக் கேலி செய்தன. அதனால் அவர்களும் சிக்கல்களை எதிர்கொண்டனர். ஆனால் இந்திய கம்யூனிஸ்ட் கட்சியின் ஜனசக்தி எமர்ஜென்ஸி ஆதரவு நிலைப்பாட்டை எடுத்திருந்தது. ஆதித்தனார் மீது சர்க்காரியா கமிஷன் விசாரணை நடத்திக் கொண்டிருந்ததால் அவருடைய தினத்தந்தி பத்திரிகையில் எமர்ஜென்ஸி எதிர்ப்புச் செய்திகள் வெளியாகவில்லை.

பத்திரிகைகள் செய்திகளை வெளியிடுவதற்கு முன்னால் முன் தணிக்கைக்கு அனுப்பவேண்டும் என்ற உத்தரவு காரணமாகப் பத்திரிகைப் பணிகள் தடைபட்டன. எழுதப்படும் செய்திகளில் சில வார்த்தைகள் வலுக்கட்டாயமாக நீக்கப்பட்டன. முரசொலியில் அறிஞர் அண்ணா என்று எழுதினால், அறிஞர் என்ற வார்த்தை நீக்கப்பட்டது. பெருந்தலைவர் என்ற வார்த்தைக்கும் தடை. பேய், பிசாசு, கோட்டான், மாருதி போன்ற வார்த்தைகளுக்கும் காரணகாரியம் சொல்லாமல் அனுமதி மறுக்கப்பட்டது.

ஒருபக்கத்துக்குச் செய்தி தயாரித்துக் கொடுத்தால் அது தணிக்கைக்குப் பிறகு நான்குவரிச் செய்தியாக மாற்றப்பட்டது. விடுதலையில் பார்ப்பனர் என்று எழுதினால் அதை அதிகாரிகள் பண்டிதர் என்று மாற்றினர். சங்கராச்சாரி என்று எழுதினால் சங்கராச்சாரியார் என்று மாற்றினர். திராவிடர் கழகத்தலைவர் மணியம்மை வழக்கமாக விடுதலையில் எழுதும் கடிதங்களை வெளியிட பலத்த கெடுபிடிகளைக் கொடுத்தனர் அதிகாரிகள். திமுகவின் எதிர்காலம் பற்றி நேஷனல் ஹெரால்டு பத்திரிகை எழுதிய கட்டுரையைத் தமிழாக்கம் செய்து வெளியிட விடுதலைக்கு அனுமதி மறுக்கப்பட்டது.

கடுமையான தணிக்கைகள் அமலில் இருந்தபோதும் அவற்றை நாசூக்காகக் கையாண்டு, தாம் சொல்லவேண்டிய செய்திகளைச் சொல்லிக்கொண்டே இருந்தார் திமுக தலைவர் கருணாநிதி. குறிப்பாக, திமுகவினர் மீது காவல்துறையினர் நடத்தும் கொடூரமான தாக்குதல்களை மக்களுக்கு விளக்க விரும்பினார். அப்போது இந்தியா - வெஸ்ட் இண்டீஸ் இடையே டெஸ்ட் கிரிக்கெட் தொடர் நடந்துகொண்டிருந்தது. ஒரு போட்டியில் வேகமாக வீசப்பட்ட பந்து ஒன்று இந்திய வீரர் கெய்க்வாட்டின் மூக்குக் கண்ணாடியைத் தாக்கியது. அவருடைய காதுமடல் கிழிந்தது. வாயில் ஏற்பட்ட கிழிசலுக்குத் தையல் போடப் பட்டது. அந்தச் செய்தியைத் துணைக்கு அழைத்துக்கொண்டு முரசொலியில் கட்டுரை எழுதினார் கருணாநிதி.

'வேகமான பம்ப்பர்களால் நம் ஆட்களின் (திமுகவினர்) கண்கள் குருடாக்கப்பட்டு, காது மடல்களும் சிதைந்து விட்டன. உதடுகள் மூடி, தையல் (பத்திரிகைத் தணிக்கை) போடப் பட்டிருக்கிறது. ஆனாலும், இந்திய வீரர்கள் மடியவில்லை. ஃபினிக்ஸ் பறவையைப் போல மீண்டும் எழுந்து விளையாட வருவார்கள்.'

'மத்திய அரசின் அடக்குமுறையில் இருந்து திமுகவைக் காப்பாற்ற வேண்டுமானால் கருணாநிதி தலைவர் பதவியில் இருந்து விலகவேண்டும்!' பண்ருட்டி ராமச்சந்திரன், நடிகர் எஸ்.எஸ். ராஜேந்திரன் உள்ளிட்ட சிலர் கருணாநிதிக்கு எதிராகப் போர்க்கொடி தூக்கினர். முக்கியமாக, நடிகர் எஸ்.எஸ்.ஆர் பகிரங்க அறிக்கை ஒன்றை வெளியிட்டு சர்ச்சைகளைக் கிளப்பினார். கட்சிக்கு ஆபத்து ஏற்பட்டுள்ள சூழலில் தலைவர் பதவியில் இருந்து விலகும் பேச்சுக்கே இடமில்லை என்று சொல்லிவிட்டார் கருணாநிதி.

அதன் தொடர்ச்சியாக சில முக்கியப் பிரமுகர்கள் திமுகவில் இருந்து ஒதுங்கிக்கொண்டனர். பண்ருட்டி ராமச்சந்திரன் உள்ளிட்ட சிலர் எம்.ஜி.ஆருடன் நெருக்கமாகினர். சிலர் கட்சியில் இருந்து ஒதுங்கியிருந்துகொண்டு, எந்தப் பக்கம் சாய்வது என்று சந்தர்ப்பம் பார்த்துக்கொண்டிருந்தனர். எனினும், கட்சியில் இருந்த கருணாநிதி அதிருப்தியாளர்கள் கணிசமான அளவில் வெளியேறியபிறகு தலைமை மாற்றம் குறித்த பேச்சுகள் அனைத்தும் அடங்கிவிட்டன.

பெருமூச்சு விடுவதற்குள் மாநிலக் கட்சிகளை எல்லாம் மத்திய அரசு தடை செய்ய முடிவெடுக்கிறது என்று செய்தி பரவியது. மற்ற கட்சியினரைக் காட்டிலும் அதிகம் பதற்றமடைந்தவர் எம்.ஜி.ஆர்.தான். தடையில் இருந்து தப்பிக்கத் தன்னுடைய கட்சியின் பெயரை அனைத்திந்திய அண்ணா திமுக என்று மாற்றிக்கொண்டார். ஒரே வார்த்தையில் மாநிலக் கட்சியை தேசியக் கட்சியாக மாற்றினார் நிம்மதிப் பெருமூச்சு விட்டார் எம்.ஜி.ஆர்.

இந்த இடத்தில் இன்னொரு சுவாரஸ்யமான செய்தியைப் பதிவுசெய்துவிடவேண்டும். திமுகவில் இருந்து எம்.ஜி.ஆர் விலகுவதற்கு முன்னரே கருணாநிதியுடன் ஏற்பட்ட கருத்து வேறுபாடு காரணமாக மூத்த தலைவர் ஒருவர் தனிக்கட்சி ஒன்றைத் தொடங்கியிருந்தார். அண்ணாவின் மீது கொண்ட பற்று காரணமாகத் தன்னுடைய கட்சிக்கு அண்ணா வழி திமுக என்று பெயர் வைத்தார். ஆனால் அவரால் ஓராண்டுக்கு மேல் கட்சியை நடத்த முடியவில்லை. அதன்பிறகே எம்.ஜி.ஆர் தன்னுடைய கட்சிக்கு அண்ணா திமுக என்று பெயர் வைத்தார். தற்போது அதுவும் மாறியிருந்தது.

தடையில் இருந்து கட்சியைக் காப்பாற்ற திமுகவின் பெயரையும் அப்படி மாற்றுவது குறித்து கட்சிக்குள் விவாதம் எழுந்தது. திமுக என்பது அரசியல் கட்சியே அல்ல; அது வெறும் கலாச்சாரக் கழகம் என்று அறிவித்துவிடலாம் என்று மூத்த தலைவர்கள் சிலர் ஆலோசனை கொடுத்தனர். ஆனால் மத்திய அரசின் மிரட்டலுக்குப் பயந்துகொண்டு, கட்சியின் பெயரை மாற்றத் தேவையில்லை என்று திட்டவட்டமாகச் சொல்லி விட்டார் கருணாநிதி.

உண்மையில், மாநிலக் கட்சிகளைத் தடைசெய்வது பற்றி எந்தவொரு சட்டமோ, அறிவிப்போ மத்திய அரசிடம் இருந்து வரவில்லை. ஆனால் எம்.ஜி.ஆரோ கட்சியின் பெயரை மாற்றியதோடு மட்டுமல்லாமல், 'இந்தியாவில் உள்ள மாநிலக் கட்சிகள் மக்களிடையே நிலவும் ஒற்றுமையைச் சீர்குலைக்கவே வழிவகுக்கின்றன. இத்தகைய கட்சிகள் நாட்டின் தேசியப் பிரவாகத்தின் ஐக்கியமாவதே அவை செய்யக்கூடிய விவேக மான செயல். நாட்டின் பிரதான ஓட்டத்தில் ஒன்றிவிட வேண்டும்' என்று பம்பாயில் நடந்த பாசிச எதிர்ப்பு மாநாட்டில் பேசி பரபரப்பை ஏற்படுத்தினார்.

67

அதிமுகவில் வெடித்த அணுகுண்டு

கட்சியின் பெயரை அனைத்திந்திய அதிமுக என்று மாற்றிய அதிமுக்கியக் கொள்கை முடிவைக்கூட சாதாரண விஷயத்துக்காக வெளியிடப்பட்ட அறிக்கை ஒன்றின் மூலமாகத்தான் கட்சிக்காரர்கள் தெரிந்துகொண்டனர். தென்னகம் நாளிதழில் வெளியான அறிவிப்பு ஒன்றின்கீழ், 'கே.ஏ. கிருஷ்ணசாமி, அனைத்திந்திய அண்ணா திமுக செயலாளர்' என்று கையொப்பம் இடம்பெற்றிருந்தது. அதைப் பார்த்த தொண்டர்களுக்கு ஆச்சரியம். தலைவர்களுக்கு அதிர்ச்சி.

அந்த அதிர்ச்சியில் இருந்து மீள்வதற்குள் அதிமுகவினருக்கு அதிரடி உத்தரவு ஒன்றைப் பிறப்பித்தார் எம்.ஜி.ஆர். 'எனது ரத்தத்தின் ரத்தமான ஒவ்வொரு உடன்பிறப்பும் தமது உடலில் அண்ணா உருவம் பொறிக்கப்பட்ட நமது கட்சிக் கொடியைப் பச்சைகுத்திக் கொள்ளவேண்டும்.' அந்த உத்தரவுக்கு பொதுச் செயலாளர் புரட்சித் தலைவரின் ஆணை என்று தலைப்பு தரப் பட்டிருந்தது! 1976 செப்டெம்பர் மாதம் தென்னகம் நாளிதழில் வெளியான இந்த அறிவிப்பு கட்சியின் முக்கியத்தலைவர்கள் பலரையும் முகம்சுளிக்க வைத்தது.

அதிமுகவின் பொதுக்குழு கூடுவதற்கு இன்னும் ஒரு மாதமே மிச்சமிருக்கும் நிலையில் ஏன் இத்தனை அவசரமாக அறிவிப்பு வெளியிட்டிருக்கிறார் என்ற கேள்விக்கு அந்த அறிக்கையிலேயே விளக்கம் இருந்தது. கட்சிக் கட்டுப்பாட்டையும் பதவி ஆசை கொள்ளாமல் கட்சியின் முடிவுக்குத் தலைவணங்கி செயல்படும் தன்மையும் கொண்ட அமரர் அண்ணாவின் தம்பி,

தங்கைகள் அனைத்திந்திய அண்ணா திமுகவின் கொடியைப் பச்சைகுத்திக் கொள்ளவேண்டும்!

திமுகவில் இருந்து அதிமுகவுக்குத் தலைவர்களும் தொண்டர்களும் வந்துகொண்டிருந்த சூழ்நிலையில், தன்னுடைய தொண்டர்கள் முகாம் மாறாமல் இருப்பதற்குப் 'பச்சை குத்துதல்' பயன்படும் என்பது எம்.ஜி.ஆரின் கணிப்பு. அந்த அறிவிப்பு தொண்டர்கள் மத்தியில் எந்தவொரு சலனத்தையும் ஏற்படுத்தவில்லை. கட்சியின் மீதும் தலைவர் மீதும் தாங்கள் வைத்திருக்கும் விசுவாசத்தைத் தலைவர் சந்தேகப்படுகிறாரே என்ற நியாயமான கவலையைக்கூட அவர்கள் வெளிப்படுத்தவில்லை. தலைவர் சொன்னதைத் தட்டாமல் செய்வதற்குத் தயாராகிவிட்டனர். காரணம் திமுக தொண்டர்களில் எம்.ஜி.ஆரின் ரசிகர்களே அதிகம்!

மனத்தில் பட்டதைப் பளிச்சென்று எம்.ஜி.ஆரிடம் சொன்னவர்கள் வெகுசிலர். அவர்களில் ஆர்.எம். வீரப்பனும் புலவர் இந்திரகுமாரியும் அடக்கம். அதிருப்தியை வெளியிட்ட இந்திரகுமாரி அதிரடியாக நீக்கப்பட்டார். ஆர்.எம்.வீரப்பன் விஷயத்தில் எம்.ஜி.ஆர் அத்தனை அவசரத்தைக் காட்டவில்லை.

இவர்களுக்கு மட்டுமல்ல, டாக்டர் ஹண்டே, கோவை செழியன், விருதுநகர் பெ. சீனிவாசன், ஆலடி அருணா என்று பலருடைய முகங்களிலும் அதிருப்தி ரேகைகள் படர்ந்துகொண்டிருந்தன. மூத்த தலைவர் நாஞ்சில் மனோகரனுக்கு அதிருப்திகள் இருந்தபோதும் பகிரங்கமாக எதுவும் பேசவில்லை. ஆனாலும் பச்சை குத்தும் விஷயத்தோடு கட்சியின் பெயரை மாற்றிய விஷயத்தையும் சேர்த்துவைத்து விவாதிக்கத் தொடங்கினர் கட்சியின் முக்கியத் தலைவர்கள்.

எல்லாவற்றுக்கும் பொதுக்குழுவில் பதில்கொடுக்கவேண்டும் என்று முடிவுசெய்தார் எம்.ஜி.ஆர். ஆனாலும் அவருக்கு உருவான ஆத்திரம் பொதுக்குழு கூடுவதற்கு முன்னர் நடந்த திருமண நிகழ்ச்சிகளில் வெடித்தது. என்னைச் சுற்றிச் சில சதிகாரர்கள் இருக்கிறார்கள்; அவர்களை அடையாளம் பிரித்துக் காட்டவே பச்சை குத்தச் சொல்கிறேன் என்றார். யாரைச் சொல்கிறார் என்று தொண்டர்கள் சுதாரிப்பதற்குள், 'கருணாநிதியை மிரட்டியதைப் போல என்னையும் சிலபேர் மிரட்டலாம் என்று பார்க்கிறார்கள். நடக்காது தம்பி. என்னிடம் நடக்காது' என்றார்.

திட்டமிட்டபடி அதிமுக பொதுக்குழு கோவையில் கூடியது. சர்ச்சைகளைக் கிளப்பிய இரண்டு சங்கதிகள் பற்றிப் பேசுவதற்குத் தேர்ந்த பேச்சாளரான கா. காளிமுத்துவை அழைத்தார் எம்.ஜி.ஆர். பச்சைக்குத்துதலையும் பெயர் மாற்றத்தையும் நியாயப்படுத்தும் வகையில் பேசவேண்டும் என்பதுதான் அவருக்கு எம்.ஜி.ஆர் கொடுத்த அசைன்மெண்ட்.

'புரட்சித்தலைவர் பதுங்கிப்பாயும் புலி... டெல்லி வலையில் சிக்காத தங்க மீன்' என்று புகழ்ந்தார். அது வெறும் புகழ்ச்சி அல்ல; அர்த்தம் பொதிந்த வார்த்தைகள். கட்சிப் பெயரை மாற்றியது டெல்லியின் நெருக்கடியில் இருந்து கட்சியைக் காப்பாற்றுவதற்காக எம்.ஜி.ஆர் எடுத்த ராஜதந்திர நடவடிக்கை; பச்சைகுத்தச் சொல்வது பிற கட்சியினரிடம் இருந்து அதிமுக தொண்டர்களைக் காப்பாற்ற எடுத்த சாணக்கிய நடவடிக்கை என்பதுதான் காளிமுத்து பேசியதன் சாரம்.

மாநிலக் கட்சியாக இருந்த அண்ணா திமுக தற்போது தேசியக் கட்சியாக உருவெடுத்திருக்கிறது; பெயர் மாற்றத்தை எதிர்ப்பவர்கள் எம்.ஜி.ஆரை வெறும் முதலமைச்சராக மட்டுமே கற்பனை செய்துகொண்டு எதிர்க்கிறார்கள்; ஆனால், இந்தப் பெயர் மாற்றம் அவரை இந்தியாவின் பிரதமராகவே மாற்றப் போகிறது என்று முக்கியத்தலைவர் ஒருவர் பேசினார். புரட்சித் தலைவரின் மன ஆழத்தை டெல்லியில் இருப்பவர்களால்கூட புரிந்துகொள்ள முடியாது என்றார் ஆர்.எம்.வீரப்பன்.

எல்லோரும் பேசிமுடித்ததும் எம்.ஜி.ஆர் பேசவேண்டும். பேசினார்.

'நான் (திமுகவிலிருந்து) தூக்கியெறியப்பட்டபோது புதுக்கட்சி தொடங்கினேன் அல்லவா.. அப்போது யாரைக் கேட்டேன்? புதுக்கட்சிக்கு அண்ணா திமுக என்று பெயர் வைத்தேனே.. அப்போது யாரைக் கேட்டேன்? கட்சிக் கொடியில் அண்ணாவின் உருவத்தைப் பொறித்தேனே.. அப்போது யாரைக் கேட்டேன்? இப்போது பச்சைகுத்தச் சொல்கிறேன்.. அனைத்திந்தியா என்று பெயர் மாற்றம் செய்கிறேன்.. இதற்கு மாத்திரம் யாரைக் கேட்கவேண்டும்? கட்சிக்கு எவ்வளவு செலவாகிறது, அதை எப்படி நான் செலவழிக்கிறேன். கேள்வி கேட்டவர்கள் என்றாவது அதைக் கேட்டார்களா? இங்கே கேள்வி கேட்டவர்கள்

எல்லாம் கெட்டவர்கள் அல்ல; கெட்டவர்களின் பேச்சைக் கேட்டவர்கள்!'

எம்.ஜி.ஆர் எழுப்பிய கேள்விகள் கட்சிக்குள் பலத்த அதிர்வு களை ஏற்படுத்தின. தவிரவும், பெயர் மாற்றத்துக்கான காரணங் களை ஆறு மாதங்கள் கழித்துச் சொல்வதாக எம்.ஜி.ஆர் சொன்னது பலரையும் ஆச்சரியப்படுத்தியது.

கட்சி தொடங்கியது முதல் நான்காண்டு காலத்தில் கட்சிக்குள் நிலவிய அதிருப்திகள், குழப்பங்கள், பிரச்னைகள் அனைத்தும் திடீரென விவாதத்துக்கு உள்ளாக்கப்பட்டன. அத்தனையும் பகிரங்கப்படுத்தப்பட்டன. அதைச் செய்துமுடித்தது ஒரு கடிதம்.

கட்சியின் முக்கியத்தலைவர்களான கோவை செழியன், நாடாளுமன்ற உறுப்பினர் விசுவநாதன், விருதுநகர் சீனிவாசன் ஆகிய மூவரும் இணைந்து எம்.ஜி.ஆருக்கு எழுதிய நீண்ட நெடிய கோரிக்கைக் கடிதம் அது.

இந்தக் கடிதத்தைத் தன்னுடைய புத்தகம் ஒன்றில் இணைத்திருக் கிறார் விருதுநகர் சீனிவாசன். கட்சிக்குள் இலைமறைவு காய்மறைவாக இருந்த பல பிரச்னைகளை அம்பலத்துக்குக் கொண்டுவந்த அந்தக் கடிதத்தின் மூலம் அதிமுகவுக்குள் நிலவிய புழுக்கமும் குழப்பமும் புரியவரும்.

பச்சைகுத்திக் கொள்வது பகுத்தறிவுக் கொள்கைக்கு முரணா னது; பச்சைகுத்துவதால் புற்றுநோய் தாக்கும் என்பதால் பல நாடுகளில் அதற்குத் தடை விதித்துள்ளனர்; தவிரவும், சுதந்தர உணர்வோடு ஜனநாயகப் பணியாற்றும் கழகத் தொண்டர்களை அரசியல் கொத்தடிமைகளாக மாற்றும் இந்த உத்தரவைக் கைவிடவேண்டும்.

கட்சியின் பெயரை மாற்றியது நம்முடைய நிலையை நாமே சந்தேகத்துக்கு உள்ளாக்கிக் கொள்வது போன்றது; இந்தச் செயல், இந்திய ஒற்றுமையை ஏற்றுக்கொண்ட நிலையிலும் கட்சியின் பெயரை மாற்றாத அறிஞர் அண்ணா அவர்களையே குற்றவாளியாக்குவதற்குச் சமம்; அண்ணாவின் பாதையில் இருந்து கழகத்தைத் திசைதிருப்பும் வகையில் இருக்கின்ற இந்தப் பெயர் மாற்றத்தைக் கைவிட வேண்டும்.

உறுப்பினர் சேர்க்கைக் கட்டணம், தேர்தல் நிதி, எம்.ஜி.ஆர் மன்றங்களின் பதிவுக்கட்டணம் மூலமாகத் திரண்ட நிதி உள்ளிட்டவை தொடர்பான கணக்கு வழக்குகள் கழகம் தோன்றிய நாளில் இருந்து இன்றுவரை எந்தச் செயற்குழுவிலும் பொதுக்குழுவிலும் முறைப்படி தணிக்கை செய்து வைக்கப் படவில்லை. அண்ணா திமுக என்பது கறுப்புப் பணத்தில் நடை பெறும் லிமிடெட் கம்பெனி என்ற எதிரிகளின் அவதூறுகளுக்கு நம்மால் தகுந்த விளக்கம் அளிக்க முடியவில்லை. எனவே, உடனடியாக கட்சியின் வரவுசெலவுக் கணக்குகளைத் தணிக்கை செய்து, உரிய முறையில் வெளியிடவேண்டும்.

அதிமுகவை உருவாக்குவதற்கு முன்னால் இதே கேள்வியைத் தான் திமுகவுக்குள் எழுப்பியிருந்தார் எம்.ஜி.ஆர். தற்போது சரித்திரம் திரும்பியிருந்தது. எம்.ஜி.ஆரிடமே கணக்கு கேட்டனர் கட்சியினர்.

அண்ணா திமுகவின் உறுப்பினர்கள் மீது எடுக்கப்படும் ஒழுங்கு நடவடிக்கைகள் எந்தவகையான சட்டத் திட்டங்களுக்கோ, சீரான முறைகளுக்கோ உட்பட்டவையாக இல்லை. நீக்கப் பட்டவர்கள்கூட எந்தவிதமான விசாரணையும் இல்லாமல் கட்சியில் திரும்பவும் சேர்க்கப்பட்டிருக்கிறார்கள். இத்தகையை பரிதாபநிலை மாறவேண்டும்.

எம்.ஜி.ஆர் மன்றங்களில் உறுப்பினர்களாக உள்ளவர்களை அரசியல் பணிகளில் ஈடுபடுத்தாமல், வெறும் திரைப்பட விளம்பரதாரர்களாகப் பயன்படுத்துவதன்மூலம் மக்கள் மத்தியில் அந்த இளைஞர்களைப் பற்றித் தவறான மதிப்பீடு ஏற்பட்டுவிட்டது. அதற்கு முற்றுப்புள்ளி வைக்கவேண்டும்.

கட்சி தொடங்கிய நாள்முதல் இன்றுவரை பொதுச்செயலாளர் பதவியில் இருந்து கீழ்க்கழக அமைப்பாளர் பதவி வரை நியமனம் மூலமே நிரப்பட்டுள்ளன. ஜனநாயகத்தை நம்பி வலியுறுத்தும் ஒரு கட்சியில் இது மிகப்பெரிய முரண்பாடு. ஆகவே, முறையாக உறுப்பினர் சீட்டுகளை வழங்கி, கட்சித் தேர்தலை நடத்தவேண்டும்.

கோரிக்கைகள் ஒவ்வொன்றும் எம்.ஜி.ஆரின் தலைமைப் பதவியையே கேள்வி கேட்கக்கூடிய வகையில் இருந்தன. நான்கு ஆண்டுகளாக எம்.ஜி.ஆரிடம் கட்டுண்டு கிடந்த இயக்கத்தில் இப்படியொரு பூகம்பம் கிளம்பும் என்று எவருமே

எதிர்பார்த்திருக்கவில்லை. அதனை எம்.ஜி.ஆரும் எதிர்பார்க்க வில்லை என்பது அந்தக் கோரிக்கைகளை அவர் கையாண்ட விதத்தில் தெரிந்தது. கடிதம் எழுதிய மூவரும் அதிமுகவில் இருந்து நீக்கப்பட்டனர்.

பச்சை குத்துவது தொடர்பாகத் தன்னிலை விளக்கம் ஒன்றைக் கொடுத்தார்.

'பச்சை குத்திக்கொள்வது என்பது என்னுடைய ஆசை. விருப்பம் இருப்பவர்கள் செய்து கொள்ளலாம். பச்சைகுத்திக் கொள்ளாத வர்கள் கழகக் கொள்கையில் இருந்து விலகிவிட்டவர்கள் என்றோ, அண்ணாவின் கொள்கையை விரும்பாதவர்கள் என்றோ, பச்சை குத்திக் கொள்ளாதவர்கள் அஇஅதிமுகவில் எந்தப் பதவியிலும் இருக்கத் தகுதியில்லாதவர்கள் என்று நினைக்கவோ, கூறவோ இடமில்லை.'

ஒரு மாதத்துக்கு முன்னால் ஆணை என்ற அடைமொழியுடன் அறிவிப்பு வெளியிட்டவர் எம்.ஜி.ஆர்.

68

நெருக்கடி தளர்ந்தது!

எதற்காக எமர்ஜென்ஸி கொண்டுவரப்பட்டது? பிரதமர் இந்திரா காந்திக்கு ஏற்பட்ட சட்டம் மற்றும் அரசியல் நெருக்கடிகளைச் சமாளிப்பதற்காக. அதற்கான காரியங்கள் அனைத்தும் அடுத் தடுத்து நடந்திருந்தன. அவற்றில் முக்கியமானது, பிரதமரின் தேர்தல் விவகாரம் தொடர்பானது.

நாட்டின் பிரதமர், மக்களவை சபாநாயகர், குடியரசுத் தலைவர், குடியரசுத் துணைத் தலைவர் ஆகியோருக்கு எதிரான தேர்தல் வழக்குகளை விசாரித்துத் தீர்ப்பளிக்கும் அதிகாரம் நீதிமன்றத் துக்கு இல்லை; அவற்றை நாடாளுமன்றம் நியமிக்கும் அமைப்பு மட்டும்தான் விசாரிக்கமுடியும் என்ற புதிய சட்டத் திருத்தம் ஒன்று கொண்டுவரப்பட்டது. அதுவும் முன்தேதியிட்டு அமல்படுத்தப்பட்டது. விளைவு, அலகாபாத் உயர்நீதிமன்றம் அளித்த தீர்ப்பு முடக்கப்பட்டது.

நெருக்கடிகள் எல்லாம் தீர்ந்துவிட்டன; இனி பிரச்னை இல்லை என்ற நம்பிக்கையோடு 1976 நவம்பர் மாதம் அசாம் மாநிலம் கௌஹாத்தி நகரில் நடந்த கூட்டத்தில் பேசினார் பிரதமர் இந்திரா காந்தி. அப்போது எதிர்க்கட்சிகளுடன் பேச்சுவார்த்தை நடத்தத் தயார் என்று அறிவித்தார். அதன் மறைமுக அர்த்தம், விரைவில் எமர்ஜென்ஸிக்கு முற்றுப்புள்ளி வைக்கப்போகிறார்; விரைவில் தேர்தல் அறிவிப்பையும் வெளியிடப்போகிறார் என்பதுதான்.

பிரதமரின் அறிவிப்பு திமுகவை உற்சாகப்படுத்தியது. இந்திரா காங்கிரஸை தோற்கடிக்கவேண்டும் என்றால் ஒழுங்காகக் கட்டமைக்கப்பட்ட, தேசிய அளவிலான கூட்டணி ஒன்று தேவை

என்பதை கருணாநிதி நன்றாகவே உணர்ந்திருந்தார். அதற்கான அவசியமும் திமுகவுக்கு இருந்தது. ஆகவே, அப்படியொரு அணியை அமைக்கும் நோக்கத்துடன் தேசியத் தலைவர்கள் பலரையும் தொடர்பு கொண்டார். ஸ்தாபன காங்கிரஸ், ஜனசங்கம், சோஷலிஸ்ட் கட்சி, பாரதீய லோக் தளம், மார்க்சிஸ்ட் கம்யூனிஸ்ட் கட்சி, அகாலி தளம் உள்ளிட்ட எமர்ஜென்ஸியை எதிர்த்த அத்தனைக் கட்சிகளையும் கொண்ட புதிய அணியை உருவாக்கவேண்டும் என்பது கருணாநிதியின் திட்டம்.

உடனடியாக டெல்லி புறப்பட்ட கருணாநிதி, முக்கியத் தலைவர்கள் பலரையும் சந்தித்துப் பேசினார். மார்க்சிஸ்ட் கம்யூனிஸ்ட் கட்சிக்கும் அழைப்பு விடுத்தார். ஆனால் அந்தக் கட்சி புதிய அணியில் இணைவதில் ஆர்வம் செலுத்தவில்லை. காரணம், ஜனசங்கமும் அந்த அணியின் ஓரங்கமாக இருக்கக் கூடும் என்பதுதான். எனினும், கருணாநிதி விடுத்த அழைப்பை ஏற்று 15 டிசம்பர் 1976 அன்று முக்கிய எதிர்க்கட்சிகளின் ஆலோசனைக்கூட்டம் டெல்லியில் கூடியது.

இந்த இடத்தில் ஸ்தாபன காங்கிரஸ் பற்றிச் சொல்லிவிட வேண்டும். தமிழ்நாட்டில் காமராஜரின் மறைவைத் தொடர்ந்து இந்திரா காங்கிரஸ் - ஸ்தாபன காங்கிரஸ் என்ற இரண்டு கட்சி களும் இந்திரா காந்தி தலைமையில் இணைந்துவிட்டன. கருப்பையா மூப்பனார், சிவாஜி கணேசன் போன்றோர் இந்திரா காங்கிரஸை இயக்கிவந்தனர். அதேசமயம் இணைப்பில் ஆர்வம் இல்லாத தலைவர்கள் மட்டும் தொடர்ந்து தனித்தே இயங்கினர். தேசிய அளவில் ஸ்தாபன காங்கிரஸ் கட்சி இந்திரா காங்கிரஸுடன் இணையாமல் தனித்து இயங்கியது. உபயம்: மொரார்ஜி தேசாய்.

ஸ்தாபன காங்கிரஸின் அசோக் மேத்தா, பாரதீய லோக் தளத்தின் பிலு மோடி, சோஷலிஸ்ட் கட்சியின் பிஜு பட்நாயக், ஜனசங்கத்தின் அடல் பிஹாரி வாஜ்பாய் உள்ளிட்ட தலைவர்கள் திமுக ஏற்பாடு செய்த ஆலோசனைக் கூட்டத்தில் கலந்துகொண் டனர். தொடர்ந்து இரண்டு நாள்களுக்குப் பேச்சுவார்த்தை நடத்தினர். எதிர்க்கட்சிகள் பேச்சுவார்த்தைக்கு அழைக்கப்படும் பட்சத்தில் என்னமாதிரியான கோரிக்கைகளை விடுப்பது என்பது பற்றி விவாதிக்கப்பட்டது. இறுதியாக, பிரதமருடன் பேச்சு வார்த்தை நடத்த எதிர்க்கட்சிகள் தயாராக இருக்கின்றன என்பதை அறிக்கையாகத் தயாரித்து, அதனை பிரதமருக்கு

அனுப்பிவைத்தார் கருணாநிதி. உண்மையில், ஜனதா என்ற புதிய கட்சியின் உருவாக்கத்துக்கு இதுதான் தொடக்கப்புள்ளி.

என்ன செய்யப்போகிறார் இந்திரா காந்தி என்று எல்லோரும் யோசித்துக்கொண்டிருந்த சமயத்தில் 18 ஜனவரி 1977 அன்று வானொலியில் உரை நிகழ்த்தினார் பிரதமர் இந்திரா காந்தி. அந்தப் பேச்சில் இரண்டு முக்கிய அம்சங்கள் இடம்பெற்றன. ஒன்று, நாடாளுமன்றம் கலைக்கப்பட்டு, மார்ச் மாதத்தில் தேர்தல் நடத்தப்படும். இரண்டாவது, அமலில் இருக்கும் எமர்ஜென்ஸி மெல்ல மெல்ல தளர்த்தப்படும்!

தேர்தல் அறிவிப்பை வெளியிட்டவர் பிரதமர் என்று தோன்றலாம். ஆனால் அந்த முடிவை எடுத்தவர். சஞ்சய் காந்தி. பிரதமர் இந்திரா காந்தியின் இளைய மகன். அந்த அளவுக்கு இன்னொரு அதிகார மையமாக மாறி, அதிரடி நடவடிக்கைகளை அநாயாசமாக எடுத்தவர். எமர்ஜென்ஸியை அமல்படுத்த இந்திரா தயங்கிய சமயத்தில் அதன் அவசியத்தை வலியுறுத்தியவர்களுள் சஞ்சய் காந்தி முக்கியமானவர்.

மிசா சட்டத்தின்கீழ் எந்தத் தலைவர்களை எல்லாம் கைது செய்வது என்ற பட்டியலை காவல்துறை, உளவுத் துறையினருடன் இணைந்து தயாரித்தவர் சஞ்சய் காந்தி.

தாயார் இந்திரா கொண்டுவந்த இருபது அம்சத்திட்டத்தைப் போல தனயன் சஞ்சய் ஐந்து அம்சத் திட்டத்தைக் கொண்டு வந்தார். இது அரசின் அதிகாரப்பூர்வத் திட்டம் அல்ல; ஆனால் அதை அமல்படுத்த அரசு அதிகாரம் அப்பட்டமாகப் பயன்படுத்தப்பட்டது. குறிப்பாக, குடிசை ஒழிப்பிலும் குடும்பக் கட்டுப்பாடு திட்டத்திலும் அதிக ஆர்வம் செலுத்தினார் சஞ்சய் காந்தி. அதன் காரணமாக சிதைக்கப்பட்ட கட்டடங்கள் அநேகம். கருத்தடை அறுவை சிகிச்சைக்கு ஆளானவர்கள் எண்ணிக்கை அபரிமிதமானது.

சஞ்சய் காந்தியின் ஆதிக்கம் அரசு நிர்வாகத்தில் எந்த அளவுக்கு இருந்தது, அவர் எப்படி தீர்மானிக்கும் சக்தியாக இருந்தார் என்பதற்கு 25 ஜனவரி 1977 அன்று டெல்லியில் கொடுத்த பேட்டியே பொருத்தமான உதாரணம்.

அந்தப் பேட்டியில் இருந்து இரண்டு கேள்விகள் மட்டும் இங்கே:

செய்தியாளர்: பொதுவாக தேர்தல் நடத்துவதில் உங்களுக்கு விருப்பம் இருந்ததில்லை. இப்போது தேர்தல் நடத்துவதில் உண்மையிலேயே உங்களுக்கு ஆர்வம் இருக்கிறதா?

சஞ்சய் காந்தி: இருக்கிறது. ஒருவேளை, ஆறு மாதங்களுக்கு முன்னால் இந்தக் கேள்வியைக் கேட்டிருந்தால் இல்லை என்றே சொல்லியிருப்பேன்.

செய்தியாளர்: இடைப்பட்ட காலத்தில் அப்படியென்று முன் னேற்றம் ஏற்பட்டுவிட்டது?

சஞ்சய் காந்தி: ஒன்றுமில்லை. இன்னும் கொஞ்சம் காத்திருக் கலாம் என்று ஆறு மாதங்களுக்கு முன்பு நினைத்தேன். இப்போது அந்தச் சிந்தனை இல்லை.

தேர்தல் நடத்துவது என்ற முடிவை எடுத்தவர் பிரதமர் இந்திரா அல்ல; சஞ்சய் காந்தியே என்பதை பொட்டில் அடித்தது போல எடுத்துச் சொன்னது அந்தப் பதில். எமர்ஜென்ஸி அமலில் இருந்தபோது பிரதமராக இருந்தவர் இந்திரா என்றபோதும் செயல்பிரதமராக இருந்தவர் சஞ்சய் காந்திதான் என்று ஊடகங்கள் சொன்னதை ஊர்ஜிதம் செய்தது அந்தப் பேட்டி.

பதினெட்டு மாதங்களுக்கு முன்பு நாடு ஆபத்தின் விளிம்பில் இருந்தது. அதன் காரணமாகவே நாட்டில் அவசரநிலை அமலுக்கு வந்தது. இப்போது நாடு கருத்துடன் பாதுகாக்கப் பட்டு, ஆரோக்கியமான நிலைக்குத் திரும்பியுள்ளதால் தேர்தல்களை நடத்தமுடியும் என்றார் பிரதமர் இந்திரா. அதனைத் தொடர்ந்து சிறையில் இருந்த முக்கிய அரசியல் தலைவர்கள் அடுத்தடுத்து விடுதலை செய்யப்பட்டனர்.

விடுதலையான மறுநொடியில் இருந்தே மாற்று அணிக்கான வேலைகள் சுறுசுறுப்படைந்தன. இந்திரா காங்கிரஸ் கட்சிக்கு அடுத்தபடியாக தேசிய அளவில் முக்கியத்துவம் பெற்ற கட்சி களான மொரார்ஜி தேசாயின் ஸ்தாபன காங்கிரஸ், ஜனசங்கம், பாரதீய லோக் தளம், சோஷலிஸ்ட் கட்சி ஆகிய நான்கு கட்சிகள் மட்டும் ஒரே பெயரில் இணைந்து, ஒரே சின்னத்தின் கீழ் தேர்தலைச் சந்திப்பது என்று முடிவுசெய்தனர். ஜனதா கட்சி என்ற பொதுவான பெயருடன் உருவாக்கப்பட்ட அந்தக் கட்சியின் தலைவர் மொரார்ஜி தேசாய். வழிகாட்டியாக ஜெயப்ரகாஷ் நாராயணன் இயங்கினார். ஜனதா கட்சிக்கு

வலுசேர்க்கும் விதமாக மூத்த காங்கிரஸ் தலைவர் ஜெகஜீவன் ராம் இந்திரா காங்கிரஸில் இருந்து விலகி, ஜனநாயக காங்கிரஸ் என்ற கட்சியைத் தொடங்கினார். அந்தக் கட்சி ஜனதா கட்சி யுடன் கூட்டணி வைத்துக்கொண்டது. ஏர் உழவன் சின்னத்தில் போட்டியிட ஜனதா கட்சி தயாரானது.

தேர்தல் அறிவிப்பு தமிழ்நாட்டு அரசியல் களத்தை சூடேற்றி யது. இங்கே மூன்று முக்கியக் கட்சிகள் களத்தில் இருந்தன. திமுக, அஇஅதிமுக, இந்திரா காங்கிரஸ். தேர்தல் அறிவிப்பு வெளியானதில் திமுக தலைவர் கருணாநிதிக்கு மிகுந்த மகிழ்ச்சி. தேசிய அளவிலும் மாநில அளவிலும் இந்திரா காங்கிரஸ் கட்சிக்கு எதிராக அணி அமைக்கும் முயற்சியில் தன்னை ஈடுபடுத்திக்கொண்டார். ஆனால் எம்.ஜி.ஆருக்கு நெஞ்சு கொள்ளாத வருத்தம்.

காரணம், தேர்தல் அறிவிப்பு வெளியானது மக்களவைக்குத்தானே தவிர தமிழக சட்டமன்றத்துக்கு அல்ல. சட்டமன்றத்துக்கும் சேர்த்துத் தேர்தல் நடத்துவார்கள் என்ற எதிர்பார்ப்பில் இருந்த எம்.ஜி.ஆருக்கு மத்திய அரசு எடுத்த முடிவு அதிருப்தியைக் கொடுத்தது. கேரள சட்டமன்றத்துக்கு மட்டும் தேர்தல் வைக்கும் போது தமிழ்நாட்டுக்கும் தேர்தல் வைப்பதில் என்ன பிரச்னை என்று கேட்டார். ஆனாலும் இந்திரா காங்கிரஸை உதறிவிட்டுத் தேர்தலைச் சந்திக்கவும் எம்.ஜி.ஆர் தயாராக இல்லை.

அணி அமைக்கும் வேலைகள் தொடங்கின. எமர்ஜென்ஸி ஆதரவு நிலைப்பாட்டை எடுத்திருந்த அஇஅதிமுகவும் இந்திய கம்யூனிஸ்ட் கட்சியும் இந்திரா காங்கிரஸுடன் அணி அமைத் தன. மொத்தமுள்ள 39 தொகுதிகளில் இருபது தொகுதிகளில் அஇஅதிமுகவும் பதினாறு தொகுதிகளில் இந்திரா காங்கிரஸும் மூன்று தொகுதிகளில் இந்திய கம்யூனிஸ்டும் போட்டியிட்டன.

எமர்ஜென்சி எதிர்ப்பு நிலைப்பாட்டை எடுத்திருந்த திமுக, புதிதாக உருவான ஜனதா மற்றும் மார்க்சிஸ்ட் ஆகியன இணைந்து புதிய கூட்டணியை உருவாக்கின. பத்தொன்பது தொகுதிகளைத் தனக்கு எடுத்துக்கொண்ட திமுக, பதினெட்டு இடங்களை ஜனதாவுக்குக் கொடுத்துவிட்டு வெறும் இரண்டு தொகுதிகளை மார்க்சிஸ்டு கட்சிக்குக் கொடுத்தது. இங்கே ஜனதா என்பது இந்திரா காங்கிரஸுடன் இணையாமல் தனித்து இயங்கிய ஸ்தாபன காங்கிரஸ் கட்சியினரைக் குறிக்கும்.

பா. ராமச்சந்திரன் போன்ற தீவிர காமராஜர் விசுவாசிகள் ஜனதாக் கட்சியை நடத்தினர்.

உண்மையில், திமுக - ஜனதா கூட்டணி அமைவதில் பலத்த சிக்கல்கள் இருந்தன. ஜனதாக் கட்சித் தலைவர்கள் திமுகவுடன் அணி அமைப்பதில் கொஞ்சம் சுணக்கம் காட்டினர். யார் வந்தாலும் வராவிட்டாலும் திமுக தேர்தலைச் சந்திக்கும் என்று கருணாநிதி அதிரடியாக அறிவித்தபிறகு ஜனதா கட்சியின் நீலம் சஞ்சீவ ரெட்டி நேரில் வந்து கருணாநிதியைச் சந்தித்துப் பேசினார். அதனைத் தொடர்ந்து திமுக - ஜனதா கூட்டணி அமைந்தது.

அந்தக் கூட்டணி உருவான மறுநாள் டெல்லியில் இருந்து அறிக்கை ஒன்று வெளியானது. அது, சர்க்காரியா கமிஷனின் இடைக்கால அறிக்கை. எமர்ஜென்ஸி கால அத்துமீறல்களை மையப்படுத்தித் தேர்தல் பிரசாரம் செய்வது என்று திமுக வியூகம் வகுத்துக் கொண்டிருந்த சமயத்தில் திமுகவை சிக்கலில் ஆழ்த்தும் வகையில் அவசரம் அவசரமாக இடைக்கால அறிக்கை வெளியிடப்பட்டது.

மொத்தமுள்ள இருபத்தியெட்டு குற்றச்சாட்டுகளில் ஏழு குற்றச் சாட்டுகள் பற்றி மட்டும் அந்த இடைக்கால அறிக்கை விவாதித் திருந்தது. அந்த இடைக்கால அறிக்கையின் அடிப்படையில் திமுக அமைச்சர்கள் மீது வழக்கு தொடருமாறு தமிழக ஆளுநரைக் கேட்டுக்கொண்டது மத்திய அரசு. ஊழல், ஊழல் என்று ஊர் ஊராகச் சென்று எம்.ஜி.ஆர் முழங்கிக் கொண்டிருந்த சமயத்தில் திமுகவுக்கு எதிராக சர்க்காரியா கமிஷன் இடைக்கால அறிக்கை வெளியானது திமுகவுக்கு தர்மசங்கடத்தைக் கொடுத் தது. நடப்பது மக்களவைத்தேர்தல். ஆனால் அதிமுகவோ திமுக அரசின் மீதான சர்க்காரியா கமிஷன் விவகாரத்தையே தேர்தல் பிரச்னையாக முன்வைத்தது. ஊழல் செய்தவர்களுக்கு உரிய தண்டனை கொடுங்கள்; ஊழல் ஆட்சிக்கு முற்றுப்புள்ளி வையுங் கள் என்று பிரசாரம் செய்தார் எம்.ஜி.ஆர். ஒரு தாயின் மானத் துக்கே ஆபத்து வந்துவிட்டது. தாயின் மானத்தைக் காப்போம்; அவரது தலைமையைப் பாதுகாப்போம் என்றுகூறி இந்திராவுக்கு ஆதரவு அலையை வேறு உருவாக்கிக் கொண்டிருந்தார்.

இன்னொரு பக்கம் இந்திரா காங்கிரஸ் கட்சியும் திமுகவுக்கு எதிராகப் பிரசாரத்தைத் தீவிரப்படுத்தியது. திமுக ஆட்சியில் குவிக்கப்பட்டுள்ள குப்பைகள் மிகவும் அதிகம்; அவற்றைப்

பெருக்கி, சுத்தம் செய்வதற்கு ஒரு பெரிய துடைப்பம் தேவைப் படுகிறது; ஒன்பது ஆண்டுகால திமுக ஆட்சி என்ற தீய கனவில் இருந்து தமிழகம் விடுபட்டு விட்டது; அந்த மகிழ்ச்சி தொடர வேண்டும் என்றால் எங்கள் கூட்டணிக்கே ஆதரவளிக்க வேண்டும் என்றது இந்திரா காங்கிரஸ். இந்திய கம்யூனிஸ்ட் கட்சி அப்படியே வழிமொழிந்தது.

மாருதி கார் ஊழலை மறந்துவிட்டு, நகர்வலா ஊழலை மறந்துவிட்டு, திமுகவைப் பார்த்து ஊழலாட்சி என்று கூறுவதா என்ற கேள்வியோடு பிரசாரத்தைத் தொடங்கினார் கருணாநிதி. அத்துடன் எமர்ஜென்ஸி காலத்தில் இந்திரா காங்கிரஸ் அரசின் அத்துமீறல்கள் குறித்தும் திமுக உள்ளிட்ட எதிர்க்கட்சிகள் மீது நடத்தப்பட்ட தாக்குதல்கள் குறித்தும் அடுத்தடுத்து பல கேள்விகளை எழுப்பிப் பிரசாரம் செய்தது திமுக.

திமுகவின் கூட்டணிக் கட்சியான மார்க்சிஸ்ட் கம்யூனிஸ்ட் கட்சியும் இந்திரா காங்கிரஸ் - அதிமுக கூட்டணிக்கு எதிரான பிரசாரத்தில் தீவிரமாக ஈடுபட்டது. இந்தத் தேர்தலில் யார் வேட்பாளர் என்பது பிரச்னை அல்ல. ஒருபுறம் சர்வாதிகாரமும் இன்னொருபுறம் ஜனநாயகமும் நிற்கின்றன. எதைத் தேர்வு செய்வது என்பதுதான் மக்கள் முன்னால் இருக்கும் ஒரே கேள்வி என்றார் மார்க்சிஸ்ட் கம்யூனிஸ்ட் கட்சியின் மூத்த தலைவர் பி. ராமமூர்த்தி.

பலத்த பிரசாரத்துக்கு மத்தியில் மக்களவைத்தேர்தல் நடந்து முடிந்தது. தேர்தல் முடிவுகள் வெளியானபோது அதிர்ச்சி யூட்டும் பல செய்திகள் அடுத்தடுத்து வந்துசேர்ந்தன. தமிழகத் தில் ஆளுங்கட்சியாக இருந்த திமுகவுக்கு பலத்த தோல்வி கிட்டி யிருந்தது. தமிழகத்தில் முதன்முறையாகப் பொதுத்தேர்தல் ஒன்றைச் சந்தித்திருந்த அஇஅதிமுக பெருவாரியான இடங் களைக் கைப்பற்றியிருந்தது. அதன் கூட்டணிக் கட்சிகளுக்கும் நல்ல அறுவடை.

இருபது இடங்களில் போட்டியிட்ட அஇஅதிமுக பதினெட்டு இடங்களைக் கைப்பற்றியிருந்தது. அதன் கூட்டணிக் கட்சியான இந்திரா காங்கிரஸ் பதினான்கு இடங்களையும் இந்திய கம்யூனிஸ்ட் கட்சி மூன்று இடங்களையும் கைப்பற்றியிருந்தன. திமுக ஒரேயொரு இடத்தில் மட்டுமே வெற்றிபெற்றது. வட சென்னையில் போட்டியிட்ட ஏ.வி.பி. ஆசைத்தம்பி வெற்றி

பெற்றிருந்தார். திமுகவின் கூட்டணிக் கட்சியான ஜனதா சார்பில் பா. ராமச்சந்திரன், குமரி அனந்தன், தண்டாயுதபாணி என்ற மூன்று பேர் வெற்றிபெற்றிருந்தனர். மார்க்சிஸ்ட் கம்யூனிஸ்ட் கட்சிக்குத் தோல்வி மட்டுமே எஞ்சியது.

திமுகவுக்குக் கிடைத்த ஒரே ஆறுதல், அந்தக் கட்சி இடம்பெற்ற கூட்டணி தேசிய அளவில் பிரம்மாண்டமான வெற்றியைப் பெற்றிருந்ததுதான். தமிழ்நாட்டில் எந்தவிதமான தாக்கத்தையும் ஏற்படுத்தாத எமர்ஜென்ஸி, தேசிய அளவில் இந்திரா காங்கிரஸை அடித்துப்போட்டிருந்தது.

தேசிய அளவில் ஜனதா கட்சி 269 இடங்களைக் கைப்பற்றியிருந்தது. ஆளுங்கட்சியாக இருந்த இந்திரா காங்கிரஸ் கட்சிக்கு வெறும் 152 இடங்களே கிடைத்தன. சுதந்தர இந்தியாவின் வரலாற்றில் காங்கிரஸ் கட்சி பெற்ற குறைந்தபட்ச எண்ணிக்கை இதுவே. ஜெகஜீவன் ராமின் ஜனநாயக காங்கிரஸுக்கு 28 இடங்களும், மார்க்சிஸ்ட் கம்யூனிஸ்டுக்கு 22 இடங்களும் கிடைத்தன. எமர்ஜென்ஸியை ஆதரித்த இந்திய கம்யூனிஸ்டுக்கு ஏழு இடங்களே கிடைத்தன.

காங்கிரஸ் கட்சி அகற்றப்பட்டு, ஜனதா கட்சி தலைமையில் புதிய அரசு அமைந்தது. புதிய பிரதமராக மொரார்ஜி தேசாய் தேர்ந்தெடுக்கப்பட்டார். அவருடைய அமைச்சரவையில் சரண் சிங், ஜெகஜீவன் ராம், மது தண்டவதே, வாஜ்பாய், உள்ளிட்ட பலரும் இடம்பெற்றனர். ஜனதா கட்சியின் சார்பில் தமிழ்நாட்டில் வெற்றிபெற்றிருந்த பா. ராமச்சந்திரனும் அமைச்சரவையில் இணைந்தார்.

தன்னுடைய அரசியல் எதிரியான கருணாநிதியையும் திமுகவையும் தோற்கடித்ததில் எம்.ஜி.ஆருக்கு அளவற்ற மகிழ்ச்சி. தவிரவும், தன்னுடைய ஆட்சிக்கனவு விரைவில் நிறைவேறப் போகிறது என்ற நம்பிக்கையும் அவருக்கு அதிகரித்திருந்தது.

டெல்லியில் ஆட்சி மாற்றம் ஏற்பட்டிருந்த சூழலில் தமிழ்நாடு சட்டமன்றத்துக்குத் தேர்தல் அறிவிக்கப்பட்டது. தேர்தல் மற்றும் அதன் தொடர்ச்சியாக நடந்த அரசியல் மாற்றங்களை இரண்டாம் பாகத்தில் பார்ப்போம்!

பின்னிணைப்பு

ஆய்வுக்கு உதவிய நூல்கள்

1. ராஜாஜியின் வாழ்க்கை - ராஜ்மோகன் காந்தி
   தமிழில் : கி. ராஜேந்திரன்
2. நான் அறிந்த ராஜாஜி - ம.பொ. சிவஞானம்
3. அரசியல் விமோசனம் - ராஜாஜி
4. சுயராஜ்யம் - எஸ்.எஸ். மாரிசாமி
5. விவசாய முதலமைச்சர் (ஓமந்தூர் ராமசாமி) - சோமலெ
6. காந்தி ராமசாமியும் பெரியார் ராமசாமியும் - ப. திருமாவேலன்
7. காமராஜ் ஒரு சரித்திரம் - முருக. தனுஷ்கோடி
8. கல்வி வள்ளல் காமராசர் - நெ.து. சுந்தரவடிவேலு
9. காமராசர் : ஒரு வழிகாட்டி - ஆலடி அருணா
10. காமராஜ் : ஒரு சகாப்தம் - ஆ. கோபண்ணா - நவ இந்தியா பதிப்பகம்
11. காமராசர் - ஏ.வி.பி. ஆசைத்தம்பி
12. காமராஜை சந்தித்தேன் - சோ
13. காமராஜர் கொலைமுயற்சி சரித்திரம் - தொகுப்பு: கி. வீரமணி
14. சிவகாமியின் செல்வன் - சாவி
15. ஆகட்டும் பார்க்கலாம் - தொகுப்பு: திரு. வீரபாண்டியன்
16. எனது நினைவுகள் - எம். பக்தவத்சலம்
17. என் வாழ்க்கை நினைவுகள் : திருப்புமுனை - சி. சுப்பிரமணியம்
    தமிழாக்கம்: கருப்பையா

18. என் வாழ்க்கை நினைவுகள்: பசுமைப்புரட்சி - சி. சுப்பிரமணியம் தமிழாக்கம்: ரா. ரங்கசாமி (மாஜினி)

19. பாரத ரத்தினம் சி. சுப்பிரமணியம் வாழ்க்கை வரலாறு - சிற்பி பாலசுப்ரமணியம்

20. சி.எஸ்: ஒரு கண்ணோட்டம் - மணியன் - பழனியப்பா பிரதர் வெளியீடு

21. ஓ.வி. அளகேசன்: வாழ்க்கையும் பணிகளும் - கருப்பையா

22. காலந்தோறும் பிராமணியம் (நேரு காலம், இந்திரா காலம்) - அருணன் - வசந்தம் வெளியீட்டகம்

23. தமிழகத்தில் சமூக சீர்திருத்தம் : இரு நூற்றாண்டு வரலாறு - அருணன் - வைகை வெளியீட்டகம்

24. இந்திய கம்யூனிச இயக்க வரலாறு - அருணன்

25. தேசியமும் மார்க்சியமும் - தணிகைச்செல்வன்

26. தமிழகத்தில் கம்யூனிஸ்ட் இயக்கத்தின் தோற்றமும் வளர்ச்சியும் - என். ராமகிருஷ்ணன்

27. தமிழக கம்யூனிஸ்ட் வீரர்கள் (இரண்டு பாகங்கள்) - பெ. சீனிவாசன்

28. ஜீவா என்றொரு மானுடன் - பொன்னீலன்

29. மாமனிதர் ஜீவா - தொகுப்பு: கே. ஜீவபாரதி

30. ஜீவாவும் நானும் - தா. பாண்டியன்

31. சட்டப்பேரவையில் ஜீவா - தொகுப்பு: கே. ஜீவபாரதி

32. ஐக்கிய தமிழகம் - ப. ஜீவானந்தம்

33. எனது போராட்டம் (இரண்டு தொகுதிகள்) - ம.பொ. சிவஞானம்

34. புதிய தமிழகம் படைத்த வரலாறு - ம.பொ. சிவஞானம்

35. சுயாட்சித் தமிழகம் - ம.பொ. சிவஞானம்

36. மொழிச்சிக்கலும் மாநில சுயாட்சியும் - ம.பொ. சிவஞானம்

37. மாநில சுயாட்சிக் கிளர்ச்சியின் வரலாறு - ம.பொ. சிவஞானம்

38. சட்டமன்றத்தில் சுயாட்சிக்குரல் - ம.பொ. சிவஞானம்

39. நேசமணி : ஒரு சரித்திரத் திருப்பம் - ஏ.ஏ. ரசாக் - தமிழாலயம் பதிப்பகம்

40. தேவர் : ஒரு வாழ்க்கை - பாலு சத்யா

41. பசும்பொன் தேவரின் சரித்திரம் - சண்முகசுந்தரம் - காவ்யா வெளியீடு

42. சட்டப்பேரவையில் தேவர் பற்றிய சதிவழக்கு - கே. ஜீவபாரதி
43. வாழும்போதே வரலாறான தேவர் - கே. ஜீவபாரதி
44. பசும்பொன் தேவரும் கம்யூனிஸ்டுகளும் - கே. ஜீவபாரதி
45. பசும்பொன் முத்துராமலிங்க தேவரின் வாழ்க்கை வரலாறு - இருளப்பன் - பாலாஜி புக்ஸ்
46. பசும்பொன் தேவர் திருமகனார் - தி.நா. அங்கமுத்து - அழகு பதிப்பகம்
47. தெய்வீகத் திருமகன் பசும்பொன் முத்துராமலிங்க தேவர் தியாக வரலாறு - முகவை மேத்தா
48. பசும்பொன் தேவரும் திராவிட இயக்கங்களும் - கே. ஜீவபாரதி
49. முதுகுளத்தூர் பயங்கரம் - டி.எஸ். சொக்கலிங்கம்
50. சமூக உரிமைப்போராளி இம்மானுவேல் தேவேந்திரர் - தமிழவேள்
51. விடுதலைப்போரும் திராவிட இயக்கமும் - பி. ராமமூர்த்தி
52. விடுதலைப்போரும் திராவிடர் இயக்கமும் : உண்மை வரலாறு - கி. வீரமணி
53. திராவிட இயக்க வரலாறு - முதல் தொகுதி - இரா. நெடுஞ்செழியன்
54. திராவிட இயக்க வரலாறு - இரண்டு பாகங்கள் - ஆர். முத்துக்குமார் - கிழக்கு பதிப்பகம்
55. திராவிட இயக்கத்தில் பிளவுகள் - கோ. கேசவன்
56. திராவிட மாயை : ஒரு பார்வை - சுப்பு
57. திராவிட இயக்கம் : ஒரு மார்க்சீய ஆய்வு - அருணன்
58. திராவிடர் இயக்கமும் பொதுவுடைமையும் - க. திருநாவுக்கரசு
59. திமுக வரலாறு - சி. சிட்டிபாபு - திமுக தலைமைக்கழக வெளியீடு
60. திமுக வரலாறு - டி.எம். பார்த்தசாரதி
61. திமுக - இரா. நெடுஞ்செழியன்
62. திமுக பிறந்தது எப்படி? - அருணன் - வசந்தம் வெளியீட்டகம்
63. திமுக : பிரச்னைகளும் பிளவுகளும் - க. திருநாவுக்கரசு - நக்கீரன் பதிப்பகம்
64. ஏன் வேண்டும் இன்பத் திராவிடம்? - முரசொலி மாறன்
65. சுயமரியாதைத் திருமணம் : தத்துவமும் வரலாறும் - கி. வீரமணி

66. வகுப்புரிமைப் போராட்டம் - க. அன்பழகன்

67. வகுப்புரிமை வரலாறு - கி. வீரமணி

68. வகுப்புரிமைப் போராட்டம் ஏன்? - வே. ஆனைமுத்து

69. மாநில சுயாட்சி - முரசொலி மாறன்

70. மலர்க, மாநில சுயாட்சி - கே.எஸ். ஆனந்தம்

71. மத்திய மாநில உறவுகள் : சில குறிப்புகள் - தி.சு. கிள்ளிவளவன்

72. தமிழர் தலைவர் - சாமி. சிதம்பரனார்

73. தந்தை பெரியார் வாழ்க்கை வரலாறு - கவிஞர் கருணானந்தம்

74. உலகத்தலைவர் பெரியார் - கி.வீரமணி

75. பெரியார் : ஆகஸ்டு 15 - எஸ்.வி. ராஜதுரை - விடியல் பதிப்பகம்

76. பெரியார், சுயமரியாதை, சமதர்மம் - எஸ்.வி. ராஜதுரை - வ. கீதா - விடியல் பதிப்பகம்

77. ஆகஸ்டு 15: துக்கநாள் - இன்பநாள் - தொகுப்பு: எஸ்.வி..ராஜதுரை

78. பெரியாரின் இடதுசாரித் தமிழ்த்தேசியம் - சுப. வீரபாண்டியன் - தமிழ் முழக்கம் வெளியீடு

79. பெரியார் ஈ.வெ.ரா சிந்தனைகள் - தொகுப்பு: வே. ஆனைமுத்து

80. ஈ.வெ.ராமசாமி என்கின்ற நான் - தொகுப்பு பசு. கௌதமன்

81. பெரியாரின் எழுத்தும் பேச்சும் - தொகுப்பு: பெரியார் திராவிடர் கழகம்

82. பெரியாரும் சமதர்மமும் - நெ.து. சுந்தரவடிவேலு

83. அய்க்கோர்ட் நீதிப்போக்கு - பாகம் 2 - பெரியார்

84. குத்தூசி குருசாமி - குருவிக்கரம்பை வேலு

85. பேரறிஞர் அண்ணா பேசுகிறார் - மூன்று பாகங்கள் - தமிழரசி பதிப்பகம்

86. பேரறிஞர் அண்ணாவின் பேருரைகள் - நான்கு பாகங்கள்

87. பேரறிஞர் அண்ணாவின் தன்வரலாறு - தொகுப்பு: அண்ணா பரிமளம்

88. பேரறிஞர் அண்ணாவின் பெருவாழ்வு - அ. மறைமலையான்

89. மாமனிதர் அண்ணா - க. அன்பழகன்

90. அண்ணா - இரா. கண்ணன் - தமிழில்: சாருகேசி விகடன் பிரசுரம்

91. அண்ணா பேசுகிறார் - சி.என்.ஏ. பாபு

92. அண்ணாயியம் - டாக்டர் கு. விவேகானந்தன்

93. அண்ணா : சில நினைவுகள் - கவிஞர் கருணானந்தம்

94. அண்ணா ஆட்சியைப் பிடித்தது எப்படி? - அருணன் - வசந்தம் வெளியீட்டகம்

95. வாழ்வில் நான் கண்டதும் கேட்டதும் - இரா. நெடுஞ்செழியன்

96. நெஞ்சுக்கு நீதி (முதல் இரண்டு பாகங்கள்) - மு. கருணாநிதி

97. மாமனிதர் மதியழகன் - டாக்டர் கே.எம்.செல்வராஜ் - கணியூர் பதிப்பகம்

98. சம்பத் பேசுகிறேன் : தொகுப்பு ஆர்.பி. சங்கரன்

99. நான் ஏன் பிறந்தேன் (இரண்டு பாகங்கள்) - எம்.ஜி.ஆர்

100. எம்.ஜி.யார்? ஒரு எக்ஸ்ரே - விருதுநகர் பெ. சீனிவாசன்

101. எம்.ஜி.ஆர்: நடிகர் முதல்வரான வரலாறு - அருணன் - வசந்தம் வெளியீட்டகம்

102. எம்.ஜி.ஆர் கதை (இரண்டு பாகங்கள்) - எஸ். விஜயன்

103. மக்கள் திலகம் எம்.ஜி.ஆர் - வித்வான் வே. லட்சுமணன்

104. எம்.ஜி.ஆர் நினைவுகள் - எஸ். விஜயன்

105. எம்.ஜி.ஆருடன் எனக்கிருந்த தொடர்பு - ம.பொ.சிவஞானம்

106. சுட்டாச்சு சுட்டாச்சு - சுதாங்கன் - கிழக்கு பதிப்பகம்

107. வனவாசம் - கண்ணதாசன்

108. மனவாசம் - கண்ணதாசன்

109. நான் பார்த்த அரசியல் - கண்ணதாசன்

110. கண்ணதாசன் பேட்டிகள் - தொகுப்பு: ஆர்.பி. சங்கரன்

111. தேர்தல் அரசியல் : காமராஜ் முதல் கருணாநிதி வரை - தி. சிகாமணி

112. தமிழக பொதுத்தேர்தல்கள் வரலாறு - ஆர். முத்துக்குமார் - கிழக்கு பதிப்பகம்

113. தேர்ந்தெடுத்த வழி - பா. மாணிக்கம்

114. தமிழ் சினிமாவின் கதை - அறந்தை நாராயணன்

115. பாம்பின் கண் : தமிழ் சினிமா ஒரு அறிமுகம் - தியடோர் பாஸ்கரன் - கிழக்கு பதிப்பகம்

116. மேடும் பள்ளமும் - நாஞ்சில் கே. மனோகரன்

117. அரசியல் அலைகள் - நாஞ்சில் கே.மனோகரன்

118. நினைவுகள் - இராம. அரங்கண்ணல்

119. ஒரு மேயரின் நினைவுகள் - வேலூர் நாராயணன்

120. ஓர் இலக்கியவாதியின் அரசியல் அனுபவங்கள் - ஜெயகாந்தன்

121. மூன்று முதல்வர்களுடன் - பொ.க. சாமிநாதன் - காமராசர் - அண்ணா பதிப்பகம்

122. தலித் விடுதலையும் திராவிடர் இயக்கமும் - பெ. கமலநாதன் தமிழில்: ஆ. சுந்தரம்

123. தமிழ் மறுமலர்ச்சியும் திராவிட தேசியமும் - கு. நம்பி ஆரூரன் தமிழில்: க. திருநாவுக்கரசு, முத்துகிருஷ்ணன்

124. தமிழ் ஆட்சிமொழி - துரை. சுந்தரேசன் - கமலவேணி பதிப்பகம்

125. தமிழன் தொடுத்த போர் - மா. இளஞ்செழியன் - வசந்தா பதிப்பகம்

126. அண்ணாவின் மொழிக்கொள்கை - அ. இராமசாமி

127. இந்தி ஏகாதிபத்தியம் - ஆலடி அருணா

128. என்று முடியும் இந்த மொழிப்போர் - அ. இராமசாமி

129. இந்தி எதிர்ப்புப் போராட்டம் : சிக்கலும் தீர்வும் - கி.சு. கிருஷ்ணசாமி - சூர்யா பதிப்பகம்

130. தமிழால் முடியும் - சி. சுப்பிரமணியம் - வள்ளுவர் பண்ணை

131. இந்தியாவின் மொழிச்சிக்கல் - மோகன் குமாரமங்கலம்

132. இந்திச் சிக்கலும் இறுதித் தீர்வும் - கு.ச. ஆனந்தன்

133. இந்தி எதிர்ப்பு வரலாறு - புலவர் த. அழகரசன்

134. இந்தி..யா? இந்தியாவா? - கே.எசு. ஆனந்தம்

135. நெஞ்சம் சுமக்கும் நினைவுகள் - இரண்டு பாகங்கள் - ம. நடராசன்

136. இந்தியாவில் தேசிய இனங்களும் தமிழ்த்தேசியமும் - கு.ச. ஆனந்தன் - தங்கம் பதிப்பகம்

137. தமிழ்நாட்டில் பண்பாட்டுப் புரட்சி - வே. ஆனைமுத்து

138. தமிழகத்தில் பிறமொழியினர் - ம.பொ.சிவஞானம்

139. பேருருவம் கொள்ளும் தமிழ்த்தேசியம் - பழ. நெடுமாறன், சுப. வீரபாண்டியன்

140. இந்தியாவில் நெருக்கடி நிலை - இரா. சுப்பிரமணி

141. கச்சத்தீவும் இந்திய மீனவரும் - வி. சூர்யநாராயணன், கே. முரளிதரன்
142. ஒரு தந்தையின் நினைவுக்குறிப்புகள் : பேராசிரியர் டி.வி. ஈச்சர வாரியர் தமிழில் : குளச்சல் மு. யூசுப்
143. சிறைக்குறிப்புகள் : சிட்டிபாபு எம்.பி
144. இந்திய அரசியல் சட்டம் : ஒரு மோசடி - வே. ஆனைமுத்து
145. நெருக்கடி நிலையை எதிர்த்துப் போராட்டம் - ராம. கோபாலன்
146. இந்திரா காந்தியின் சோஷலிச மோசடி - தி.சு. கிள்ளிவளவன்
147. சுவருக்குள் சித்திரங்கள் - தியாகு - பொன்னி பதிப்பகம்
148. சுதந்தர இந்திய அரசியல் நிர்ணயம் - ஏ.என். சிவராமன்
149. இந்திய வரலாறு காந்திக்குப் பிறகு (2 பாகங்கள்) - ராமச்சந்திர குஹா கிழக்கு பதிப்பகம்
150. இந்திய அரசியல் வரலாறு : சுதந்தரத்துக்குப் பிறகு - கிருஷ்ணா அனந்த் - கிழக்கு பதிப்பகம்